CHÂN DUNG
NGÀY ĐÓ BÂY GIỜ

VIỆT DƯƠNG
TRẦN THỊ NGUYỆT MAI

CHÂN DUNG NGÀY ĐÓ BÂY GIỜ

Bút ký

NHÂN ẢNH 2024

CHÂN DUNG NGÀY ĐÓ BÂY GIỜ

Tác giả: Việt Dương & Trần Thị Nguyệt Mai
Thiết kế bìa: Uyên Nguyên Trần Triết
Dàn trang: Công Nguyễn
Nhà xuất bản NHÂN ẢNH, California, Hoa Kỳ
2024

ISBN: 9798330213122

MỤC LỤC

Nguyệt Mai -	Thay Lời Tựa	11
1. Việt Dương -	Mấy Nét Về Nhà Báo, Bình Luận Gia Lý Đại Nguyên	15
2. Nguyệt Mai -	Đọc Sách "Tháng Ngày Qua" Của Nguyễn Tường Nhung	23
3. Việt Dương -	Họa Sĩ Vị Ý Với Ước Nguyện Không Thành	38
4. Nguyệt Mai -	Khánh Trường, Người Kết Nối Muôn Phương	58
5. Việt Dương -	Trên Đường Tự Học Chữ Nho Của Hai Nho Sinh Đào Mộng Nam Và Phạm Xuân Hy	68
6. Nguyệt Mai -	Họa Sĩ Đinh Cường Đã Về, Đã Tới...	98
7. Việt Dương -	Từ Bức Ảnh Của Thầy Lê Mạnh Thát Trong Lễ Tang Thầy Tuệ Sỹ	104
8. Nguyệt Mai -	Nguyên Minh, Một Đời Chung Thủy Với Văn Chương	123
9. Việt Dương -	Giáo Sư Trần Huy Bích - Người Hết Lòng Với Văn Hóa Dân Tộc	130
10. Nguyệt Mai -	Nhà Thơ Thành Tôn, Một Đời Thắp Tình Sáng Mãi	149
11. Việt Dương -	Nhà Nghiên Cứu Ngô Nhân Dụng Với Tác Phẩm Đứng Vững Ngàn Năm	152
12. Nguyệt Mai -	Những Kỷ Niệm Nơi Phòng Tranh Trương Vũ	188
13. Việt Dương -	Bác Sĩ Trần Xuân Dũng Với Công Trình Biên Tập Bộ Văn Học Quân Đội	197
14. Nguyệt Mai -	Những Kỷ Niệm Cùng Anh Trần Hoài Thư Và Thư Quán Bản Thảo	258
15. Việt Dương -	Nhà Thơ Phan Lạc Giang Đông - Người Hết Lòng Với Bạn	268
16. Nguyệt Mai -	Theo Dấu Ngô Thế Vinh Qua Những Trang Văn	295
17. Việt Dương -	Nhà Thơ Phạm Thiên Thư - Bốn Hình Ảnh Một Cuộc Đời	330
18. Nguyệt Mai -	Đỗ Nghê Đỗ Hồng Ngọc, Như Không Thôi Đi Được	347

THAY LỜI TỰA

DUYÊN KHỞI

Câu chuyện bắt đầu với họa sĩ Vị Ý. Cách đây hơn mười năm, tôi có dịp trò chuyện bút đàm với anh Đinh Thanh Nguyện ở Việt Nam qua trang blog Phay Van – nhân vật chính đã giúp tìm lại tác phẩm *"Cõi Đá Vàng"* của nhà văn Nguyễn Thị Thanh Sâm và được nhắc đến trong Thay Lời Mở – *"Hành Trình của Cõi Đá Vàng"* khi nhà văn Trần Hoài Thư tái bản tác phẩm này tại Hoa Kỳ. Gọi nhau bằng anh, bằng chị, nhưng tôi đoán biết anh cùng thế hệ với tôi khi anh chịu khó scan những bìa báo Tuổi Hoa, những cuốn sách quý ngày cũ anh còn may mắn giữ được để tặng Phay Van và các bạn trong nhóm. Một lần anh ngỏ ý muốn biết thêm về họa sĩ Vị Ý là thầy dạy vẽ của anh, nghe nói đã sang Mỹ và đã mất... Tôi chia sẻ với họa sĩ Đinh Cường và đề nghị khi nào có thể xin anh viết một bài về người họa sĩ này. Anh Đinh Cường có hứa nhưng rồi anh ngã bệnh và qua đời ngày 7-1-2016. Đến tháng 2 năm đó, tôi may mắn tìm được bài *"Họa sĩ Vị Ý, Ảo Giác và Quên Lãng"* của nhà thơ Viên Linh trên Người Việt online (Wednesday, March 13, 2013) và gửi ngay cho anh Đinh Thanh Nguyện xem. Trong nước bị chặn tường lửa nên tôi post bài này trên blog của mình để bạn bè có thể đọc.

Rồi cũng thật tình cờ, trong một lần Google search năm ngoái, không nhớ rõ về chủ đề gì, lại thấy bài viết *"Họa sĩ Vị Ý với ước nguyện không thành"* của nhà văn Việt Dương đi trên Diễn Đàn Thế Kỷ. Thật vui. Nhà văn Việt Dương thì tôi biết khoảng cuối năm 2019 và đầu năm 2020 khi anh có truyện ngắn đi trên tạp chí Ngôn Ngữ mà tôi là "cô cò". Sau bốn số báo, anh chia sẻ vì truyện ngắn của anh khá dài, không thể viết ngắn hơn được nên không thể cộng tác với Ngôn Ngữ... Lần nối lại liên lạc này và xin phép đi bài về họa sĩ Vị Ý trên blog Trần Thị Nguyệt Mai, tôi còn thòng thêm câu: "*... không biết anh có còn nhớ NM trong những ngày Ngôn Ngữ?*" Anh Việt Dương hồi âm:

> *1. Cám ơn cô đã dùng bài – Họa sĩ với giấc mộng không thành – cho blog TTNM.*
> *2. Cô nhớ tên Việt Dương, sao lại hỏi "không biết VD có còn nhớ NM trong những ngày Ngôn Ngữ?" Tôi không liên lạc với cô, nhưng vẫn đọc những bài điểm sách của Nguyệt Mai trên Diễn Đàn Thế Kỷ...*

Khi chia sẻ bài viết cho anh Đinh Thanh Nguyện thì không nhận được thư trả lời. Hỏi Phay Van, em cho hay đã mất liên lạc với anh ấy khoảng 4 năm nay. Có khi nào trường hợp xấu nhất đã xảy ra? Cả hai chúng tôi cùng không muốn nghĩ tới.

Mất liên lạc với một người bạn cũ nhưng may mắn kết nối lại được với một người anh. Anh Việt Dương gửi tiếp cho tôi bài viết về Thầy Tuệ Sỹ. Tôi chia sẻ, "*... NM rất thích. Vì được chính anh là người đủ duyên để có dịp hạnh ngộ và ở gần hai Thầy Trí Siêu & Tuệ Sỹ trong một thời gian, kể lại... Anh ráng viết tiếp về những người mà anh quen biết và gom lại thành một sách 'chân dung' sẽ rất hay.*" Anh Việt Dương đồng ý, hứa sẽ viết và gửi thêm một số bài khác. Sau đó, từ tình thân văn nghệ, anh đề nghị tôi viết về những chân dung mà tôi quen biết ghép vào phần của anh để thành đồng tác giả *“Chân dung Ngày Đó Bây Giờ”*... Đó là duyên khởi của cuốn sách bạn đang cầm trong tay.

Nơi đây xin chân thành cảm ơn anh Việt Dương đã cho Nguyệt Mai được góp mặt, cũng là lần đầu tiên trở thành đồng tác giả một cuốn sách. Niềm vui ấy thật to lớn, không bút nào tả được. Hy vọng qua tập sách *Chân dung Ngày Đó Bây Giờ* bạn đọc sẽ tìm ra, biết được thêm về những khía cạnh thú vị trong cuộc đời của những chân dung mà bạn đã từng yêu mến, ngưỡng mộ.

Trần Thị Nguyệt Mai
11.2.2024

VIỆT DƯƠNG

MẤY NÉT VỀ NHÀ BÁO, BÌNH LUẬN GIA LÝ ĐẠI NGUYÊN

Bình luận gia Lý Đại Nguyên (1930-2017)

Chúng tôi có duyên được gặp ông Lý Đại Nguyên từ những năm cuối thập niên 1950s, khi đến tham dự những buổi nói chuyện về những vấn đề văn hóa, chính trị và văn nghệ vào những ngày Chủ Nhật tại Đàm Trường Viễn Kiến - nhà ông Nguyễn Đức Quỳnh trong hẻm cạnh chùa Từ Quang của Thượng Tọa Thích Tâm Châu, đường Phan Thanh Giản. Khi nhập vào Đàm Trường này, chúng tôi còn là học sinh đệ tứ, đệ tam trường Chu Văn An, nhưng được nghe nhiều nhà văn, nhà báo thuyết trình đủ thứ đề tài, trong đó, tôi còn nhớ thường gặp luật sư Nghiêm Xuân Hồng, nhà văn Mặc Đỗ, nhà báo Hồ Nam, nhạc sĩ Phạm Duy, mấy nhà văn trong nhóm Sáng Tạo và mấy người trẻ lớp tuổi tôi như Phan Lạc Giang Đông, Phạm Thiên Thư, Lê

Triều Quang... Nhà văn hóa Nguyễn Đức Quỳnh, chủ nhà và là người chủ trương Đàm Trường Viễn Kiến, với bộ bà ba nâu, trán cao, dáng thanh thoát, thường góp nhiều ý kiến trong những buổi nói chuyện và người thứ nhì là Lý Đại Nguyên, dáng thư sinh, mặc bộ bà ba trắng, thường tổng kết những đề tài thảo luận. Trong những buổi nói chuyện, tôi thường hỏi ông Nguyên nhiều điều nên kết thành tình thân. Từ cái duyên của tình huynh đệ với ông Lý Đại Nguyên, tôi xin ghi lại đây ít điều về cuộc đời ông, như là lời tiễn biệt khi ông từ giã trần thế.

1. Viết sách Tổng Thức Vận khi còn trẻ

Từ năm 1958, 59, khi tới Đàm Trường, tôi đã được nghe ông Lý Đại Nguyên thuyết trình về nhiều đề tài trong bộ *Tổng Thức Vận* mà ông nói là sẽ in thành sách. Tôi ngạc nhiên tự hỏi sao một người trẻ chưa tới 30 mà lại có thể trình bày và tổng kết những hệ thống tư tưởng Đông Tây một cách rộng, sâu và khúc chiết. Không phải chỉ ở tư tưởng triết học mà khi nói chuyện về chính trị, ông cũng thông suốt hệ thống chế độ dân chủ tư bản Âu Mỹ, và Cộng Sản Nga Tàu. Chưa tới 20 đã đi vào kháng chiến chống Pháp thì ông học ở đâu và giờ nào đọc sách.

Năm 1964 bộ *Tổng Thức Vận* được in bằng ronéo, dày trên ngàn trang. Rất khó đọc và khó tóm lược. Tôi cố gắng đọc nhiều lần và hiểu đại cương *Tổng Thức Vận* là một công trình xét duyệt tư tưởng Đông Tây mấy ngàn năm để đi tới việc xây dựng một chế độ nhân chủ tự do điều hợp. Năm 2000, trong cuộc phỏng vấn của nhà văn Nguyễn Mạnh Trinh về tác phẩm *Tổng Thức Vận*, ông Lý Đại Nguyên đã cho biết *Tổng Thức Vận* là một tác phẩm Đạo Học đúc kết, dung hóa tiến trình trên 5000 năm của tư tưởng nhân loại, gần 5000 năm tư tưởng Việt Nam và có phần đóng góp viễn kiến của tác giả. Tư tưởng quán suốt của tác phẩm *Tổng Thức Vận* là Nhân Chủ Đạo, lấy con người làm đối tượng suy nghiệm, lấy con người làm thước đo trong tiến trình lịch sử. Con người đạt mức cao diệu nhất hiện nay trong tiến trình hằng hóa, thăng hóa của vũ trụ. Theo *Tổng Thức Vận*, con người là nguyên nhân lịch sử và là cứu cánh của mọi sinh hoạt xã hội, chính trị, kinh tế, khoa học, nói tóm là cứu cánh của văn hóa. Cũng như các cuộc tổng hợp dung hóa tư tưởng đã xuất hiện trong quá khứ để đem vào triển khai tâm linh và tổ chức cuộc sống, đã tạo ra các nền văn hóa của các dân tộc và các nền văn minh khu vực. Nay nhân loại gặp nhau trên toàn thế giới, nếu muốn có một cuộc sống an lành, hòa bình, phát triển thì cũng không làm khác hơn là phải có một cuộc Tổng Hợp Dung Hóa Tư Tưởng rộng khắp, mà phải lấy con người làm mẫu số chung thì mới đáp ứng nổi nhu cầu thăng hóa của lịch sử, đi từ trạng thái Mặc Thức Nhân Nhiên sống theo bản năng sinh tồn qua Ý Thức Nhân Loại chủ quan chia cắt, xuất hiện đủ loại quan niệm Duy, sang Nhận Thức Nhân Văn với một nền đạo lý Nhân Chủ Tổng Hợp Dung Hóa Thăng Hóa khắp mặt.

Cuối cuộc phỏng vấn ông Nguyên cho biết trước 1975, ông đã xuất bản tác phẩm *Nền Nhận Thức Nhân Chủ Toàn Triển* tóm lược cuốn *Tổng Thức Vận*, và nay sẽ xuất bản cuốn *Đề Cương Xây Dựng Việt Nam*, nhằm áp dụng *Tổng Thức Vận* vào thực tại Việt Nam.

Từ cuộc phỏng vấn của nhà văn Nguyễn Mạnh Trinh, tôi hiểu khá hơn về tiến trình tổng hợp tư tưởng nhân loại và nội dung của *Tổng Thức Vận*.

Gần đây năm 2017, nhân nói chuyện với ông về tập *Văn Hóa Tính* mới xuất bản, tôi hỏi lại điều ngạc nhiên từ những năm 58, 59 là anh đi kháng chiến từ năm 16, 17 tuổi, rồi vào

Nam tiếp tục đấu tranh cho dân chủ và làm báo, thì cách nào đọc để viết *Tổng Thức Vận* từ cuối thập niên 1950s. Ông cười trả lời: Anh không học trường nào, nhưng đọc những sách căn bản, rồi rút ra những phần cốt tủy để đưa vào nhận thức của mình.

2. Một chính trị gia có tầm hiểu biết sâu rộng về thế giới và một nền tảng tư tưởng xây dựng đất nước

Năm 1967, ông Lý Đại Nguyên lập liên danh với ông Vũ Đình Mạnh (cựu kháng chiến Nam Bộ) để tranh cử tổng thống với liên danh Nguyễn Văn Thiệu - Nguyễn Cao Kỳ. Tôi hỏi ông là mình không có tiền, ít chiến hữu, không có một đảng lớn làm hậu thuẫn từ thành thị tới nông thôn và quân đội thì làm sao thắng cử. Ông đáp: Không thắng được, nhưng đưa ra chương trình tranh cử để dân Việt và Mỹ thấy đường thắng Cộng Sản và xây dựng Việt Nam. Từ đó lấy thế và đà để phát triển hoạt động sau bầu cử rồi chờ cuộc bầu cử khác.

Liên danh của ông Lý Đại Nguyên đã bị Hội Đồng Bầu Cử bác, vì không hội đủ những điều theo luật bầu cử. Nhưng từ đó, khi làm báo ông Nguyên đã quảng bá những chính sách ông đã đề ra trong chương trình tranh cử: Xây dựng dân chủ để thắng cộng. Đáng tiếc là ông đã không có cơ hội tham chính để thực hiện chính sách của mình.

Năm 1972, mùa hè đỏ lửa, nhờ những bài phân tích thời sự về thế mạnh của Việt Nam Cộng Hòa và thế yếu của Cộng Sản mà báo Sóng Thần của ông Lý Đại Nguyên và Uyên Thao đã được quân đội và dân chúng tìm đọc. Thời gian này tôi ở mặt trận Thừa Thiên và thấy Sóng Thần đã đi xuống tận nông thôn như chợ Sịa quận Quảng Điền, Phò Trạch quận

Phong Điền... Sau này tôi biết trong năm 1972, Sóng Thần đã đạt kỷ lục về lượng phát hành.

3. Có duyên với Phật Giáo

Giữa năm 1971, ông Nguyên ra Đà Nẵng thăm Bác sĩ Phạm Văn Lương, rồi ra Huế thăm một số thân hữu. Một buổi sáng tôi đưa ông tới nhà thờ cụ Phan Bội Châu phía sau chùa Từ Đàm. Sau khi thắp nhang và thăm mộ cụ Phan phía trước nhà thờ cụ, chúng tôi đi quanh chùa Từ Đàm, rồi vào quán cà phê đối diện với chùa. Ngồi trong quán cà phê, ông nói là đời ông tự nhiên gắn liền với Phật Giáo. Nhiều phen nương náu ở chùa và làm bạn với nhiều nhà sư, trong đó có Thượng Tọa Nhất Hạnh. Năm 1964, Thượng Tọa Nhất Hạnh thiết lập Trường Thanh Niên Phụng Sự Xã Hội, đã mời ông vào Ban Giảng Huấn của trường, và ông đã viết cho tập san Giữ Thơm Quê Mẹ và Hải Triều Âm của thầy Nhất Hạnh. Sau này qua Mỹ giữa thập niên 1990s, ông đã viết cho mấy tập san Phật Giáo như Phật Giáo Việt Nam, Phật Giáo Hải Ngoại, Chân Nguyên và Trúc Lâm.

4. Sống giản dị, an nhiên tự tại

Cả một đời, ông Nguyên chỉ làm báo, nhưng có lẽ tiền viết báo chẳng được bao nhiêu, nên trong thập niên 1960s, tôi thường gặp ông trên những căn gác xép ở vùng Gia Định, Phú Nhuận. Sống thanh đạm, lúc nào cũng bộ bà ba trắng và lần nào gặp cũng nghe ông nói không mệt về chuyện thế sự Việt Nam và thế giới.

Năm 1985, khi ông mới ra tù, tôi tới thăm ông ở một căn gác trong một hẻm ở phía trước chợ Trương Minh Giảng.

Có điều lạ là hai ông bà và hai cháu Trí Anh và Tuệ Anh ở trên căn gác nhỏ, nhưng khi lên căn gác đó phải lên bằng một cái thang gỗ (hay tre) bắc từ sân. Cái thang vắt vẻo oằn cong mỗi lần lên xuống (phải dùng thang bắc từ sân như thế vì không thể đi ngang qua tầng dưới của gia đình khác). Tuy vậy gặp lại ông sau 10 năm tù, tôi thấy ông vẫn hồn nhiên với bộ bà ba trắng, vẫn nhìn suốt thế sự đông tây và Cộng Sản Việt Nam.

Lý Đại Nguyên lúc còn trẻ

Thời mới qua Mỹ, ở Chicago, tôi gặp một nhà báo đã ở tù với ông Nguyên và được ông cho biết là ông Nguyên ở tù cũng thản nhiên như ở nhà. Chẳng bao giờ nghe ông nói chuyện đói, no, buồn phiền. Ông nhà báo nói: Ở tù mới biết bản lãnh, nhân cách của một con người. Ông kính trọng ông Nguyên và chê một số lãnh tụ, chính khách trở thành hèn và mất nhân phẩm khi ở trong tù.

5. Viết rất nhanh

Năm 1972, tôi từ Huế vào Sài Gòn, ở lại nhà ông bà Lý Đại Nguyên, ở phía sau chợ Trương Minh Giảng. Đây là lần đầu tiên tôi gặp ông Nguyên ở một căn nhà thuê khang trang. Ở lại đây mấy ngày, nên tôi mới thấy cách ông viết bài quan điểm cho nhật báo Sóng Thần. Mỗi sáng sớm, ông ngồi uống cà phê với mấy điếu thuốc 3 số 5, rồi bắt đầu đánh máy liên tục chừng 20 hay 30 phút. Khi ngừng tiếng lạch cạch, ông lấy bài viết đưa cho bà Mai Tuyết An, ngồi ở gần đó để bà đọc lại và sửa lỗi chính tả. Thấy ông viết quá nhanh, tôi nói: Em mà viết một bài như thế, sửa đi, sửa lại phải mất cả buổi. Ông cười nói: Anh ít khi sửa và mỗi ngày có thể viết 3, 4 bài khác nhau, nếu phải viết cho vài tờ báo trong ngày. Anh đánh máy nhanh nên để sót nhiều lỗi chính tả. Bà An chịu trách nhiệm sửa, từ bài ngắn như bài quan điểm này đến những bài dài hay cả một cuốn sách. Anh có thể viết nhanh là do đã nghĩ và thấy sự việc. Chuyện Việt Nam là chuyện mình sống với nó hàng ngày, còn chuyện thế giới thì chiến lược của những cường quốc Mỹ, Nga, Tàu và Tây Âu đều có hướng chính. Nắm được hướng của họ thì có thể luận về những diễn biến.

Lý Đại Nguyên thời còn ở trong nước

6. Viết báo một mình

Sau khi qua Mỹ được chừng nửa năm (1995), ông nói với tôi là anh bắt đầu viết lại. Sau lời loan báo này, ông viết *Việt Nam Dân Tộc Bị Đọa Đày*, Văn Nghệ xuất bản năm 1998. Rồi tới năm 2000 in *Tổng Thức Vận*, Văn Nghệ phát hành. Và mỗi tuần ông viết một bài Nhận Định Thế Sự như thời viết cho Sóng Thần, gửi cho các báo và cho thân hữu. Tiếp theo ông viết *Đề Cương Xây Dựng Việt Nam*, Trí Tuệ xuất bản năm 2002.

Cách đây mấy năm, do bị bệnh, ông loan báo ngừng viết. Nhưng sau đó, ông viết bằng cách nói. Vì thế trên đài IBC mỗi tuần có chương trình Nhận Định Thế Sự với ông Cao Minh Hưng. Vẫn cách nhìn sắc sảo với ngôn ngữ đơn giản, ông luận về những sự việc trên thế giới và Việt Nam, giúp khán thính giả có thể nhìn vào những sự việc phức tạp.

Năm 2017, tuy bị bệnh, nhưng ông vẫn viết và xuất bản tập *Văn Hóa Tính*, luận giải về văn hóa với thể văn gọn và dễ hiểu.

Chúng tôi, trên nửa thế kỷ, may mắn kết được tình huynh đệ với ông Lý Đại Nguyên. Nhìn lại đời sống và hoạt động một đời của ông, tôi có thể nói rằng ông là tấm gương của một kẻ sĩ trước vận nước, một chiến sĩ có lập trường quốc gia, dân tộc vững chắc và một nhà văn hóa có tâm bình, lòng nhân và trí sáng. Ông sống bình dị, an nhiên, khi ra đi cũng nhẹ nhàng an nhiên.

Vĩnh biệt anh Lý Đại Nguyên. Cầu mong anh sớm về miền tịnh thổ.

Việt Dương
(12/31/2017)

TRẦN THỊ NGUYỆT MAI

ĐỌC SÁCH "THÁNG NGÀY QUA" CỦA NGUYỄN TƯỜNG NHUNG

Bìa sách "Tháng Ngày Qua" của Nguyễn Tường Nhung

Tôi rất hân hạnh được là một trong những độc giả đầu tiên khi cuốn sách *"Tháng Ngày Qua"* – Hồi ức của Nhà văn Nguyễn Tường Nhung, chỉ mới là những trang bản thảo rời. Tác giả là trưởng nữ của Nhà văn Thạch Lam và cũng là phu nhân của Trung Tướng Ngô Quang Trưởng, một trong những vị tướng lãnh xuất sắc và trong sạch của Quân Lực VNCH. Cuốn sách hé mở cho chúng ta rõ hơn không chỉ về thân thế của hai gia đình rất nổi tiếng - Thạch Lam và Ngô Quang Trưởng - mà còn như một cuốn phim quay lại hình ảnh xã hội thời kỳ chiến tranh Việt Pháp và chiến tranh Việt Nam cận đại, hiển hiện nỗi khổ đau tận cùng khi mất mát cả tài sản lẫn những người thân yêu nhất trong đời, nỗi lo âu của người vợ lính khi chồng ra chiến trận và phút giây lãng mạn hạnh phúc khi chinh nhân trở về... Những ngày Tết Mậu Thân 1968 kinh hoàng thảm thương ở Huế cũng được ghi lại một cách sống động.

Khi viết về văn chương Thạch Lam, nhà văn Mai Thảo đã dùng những lời ngợi khen đẹp nhất: "bút pháp chuốt lọc, trong sáng và chính xác nhất của văn xuôi tiền chiến" (1). "Bút pháp chính xác ông mãi mãi là một vinh dự cho tiếng Việt, theo ý tôi" (2). "Những trang tiểu thuyết đôn hậu và chứa chan tình cảm của Thạch Lam" (3) đã đi vào và ở mãi trong tâm hồn người đọc với *Gió Lạnh Đầu Mùa, Nhà Mẹ Lê, Hai đứa trẻ, v.v...* Đọc *"Tháng Ngày Qua"* càng thấy rõ hơn "văn chính là người", để càng yêu mến Ông hơn.

Trong đậm sâu trí nhớ của tác giả ngày ấy, khi còn là một cô bé 6 tuổi, vẫn còn hiện rõ hình ảnh Bố Thạch Lam:

Bố tôi rất cao, da trắng hồng trông như lai Tây vậy. Ông hay mặc bộ vét màu kem nhạt may bằng hàng vải đũi, đầu luôn đội cái mũ phớt, chân đi giày tây, lúc nào cũng bóng loáng. Quần áo của bố tôi lúc nào cũng phải là thẳng tắp. Bố tôi rất ngăn nắp, thứ tự và rất quý sách. Ông có một tủ sách bìa mạ chữ vàng được xếp rất ngăn nắp. (sđd, tr. 20)

Và Mẹ, bà Thạch Lam, người vợ mà Ông rất yêu thương:

Mẹ tôi hơn bố tôi vài tuổi. Bà tuy hơi thấp so với bố tôi, nhưng bà rất đẹp và rất khéo chiều bố tôi. Bà hiểu rõ rất tỉ mỉ từng chi tiết, những sở thích của bố tôi và tôn trọng tất cả những gì mà bố tôi quyết định. Cà phê mà bố tôi uống mỗi buổi sáng phải chính tay mẹ tôi pha. (sđd, tr. 22)

Cô vẫn nhớ như in sở thích ăn uống rất giản dị của Bố:

Thức ăn bố tôi không đòi hỏi phải nhiều thịt, cá hay thịnh soạn, nhưng món gì cũng phải thật tinh khiết, sạch sẽ, bày cho gọn và đẹp mắt. Bố tôi thích những món ăn thanh như canh giò sống nấu rau ngót, cải xanh nấu cá rô, rau muống luộc, đậu hũ chiên tẩm hành lá hay cá chép rán vàng, và tuyệt đối không bao giờ được dọn món ăn mà đã dọn ăn ngày hôm trước. (sđd, tr. 23)

Cộng thêm thói quen đơn sơ nhưng rất hạnh phúc của Ông sau bữa cơm chiều:

Ăn cơm xong bố tôi có thói quen ra ngồi ngoài hiên trước nhà để ngắm cảnh. Tuy đã về chiều nhưng cũng còn một vài chiếc thuyền, trên chở những cặp tình nhân. Họ chèo thật chậm nhìn ngắm mặt trời lặn và thủ thỉ những lời âu yếm. Bố tôi lúc nào cũng rủ mẹ tôi ra cùng ngồi và trò chuyện tâm tình cùng mẹ. Bố tôi ít nói, nhưng khi nói thì đã diễn tả hết ý mình. (sđd, tr. 22)

Đặc biệt là tính thương người vô cùng tận của Ông, để thấy tại sao văn chương Thạch Lam cũng giống như người:

Bố tôi rất khó tính và ít khi cười nhưng lại rất thương người. Có thời gian nhà có một anh phu xe để kéo xe cho bố tôi đi làm hàng ngày. Nhưng khi trời mưa thì bố tôi bảo mưa ướt tội nghiệp, khi nắng thì bố tôi cũng bảo nóng quá kéo xe mệt, và thấy anh kéo xe đổ mồ hôi thì cũng không đành. Rút cuộc bố tôi lại đi xe ngoài để đi làm. (sđd, tr. 23)

Nhà văn Thạch Lam mất rất sớm lúc mới ngoài 30 tuổi, khi văn tài đang vào độ sung mãn. Ngày ấy tác giả chỉ mới 6 tuổi, có hai em trai, một lên 3 và một mới sinh được 3 ngày. Đang từ một cô bé được bố rất yêu chiều:

Tối nào sau khi ăn cơm xong bố tôi cũng gọi tôi vào phòng sách chỗ bố tôi ngồi hàng đêm để viết văn. Trên bàn viết của bố tôi ngoài những giấy, bút, đặc biệt có một lọ kẹo tây. Những viên kẹo đủ màu sắc hồng lạt, đỏ, xanh, trắng, đựng trong chiếc lọ bằng thủy tinh trông thật đẹp mắt và thật là muốn ăn. Bố tôi mở nắp lọ, mùi kẹo bay thật thơm. Bố tôi lấy ra cho tôi một cái... (sđd, tr. 23 & 24)

Thạch Lam (1910-1942) qua nét vẽ Đinh Cường

Cô trở thành đứa trẻ mồ côi cha. Sau đám tang vài tháng, *"bà nội tôi cho người lên Hà Nội đón mẹ và ba chị em chúng tôi về trại Cẩm Giàng. Trại rộng hai mẫu tây, khang trang, nằm cách ga tàu hỏa khoảng hơn cây số. Hai cánh cổng chính của trại khá to, sơn màu xanh, giàn hoa tỉ muội màu hồng nhạt leo chung quanh"* (sđd, tr. 27). Từ đây, gia đình cô rời bỏ *"căn nhà nhỏ nhưng rất thơ mộng ở tại đầu làng Yên Phụ, ngay cạnh hồ Tây có cây liễu rủ, tàn liễu sà xuống gần mặt nước hồ... Đường từ ngoài vào làng toàn lót bằng gạch đỏ. Trên đường đi chỗ nào cũng nhìn thấy nước hồ... Đi sâu vào trong làng rất đẹp, hai bên là những hàng rào trồng bằng cây duối, được cắt thật bằng phẳng. Khi tới mùa quả duối chín vàng trông xa như những sợi tơ tằm óng ánh... Từ đó tôi chưa có dịp trở về lại làng Yên Phụ nữa"* (sđd, tr. 25)

Hình ảnh Bà Nội, người Mẹ hiền sinh ra những người con thuộc nhóm khai sáng Tự Lực Văn Đoàn đã góp công rất lớn trong việc hiện đại hóa xã hội Việt Nam vào đầu thế kỷ XX qua báo chí và tiểu thuyết, với "tôn chỉ" được công bố trên báo Phong Hóa số 101 ngày 8 tháng 6 năm 1934 gồm 10 điểm, đúc kết lại trong nội dung: "Lúc nào cũng mới, trẻ, yêu đời, có chí phấn đấu và tin ở sự tiến bộ. Theo chủ nghĩa bình dân, không có tính cách trưởng giả quý phái. Tôn trọng tự do cá nhân. Làm cho người ta biết đạo Khổng không hợp thời nữa. Đem phương pháp Thái Tây áp dụng vào văn chương An Nam" (4):

Bà Nội dáng người cao to, nước da trắng hồng, gò má hơi cao, đôi mắt sáng, sâu, trông như lai, toát ra một vẻ oai nghiêm cương nghị. Bà rất nghiêm khắc và ít khi cười. Nhưng khi bà cười thì nụ cười thật tươi, lộ hàm răng đen. Bà nói giọng Huế nghe hay hay và lạ. ... Bà ăn uống cầu kỳ, kiểu cách. Bát ăn bằng men xanh trắng viền chỉ vàng, đũa ngà, mâm bằng đồng thau sáng loáng. Khi ăn phải từ tốn, thức ăn cũng phải sắp thứ tự, rau muống luộc để ra đĩa, cọng và lá không lẫn lộn, cắt ra làm hai, khi chấm chỉ vừa đụng vào nước chấm, cơm chỉ được xới một nửa bát... (sđd, tr. 30 & 31)

Bà rất kiên cường, thật giỏi, can đảm. Khi ông mất bà còn rất trẻ, chưa tới 40. Một tay bà phải chăm sóc mẹ chồng và bảy người con còn niên thiếu mà vốn liếng chỉ là một tiệm tạp hóa nhỏ, bán những thứ lặt vặt như kim chỉ, muối, đường, diêm, nến, vài lọ kẹo bột, kẹo gừng, v.v... lời lỗ chẳng được bao nhiêu. Nhưng nhờ vào việc cân gạo, cứ mỗi sáng sớm tinh mơ, những dân ở các làng lân cận đem gạo lên bán, từng gánh hoặc thúng có khi chỉ mươi đấu đựng trong cái bị đan bằng cói. Bà gom mua lại để bán lẻ, khách hàng là những gia đình nghèo sống rải rác quanh phố chợ. Nhờ tài quán xuyến bà đã cho các con ăn học... (sđd, tr. 32 & 33) *Một tay bà đã gây dựng được một gia đình làm rạng danh cho dòng họ, những văn tài đã để lại cho những thế hệ nối tiếp* (sđd, tr. 46). *Sau này, khi các con trai đã thành danh, bà xuống tóc xuất gia cửa Phật và ít khi về lại trại.* (sđd, tr. 33)

Cuộc sống êm đềm yên ả chẳng bao lâu thì loạn lạc xảy ra, chiến tranh Việt Pháp bùng nổ. *Năm 1946, một đêm phố chợ Cẩm Giàng bùng lên bốc cháy, khói bay mù mịt cả một góc trời* (sđd, tr. 82). Giữa đêm đang ngủ, U (là vú em, người nuôi cậu em kế) lay cô dậy để cùng Mẹ, hai em và U gánh gồng đi lánh nạn, đến tạm cư ở Xóm Đìa, cách Nhã Nam khoảng 5, 7 cây số, *"một xóm rất nghèo, chỉ có khoảng mươi căn, phần đông đều lợp bằng lá, và sống bằng ruộng nương nhưng là ruộng thuê lại gọi là cấy rẽ"* (sđd, tr. 35). Đến đây, U từ biệt về quê. Và cuộc đời của cô bắt đầu lật sang một trang mới với rất nhiều vất vả, khó khăn.

"Khi đến Xóm Đìa, vài nhà quanh xóm cũng đã có mấy người tản cư tá túc. Chúng tôi được chủ nhà tên Nhâm cho

ở nhờ. Ông cho dọn dẹp cho chúng tôi ở nhờ trong cái kho nhỏ, thường để chứa những dụng cụ nhà nông như cuốc, xẻng, cày, bừa, dao liềm, v.v... và chỗ nằm của con vện đen. Cái kho lợp bằng rạ, vách trát bùn trộn rơm đã cũ, vách có nhiều lỗ thủng, cửa là cái phên đan bằng nứa có gắn một thanh tre để chống lên chống xuống. Bên trong, vẻn vẹn chỉ có một cái giường bằng gỗ vừa đủ cho bốn mẹ con nằm, bên cạnh giường kê ba hòn gạch chụm lại gọi là ông đồ bếp (theo ngôn ngữ lúc đó) để thổi nấu. Tắm rửa hàng ngày thì ra ngoài ao. Nước uống và nước thổi cơm thì phải vào tận cuối xóm gánh về; cả xóm đều dùng nước giếng ấy (sđd, tr. 35). *Những ngày đầu thật bỡ ngỡ. Một khung cảnh quá cách biệt. Chúng tôi như rơi vào một cơn ác mộng. Căn nhà kho chứa đồ vật dụng bẩn thỉu, chật hẹp, một chỗ thua cả chuồng chó ở trại Cẩm Giàng của gia đình chúng tôi* (sđd, tr. 64). *Mùa đông đến đem theo hơi lạnh, gió rét của miền rừng núi. Bốn mẹ con co ro trên một cái phản gỗ, đắp một cái chiếu cũng đã cũ. Mẹ đầu bên này, tôi đầu bên kia, kéo qua kéo lại. Con ấm thì mẹ lạnh và ngược lại. Hai cậu em thì còn nhỏ ngủ vô tư.* (sđd, tr. 69).

"Những năm đầu Mẹ còn có chút tiền đem theo, chúng tôi có cơm gạo trắng, có chút ít thịt, cá" (sđd, tr. 64). Đến khi hết tiền và bán đi tất cả những thứ đã mang theo, thì *"Mẹ sắp xếp cho tôi theo mấy cô trong xóm đi buôn cà chua và su hào, mỗi tuần hai phiên chợ ngoài thị trấn Nhã Nam. Phải dậy từ sáng tinh mơ vào vườn cà chua hoặc su hào họ đã hái sẵn rồi tùy sức của mỗi người gánh được nhiều hay ít... tiền lãi cũng tạm để mua gạo có cơm trộn khoai hay sắn. Các em thì vào rừng nhặt củi khô và nấm hạt dẻ* (sđd, tr. 36). Thấy con quá vất vả mà chẳng kiếm được bao nhiêu, nên khi được chủ nhà cho mượn toàn bộ đồ nghề và có người cho mua thóc chịu, hai mẹ con chuyển qua nghề làm hàng xáo, tức là *"xay thóc, sàng bỏ trấu đi. Sau đó bỏ vào cối giã rồi vần, sảy cho cám và*

tấm rớt ra" (sđd, tr. 67) cũng cực nhọc nhưng *"lãi được tấm để ăn, cám bán lấy tiền mua rau, muối, tương, cà. Nếu được thóc tốt thì thừa ra một ít gạo. Những lần như vậy mấy mẹ con mừng lắm, nhưng cũng phải độn thêm khoai hoặc sắn. Khi mùa gặt đến chúng tôi đi mót lúa... Thỉnh thoảng tôi đi theo mấy đứa bạn đi hôi cá... Từ khi mẹ hết tiền chưa hôm nào được ăn no và được ăn không độn. Thịt lợn, thịt bò thì xa lánh hẳn, gặp mùa gà bị toi là lúc mới thấy mùi gà. ... Ngày tháng vẫn trôi qua. Mẹ tôi không dám tự mình hồi cư vì mịt mù tin tức, sợ bị Tây bắt. Thấm thoắt đã gần ba năm, chị em chúng tôi mỗi người chỉ có hai bộ áo quần đã rách tả tơi"* (sđd, tr. 37).

Trong lúc ấy, Bà Nội *"rất lo lắng vì từ khi chạy tản cư đã gần ba năm mấy mẹ con chúng tôi biệt vô âm tín"*, nên *"thuê người đi tìm mẹ con chúng tôi"* (sđd, tr. 38). Bà Nội đã giữ gìn cho các cháu: *"Nếu không có Bà Nội có thể tôi đã là một nữ cán bộ và các em có thể là bộ đội hay bệnh hoạn vùi thây nơi rừng thiêng nước độc này!"* (sđd, tr. 39).

Về lại Phố Chợ Cẩm Giàng, gặp lại bạn cũ, cũng là lúc cô *"thật ngỡ ngàng không thể tin được. Một trang trại rộng lớn đẹp như thế ... bây giờ chỉ là bãi đất hoang."* Bạn cô cho biết, *"Khi Việt Minh rút đi họ đã đốt, đập phá hủy tất cả những dinh thự họ gọi là tiêu thổ kháng chiến. Nghe nói vậy tôi ngẩn ngơ vì không hiểu tại sao Việt Minh lại làm như vậy. Phá mất đi một trang trại nổi tiếng là đẹp, nên khi những chuyến tàu chạy ngang đây có nhiều người giơ máy chụp ảnh, và tôi không còn được ở đây nữa."* (sđd, tr. 41).

"Bắt đầu từ khi rời khỏi trại Cẩm Giàng, líu ríu dắt ba đứa con chạy tản cư, hồi cư về thành, cơ nghiệp không còn gì. Mẹ rất nghèo, nhờ Bà Nội giúp một phần, mẹ tần tảo, bươn chải nuôi con ăn học" (sđd, tr. 92). Và năm 1953 Bà Nội đã *"đích*

thân đến nhà ông Thám (Tổng Giám đốc Bưu điện Việt Nam) để xin cho mẹ tôi một việc làm... Lương tuy thấp nhưng cũng đủ sống cả mấy mẹ con và lại có nhà ở hai buồng nhỏ, có bếp, bể chứa nước, trong cư xá Bưu điện đằng sau Nhà Hát Lớn, trước cửa Nhà Bác Cổ Hà Nội." (sđd, tr. 46 & 47)

Trung tướng
Ngô Quang Trưởng (1929-2007)

Sau này, người thiếu nữ ấy gặp Trung úy Ngô Quang Trưởng và khi kết hôn với nhau thì ông đã lên chức Đại úy, Tiểu đoàn phó tiểu đoàn 5 Nhảy Dù. Cuốn sách đã chia sẻ cuộc đời binh nghiệp của ông Ngô Quang Trưởng bắt đầu từ lúc này. "*Anh tham gia trận chiến nhiều hơn làm việc ở văn phòng. Mỗi lần đi hai tới ba tuần mới trở lại đơn vị. Khi trở về anh đã gầy lại gầy hơn, mặt sạm đen, đôi khi bị nổi ngứa khắp cả người.* (sđd, tr. 130). Sau đó, được "*đổi về Bộ Tư Lệnh Sư Đoàn đóng ở Sài Gòn*" (sđd, tr. 139). "*Khoảng thời gian này anh không phải ra trận liên miên như khi còn ở Tiểu Đoàn. Chỉ đi thị sát, và đôi lần anh phải bay ra miền Trung để cùng chỉ huy tham dự những trận đánh do quân Bắc Việt tấn công.*" (sđd, tr. 140)

Hơn một năm sau, "*khoảng đầu năm 1966, ngay tại thành phố Huế, tình hình khá gay cấn. Dân chúng biểu tình chống đối chính quyền bằng cách đem bàn thờ Phật để ngoài đường phố... Anh được Thiếu Tướng Nguyễn Cao Kỳ, Chủ*

Tịch Ủy Ban Hành Pháp Trung Ương (UBHPTU) bổ nhiệm chức vụ Tư Lệnh Sư Đoàn 1/BB, Bộ Tư Lệnh đóng tại Thành Nội Huế." (sđd, tr. 150)

Ở Huế 5 năm, Ông được bổ nhiệm làm Tư Lệnh Quân Đoàn 4 ở Cần Thơ và *"rất bận rộn, thời gian ở trên trực thăng nhiều hơn dưới đất. Chỉnh đốn lại Địa Phương Quân, Nghĩa Quân, thăm các tỉnh, các quận, đồn bót, v.v..."* (sđd, tr. 196)

Sau hơn hai năm trấn nhậm ở miền Nam hiền hòa, *"Anh nhận được lệnh thuyên chuyển không dự tính, không báo trước Tổng Thống bổ nhiệm làm Tư Lệnh Vùng 1 đóng ở Đà Nẵng... Đây là lần thứ tư đổi chỗ ở trong khoảng năm năm."* (sđd, tr. 201 & 202)

Tác giả đã ghi lại những diễn biến trong hai tháng cuối cùng của nền Đệ Nhị Cộng Hòa mà bà là một chứng nhân. Qua người tùy viên, chúng ta thấy được hình ảnh của Trung Tướng Ngô Quang Trưởng trong ngày cuối trước khi mất Đà Nẵng:

"Giờ phút cuối ở Đà Nẵng, chỉ có anh và chú đi bộ ra bên bờ biển Sơn Trà lặng vắng, mỗi người trên mình độc nhất chỉ một khẩu súng (sđd, tr. 263). *Theo lời người tùy viên kể lại ngày cuối tại Đà Nẵng, anh và chú đã đứng tại chỗ này định kết thúc bằng viên đạn."* (sđd, tr. 252)

Đọc những trang sách nói về cuộc đời binh nghiệp của Tướng Ngô Quang Trưởng, độc giả có thể dễ dàng nhận thấy tuy là tướng lãnh của một vùng, nhưng Ông thể hiện tác phong quân kỷ rất nghiêm chỉnh:

"Anh thức dậy sớm rất đúng giờ. Những cư dân trên con đường anh đến Bộ Tư Lệnh mỗi ngày có tiếng đồn không cần xem đồng hồ, mỗi lần thấy xe Tư Lệnh chạy ngang là

biết đúng giờ đó anh di chuyển, không bao giờ có xe còi hụ, không người hộ vệ, chỉ có một tùy viên." (sđd, tr. 263)

"Thời gian ở Huế và Đà Nẵng, những ngày cuối tuần hay ngày lễ anh không bao giờ nghỉ. Tôi và các con không có bữa ăn trưa cùng anh. Những bữa cơm tối anh thường về muộn, các con ăn trước, ôn bài vở để đi ngủ sớm. Tuy sống cùng một nhà nhưng chúng chỉ gặp chào anh trước khi đi ngủ." (sđd, tr. 264)

Những hành xử của Ông trong việc thi hành lệnh quân đội không vị tình riêng, không kết bè, vây cánh để tạo ảnh hưởng riêng:

"... Từ Sài Gòn đổi ra Huế đảm nhận chức vụ Tư Lệnh Sư Đoàn 1 Bộ Binh chỉ có một người tùy viên đi theo, ngoài ra không một người thân, ... Chuyện chỗ ở, phương tiện, người giúp việc cho gia đình anh cũng để tùy văn phòng họ sắp xếp, tôi cũng không đòi hỏi, không lựa chọn." (sđd, tr. 266)

Ông luôn luôn sát cánh, chia sẻ với thuộc cấp trong từng nhiệm vụ:

Mỗi khi ra lệnh cấm trại anh luôn luôn cùng ở trong trại với các anh em. (sđd, tr. 151)

Ông cũng không bao giờ lạm dụng chức vụ hay quyền thế để làm ảnh hưởng đến công quỹ nhà nước:

Mùa hạ khi ở Huế, tôi hay đưa các con ra bãi biển Thuận An. Trên đường xe chạy ngang những khu vườn xanh tươi cây trái hoa quả ẩn hiện thấp thoáng những căn nhà lợp ngói đỏ đã phai màu, không gian có vẻ thanh bình, các con thường mong anh đi cùng. Chúng hay hỏi sao Ba không đi, anh chỉ trả lời một câu, "Ba bận làm việc". Tuổi thơ vô tư chúng không thắc mắc. Tội biết nếu anh đi, phải có hộ tống, phải lo sắp đặt an ninh. Chỉ một lần vui chốc lát mà bao người phải lo như vậy, lạm dụng công sức của quân đội, một chuyện không thể có ở anh. (sđd, tr. 268)

Và sống rất khiêm nhường, giản dị:

Anh với chức vụ Tư Lệnh Sư Đoàn 1 ở Huế, Tư Lệnh Quân Đoàn 4 ở Cần Thơ, Tư Lệnh Quân Đoàn 1 ở Đà Nẵng, phương tiện di chuyển của tôi cũng chỉ là chiếc xe Jeep cũ mang bảng số dân sự. Thời gian làm Tư Lệnh vùng Một ở Đà Nẵng, người Mỹ có cho một xe du lịch Huê Kỳ màu đen khá rộng để gia đình sử dụng nhưng anh bảo tôi nhường xe ấy cho gia đình Tư Lệnh phó... (sđd, tr. 267 & 268)

Điều quan trọng nhất là Ông giữ gìn rất nghiêm mật đức tính thanh liêm, trong sạch của mình. Còn nhớ "trong thập niên 1960 tại Miền Nam, trong dân gian đã truyền tụng câu: 'Nhứt Thắng, nhì Chinh, tam Thanh, tứ Trưởng' nói lên lòng ngưỡng mộ của người dân đối với bốn vị tướng lãnh này của QLVNCH" (5).

"... một điều quan trọng là không nhận quà biếu của bất cứ ai." (sđd, tr. 157)

"... quan niệm sống của anh, anh dứt khoát không giúp một ai dù là người thân thích. Anh nói người nào cũng có gia đình, cũng có bố mẹ, cũng có con cái, trong thời chiến trận mình lo cho người thân về chỗ yên lành như vậy còn gì là kỷ luật và còn ai bảo vệ quê hương. Anh đã bị họ hàng thân thích trách hờn." (sđd, tr. 297)

"Khi còn ở VN, sau bữa cơm tối ra ngồi ngoài sân, anh phân tách những sự việc, những thâm hiểm, những đòn phép của con người khó thể biết được mà vì vô tình hay vì sự tham lam, mình sẽ bị cạm bẫy. Nếu mình phạm vào một

lần sẽ có cớ để họ gây khó dễ, họ ăn mười mình ăn một nhưng tiếng tăm mình lãnh hết và gây khó dễ cho công việc anh làm." (sđd, tr. 271)

Sau đây là một ví dụ:

"Anh ăn giản dị không đòi hỏi nhưng tôi biết ý anh thích những món mặn theo cách chế biến của miền Nam. Hai đứa nhỏ nhất thì thích nấu theo kiểu Huế, còn tôi vẫn thích những món thanh nhẹ của miền Bắc... Tôi thường phụ với chú đầu bếp luôn tiện dạy cho chú cách nấu những món của miền Nam và miền Bắc. Món thịt gà là món mọi người ưa thích nhất, nhưng giá một con gà khoảng hơn một nghìn cho cả nhà không đủ, mà mua hai con thì nhiều tiền quá. Tiền chợ mỗi ngày đã chỉ định chỉ có một ngàn, vì vậy món thịt gà thường vắng bóng trong những bữa ăn. Tướng Tư Lệnh một vùng mà thức ăn hàng ngày cũng phải tính toán vì còn phải để dành một ít. Thời gian ở miền Tây thực phẩm rẻ và có nhiều lựa chọn, đặc biệt là hải sản và rau củ trái cây, nhờ vậy thức ăn đầy đủ hơn. Tuy vậy, chú bếp cũng không vui, than phiền. Chú nói người tư lệnh trước đưa tiền chợ nhiều gấp hai mà lại ít người hơn, gạo ngon có người cung cấp, nước tương nước mắm họ biếu cả thùng, v.v... và v.v... Với tiền chợ tôi đưa gồm cả gạo mắm muối, chú phải tính mua những món ít tiền mới đủ mặc dù tôi nói chúng tôi không cần những thức ăn cầu kỳ đắt tiền." (sđd, tr. 265, 266)

Thêm một ví dụ khác:

"Qua nhiều lần nói chuyện với Hòa, có những việc rất nhỏ làm tôi áy náy tự cảm thấy như thiếu bổn phận làm vợ. Chú nói hai thầy trò thường nhịn đói không có bữa ăn trưa. Bữa ăn sáng của anh là một bát cháo trắng với muối đường và một ly nước trà nóng pha đậm. Tôi có nói để mua một tô bún bò hay phở mì, anh hỏi giá bao nhiêu rồi nói mắc quá và mất công đi mua... Hàng ngày anh đến văn phòng rồi lên

trực thăng thăm các tiền đồn, chỗ đóng quân, có khi đáp xuống một vài nơi đúng giờ ăn trưa họ mời nhưng không bao giờ anh ở lại ăn. Chú cho biết hôm nào Trung Tướng ăn một hộp trái cây thì Hòa ăn một hộp thịt. Những món đồ hộp thường có để một ít trên máy bay nhưng ít khi ăn vì vậy tùy viên cũng nhịn theo." (sđd, tr. 264)

Tướng lãnh của một vùng mà bữa điểm tâm chỉ là "*một bát cháo trắng với muối đường và một ly nước trà nóng pha đậm*" thì đủ hiểu được con người chân chính, thanh liêm của Ông đến bậc nào.

Bằng một văn phong nhẹ nhàng, trong sáng và chân thật thừa hưởng từ Bố Thạch Lam, tác giả Nguyễn Tường Nhung đã chia sẻ về gia đình mình sau khi Nhà văn Thạch Lam mất cũng như về Trung Tướng Ngô Quang Trưởng, "*một người chồng đầy tình cảm lãng mạn, một người cha nhiều trách nhiệm, đã sống một cuộc đời khiêm nhường, khép kín nhưng có lẽ thật bình yên, hạnh phúc khi trở thành một di dân tị nạn tại Hoa Kỳ...*" như lời giới thiệu của Nhà xuất bản Thạch Ngữ ở bìa sau sách. Hy vọng *Tháng Ngày Qua* sẽ góp thêm tài liệu cho những bạn trẻ hoặc những nhà viết sử tương lai khi muốn tìm hiểu về hai gia đình này hay thời kỳ chiến tranh Việt Pháp và chiến tranh Việt Nam. Cuốn sách cũng có thể dựng thành phim ảnh vì nói đến xã hội và con người Việt Nam ở một thời kỳ vô cùng nhiễu nhương. Có đầy đủ tình tiết của chết chóc, đau khổ lẫn vui tươi, sum họp... Có những phân đoạn thương cảm khiến lệ tràn mi mà cũng có những phân đoạn vui tươi với nụ cười hạnh phúc.

Trần Thị Nguyệt Mai
Tháng 1-2022

Tham khảo:
(1) Mai Thảo – Phượng Hoàng Gẫy Cánh - Khởi Hành số 60 ngày 2-7-1970 – Trần Hoài Thư sưu tập.
(2) Mai Thảo – Tuần báo Nghệ Thuật số 35 – ngày 9-6-1966 – Trần Hoài Thư sưu tập.
(3) Mai Thảo – Tuần báo Nghệ Thuật số 3 ngày 16-10-1965 – Trần Hoài Thư sưu tập.
(4) Mặc Lâm – Tìm hiểu về nhóm Tự Lực Văn Đoàn https://www.rfa.org/vietnamese/in_depth/AcknowledgeOfTuLucVanDoan_MLam-20070826.html
(5) Nhứt Thắng, nhì Chinh, tam Thanh, tứ Trưởng https://books9046.rssing.com/chan-61128279/all_p18.html

VIỆT DƯƠNG

Họa Sĩ Vị Ý
Với Ước Nguyện Không Thành

Họa sĩ Vị Ý (1924 – 1988)
Ảnh: Nguyễn Tiến Thịnh, báo Người Việt

Trên đảo Galang

Tàu Cao Ủy Tị Nạn Liên Hiệp Quốc đón những người tị nạn cộng sản ở đảo Subi về Galang và cập bến đảo Galang khoảng 9, 10 giờ đêm. Khi điểm danh xong, chúng tôi được xe chở về barracks cách bến chừng 3 cây số.

Sáng hôm sau, tôi đang nằm nghĩ đến sự nhẹ nhàng thoát nạn với niềm vui cập bến Galang thì có một ông từ ngoài đi vào nhìn quanh, rồi đứng lại trước sạp tôi nằm. Tôi sửng sốt ngồi bật dậy:

- Vị Ý, gặp ông ở góc biển này ư?

Với nụ cười tươi và cái pipe quen thuộc, Vị Ý đưa tay kéo tôi xuống sạp:

- Chuyến tàu nào của Cao Ủy chở người tị nạn tới Galang, tôi đều đến nhìn mặt một lượt xem có ai quen biết. Cả chục chuyến chẳng gặp ai. Đến hôm nay thì trời không phụ lòng người.

Vị Ý quàng vai tôi:

- Ra quán.

Mặc vội chiếc áo, tôi theo người bạn già tới một quán cà phê cách barracks khoảng gần cây số. Quán dựng trên nền đất cao ở góc ngã ba đường. Phía sau quán là dãy đồi thoai thoải. Vị Ý chọn cái bàn ở góc quán nhìn ra đường đi xuống bến tàu.

Cô tiếp viên tươi cười bước đến. Vị Ý nhìn cô:

- Cô cho hai phin sữa và một bao DunHill.

Nghe Hà Thanh hát "Mấy dặm Sơn Khê" với những khách cà phê mặt tươi vui, người nào cũng điếu thuốc trên tay, trên môi, tôi thấy lại khung cảnh quán cà phê ở Sài Gòn trước 1975.

Khi cô tiếp viên đem cà phê và bao DunHill để ra bàn, tôi hỏi Vị Ý:

- Sao ông biết tôi hút DunHill?

- Năm 66, khi Hoàng đang học ở Thủ Đức, có tới quán cà phê Lú một lần và tôi thấy ông hút DunHill.

- Một việc quá nhỏ đã 20 năm. Trí nhớ ông tốt đến thế, chớ tôi thì chịu.

Vị Ý cười:

- Có cái nhớ, cái không.

Nhìn cái pipe trên miệng Vị Ý, tôi hỏi:

- Ông hút Half and Half, vậy sau 75 thì hút thuốc gì?

- Tôi tích trữ được một số khá, hút được trên một năm. Sau đó thì thuốc lào, chớ mấy thứ Vàm Cỏ, Đà Lạt... của xí nghiệp quốc doanh làm khét quá, hút không được. Tôi chuyển qua thuốc lào Vĩnh Bảo, nhưng giữ được cái pipe này. Nó đi theo mình chạy cộng sản hai lần, nằm lăn lóc 8, 9 năm, tới Galang mới được trở về môi.

- Cái pipe và cá nhân chúng ta đã trải qua được một kiếp nạn. Ông tới đây bao lâu rồi?

- Hơn một năm và JVA đã phỏng vấn 3 lần, nhưng đều trượt, vì do tên tôi thay đổi và nhất là không giữ được một giấy tờ gì liên quan đến thời gian ba năm tôi làm ở phòng thông tin Mỹ. Duy nhất chỉ nhớ được tên ông trưởng phòng.

- Cứ tiếp tục khiếu nại, rồi họ sẽ tìm ra ông trưởng phòng đó. Nhưng ông đi mấy lần mới tới được Galang?

- Bốn lần, cũng khá lận đận, có điều không bị bắt lần nào. Lần này tôi đi với các ông Việt Võ Đạo. Chuyến tàu do chính ông chưởng môn tổ chức và tôi phải đợi trên một năm.

- Các ông ấy còn ai ở đây không?

Vị Ý lắc đầu:

- Không còn ai trừ tôi. Các ông ấy người đi Mỹ, người đi Úc, người Canada. Họ phân tán đi các châu để phát triển Việt Võ Đạo. Số tôi ít gặp may mắn.

Tôi lắc đầu:

- Nói vậy là ông không thấy được sự may mắn của đời mình. Họa sĩ Vị Ý có nhiều may mắn, xin kể:

- May mắn thứ nhất là đi bốn lần không bị bắt lần nào và tới được hòn đảo nhân đạo này.

- May mắn thứ nhì là trong chiến tranh thoát được quân đội để có thể tung tăng ở thế giới hội họa.

- May mắn thứ ba là sau 30 tháng 4, văn nghệ sĩ miền Nam không mấy người thoát được vòng tay nhân ái của đảng Cộng Sản, thế mà Vị Ý lại được ở ngoài vòng tay đó, vẫn thảnh thơi lãng tử hút Half and Half trên một năm, rồi chờ Việt Võ Đạo cho quá giang vượt biển Đông thì gọi là gì – vận đỏ hay đen?

Vị Ý cười, gật đầu:

- Nghe anh nói tôi mới chợt tỉnh và cần nói thêm là dù phải vật lộn với đời sống khốn nạn sau 30 tháng Tư, nhưng tôi không phải chịu cảnh đói khát tủi nhục như đời tù của anh, của những ông văn nghệ sĩ mà tôi biết.

- Đói khát, tủi nhục và chết chóc. Tôi có cái may là được tù ở miền Nam chớ phải ra Bắc thì chắc đã chết, vì sức khỏe kém, đau yếu liên miên. Chuyện đó đã qua, bây giờ chúng ta lại được gặp nhau ở hòn đảo này... Năm 1966 gặp ông lần cuối cùng ở cà phê Lú, sau đó mãn khóa tôi chọn Tiểu Khu Thừa Thiên, ít có dịp vào Sài Gòn, nhưng qua báo chí, tôi vẫn biết được sinh hoạt hội họa của ông và đọc được những lời ca ngợi của nhiều người về việc ông tự tạo ra một trường phái siêu thực, sâu sắc và mạnh với những tác phẩm đi giữa mộng và thực. Nghiệp hội họa của ông đã để lại cho miền Nam, hay Việt Nam một tài sản văn hóa lớn. Tôi không biết ông đã vẽ bao nhiêu bức tranh, nhưng tôi có nhiều kỷ niệm với ba tác phẩm *Ải Chi Lăng*, *Lữ Khách Bên Trời* và *Nhạc Dội*. Ải Chi Lăng và Lữ Khách Bên Trời đang luân lưu ở đâu đó, còn Nhạc Dội vẫn là bức họa ngự trị Cà phê Tùng ở Đà Lạt từ 1962 đến nay.

Tôi ngừng lại nhìn nét xúc động trên mặt Vị Ý một lúc, rồi tiếp:

- Cộng sản miền Bắc vào chiếm miền Nam và đã tàn phá văn hóa miền Nam, hay văn hóa Việt Nam, nhưng tàn phá không nổi. Những sách báo họ đốt thì lại trở thành những sách giá trị cho người miền Bắc săn lùng ở những chợ sách bên đường ở Sài Gòn, và nay thì lác đác đã in lại một số. Còn nhạc họ cấm, nhưng nay nhạc miền Nam là hồn Việt, là nguồn âm thanh tinh thần của cả Nam Trung Bắc. Từ đó tôi nghĩ họa cũng vậy. Nhạc, họa miền Bắc phục vụ cho chiến đấu sắt máu với tinh thần đấu tranh giai cấp. Nay đã hết thiêng và bị lãng quên. Còn họa miền Nam cũng như nhạc là nguồn chuyên chở tình người, sẽ sống mãi. Sau này ông không còn, nhưng tranh Vị Ý sẽ là nguồn thưởng ngoạn của đời sống dân Việt. Gặp ông ở đây tôi mừng với hy vọng là nghiệp vẽ của Vị Ý sẽ góp phần làm phong phú cho sinh hoạt văn hóa của người Việt lưu vong.

Khi tôi ngừng, Vị Ý trầm ngâm với cái pipe trên môi một lúc, rồi nói:

- Nghiệp vẽ, thật đúng. Nguồn vẽ đã ở trong tôi từ năm mười mấy tuổi. Tôi không thầy, không trường. Tôi tự học và tự tạo. Vẽ trở thành nguồn sống của tôi, vẽ với sống như máu với da thịt. Ước vọng ra đi của tôi là để vẽ. Tới đây cả năm, được đọc nhiều tạp chí của người Việt ở Mỹ, Úc, Canada và Pháp, tôi biết có nhiều người đã viết về thảm kịch vượt biên của người Việt chạy trốn cộng sản, nhưng chưa thấy một họa sĩ nào vẽ về thảm kịch đó. Vì thế tôi có ước nguyện khi sang đến Mỹ hay một châu nào đó nếu không được vào Mỹ, tôi sẽ vẽ một bức tranh lớn với nội dung là thảm kịch Đi Tìm tự Do của dân Việt.

Tôi đập vào vai Vị Ý:

- Phải như thế ông Vị Ý. Thảm kịch vượt biển, vượt rừng của người Việt chạy trốn cộng sản đã làm sáng mắt nhiều trí thức Tây phương thiên tả ủng hộ đảng Cộng Sản Việt

Nam trong chiến tranh tự vệ của miền Nam, đã làm chấn động lương tâm nhân loại nên chúng ta mới có những hòn đảo đón nhận người Việt tị nạn như tôi với ông hôm nay. Năm 1962, tôi đã có dịp theo ông đi vẽ ở Đà Lạt, đã nhìn thấy bàn tay ông như múa trên vải khi vẽ ngọn Lâm Viên (Langbiang) giữa những làn mây tím. Rồi tới cuối những năm 80, chắc tôi lại có dịp nhìn ông vẽ những nỗi đau của dân Việt trong lòng nước Mỹ.

28 năm trước

Qua nhà văn Thế Phong, tác giả Gái Nghĩa Lộ, tôi quen biết Vị Ý từ năm 1957, 58, khi còn học đệ ngũ, đệ tứ trường Chu Văn An, Sài Gòn. Thời gian này, từ việc tìm đọc bộ Lược Sử Văn Nghệ Việt Nam của Thế Phong, do Đại Nam Văn Hiến xuất bản, in ronéo, cũng của Thế Phong, tôi gặp Thế Phong và coi Thế Phong là đàn anh, là thầy. Thế Phong nói với tôi nhiều về họa sĩ Vị Ý, quê quán Lạng Sơn, với những bức tranh siêu thực đường nét rất lạ. Rồi vào một buổi sáng Chủ Nhật, Thế Phong đưa tôi đi gặp Vị Ý ở gần Ngã Bảy. Đi sâu vào một ngõ hẻm ở đường Lý Thái Tổ, lên một gác xép, một người gầy còm, tóc dài ra đón Thế Phong. Thế Phong chỉ tôi giới thiệu: Hoàng, một bạn trẻ yêu văn chương, chữ nghĩa. Khi bắt tay Vị Ý, tôi chợt nhớ hai câu thơ trong một tập dã sử viết về nhà Mạc chiếm giữ Lạng Sơn, Cao Bằng, nên nhìn Vị Ý đọc:

- Ai lên ngọn nước Kỳ Cùng,
Mà xem họ Mạc vẫy vùng biển khơi.

Vị Ý cười sảng khoái:

- Lạng Sơn núi non trùng điệp, kỳ bí với sông Kỳ Cùng, với động Tam Thanh với nàng Tô Thị. Tiếc cho người bạn trẻ chưa được thấy miền đất nước tuyệt vời ấy. Thời thế này, chẳng biết đời mình có còn thấy được ải Nam Quan, sông Kỳ Cùng và ải Chi Lăng.

Buổi sáng hôm ấy, sau khi nói chuyện về họa và cho tôi và Thế Phong xem một số bức tranh mới vẽ, Vị Ý mời hai chúng tôi tới phở Tàu Bay ở ngay đầu ngõ vào gác xép của Vị Ý.

Từ ngày đó, tôi thường đến Vị Ý, vì thích sự hào sảng của một họa sĩ nghèo, thích kiểu nói chuyện với ngôn ngữ lạ và những ý lạ, nhất là được nghe ông nói về những nhà cách mạng Việt Nam. Ông thông làu về cuộc đời của nhiều lãnh tụ đảng phái, đặc biệt là Lý Đông A. Đọc sách tôi chỉ biết Lý Đông A là người thành lập đảng Đại Việt Duy Dân, nhưng nghe Vị Ý nói về Lý Đông A, mới thấy sự thông minh xuất chúng và sáng tạo của họ Lý. Có lần Vị Ý kể là trong hội trường gồm mấy chục đảng viên cao cấp, Lý Đông A đi quanh nói, không giấy tờ và những học viên ghi chép. Những buổi giảng đó là nội dung của bộ *Đại Việt Duy Dân Quốc Sách Thảo Án Toàn Pho* mà Lý Đông A đã viết khi mới ngoài 20 tuổi. Lý Đông A không những thông tuệ mà còn có sự thu hút đặc biệt của một người lãnh đạo nên thu được nhiều thành phần trí thức gia nhập Duy Dân, chẳng hạn như luật sư Nghiêm Xuân Hồng, luật sư Lê Quang Luật, luật sư Lê Ngọc Chấn và nhà văn giáo sư Vũ Khắc Khoan... Trong đó có Thái Lăng Nghiêm (Nguyễn Văn Tâm) là người được ở gần Lý Đông A, nên đã thu nhận được nhiều tư tưởng và văn phong của họ Lý. Sau này đọc tuần báo Những Vấn Đề Của Chúng Ta do Thái Lăng Nghiêm chủ trương và đọc sách Đoàn Kết Luận của Thái Lăng Nghiêm, tôi mới thấy rõ sự nhận định của Vị Ý.

Những năm học ở trung học đệ nhất cấp tôi đi bỏ mối báo Tự Do và Ngôn Luận (một kiểu bán báo ban đêm) khi báo mới in ra, và dạy kèm trẻ ở mấy tư gia kiếm được tiền, nên mỗi lần đến Vị Ý, tôi đều mời ông tới phở Tàu Bay rồi uống cà phê Lão Tử ở ngõ bên cạnh phở Tàu Bay hay cà phê Gió Bấc ở đường Phan Đình Phùng.

Năm 1961 hay 62, lên Đà Lạt nghỉ hè ở nhà ông cậu, tôi đã gặp Vị Ý cũng lên Đà Lạt để vẽ tranh. Vì thế tôi có dịp đi theo nhìn ông vẽ đất trời Đà Lạt. Tôi vẫn nhớ dáng dấp gầy của Vị Ý, khoan thai trong cái áo vest đen, miệng ngậm pipe, định thần một lúc lâu, rồi múa bàn tay trên vải. Được nhìn ông vẽ nhiều tranh, nhưng tôi nhớ nhất mấy bức là *Gió Cuốn* (vẽ cô gái mờ ảo, chỉ thấy tà áo xanh vờn lên bên bờ hồ Xuân Hương), *Đường Về Buôn* (vẽ một gia đình người Thượng đi dọc theo con đường mòn giữa đồi núi, chồng trước vợ sau rồi đến ba đứa con), và *Trong Mây* (vẽ đỉnh Lâm Viên ở giữa những làn mây tím). Tập hợp những bức tranh vẽ ở Đà Lạt, Vị Ý đã tổ chức triển lãm tranh ở trên lầu chợ Đà Lạt. Trong cuộc triển lãm này, ông chủ cà phê Tùng đã mua bức tranh *Nhạc Dội* với giá cao, tranh vẽ một nhạc sĩ cúi đầu chơi đàn guitar. Những đường nét họa chung quanh nhạc sĩ là biểu hiện của âm thanh vang dội. Sau khi bức tranh được treo lên tường của cà phê Tùng, Vị Ý đã trở thành khách quý của ông chủ Tùng và thường được chiêu đãi cà phê, rượu khi Vị Ý tới Tùng.

Cũng trong lần triển lãm tranh này, tôi được Vị Ý giới thiệu ông Vũ Khắc Quỳ, là trung úy chỉ huy đại đội bảo vệ dinh tổng thống Ngô Đình Diệm (dinh 1 Bảo Đại) dọc theo đường Lý Thái Tổ, gần Trại Hầm. Ông Quỳ là đảng viên Duy Dân, theo Lý Đông A lên Hòa Bình và đã lấy con gái của một quan lang Mường. Ông bà Quỳ có một gái, một trai. Cô con gái là Bích Huyền, đã một thời là hoa khôi của trường nữ trung học Bùi Thị Xuân, Đà Lạt. Qua ông Vũ Khắc Quỳ, tôi biết thêm về sự thông tuệ của Lý Đông A là đọc rất nhanh và chỉ một lần là nhớ hết với hành tung kỳ bí, thoắt ở, thoắt đi, được sự ủng hộ của dân và quan lang Mường.

Năm 1964, Vị Ý lên Đà Lạt ở nhà tôi một tuần (gia đình tôi đã chuyển lên Đà Lạt từ đầu năm 1963), đem lên cho tôi hai tập sách in ronéo của Lý Đông A là *Chu Tri Lục* và *Đạo Trường Ngâm*, tập *Kinh Hịch* của Vị Ý, và tặng tôi bức tranh *Lữ Khách Bên Trời*. Tranh vẽ một người đứng trên bến sông giữa núi non trùng điệp. Vị Ý cho biết là vẽ bức tranh này là do có lần tôi và Vị Ý đã nói với nhau về những bến đò, một cảnh sắc đặc biệt của Việt Nam. Thời còn ở ngoài Bắc, Vị Ý đã đi qua nhiều bến đò, nhưng nhớ nhất là bến sông Kỳ Cùng ở Lạng Sơn và bến đò Rừng ở Quảng Yên. Hai bến đò có sự hùng vĩ và thơ mộng giống nhau. Bến đò Rừng của sông Bạch Đằng ở bên dãy núi Tràng Kênh và dãy núi Đông Triều ở xa, còn bến sông Kỳ Cùng thì ở giữa núi non trùng điệp. Bức tranh *Lữ Khách Bên Trời* là vẽ bến sông Kỳ Cùng.

Trong tuần đó, hai chúng tôi sau khi ở cà phê Tùng ra, thường đi quanh hồ Xuân Hương và Vị Ý nói với tôi về tư tưởng Lý Đông A. Ông thao thao giảng giải, đôi khi chêm vào những câu thơ của Lý Đông A.

Tư tưởng Lý Đông A khó hiểu, tôi thường hỏi lại, nhưng thật sự tôi chỉ hiểu lơ mơ về vấn đề con người trong triết lý Duy Dân là triết học Duy Dân lấy con người làm căn bản của biện chứng triết học, theo đó ba thành phần biện chứng tạo nên quan điểm thống nhất, chân xác về con người là vũ trụ duy nhiên (vô nguyên), nhân loại duy nhân (nhất nguyên) và dân tộc duy dân (đa nguyên tương đối)... Sau này vào khoảng 1969, 70, tôi mua được một số sách của Lý Đông A do Gió Đáy xuất bản gồm *Chu Tri Lục, Duy Nhân Cương Thường, Thiết Giáo, Huyết Hoa, Chìa Khóa Thắng Nghĩa*, và cố đọc để hiểu, tôi mới thấy Vị Ý đã thuộc nằm lòng tư tưởng Duy Dân. Vị Ý đã lấy tư tưởng Lý Đông A để viết *Kinh Hịch* với nội dung kêu gọi con dân Việt trở về cội nguồn dân tộc. Văn phong và chữ nghĩa của *Kinh Hịch* là văn phong và chữ nghĩa của Lý Đông A. Tôi treo bức tranh

Lữ Khách Bên Trời, bức tranh duy nhất trong phòng khách từ năm 1964 đến 1975. Bức tranh đã bị mất khi gia đình chạy xuống Sài Gòn. Nhưng tôi vẫn hy vọng người lấy bức tranh vẫn giữ tranh. Ngày nay, Bức tranh *Nhạc Dội* vẫn ở cà phê Tùng, còn bức tranh *Lữ Khách Bên Trời* chắc vẫn ở trong phòng khách của gia đình nào đó trên đường Huyền Trân.

Sinh hoạt ở Galang

Sau một tuần làm việc với toán JVA Mỹ, cơ quan xét hồ sơ và phỏng vấn người tỵ nạn đi Mỹ, toán JVA về Singapore ngày hôm qua, hôm nay tôi ngủ dậy muộn. Vừa rửa mặt xong đã thấy Vị Ý đi vào với câu nói:

- Ra quán làm cái cà phê còm.

Mấy tuần qua từ ngày gặp nhau, chúng tôi thường tới hai quán – Quán Tình Xù ở gần trung tâm JVA và quán Tống Biệt là quán Vị Ý đưa tôi tới lần đầu khi mới gặp lại. Hôm nay chúng tôi lại tới Tống Biệt. Quán có tên như thế, nhưng không có bảng hiệu. Gọi là Tống Biệt vì quán nằm ở góc đường đi xuống bến tàu Galang. Vị Ý cho biết là những ngày có chuyến chở người tị nạn, đã được các phái đoàn phỏng vấn nhận, sang Singapore để đi định cư thì con đường này tấp nập. Người ta đi xuống bến để tiễn chân nhau.

Chúng tôi ngồi vào chiếc bàn vẫn thường ngồi. Sau khi nhồi thuốc vào pipe, hút mấy hơi và uống mấy hớp cà phê, Vị Ý hỏi:

- Hoàng lên làm ở JVA thấy thế nào?

- Rất vui, vì mới lên đảo mà có việc làm liền. Vừa giúp người tị nạn vừa giúp mình, nhất là có cơ hội học thêm Anh ngữ.

- Tôi thấy cả tuần anh làm việc quần quật từ sáng tới tối.

- Có nhiều việc phải làm. Toán JVA Mỹ ở Singapore sang chỉ làm công việc phỏng vấn. Còn toán JVA Việt Nam phải làm mọi việc. Nhận danh sách những người được vào phỏng vấn, phân chia danh sách từng ngày, đánh máy để niêm yết và gọi tên trên máy phóng thanh của trại, rồi phân công những người thông dịch. Toán JVA Việt Nam có trên 30 người, đều là những thanh niên, thanh nữ năng động, giỏi tiếng Anh và đã quen việc, nên tôi chỉ làm công việc phân nhiệm. Theo ông chủ tịch đại diện người tị nạn cộng sản thì trên đảo có nhiều người là giáo sư Anh ngữ, nhưng phòng JVA đòi hỏi là người làm toán trưởng JVA phải là những sĩ quan đã đi cải tạo. Vì thế sau mấy lần nói chuyện, ông hỏi tôi là có thể nhận làm trưởng toán JVA thay thế Thiếu tá Long thuộc không quân mới đi Bataan. Tôi rất vui nhận lời, vì công việc này hợp với mình.

Vị Ý nói:

- Mỗi lần thấy phái đoàn Mỹ qua phỏng vấn và loa phóng thanh gọi liên tục những người được vào phỏng vấn, tôi lại bồn chồn sốt ruột nghĩ đến trường hợp của mình. Nhiều người bảo tôi là đi Úc hay Canada, nhưng tôi muốn đi Mỹ, vì Mỹ là thủ đô của người Việt tị nạn, là nơi có nhiều người Việt nhất. Tôi chọn Mỹ để thực hiện ước muốn của mình. Bức tranh *Đi Tìm Tự Do* sẽ "*chứa đựng muôn vàn khía cạnh nói về sự khốn cùng đen tối ở quê hương mình, nói về sự thử thách trên đại dương và ánh sáng tự do ở quê người*". Tôi sẽ vẽ một bộ tranh lịch sử *Đi Tìm Tự Do* để triển lãm ở những châu có nhiều người Việt tị nạn. Tôi đã thao thức về việc này trên mười năm ở quê nhà. Thoát được tới đây, tôi tin là ước vọng của mình sẽ thành tựu. Nếu tôi giữ được một bút tích, một tờ giấy chứng minh tôi là nhân viên Phòng Thông Tin Mỹ thì tôi đã tới Mỹ từ lâu, còn tình trạng này thì không biết sẽ tới đâu. Vì thế tuần rồi, mỗi lần nghe loa phóng thanh gọi tên người đi phỏng vấn, tôi lại như lên cơn sốt.

- Tôi hiểu tâm trạng của ông, nhưng đừng quá sốt ruột. Ông có đạo Duy Dân luôn an nhiên tự tại, cần vận dụng nó để thảnh thơi chờ đợi. Suốt tuần qua tôi nghĩ đến việc của ông, nên tôi đề nghị một giải pháp là nhân việc lên làm trưởng toán JVA, tôi sẽ viết một cái thư gửi cho phòng JVA trình bày mấy vấn đề sau:

- Thứ nhất, tôi là bạn của ông, giao du với ông từ cuối thập niên 1950, biết ông là một họa sĩ nổi tiếng và đã phục vụ trong Phòng Thông Tin Hoa Kỳ.

- Thứ nhì, trình bày tình trạng không giấy tờ của sĩ quan và viên chức chính quyền Việt Nam Cộng Hòa là thực tế phổ biến dưới chế độ cộng sản, chẳng hạn bản thân tôi không có một giấy tờ gì hết, chỉ còn nhớ số quân và tên người chỉ huy ở đơn vị cuối cùng.

- Thứ ba, tôi lấy tư cách là sĩ quan quân lực Việt Nam Cộng Hòa để bảo đảm những điều ông khai là đúng sự thật, và xin phòng JVA cứu xét hồ sơ và chấp nhận việc ông xin đi Mỹ định cư.

Sau một tuần làm việc với toán JVA, tôi thấy ông trưởng phòng rất dễ thương. Ông cho biết là ông có người anh là sĩ quan ở sư đoàn Đệ Nhất Không Kỵ đã chiến đấu ở Việt Nam và nay là đại tá. Anh ông thường nói về những cuộc hành quân chung với quân đội Việt Nam Cộng Hòa và luôn ca ngợi những ông sĩ quan đi hành quân với ông. Tình cảm ấy sẽ giúp mình được việc.

Ông về viết cho tôi một bản ghi những việc ông làm ở Phòng Thông Tin, thời gian từ năm nào đến năm nào. Tên người trưởng phòng, mô tả vóc dáng với những tính chất đặc biệt và những thói quen của ông ta.

Vị Ý cười vui gật đầu:

- Được đấy. Vậy là tôi có thêm một cái may nữa.

- Cái may là tôi làm trưởng toán JVA nên dễ nói chuyện với họ. Hy vọng sẽ có kết quả. Lần tới họ qua, tôi sẽ đưa ông tới giới thiệu với ông trưởng phòng và sẽ gửi thư đó cho họ.

Qua cửa sổ, thấy dân tị nạn lũ lượt đi xuống bãi biển, tôi đập vai Vị Ý:

- Ngày hôm qua tôi mới nhận được 100 của người bạn ở Mỹ. Hôm nay ông để tôi trả hai cái cà phê còm này. Còn bây giờ – tôi chỉ tay xuống đường ra bãi biển – ông coi, mình cũng nên theo họ xuống bãi biển Galang để xem dân tị nạn đi picnic.

....

Trại tị nạn Galang có một tờ nguyệt san tên là Tự Do, in ronéo. Tờ báo ra đời từ lâu và đã được truyền qua nhiều đời Ban Biên Tập. Năm 1986 ban biên tập là Phạm Ngọc Thước (chủ bút), Phạm Đại (thư ký tòa soạn), Vị Ý (phụ trách trình bày và trang trí). Tuy mới tới đảo, tôi cũng được mời vào ban biên tập. Trong một lần họp bàn về số báo tháng 8/86, tôi đã nhắc lại những lần Vị Ý nói với tôi về sự thưởng ngoạn hội họa, nên tôi đề nghị với ban biên tập là nên tổ chức cho Vị Ý nói chuyện về hội họa. Sau khi thảo luận và được Vị Ý nhận lời, báo Tự Do sẽ tổ chức buổi sinh hoạt văn hóa đặc biệt về hội họa. Và sau đó hai tuần, buổi sinh hoạt nói chuyện về hội họa của Vị Ý đã được tổ chức ở thư viện trại Galang.

Trước cử tọa khoảng trăm người, Vị Ý trình bày đề tài: *Cưỡi Ngựa Xem Hoa Hội Họa* và trong một giờ đã dẫn thính giả đi qua mấy phần sau:

Phần đầu nói về 3 thời hội họa:

- Thứ nhất là *Tiền sử họa* với những bức tranh săn hươu

nai và những sinh hoạt của người tiền sử còn sót lại trên những vách đá của hang động. Những bức tranh này biểu hiện được sự tài hoa của họa sĩ tự học để vẽ lại đời sống quanh mình.

- Thứ nhì là *Cổ đại họa*, là thời các dân tộc đã tự động phát triển và học hỏi bắt chước mà tạo thành một thế giới hội họa phong phú, từ tranh bằng gỗ, đá đẽo đến sành sứ rồi tranh trên da, trên vải, trên giấy. Từ Âu, Phi, Mỹ, Á đều đã để lại những kho tàng khổng lồ, phồn thịnh về lượng lẫn về phẩm. Cái tên cổ đại họa là do Vị Ý tạm đặt tên cho thời đại và cho rõ nét vẽ này để phân biệt với thời và lối vẽ gần với hiện thực, sát với ảnh, với tự nhiên của Tây phương gọi là cổ điển.

Thứ ba là *Tân họa,* mang nặng chất xa lìa tự nhiên và được liệt vào loại siêu thực nhiều ít trong một tương đối nào đó để thành những trường phái khác biệt và phong phú trong mỗi trường phái. Điểm đặc biệt là tân và cổ họa có tính chất chung là xa lìa tự nhiên hơn cái gọi là cổ điển.

Sau sự phân chia thời hội họa với những tính chất của mỗi thời, Vị Ý dẫn thính giả vào việc *thẩm định họa phẩm* với hai câu hỏi:

- Câu hỏi thứ nhất: Thế nào là một bức tranh đẹp? Theo ông một bức tranh gọi là đẹp phải hội đủ mấy điều:

. Hòa hợp toàn diện từ đường nét đến màu sắc.

. Hàm chứa được chất tình và thơ trong tranh.

. Gây cảm xúc độc đáo.

- Câu hỏi thứ nhì: Thế nào là một danh họa? Theo ông, danh họa phải đạt được mấy điểm:

. Tính chất thời đại lồng vào muôn thuở.

. Có bút pháp riêng.

. Đạt được sự rung cảm thiết tha với trí tưởng tượng của họa sĩ.

Phần thứ ba là *nhận định về bút pháp*.

Vị Ý nói bút pháp là chuyện phức tạp như rừng biển, nhưng là cuộc cưỡi ngựa xem hoa nên ông nói qua một số trường hợp cụ thể và điển hình chẳng hạn như:

- Bút pháp của Buffet thường biểu hiện bằng những đường nét sọc đậm và khô khan như những đường kẻ thẳng, ấy thế mà rất tình.

- Bút pháp của Renoir là chất nhung mềm tơ nõn phủ trên khắp da thịt những người đàn bà và sự vật.

- Bút pháp của Monet và phái ấn tượng là những chấm màu như trộn với ánh sáng huyền ảo bao trùm sự vật.

- Bút pháp của Van Gogh là nỗi niềm bốc lửa, chói chang và vang vọng ánh sáng và sức sống...

- Bút pháp của Picasso hướng về sự cựa động của sự vật nên không tôn trọng miệng cái soong, cái ly phải tròn đều mà ghi ngay mấy chiều quay của sự vật... của khuôn mặt. Picasso là người vẽ bàn tay tài tình nhất, như gửi cả tâm tình vào những bàn tay. Tranh Picasso làm rung cảm sâu xa tâm linh ta là ông luôn ghi được nỗi buồn muôn thuở của kiếp người, nỗi cô đơn và đau khổ siêu hình ấy luôn được coi là hồn của tranh, của nhân vật.

Theo Vị Ý, chuyện bút pháp của họa sĩ không hẳn là kỹ thuật nữa mà đã chuyển mình thành hồn họa của mỗi họa sĩ.

Qua cuộc nói chuyện về hội họa của Vị Ý, tôi có hai nhận định:

- Thứ nhất, Vị Ý là họa sĩ bẩm sinh, không thầy, không trường, nhưng đã tự đào luyện và nghiên cứu sâu rộng về hội họa thế giới. Vì thế khi nói chuyện họa, ông không cần giấy tờ mà ngôn ngữ tuôn chảy như một dòng sông với nhiều dẫn chứng bằng tên của những bức họa thời tiền sử, thời cổ đại và thời tân họa.

- Thứ nhì, Vị Ý đã thâm cứu những họa sĩ lừng danh thế giới với những nhận định rõ rệt về bút pháp của mỗi đại danh họa mà tôi đã dẫn tên ở trên.

Ước nguyện không thành

Cuối tháng 8/86, sau khi vào phỏng vấn và được nhận, tôi được chuyển sang trại Bataan ở Phi Luật Tân (trại của những người được Mỹ nhận để học Anh ngữ và văn hóa Mỹ trong 6 tháng, trước khi vào Mỹ định cư). Khoảng hơn một tháng sau tôi đang định viết thư cho Vị Ý để ông biết địa chỉ ở Bataan thì gặp ông Nguyễn Đình Khôi, thông dịch viên của toán JVA mới qua Bataan cho biết là Vị Ý đã được chuyển vào Galang 2, vì đã ở Galang 1 trên một năm. Thế là tôi mất liên lạc với Vị Ý.

Sau khi vào Mỹ, định cư ở Chicago hơn một năm, tháng 3 năm 1988, nhật báo Thời Luận ở Nam California cho biết: *"Sửa soạn giá vẽ bị té, họa sĩ Vị Ý từ trần – Giới văn học nghệ thuật người Việt tị nạn tại Hoa Kỳ vừa mất thêm một họa sĩ có tài, đó là họa sĩ Vị Ý. Theo tin từ gia đình người quá cố thì ông đã từ trần đêm thứ Năm 17 tháng 3, 1988 và nhục thể được hỏa thiêu ngày thứ Tư, 23 tháng 3, tại Nam Cali"*.

Trong bài *Họa sĩ Vị Ý, Ảo Giác và Quên Lãng*, nhà thơ Viên Linh (Người Việt online – Wednesday, March 13, 2013) đã viết: "*Theo tin gia đình và những người quen biết thì họa sĩ chỉ mới qua Mỹ vào tháng 6, 1987, tức là chưa được một năm. Sáng hôm ông ra đi vĩnh viễn là lúc ông mới hoàn thành một bức tượng. Ông sửa soạn một tác phẩm khác, một bức tranh, nên trong lúc sửa soạn giá vẽ, ông đã vấp ngã khá mạnh khiến gân máu bị đứt. Ngay buổi tối, ông qua đời. Nghe nói thêm, lúc ngã ông đang đứng trên một cái giá cao, ngã từ đó xuống mặt sàn cứng".*

Họa sĩ Vị Ý tên thật là Nguyễn Tiến Tùng, em cùng cha khác mẹ với ông Nguyễn Tiến Đại, một nhân vật hoạt động trong giới chính trị. Ông sinh năm Quý Hợi, 1924 tại Lạng Sơn. Bản thân Vị Ý cũng hoạt động chính trị. Ít lâu sau cái chết của ông, một người cháu trai của ông, có lẽ là con của cụ Tiến Đại, là Nguyễn Tiến Thịnh, đã mang tới cho anh em tòa báo Khởi Hành một số tài liệu về ông chú quá cố. Trong số tài liệu này có vài tấm hình chụp tranh vẽ, chụp tượng điêu khắc và chụp chân dung người nghệ sĩ tạo hình. Kèm với những thứ ấy là hai cuốn sách luận thuyết, và cương lĩnh – luận thuyết chống cộng sản và cương lĩnh có thể hiểu là soạn theo tư tưởng Lý Đông A, lãnh tụ đảng Duy Dân".

Như thế Vị Ý đã được vào Mỹ chỉ sau tôi 2 tháng. Tôi vào Mỹ tháng 4/1987, còn Vị Ý tháng 6/87. Có thể đó là kết quả của bức thư tôi gửi ông trưởng phòng JVA. Nhưng có điều đặc biệt là Vị Ý đã được đi thẳng từ Galang qua Mỹ chớ không phải qua giai đoạn học Anh ngữ và văn hóa Mỹ như tất cả những người được Mỹ nhận, vì nếu phải qua Bataan thì Vị Ý đã gặp tôi.

Trong bài: Vị Ý – trên Học Xá, Tuesday, Feb 9, 2021, nhà phê bình Huỳnh Hữu Uỷ đã viết: *"Vị Ý là một họa sĩ độc lập, tự mình thích vẽ mà làm thành hội họa chớ không qua một trường lớp hội họa nào, chuyên vẽ sơn dầu với khuynh hướng siêu thực. Thế giới siêu thực của anh rất lạ, tự mày mò và nghiệm lấy một cách riêng, không có chút không khí của ai khác, không có dấu vết của một danh họa nào. Hội họa của anh giống như chính kiểu sống của anh vậy, rất phiêu lãng, giang hồ, nhiều chất bụi bặm của trần gian mà vẫn bay bổng vì một giấc mơ lý tưởng nào đó rất thuần khiết. Những người bạn của giới văn nghệ đã tìm thấy những nét ấy trên tranh Thiếu Nữ và Con Mèo, Xứ Không Màu, Vực Ảo của thời 1962, mà những nét ấy càng bộc lộ một cách đáng yêu của thời kỳ anh lang thang làm quán Cà Phê Lú ở Thị Nghè hay những ngày tá túc ở Hội Quán Cây Tre ở đường Đinh Tiên Hoàng vào những năm cuối thập niên 60 và đầu 70 ở Sài Gòn."*

Báo Khởi Hành, số đặc biệt về 20 năm hội họa miền Nam (54-75) xuất bản vào tháng 7 năm 2003 đã cho chúng ta biết về cái chết của Vị Ý trong một tai nạn bất thường, hơi kỳ dị nhưng cũng có thể nói là đẹp. Sau chuyến viếng thăm New York, thăm tượng Nữ Thần Tự Do, Vị Ý có cảm hứng muốn thực hiện một họa phẩm lớn 8m x 12m. Vì nhu cầu cần dựng khung và căng toile để vẽ, để thực hiện bức tranh gọi tên là Tự Do như anh nói với người cháu Nguyễn Tiến Thịnh. Bức tranh sẽ lấy pho tượng Nữ Thần Tự Do làm bối cảnh cho một con thuyền vượt biển của người tị nạn. Anh bị té khi dựng khung vẽ, bị chấn thương và từ trần (Khởi Hành đã dẫn trang 23).

Người viết xin ghi thêm ít lời của nhà văn Nguyễn Thụy Long viết về Vị Ý trong bài: *Họa Sĩ Vị Ý và quán cà phê Lú.*

"Quán cà phê Lú của họa sĩ Vị Ý ở Thị Nghè, nói chính xác là con đường vào chợ Thị Nghè. Nghe cái tên quán đã thấy chủ nhân quán cà phê có cái vẻ nghịch ngợm rất văn nghệ rồi... Thuở đó ở Sài Gòn đầy rẫy cà phê ngon, cà phê xịn và mỗi quán có cách pha chế riêng gọi là bí quyết, thường thì pha bằng phin, những cái phin quý giá của Tây làm bằng đồng thau hoặc bằng kền bóng loáng... Quán cà phê của Vị Ý trong dạng ấy, quán cà phê Lú ngon và có nhạc, có thơ, có họa, có những bức tranh tài hoa của Vị Ý treo đầy trên tường như một phòng triển lãm... Quán cà phê Lú không

đông khách lắm, nhưng là khách chọn lọc, những anh em văn nghệ sĩ, những nhà văn, nhà thơ, nhạc sĩ, nghệ sĩ ngồi đó thường xuyên để nói chuyện văn nghệ, để xem tranh của Vị Ý. Tôi biết chừng đó thôi về quán cà phê Lú và chỉ thấy anh ngồi ngất ngưởng ở đó với cái pipe trên miệng. Sau năm 1968 hình như quán cà phê Lú không còn nữa. Nhưng tôi vẫn nghe tên anh trong sinh hoạt hội họa. Anh vẽ những bức tranh sơn dầu thật to, thật vĩ đại trong phủ tổng thống, chủ đề hình như là nguồn gốc dân tộc Việt Nam. Báo chí thời đó ca tụng nhiều lắm." (hungviet.org/23/1/2012)

Tôi viết bài này để nhớ người bạn vong niên một đời. Gặp nhau không bao nhiêu, nhưng mỗi lần gặp, lại được Vị Ý cho biết sắp tới sẽ làm gì. Trong tâm Vị Ý có cái đạo Duy Dân nên lúc nào cũng ung dung tự tại như đạo sĩ. Gặp lại ở Galang, tôi kể Vị Ý nghe là năm 1985, sau khi ra tù cải tạo, tôi lên Đà Lạt, đã tới cà phê Tùng và ngậm ngùi nhìn bức tranh *Nhạc Dội* vẫn treo trên tường của một Tùng tiêu điều. Vị Ý xúc động và đã vẽ lại bức tranh đó cho truyện ngắn Biết Đến Bao Giờ, tôi viết lúc mới đến Galang và đăng trong nguyệt san Tự Do. Bây giờ nhìn bức tranh vẽ lại đó so với bức tranh ở cà phê Tùng được chụp lại trong bài *"Cà phê Tùng Đà Lạt xưa – nơi gặp gỡ một thời của giới tinh hoa miền Nam của Nguyễn Vĩnh Nguyên"* trên internet, tôi ngạc nhiên về trí nhớ của Vị Ý, vì bức tranh vẽ phác cho truyện Biết Đến Bao Giờ sau 25 năm vẫn gồm những nét chính của bức họa treo trên cà phê Tùng. Trong khi viết những dòng này, tôi hình dung Vị Ý những lúc sôi nổi, thiết tha nói về bức tranh Đi Tìm Tự Do trong quán Tống Biệt hay trên con đường độc đạo của Galang. Bức tranh đó đã đi theo Vị Ý nên dân Việt đã thiếu mất một tác phẩm lớn, tác phẩm ghi lại một thời kỳ đen tối nhất của dân tộc.

Việt Dương

Tranh Người chơi đàn guitar của Vị Ý (hay "Nhạc dội" ở quán cà phê Tùng 1962)
Nguồn: từ bài "Café Tùng Đà Lạt xưa – nơi gặp gỡ một thời của giới tinh hoa Miền Nam", Nguyễn Vĩnh Nguyên

TRẦN THỊ NGUYỆT MAI

KHÁNH TRƯỜNG, NGƯỜI KẾT NỐI MUÔN PHƯƠNG

Tháng 10/1991, Hợp Lưu ra đời. Tôi đã có mặt ở Mỹ vài năm, còn thuộc diện dân mới nhập cư. Cảm thấy không kham nổi việc làm nặng nhọc với vóc dáng "mình hạc xương mai", nên dù đã xa tuổi thiếu nữ, tôi vẫn cố cộng đèn sách tạo dựng tương lai. Xứ sở mới, ngôn ngữ không là tiếng mẹ, đầu óc tiêu thụ chậm, nên trong khi người khác chỉ cần học một giờ thì tôi phải ngốn gấp ba bốn lần nhiều hơn. Cộng thêm gia đình, con nhỏ... chẳng còn thời gian nào để nghĩ đến chuyện văn chương. Thành phố tôi ở có ít người Việt, sách báo tiếng Việt cũng không. Mà nếu như có, chắc tôi cũng đành phải giả đò ngó lơ "cầm bằng như không biết mà thôi"...

Tôi bắt đầu nghe tên anh khi đọc bài viết *"Khánh Trường, Sức Mạnh Của Im Lặng"* của họa sĩ Đinh Cường vào tháng 1/2012 nhân dịp anh bày 30 bức tranh Thiền. Lúc đó, tôi chỉ biết anh là một họa sĩ như anh Đinh Cường đã nhận xét, "Tôi thật sự cảm phục bạn ở Sức Mạnh Của Im Lặng và tìm chốn nương tựa cho tâm hồn mình: Đức Quan Thế Âm Bồ Tát. Như Nietzsche với hình ảnh Zarathustra đã gợi lên lộ trình sâu rộng của một bậc Đại Bồ Tát giữa lòng đen tối của thế gian. Khánh Trường là hình ảnh của Zarathustra "*Trong tất cả những tác phẩm, ta chỉ yêu những tác phẩm nào đươc tác giả viết bằng máu của chính mình. Ngươi hãy viết bằng máu rồi ngươi sẽ biết được rằng máu chính là tinh thần.*" Zarathustra đã nói như thế Khánh Trường đã vẽ như thế." [1]

Khánh Trường nhìn bởi Đinh Cường

Cách đây vài năm trước thời đại dịch Covid-19, trong lần ghé phố Bolsa, tôi nhờ anh Thân Trọng Mẫn đưa đến thăm anh chị Nguyễn Đình Thuần. Bữa đó anh Mẫn nói với tôi, đại ý: "Anh sẽ đưa Nguyệt Mai đến nhà anh Nguyễn Đình Thuần. Nhưng tới Bolsa mà không đến thăm anh Khánh Trường là một thiếu sót lớn. Anh ấy đang bị bệnh nặng, không biết lần tới Nguyệt Mai đến Bolsa thì còn có dịp để gặp không?" Thế là anh Mẫn chở tôi đến nhà họa sĩ Khánh Trường trước, dù tôi chưa hề quen anh. Chỉ nghe nói họa sĩ Khánh Trường layout và làm bìa sách rất đẹp. Lúc đó anh đang bệnh nhiều, phải nằm trên giường. Đương nhiên, khi cả hai người không quen hay biết gì về nhau thì câu chuyện không thể tránh khỏi sự tẻ nhạt. Tôi chỉ hỏi thăm anh đôi câu về sức khỏe, còn lại anh Mẫn và anh nói chuyện với nhau là chính. Quả tình tôi không hề biết mình đang được hạnh ngộ người sáng lập tờ Hợp Lưu một thời đình đám.

Đến khi giúp tạp chí Ngôn Ngữ đọc bản thảo số 2 (tháng 7/2019), xem tùy bút *"Tha hồ mây trắng bay"* của anh Khánh Trường, tôi thật sự thương cảm cho hoàn cảnh của một cậu bé sinh ra trong gia đình khó khăn không may rơi vào số phận nghiệt ngã. "Quá khứ tôi? Chẳng những chả có gì đáng tự hào, trái lại luôn làm lòng tôi quặn thắt." [2]. Cậu bé 13 tuổi đã phải rời nhà ra đi khi "Cha tù tội oan khiên. Mất đi nguồn lao động chính. Bữa cơm hàng ngày dù chỉ mắm rau nhưng vẫn bữa đói bữa no. Bà mẹ kế không nghề nghiệp. Tôi và hai đứa em trai còn quá nhỏ... Một ngày một đêm trên con tàu cũ kỹ đến vùng cao, Đà Lạt, đẫm ướt sương mù và lạnh cóng. Đói, khát, lo sợ. Thằng nhỏ bước xuống sân ga, tay ôm một bọc ni-lông tái chế xỉn bẩn, bên trong đựng bộ quần áo cũ, hai may-ô, hai quần lót và một gói xôi, ba củ khoai lang mua từ ga Phan Rang. Trong túi chỉ còn đúng 20 đồng nhàu nhĩ." [2]. Đi về hướng hồ Xuân Hương, trời lạnh cóng. Nhìn thấy tiệm thuốc tây, cậu bé bước vào định tránh gió, bớt lạnh thì ông chủ tiệm hỏi mày muốn mua gì? Cảm nhận mối nghi ngờ nơi người chủ, nó sợ hãi ấp úng, đáp Optalidon "vì có lần đọc báo biết một thiếu nữ bị tình phụ, cô ta tuyệt vọng, quyên sinh bằng cách uống trọn tuýp Optalidon"[2]! Rời tiệm với ống thuốc và hai đồng tiền thối, nó tiếp tục đi vô định đến một trạm taxi, có cây xăng lớn, tìm góc tối cuối nhà rửa xe và thiếp đi một lát. Khi tỉnh dậy, thấy bọn nhỏ trạc tuổi lăng xăng xách nước, lau rửa những chiếc taxi trong bến và được tài xế cho tiền, nó nghĩ sẽ sống được bằng nghề này nên cũng bắt chước làm theo. Chẳng ngờ chưa kịp làm gì thì đã lãnh ngay một cú đá trí mạng, ngã ngửa của tên đàn anh vùng đó. Rồi cậu bé bị bán đi cho "chị Hai" của một động điếm. "Buổi tối, sau một ngày mỏi rã chân ngoài đầu hẻm, léo nhéo mời chào các đấng chiến sĩ rằn ri ngang qua, "Đại ca ơi, đi một phát lấy hên đại ca. Hàng mới ở tỉnh lên, mướt rượt, đông ngò (nhiều lông), nước nôi đầy đủ. Hết sẩy đại ca ơi..." Khuya, tôi trở vào, ăn qua quít bát cơm với vài chị đượi, rồi vào ngủ ở một trong bốn phòng, nếu vắng 'khách'"[2]. "Một tối, đang thiu thiu nửa tỉnh nửa mê, tôi nghe có tiếng đôi co bên kia "vách", "Ra đi cha nội... Uống chi lắm rứa? Dai như đỉa, bộ tui sức trâu à?". Tiếng cười hềnh hệch: "Càng lâu càng sướng em ơi... Lẽ ra em phải thối tiền lại cho anh... Không cảm ơn còn bày đặt than thở...". "Tui chịu hết nổi rồi." Tiếp theo, tiếng động mạnh, có lẽ một thân thể bị đẩy rơi xuống mặt sàn gác. Tôi giật mình tỉnh ngủ. "Tui không đi nữa, để tui xuống nói Má Hai tìm cho anh con khác. Tiếng đàn ông lớn giọng: "Đụ mẹ mày ngon. Tao đập chết mẹ mày bây giờ!" "Thách đó, đập đi!" và tiếng xô xát. Tôi tốc tấm "vách" chạy sang. Tên lính đang nắm tóc chị T. kéo rịt xuống. Chị T. không vừa, một tay bóp chặt hạ bộ tên lính, một tay quơ quào rối rít, cố gỡ nắm tóc dài đang bị tên lính làm chủ. Cả hai đều trần truồng. Chị T. mới đến làm ở "động" non hai tháng, người nhỏ nhắn, không đẹp nhưng tính tình vui vẻ hào phóng. Chị rất thương tôi. Những hôm ế khách chị và đồng nghiệp đợi gánh hột vịt lộn ngang qua, gọi vào, chén. Tôi được hưởng ké, chị T. luôn luôn bao giàn. Khi thấy chị T. bị tên lính hành hung, tôi lập tức nhảy vào bênh. Tôi phóng người bám trên lưng tên lính, hai tay đấm thùm thụp vào đầu hắn. "A, thằng oắt con, muốn chết hử?" Tên lính thả chị T. ra, vòng tay thộp cổ tôi, đẩy mạnh vào vách ván. Tôi nhỏ con, ốm yếu, chả hơn gì con nhái bén trong bàn tay hộ pháp của tên lính. Chị T. được tự do, vội nhào xuống sàn, lật gối lấy con dao giấu bên dưới, chĩa về phía tên lính, hét: "Thả thằng nhỏ xuống. Tên lính cười hăng hắc, không quay lui, thay vì buông tôi ra, hắn lại đẩy lên cao. Tôi nghẹt thở, tay chân giãy giụa điên cuồng. Chị T. nhào tới. Và thật bất ngờ, ngoài dự đoán của tôi, của cả tên lính, chị T. vung tay, đâm ngọt lưỡi dao vào sườn tên lính. Hắn giật bắn người, buông tay, tôi rơi xuống sàn, hắn cũng loạng choạng quỵ ngã, hai tay ôm bụng. Khi Má Hai hay tin, sai người gọi cảnh sát đến thì tên lính cũng vừa thở hắt, giã biệt trần gian. Chị T. bị bắt, bị tù. Ngày tôi được vào thăm, chị vuốt tóc tôi, cười buồn: "Thế này biết đâu lại hay, ra tù, chị sẽ về quê..." Chị khuyên tôi, "Đời em còn dài, không nên chôn vùi ở đó..." và chị nhắn Má Hai trao tôi một phần số tiền chị đã dành dụm được trước đây, hiện Má Hai đang giữ hộ. Nhờ số tiền, tôi mua vé xe đò xuống Qui Nhơn, ở đó, tôi sống chung với một thằng bạn cùng tuổi trong một toa tàu bỏ hoang cuối sân ga."[3]. Giữa lúc tuyệt vọng, đói lả, cậu bé gặp một ân nhân, là thầy giáo, nuôi cậu trong những ngày đầu và dạy nghề vẽ cho cậu. Từ đó, cậu bé sống bằng nghề ký họa chân dung cho lính viễn chinh và gái điếm ở những *snack bar* còn người bạn thì đi đánh giày. "Trời vừa sụp tối, tôi cùng thằng bạn cắp sách vở đến các lớp học bổ túc. Trầy trật mấy năm, thằng bạn đỗ được cái tú tài bán. Hắn đăng lính, lon chuẩn úy, đóng đồn trên Pleiku. Ở đơn vị mới chưa được bao lâu, một đêm đồn bị tấn công, hắn chết. Tôi mất một thằng bạn quý. Người đã từng chia ngọt sẻ bùi với tôi suốt thời niên thiếu, người đã từng đưa lưng hứng chịu một con dao chặt nước đá lởm chởm răng cưa để cản đường cho tôi thoát thân, khi cả hai bị một băng nhóm khác thanh toán vì đã xâm phạm địa bàn hoạt động" [3].

Nên từ đó, tôi vào các trang mạng tìm hiểu thêm những thông tin về họa sĩ Khánh Trường. Đây là lý lịch trích ngang do anh tự ghi:

"... sinh ra, lớn lên, đi học, đi giang hồ, đi làm... du đãng. 1968: đi lính, 1970: bị thương. 1972: giải ngũ. 1987: vượt biển đến Thái Lan. 1988: định cư ở Nam California, Mỹ. Nghề chính: không có. Nghề phụ: thập cẩm. Một cuộc đời trôi nổi hư hỏng và tầm thường, nhợt nhạt đến chính chủ nhân cũng phải thở dài!" (chung cuộc, trang 170) [5]

Anh thổ lộ với Lê Quỳnh Mai, "ngày xưa đi lính, tôi bị sáu mảnh đạn ghim trong đầu, chấn thương sọ não, mắt vì thế bị lưỡng thị (nhìn một thành hai). Mấy mươi năm sau giải ngũ, thị giác dần hồi phục, nhưng vì tai biến, cơ thể suy nhược, bệnh cũ tái phát. Nay, tôi vẽ, phối màu, phần lớn dựa vào kinh nghiệm, để gia giảm sắc độ hơn là bằng mắt nhìn." [3]

Và chia sẻ với Đỗ Lê Anh Đào, "giai đoạn sáng tác đáng nhớ nhất là ngày tôi đã tập cầm cọ lại được sau bạo bệnh. Đáng nhớ, vì chưa bao giờ trong đời tôi cực nhọc như thế nhưng vui như thế khi vẽ hoặc viết. Cô cũng biết tôi bị stroke 3 lần, đưa đến hậu quả tay chân chỉ sử dụng được khoảng 30%. Chân đi đứng nghiêng ngả, phải ngồi xe lăn; tay vụng về, cầm nắm vật dụng nếu thiếu chú tâm, sẽ rơi, đổ; tệ hơn, không viết được, chỉ có thể gõ chữ trên phím computer bằng một ngón duy nhất của bàn tay phải, chữ được chữ mất vì không làm chủ được tứ chi. Giọng nói ngọng nghịu, phát âm khó khăn. Mắt lưỡng thị, chỉ nhìn và nhận biết mọi sự vật qua một... màn sương, và chỉ đọc được chữ trên màn hình computer với điều kiện phải phóng lớn chữ thành tối thiểu size 14. Chưa hết, hơn một năm trước tôi lại bị thêm bệnh ung thư thanh quản và loét bao tử. Sức khỏe đã sa sút càng tệ hại trầm trọng, có thể "lên tàu" bất cứ lúc nào. [4]

Trần Vũ đã vẽ lại chân dung họa sĩ Khánh Trường lần đầu gặp mặt:

"Khánh Trường với Khánh (một nhân vật trong "Có Yêu Em Không" của KT) là một. Một con người và một nhân vật với tất cả liều lĩnh khinh mạn, nửa hảo hớn, vừa du đãng, chất ngất đam mê nhưng cũng bất cần đời và đôi lúc biết mất dạy... Những ngày sau tôi khám phá anh là type Django như tôi ưa thích. Tôi cũng thích có một người anh chịu chơi như vậy, đầy thói hư tật xấu nhưng biết hiên ngang bao che cho đứa em khi cần thiết.” [6]

Nhưng hơn hết thảy, phải nói đến tấm lòng của anh đối với văn chương, muốn phá bỏ quá khứ nặng nề, định kiến hẹp hòi một chiều, tạo một diễn đàn, sân chơi chung để anh em cầm bút hải ngoại và quốc nội cùng tham gia. Anh đã làm hết sức có thể như vẽ bìa, layout sách, thậm chí viết... dâm thư với mục đích duy nhất là có tiền trả chi phí giúp tờ báo sống còn, và chịu đựng tất cả những lời hằn học, bỉ thử của không ít người chống đối. Là “cha đẻ” của Hợp Lưu, với niềm tin đó là “diễn đàn đầu tiên khởi xướng giao lưu hai dòng văn học Việt Nam Bắc Nam do hoàn cảnh trớ trêu và bi thảm của một giai đoạn lịch sử, đã phân rẽ thành hai nhánh. Hai thập kỷ, 1954-1975, nếu lấy chiều dài của dòng chảy một dân tộc, quả thực chả nghĩa lý gì. Nhưng chúng ta, những người làm văn học nghệ thuật đã sinh ra, lớn lên, trưởng thành trong giai đoạn này, không thể phủ nhận đã khắc đậm vào não trạng của chúng ta, hướng dẫn tư duy của chúng ta, để sản sinh, làm thành hai mảng văn học chảy về hai hướng khác biệt. Bằng rung cảm nhạy bén của một người yêu tiếng Việt, chúng tôi đã nhìn thấy điều đó, và mang khát vọng muốn đồng quy hai dòng chảy này. Bởi chưng, thiển nghĩ, văn học Việt Nam không thể lớn mạnh nếu không hợp lưu. Một thủy đạo lớn tất nhiên sẽ mạnh hơn hai phụ lưu nhỏ.” [7]

Anh chia sẻ: “Ngày nay đọc lại những số Hợp Lưu cũ, bạn đọc mới không thể hình dung được vô vàn khó khăn đến từ nhiều mặt, từ xin bài, đánh máy, layout, chạy tiền in, quảng bá để có độc giả dài hạn, đi đến các nhà sách trong phạm vi 6, 700 dặm để phát hành và đòi tiền bán... Một mình một ngựa. Tôi, đến bây giờ thỉnh thoảng nhớ lại, vẫn còn ngạc nhiên sức lực đâu chu toàn hàng trăm việc như thế. Nhất là phải đối đầu với nhiều chống đối dữ dội, cực đoan. Hàng đêm điện thoại gọi đến nhà chửi rủa, lăng mạ, thậm chí còn hăm dọa ném lựu đạn vào nhà "cho tan xác lũ ăn cơm quốc gia thờ ma cộng sản". Báo chí bêu riếu, bỉ thử, thậm chí một bà chủ báo viết: "Ra đường chẳng may gặp tên KT buộc phải bắt tay thì hãy mang vào bàn tay 10 áo mưa để tránh bẩn" (vì đến số 3 hết tiền in, tôi phải viết... dâm thư, bán, để có tiền in báo). Ban ngày vào quán, khách quen giạt qua bàn khác vì sợ "lạc đạn". Tình hình 40 năm trước không giống bây giờ tẻo teo. Một tác giả trong nước xuất hiện trên một tờ báo hải ngoại nếu không là Việt cộng thì đích thị là bọn nằm vùng hoặc phản bội, trở cờ cần thanh toán!!!" [7]

Quyết tâm thực hiện tờ báo, gắng sức vượt qua những trở ngại khó khăn, Hợp Lưu đã có những thành công, được nhà văn Trần Vũ ghi lại: "12 năm không biên giới đã cho phép Hợp Lưu đăng tải vô vàn những sáng tác, biên khảo, phỏng vấn của các tác giả trong nước. Không thể liệt kê hết 16.500 trang của 66 số báo, chỉ có thể nhắc lại những ấn tượng chính:

Quả Vườn Ổi (Hoàng Cầm), *Dị Mộng, Qua Sông* (Cung Tích Biền), *Đàn Sẻ Ri Bay Ngang Rừng* (Võ Thị Xuân Hà), *Giấc Ngủ Nơi Trần Thế* (Nguyễn Thị Ấm), *Đảo Ngụ Cư* (Đỗ Phước Tiến), *Vũ Điệu Của Cái Bô* (Nguyễn Quang Thân), *Phù Thủy, Hậu Thiên Đường* (Nguyễn Thị Thu Huệ), *Lão Khổ* (Tạ Duy Anh), *Một Chuyện Phải Gió* (Nguyễn Quang Lập), *Gió Dại, Khắc Dấu Mạn Thuyền* (Bảo Ninh), *Mùa Hoa Cải Bên Sông, Người Đàn Bà Xóm Trại* (Nguyễn Quang Thiều), *Bảy Trích Đoạn Mùa Xuân Vùng Da Cam, Phòng Bốn Giường* (Bùi Hoàng Vị), thơ Thanh Thảo, Nguyễn Đỗ, Hoàng Hưng, Bùi Chí Vinh, Nguyễn Quyến, Nguyễn Quốc Chánh, Nguyễn Duy, Nguyễn Trọng Tạo, Trần Vàng Sao, Lâm Thị Mỹ Dạ, Triệu Từ Truyền, Lê Đạt. Truyện ngắn Nhật Tuấn, Nguyễn Thị Minh Ngọc, Ngô Thị Kim Cúc, Phan Thị Vàng Anh, Trần Thùy Mai, Trung Trung Đỉnh, Lý Lan, Võ Thị Hảo, Trần Thị Trường, Hòa Vang, Nguyễn Bản, Lê Minh Khuê, Ma Văn Kháng, v.v... Biên khảo lý luận của Nguyễn

Kiến Giang, Lại Nguyên Ân, Bùi Thiết, Đào Thái Tôn, Vương Trí Nhàn, Tiêu Dao Bảo Cự, Lê Ngọc Trà, Phong Lê, Hoàng Ngọc Hiến, Nguyễn Huệ Chi, Phạm Xuân Nguyên, Lê Hoài Nguyên, v.v... Ở mỗi bộ môn đều có rất nhiều bản thảo gởi ra từ trong nước như trường hợp *Thằng Bắt Quỷ* (Cung Tích Biền), *Xuân Hồng* (Nguyễn Huy Thiệp), *Từ Man Nương đến AK* (Phạm Thị Hoài), *Không Đề* (Trần Vàng Sao), *Chia* (Nguyễn Trọng Tạo), *Người Thuận Tay Trái, Chạy Đạn, Dặm Trường* (Trần Thị NgH.), *Tự Bạch, Tiểu thuyết Vô Đề* (Dương Thu Hương), *Ngọn Núi Ảo Ảnh, Tuyệt Tình Cốc* (Hoàng Phủ Ngọc Tường), *Tầng Trệt Thiên Đường, Nghiệp, Dị Mộng, Khu X Nội Quang* (Bùi Hoàng Vị), *Truyện Của Chíp, Bụi Nắng* (Phan Huyền Thư), *Văn Học và Xã Hội VN* (Phạm Thị Hoài), *Nhìn Chung Một Bức Tranh Hoàn Chỉnh Về Văn Học Dân Tộc* (Phạm Xuân Nguyên), thơ Hoàng Hưng, Nguyễn Đỗ, Nguyễn Quốc Chánh, nghiên cứu ngôn ngữ Nguyễn Bạt Tụy, tiểu luận Trần Độ, v.v...” [6]

Vì lý do sức khỏe của chính anh và sự từ nhiệm của chủ biên Trần Vũ cộng thêm những ý kiến không thể thống nhất được trong nội bộ, anh Khánh Trường đã rút hẳn tên khỏi Hợp Lưu từ tháng 7/2005.

Hình bìa tạp chí Hợp Lưu Xuân 2005

Tháng 10/2022 tới đây là kỷ niệm 31 năm kể từ khi tạp chí Hợp Lưu ra đời. Tuy anh Khánh Trường không còn làm Hợp Lưu nữa nhưng 12 năm đầu do đích thân anh chăm sóc tờ báo đã lưu lại trong lòng độc giả những dấu ấn không phai.

Như nhà báo Lê Quỳnh Mai đã trích lời Trần Đạo để ở phần *chapeau* bài phỏng vấn của cô: "Tạo ra một diễn đàn trong đó mọi nhà văn Giao Chỉ, bất kể hình hài ít nhiều dị hợm của nó trong thế kỷ 20, đều có tiếng nói, đâu phải chuyện chơi. Ông là người làm được điều đó. Nội chuyện đó thôi, ông sẽ lưu danh trong lịch sử văn học Việt Nam trong thế kỷ"[3]. Và nhà thơ Hoàng Hưng ghi ở *chapeau* khi giới thiệu bài viết của Khánh Trường "Hợp Lưu và hợp... tuyển" trên trang Văn Việt ngày 29-1-2019: "Năm năm trước, một số anh chị em chúng tôi trong nước, lập ra Ban Vận động Văn đoàn Độc lập Việt Nam và báo mạng vanviet.info, cũng là tiếp nối ý nguyện, ý chí Hợp Lưu của anh!"

Như thế, ước nguyện mà anh Khánh Trường ấp ủ vẫn còn và sẽ còn được duy trì.

Trần Thị Nguyệt Mai
9/9/2022

Tham khảo:

[1] Đinh Cường – Khánh Trường, sức mạnh của im lặng
https://www.diendantheky.net/2012/01/khanh-truong-suc-manh-cua-im-lang.html
[2] Khánh Trường – Tha Hồ Mây Trắng Bay – Ngôn Ngữ số 2, tháng 7/2019.
[3] Lê Quỳnh Mai – Tác Giả, Với Chúng Ta – Phỏng vấn Họa sĩ Khánh Trường
https://hopluu.net/a2961/tac-gia-voi-chung-ta-hoa-si-nha-van-khanh-truong
[4] Đỗ Lê Anh Đào – Nói chuyện với Nhà văn / Họa sĩ Khánh Trường
https://damau.org/12002/noi-chuyen-voi-nha-van-hoa-si-khanh-truong
[5] Hà Khánh Quân – Họa phẩm trong thơ Khánh Trường
https://www.luanhoan.net/theochantho/html/theochantho-khanhtruong.htm
[6] Trần Vũ - Hợp Lưu 12 năm, trang tôn kinh huyền hoặc hậu hiện đại
http://phannguyenartist.blogspot.com/2012/12/khanh-truong.html
[7] Khánh Trường – Khánh Trường, Hợp Lưu và hợp... tuyển
http://vanviet.info/van/khnh-truong-hop-luu-v-hop-tuyen/

VIỆT DƯƠNG

TRÊN ĐƯỜNG TỰ HỌC CHỮ NHO CỦA HAI NHO SINH ĐÀO MỘNG NAM VÀ PHẠM XUÂN HY

Người viết có hai người bạn thân, chơi với nhau từ thời còn học ở mấy lớp trung học đệ nhất cấp là Đào Mộng Nam và Phạm Xuân Hy. Ba chúng tôi đều mê đọc sách. Riêng hai bạn Xuân Hy và Mộng Nam có ước vọng là học chữ Hán để nghiên cứu văn chương, văn hóa Tàu. Tôi không quan tâm về việc học chữ Hán, nên thấy ước vọng của Hy và Nam chỉ là ý thích của tuổi mới lớn, khó giữ được giữa đời sống có quá nhiều việc phải làm để có thể tiếp tục việc học ở trường.

Nhưng chỉ 7 năm sau, chứng kiến sự thành tựu với 3 tập sách Chữ Nho Tự Học của Đào Mộng Nam (57-64) và sự thành tựu của Phạm Xuân Hy với những sách dịch truyện Liêu Trai, những bài nghiên cứu về văn chương, lịch sử Trung Hoa vào thập niên 1990, tôi thấy mình đã nhận định nông nổi về ước vọng của hai người bạn. Từ hai sự thành tựu lớn này, tôi nghĩ việc tự học chữ Nho của Mộng Nam và Xuân Hy đã trở thành những tấm gương đẹp. Vì thế tôi muốn ghi lại ít điều về hai tấm gương ấy.

I. Phạm Xuân Hy

Phạm Xuân Hy sinh năm 1939, di cư vào Nam với mẹ, nhưng sống ở Trại Học Sinh Di Cư Phú Thọ, cạnh Trường Đua Phú Thọ, Sài Gòn. Khi biết trại có quyết định đóng cửa vào năm 1958, Hy đã tình nguyện đi sớm theo sự khuyến khích của trại để được trại phát cho 700 đồng. Xuân Hy đã dùng số tiền này để mua chiếc xe đạp, làm phương tiện đi học và đi bán báo. Hy đến ở nhờ nhà Phạm Quang Chiểu bạn học của tôi, ở Cống Bà Xếp, gần chợ Hòa Hưng đường Lê Văn Duyệt. Gặp Xuân Hy ở nhà Chiểu, thấy nhà chật chội, nên tôi bảo Hy về ở nhà tôi ở ấp Cả Trắc, gần ngã ba Ông Tạ. Năm 1957, khu này là miền quê, dân cư thưa thớt, sống với nghề trồng mấy loại hoa cúc, huệ, mào gà... và trồng mấy loại rau như cải, xà-lách, hành tỏi... Xuân Hy về ở nhà tôi có thể gọi là an cư, ngày đi học, đêm đi bán báo Tự Do, Ngôn Luận tới 10 giờ.

Hy đến ở nhà tôi đã đem đến cho tôi mấy nguồn vui:

- Thứ nhất, Hy đã dẫn tôi vào nghề bán báo buổi tối. Mỗi chiều khoảng 6 giờ, chúng tôi tới lấy báo Tự Do ở đường Võ Tánh, ngã sáu Sài Gòn, và Ngôn Luận ở đường Lê Lai, khi báo mới in ra. Hy đi bỏ mối báo, vì đã có được mấy chục gia đình mua báo tháng. Còn tôi mới vào nghề nên phải đi bán rao ở Phú Nhuận. Tôi phải đi xa như thế vì mấy khu dọc đường Lê Văn Duyệt đã thuộc về một số bạn vào nghề trước. Mỗi tối tôi bán được 40 số báo dễ dàng. Vào hẻm nào trên đường Chi Lăng, Nguyễn Huệ, Võ Tánh cũng phải quay xe lại với tiếng gọi: Báo. Đi bán rao hơn 4 tháng, tôi có trên 40 chục gia đình mua báo tháng. Thế là tôi thôi bán rao, chuyển sang bỏ mối như Xuân Hy. Đêm nào cũng hơn 10 giờ mới về đến nhà, nhưng tôi vui vì đã kiếm được tiền để tự lo lấy quần áo, sách vở.

- Thứ nhì, Xuân Hy đến, tôi có bạn đồng hành đọc truyện Tàu để thảo luận những tình tiết và nhân vật trong những truyện đó. Những đêm mưa, chỉ có tiếng i... om của ếch, nhái, ễnh ương, chúng tôi mỗi người một đèn dầu, đọc truyện Liêu Trai Chí Dị, Tam Quốc Chí, Thất Kiếm Thập Tam Hiệp... Khung cảnh đêm hoang vu với những tiếng ộp oạp của ễnh ương đã đưa chúng tôi vào thế giới ma quái của Liêu Trai Chí Dị. Trong khi trò chuyện về truyện Tàu, Hy nói với tôi là anh sẽ tự học chữ Hán để có thể đọc Liêu Trai, Tam Quốc, Thủy Hử... từ nguyên tác chữ Hán. Theo Hy những trang chữ Hán có sức thu hút đặc biệt, và bảo là học giả Nguyễn Hiến Lê, Tây học mà tự học chữ Hán để có thể nghiên cứu văn chương Tàu. Hy đưa tôi coi 3 cuốn Đại Cương Văn Học Sử Trung Hoa của Nguyễn Hiến Lê và cuốn Học Chữ Hán Bằng Thơ Đường của Trần Trọng San mới mua. Hy nói: Vừa đọc vừa học. Chưa biết sao, nhưng đọc thơ qua chữ Hán thấy thú hơn. Từ đó, tôi cũng làm quen với thơ Đường qua cuốn thơ Đường của Trần Trọng San.

Xuân Hy ở nhà tôi trên một năm, rồi cùng mấy người bạn khác thuê nhà bên trại Tân Chí Linh. Đường vào Tân Chí Linh đối diện với ngõ vào ấp Cả Trắc, qua đường Thoại Ngọc Hầu. Năm 1960, Hy học năm cuối ở trường Chu Văn An, và năm sau thành công chức của Nha Trước Bạ, Sài Gòn. Đầu thập niên 1960 gia đình tôi chuyển lên Đà Lạt... Tôi vào trường Bộ Binh Thủ Đức, rồi ra chiến trường ở Thừa Thiên, Quảng Trị, nên từ đó không gặp Xuân Hy nữa.

***

Năm 1981 tôi ra tù cải tạo, vượt biên tới Galang năm 1986 và được vào Mỹ định cư năm 1987. Qua bài giới thiệu tập sách "Việt Nam Đỏ Sau Chiến Tranh" tôi viết khi ở trại Bataan, Phi Luật Tân, trên tờ Lửa Việt của Hải Triều, Xuân Hy liên lạc được với tôi vào cuối năm 1987. Sau đó, Hy gửi cho tôi "*Truyện Kinh Kha*" do Phạm Xuân Hy dịch từ Sử Ký Tư Mã Thiên, và cho biết đang dịch Liêu Trai Chí Dị của Bồ Tùng Linh và một số truyện Liêu Trai của những tác giả khác. Đọc bản dịch truyện Kinh Kha với những điều Hy cho biết, tôi nhớ lại lời Hy nói thời ở ấp Cả Trắc năm 1957-58 và mỉm cười trước ước vọng đã thành tựu của Hy.

Tôi viết thư hỏi Xuân Hy: Tiên sinh học chữ Hán từ năm nào? Cách học ra sao, tìm ra cách học mới hay vẫn học theo nếp cũ? Học trong thời gian bao lâu thì tiên sinh có thể đọc truyện và dịch?

Xuân Hy đã trả lời như sau:

"Tôi bước vào con đường tự học chữ Nho từ năm 1975, trước hết là để thực hiện ước vọng từ lâu và sau đó là để tiêu khiển trước sự đổi thay đột ngột kinh hoàng của đất nước. Học để quên đi những tháng ngày khó khăn đen tối, lo âu cho một tương lai mờ mịt. Mới đầu tôi mua cuốn tự điển Hán Việt của Thiều Chửu, bắt đầu gạch từng nét, đếm từng chữ. Khi đã có một số chữ làm vốn, tôi vào Chợ Lớn, trước cửa sân Tinh Võ, trên đường Nguyễn Trãi, mua những quyển truyện bằng tranh, lớn bằng bàn tay mà tôi mê thích khi còn nhỏ, như Tiểu Lý Quảng, Thuyết Đường, Song Trùy Hà Nguyên Khánh, Chinh Đông Chinh Tây... hình vẽ rất đẹp với những hàng chữ ngắn gọn dễ đọc. Tôi dùng tự điển Thiều Chửu để tra từng chữ cho hiểu cốt truyện và để học.

Với vốn chữ đã khá và quen văn Tàu, không biết bao lâu, nay nghĩ lại, có thể trên một năm, tôi bước sang đọc tiểu thuyết võ hiệp như Bạch Phát Ma Nữ của tác giả nổi tiếng thời ấy là Lương Vũ Sinh, viết theo lối bạch thoại, từng là bậc thầy của Kim Dung. Rồi tiến xa hơn, tôi bước sang đọc cổ văn, tức văn ngôn và tập dịch Liêu Trai Chí Dị mà thời ở ấp Cả Trắc (1957-58) tôi đã nói là sẽ có ngày đọc từ nguyên tác chữ Hán. Văn trong Liêu Trai viết theo lối văn ngôn, thường chứa nhiều điển cố, thành ngữ, cú pháp rất khúc mắc, thâm thúy khó hiểu. Có khi đọc được mặt chữ, nhưng không hiểu nghĩa của câu.

Xuân Hy cho biết Hy và gia đình vượt biên năm 1979, đến đảo Pulau Tengah, thuộc Mã Lai. Ở trên đảo được 6 tháng thì được phái đoàn Pháp nhận cho định cư. Hy viết thư về Việt Nam nhờ chú em vợ mua cho cuốn từ điển Thiều Chửu học tiếp và từ đây đi vào dịch truyện theo lời khuyên của cụ Nguyễn Hiến Lê là viết và dịch cũng là một phương pháp học một ngoại ngữ nhanh nhất.

Đến đầu thập niên 2000, tôi nhận được email của Hy, cũng chuyện về tự học chữ Nho, Hy cho biết có hai người bạn hỏi Hy về việc học chữ Hán. Một người hỏi rằng Hy học tiếng Tàu hồi nào mà dịch thuật nghe có vẻ xuôi tai. Người khác nói là mình mới mua mấy chục tờ báo cũ để tìm đọc những truyện Liêu Trai Chí Dị, thấy cậu dịch Bồ Tùng Linh cũng khá - cậu dịch hay là cóp của ai đấy? Sự thắc mắc của hai người bạn, vừa có ý thán phục, nhưng thoảng mây mù có đôi chút nghi ngờ. Riêng tôi rất cảm động và yên lòng với câu nói "Cậu dịch Bồ Tùng Linh cũng khá", cũng như câu "Nghe có vẻ xuôi tai". Nghe có vẻ xuôi tai là vì tôi đã trút tất cả tâm tư và tình cảm vào cốt truyện và tôi đã sống với nhân vật của mình khi tôi dịch loại truyện chí quái lãng mạn này. Đôi khi gặp những câu cú khó khăn, nhiều điển tích, thành ngữ hiểm hóc, không có đồng nghĩa của tiếng Việt, tôi chỉ dịch ý mà không dịch chữ để cho bớt lủng củng. Việc này đòi hỏi nhiều công sức và thì giờ tra cứu. Chẳng thế mà cụ Nguyễn Hiến Lê đã phải nói: "Dịch là một việc làm bạc bẽo, vì công việc khó khăn mà ít người thưởng thức. Riêng ở nước ta, nó lại càng bạc bẽo, vì hiếm người chịu đọc sách dịch".

"Việc dịch chữ Nho khó thật, nhưng tôi làm công việc này một phần là để tự học và một phần vì đam mê loại truyện truyền kỳ chí quái. Sau khi đã có một số dịch phẩm về loại truyện chí quái, và đã có được một số độc giả về loại truyện này, tôi cho xuất bản vài dịch phẩm với những chú thích riêng của mình".

Từ chữ Nho, Xuân Hy đi sang chữ Nôm và anh đã cho biết việc nghiên cứu chữ Nôm như sau:

"Những năm còn đi làm ở Pháp, khi chưa nghỉ hưu, tôi bước sang lãnh vực chữ Nôm. Đó là thứ chữ được tổ tiên ta sáng tạo, dùng để biểu thị tiếng nói của dân tộc mình - chữ Nôm được cấu tạo dựa vào chữ Nho, tức là chữ Hán đã được Việt hóa, khi người Việt đọc lên, người Tàu nghe không hiểu gì cả. Còn chữ Nôm thì người Tàu không đọc được. Tôi đã để thì giờ chăm chú nghiên cứu và phiên âm một vài truyện Nôm, mong bảo tồn được đôi chút những từ ngữ Việt cổ. Nhưng sức người có hạn, tôi không đi được tới cùng của môn học này sau mấy dịch phẩm.

Ngoài những bản dịch đã xuất bản gồm *Liêu Trai Chí Dị, Hậu Liêu Trai, Thúy Thúy Truyện* và *Thiếp Bạc Mệnh*, do nhà xuất bản Văn Hóa ở Houston xuất bản và *Tây Sương Ký Liên Hoàn Đồ* (tự xuất bản), Phạm Quân đã đưa lên nhiều trang mạng cả năm, bảy chục truyện dịch với chú giải riêng và mấy chục bài nghiên cứu về văn hóa, sử và văn học của Trung Hoa. Đặc biệt họ Phạm đã soạn xong 3 bộ: *Niên Biểu Trung Quốc từ nhà Tần đến nhà Tấn, Sổ Tay Nhân Vật Trung Quốc* và *Sổ Tay Chữ Hán* (dịch và giải thích những từ ngữ, nhân danh, địa danh, lịch sử, văn học, điển tích đã tra trên các từ điển ở trên mạng và xếp theo mẫu tự ABC).

Trong phần giới thiệu về bản dịch *Truyện Kinh Kha* của Phạm Xuân Hy, Giáo sư Trần Huy Bích đã viết:

"Nhà biên khảo Phạm Xuân Hy ở Paris, người đã dịch Liêu Trai Chí Dị và Hậu Liêu Trai trong khoảng thời gian từ 1988 đến 1997, đã dịch, chú thích rất công phu, rồi tự xuất bản những truyện Trung Hoa rất ít người biết như Phùng Hiệp, Yến Vĩ Nhi, Vĩnh Châu Dã Miếu Ký... đã tìm đọc từ rất nhiều tài liệu khác nhau bằng Hán văn để viết về mối tình kín đáo giữa Tào Thực với chị dâu là Chân Hậu, vợ của Ngụy Văn Đế Tào Phi, đưa tới bài "Lạc Thần Phú" nổi tiếng trong văn học Trung Hoa. Ông cũng từng viết về những nghi án liên quan đến Dương Quý Phi, đến Giả Hoàng Hậu, người chịu trách nhiệm khá lớn về việc làm cho nhà Tây Tấn của Tư Mã Viêm (cháu nội của Tư Mã Ý đời Tam Quốc) bị suy yếu rồi phân hóa sau mới có một đời". (tranhuybich.blogspot.com).

Người viết xin trích ít lời của nhà thơ Du Tử Lê viết về Phạm Xuân Hy:

"Nhắc tới dịch giả Phạm Xuân Hy, những người đọc sách, nhất là hàng trí giả về lãnh vực chữ Hán, chữ Nôm, hầu như không ai không biết tới tên tuổi của ông.

Họ Phạm không chỉ là tác giả của một số tác phẩm dịch được nhiều người ưa thích như Liêu Trai Chí Dị, Hậu Liêu Trai và Thiếp Bạc Mệnh là 3 tuyển tập chọn lọc do nhà xuất bản Văn Hóa ở Houston, Texas lần lượt ấn hành từ năm 1988 tới 2002, ông còn là tác giả của những công trình dịch thuật lớn như phiên âm bản truyện Nôm "Chiêu Quân Tân Truyện" của tác giả Nguyễn Tiến Khang, xuất bản năm 1922, hay phiên âm bản "Phép Dòng Chị Em Mến Câu Rút Đức Chúa Giê Su", bản khắc năm 1869, phiên âm bản Nôm "Thánh Giáo Yếu Lý Quốc Ngữ" của Pigneau de Béhaine (Bá Đa Lộc), bản khắc năm 1774. Ông cũng đã hoàn tất phần chuyển ngữ tác phẩm đồ sộ nhan đề "Trung Quốc Lịch Triều Đại Sự Niên Biểu (từ nhà Tần đến hết Tam Quốc).

Một số dịch giả chữ Hán có thẩm quyền ở trong cũng như ở ngoài Việt Nam cho rằng mức độ uyên thâm về chữ Hán để dịch được những tác phẩm văn học cổ Trung Hoa sang tiếng Việt, chúng ta có không ít tài năng. Nhưng một học giả được coi là uyên thâm cả chữ Hán và chữ Nôm thì phải nói là chúng ta có quá ít. Ngày một ít hơn nữa! "Trong số ít này, chúng ta có dịch giả Phạm Xuân Hy, hiện cư ngụ ở Paris". Một nhà Nho cựu trào ở hải ngoại đã kết luận." (dutule.com)

Kết luận

Từ cuối năm 1987, chúng tôi liên lạc được với nhau ở hải ngoại, người ở Pháp, người ở Mỹ, mỗi lần thư hay điện thoại Xuân Hy đều nhắc đến thời sống với tôi ở ấp Cả Trắc, với tình cảm sâu đậm và nuối tiếc một thời nghèo mà rất đẹp. Chẳng hạn mới đây, khi tôi hỏi Xuân Hy thêm ít điều về chuyện học chữ Nho và tập biên khảo dở dang, sau phần trả lời, họ Phạm không quên nhắc lại thời học trò hàn vi, *"Ấp Cả Trắc với ngôi nhà nền đất, mái tranh, đêm đêm có ánh trăng lọt xuống giàn hoa mướp vàng, nghe tiếng dế gọi nhau rỉ rả, đẹp như truyện Liêu Trai Chí Dị trong thế giới học trò nghèo của chúng mình nơi cố quận ngày tháng cũ".*

Khi đọc những lời này, tôi chợt nghĩ – Có lẽ khung cảnh nhà tranh vách ván trong ấp Cả Trắc cô tịch, hoang vu với vườn hoa cúc, hoa huệ, với những đêm trường mưa rả rích, với tiếng ộp oạp... của ếch nhái, ễnh ương, đã in sâu trong tâm trí nho sinh Xuân Hy thế giới Liêu Trai ma quái, nên Xuân Hy đã khởi đầu đi vào dịch Liêu Trai Chí Dị và những truyện ma quái của những tác giả khác. Có lần tôi hỏi sao tiên sinh không dịch những tác phẩm về văn học sử hay lịch sử của Tàu mà lại đi vào thế giới ma quỷ của Liêu Trai Chí Dị, thì họ Phạm trả lời là muốn rong chơi với ma quỷ ở giữa kinh thành đầy ánh sáng của Paris. Thì ra vậy. Mà như thế thì Xuân Hy đã đưa ấp Cả Trắc của những đêm mưa với *"Giấc hồ thơm tóc gái liêu trai"* (Vũ Hoàng Chương) sang kinh thành Paris. Ở giữa Paris mà vẫn sống với ánh lập lòe của đom đóm trong ấp Cả Trắc, và tiếng thì thầm của Oanh Oanh trong đêm dưới mái hiên như đang ở *"Miếu nguyệt vườn sương gặp gỡ nhau"* (Vũ Hoàng Chương).

Những hồi tưởng tha thiết của Xuân Hy về ấp Cả Trắc đã dẫn tôi trở về cái làng định cư đầu tiên khi mới di cư vào Sài Gòn. Nơi đây, nhiều buổi tối chúng tôi thường vào quán cà phê vợt, cạnh lối vào ấp, uống một ly cà phê với nhiều đường, rồi mua một ổ bánh mì dài còn nóng giòn ở lò bánh mì Hạnh Phúc, cạnh quán cà phê vợt, xé ổ bánh mì làm đôi, mỗi người một nửa, vừa đi vừa ăn trên đường Thoại Ngọc Hầu. Đó là con đường lớn nối ngã ba Ông Tạ với đường Trương Minh Giảng, Công Lý và Võ Tánh phía đi vào phi trường Tân Sơn Nhứt. Đường lớn nhưng gập ghềnh đất đá với nhà thưa thớt, đi qua khu nghĩa trang Bến Tre với cảnh ma quái tối đen cùng ánh đom đóm lập lòe bên những bụi rậm bên đường. Trên đường này Hy đã nhiều lần nói lên ước vọng học chữ Hán để đọc Liêu Trai Chí Dị, Tam Quốc, Thủy Hử, Tây Sương Ký bằng chữ Hán. Hơn 20 năm sau, không những Xuân Hy đã đạt được ước vọng đọc những tác phẩm ấy bằng nguyên tác mà còn đi xa hơn trong việc sử dụng chữ Hán để nghiên cứu văn chương, sử và văn hóa Tàu. Có một điểm rất rõ là mỗi lần tôi đọc một dịch phẩm hay một bài khảo cứu nào của họ Phạm, tôi cũng hiểu nhiều hơn với những chú thích nhiều công phu tra cứu của tác giả.

Đầu thập niên 2000, Xuân Hy cho biết là hơn 20 năm đã mua nhiều sách chữ Nho, chất đầy phòng để khi về hưu có thì giờ sẽ thực hiện một số đề tài nghiên cứu. Nhưng khi về hưu, Hy than là sức khỏe đi xuống nhanh với đủ thứ bệnh, mắt kém, tai nghe không rõ. Mấy năm gần đây tình trạng càng tệ hơn, nên đã phải bỏ dở việc nghiên cứu. Nghe Xuân Hy than, tôi đã nói với Hy là Lão Tử chỉ viết bộ Đạo Đức Kinh hơn 5000 chữ trong một đêm để lại cho đời, rồi cưỡi trâu đi về phía tây. Xuân Hy cũng có khuynh hướng Lão Tử và đã ngao du trong thế giới chữ Nho gần 40 năm. Như thế cũng nên thảnh thơi cưỡi trâu ra đi theo Lão Tử.

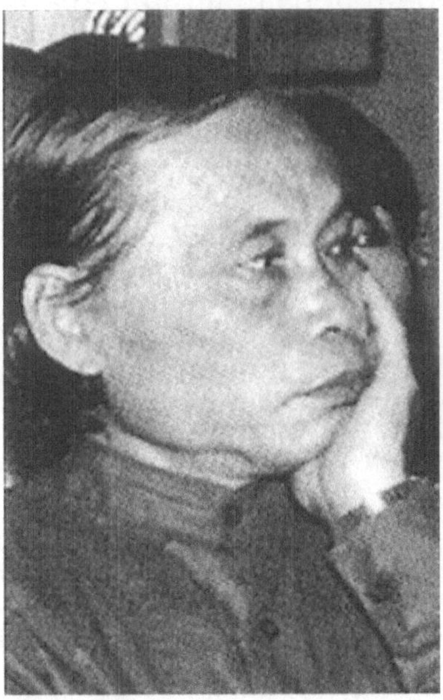

Giáo sư Đào Mộng Nam (1941-2006)

II. Đào Mộng Nam

Tôi kết giao với Đào Mộng Nam cũng vào năm 1957, năm Phạm Xuân Hy đến ở nhà tôi. Nam có mấy đặc điểm là đầu lúc nào cũng chải bóng, nói nhỏ nhẹ, hát hay và ngâm thơ rất hay với đủ thứ giọng. Mỗi lần đến chơi, tôi thường nghe Nam hát bài Tà Áo Xanh (Dang Dở) của Đoàn Chuẩn, Từ Linh, còn thơ thì thường ngâm bài Hành Phương Nam của Nguyễn Bính và bài Nguyện Cầu của Vũ Hoàng Chương. Có một lần đến chơi, Mộng Nam rủ tôi ra quán cà phê vợt ở đầu ngõ vào ấp Cả Trắc. Khi uống cà phê, Nam đưa tôi coi quyển vở có mấy trang chữ Hán và nói là đang theo học chữ Hán với cụ Lâm Tuyền Dã Phu Phan Vọng Húc, thân phụ của nhà thơ Phan Lạc Tuyên và Phan Lạc Giang Đông mà qua Giang Đông,

Nam đã tới nhờ cụ Húc dạy chữ Hán. Nam bảo học một mình cô độc, nên rủ tôi đi học với Nam. Tôi cũng thích chữ Hán và đã học hết cuốn Hán Văn Độc Bản trong hai năm đệ thất, đệ lục ở trường Chu Văn An (không hiểu tại sao chương trình chữ Hán lại bỏ ở đệ ngũ), nhưng thời gian này tôi đang đi bán báo ban đêm, còn quá ít thời giờ cho bài vở ở trường. Vì thế tôi bảo Nam là cậu học đi, còn tôi thì không có thì giờ để theo học. Sau này có thời giờ sẽ tính mà biết đâu lúc đó tôi lại phải làm lễ bái sư thầy Đào Mộng Nam. Từ đó thỉnh thoảng Nam vào nhà tôi sau giờ học ở nhà cụ Phan Vọng Húc. Vẫn ở quán cà phê vợt, Mộng Nam cho biết việc học tiến triển, tuần 3 buổi. Cụ Húc là lớp Nho sĩ cuối cùng còn lại nên cụ hết lòng giảng dạy, hy vọng sau này có những người trẻ tiếp nối việc của cụ. Cụ thường than là Phan Lạc Tuyên và Phan Lạc Giang Đông đều đi vào nghiệp văn chương, nhưng không hề quan tâm đến chữ Nho.

Tôi thân với Đào Mộng Nam qua chuyện sách vở. Tôi mê sách nên thường để dành tiền tìm mua những quyển sách quý hiếm thời đó như Văn Học Khái Luận của Đặng Thái Mai, Kinh Thi Việt Nam của Trương Tửu, Thượng Cổ Sử Ai Cập của Nguyễn Đức Quỳnh, Xã Hội Việt Nam của Lương Đức Thiệp, Vang Bóng Một Thời của Nguyễn Tuân... và nhà tôi thành nơi trao đổi sách của những người trẻ lớp tuổi tôi thích đọc sách. Đào Mộng Nam bằng tuổi tôi, sinh năm 1941, lúc đó mới 17, 18 tuổi, nhưng sau khi đọc xong cuốn nào, Nam thường có những nhận định khác lạ. Chẳng hạn như sau khi đọc hai cuốn Đi Tìm Một Căn Bản Tư Tưởng và Diễn Tiến Của Phong Trào Quốc Gia Việt Nam của Nghiêm Xuân Hồng, Nam đem sách trả tôi và nói là, "Nhóm Quan Điểm của Nghiêm Xuân Hồng, Lê Quang Luật và Mặc Đỗ sẽ chẳng đi đến đâu vì đã vướng vào vòng đấu tranh giai cấp của K. Marx, khi xướng lên tư tưởng giai cấp tiểu tư sản làm lịch sử và trí thức tiểu tư sản lãnh đạo lịch sử để đối lại với giai cấp vô sản. Cái nền tiểu tư sản không vững còn trí thức không bao giờ thống nhất với nhau thì làm sao lãnh đạo lịch sử. Qua lịch sử Tàu và Việt ta thấy những ông vua làm nên lịch sử đều không ở tầng lớp trí thức, thường ít học nhưng có tài quy tụ tay chân tả hữu và biết nắm thời cơ. Còn tầng lớp trí thức gọi là kẻ sĩ thường theo phò trước hay sau khi ông vua đó làm chủ thiên hạ. Gần chúng ta nhất như Hồ Hữu Tường, là trí thức hàng đầu, là lý thuyết gia, nhưng hoàn cảnh thời thế đã đẩy ông Tường chạy theo phò Bảy Viễn (một tay anh chị có quân và tướng)". Sở dĩ tôi nhớ những nhận định này của Nam, vì tôi để tâm đọc hết sách của Nghiêm Xuân Hồng và thấy lý thuyết gia họ Nghiêm sau khi ra phò tướng Nguyễn Khánh bị vỡ mộng, vì tưởng Nguyễn Khánh là Nasser của Ai Cập, nên quay về đọc hết truyện Kim Dung, rồi nghiên cứu Phật Giáo, thành cư sĩ với đạo hiệu là Tịnh Liên, đi truyền bá Phật pháp. Tôi thấy Nam hiểu sớm và sáng hơn tôi nhiều.

Khoảng cuối năm 1958, Đào Mộng Nam đến bảo tôi là Nam nhường cho tôi một chỗ kèm trẻ ở tư gia trong khu cư xá sĩ quan Chí Hòa, vì nhà Nam ở Nguyễn Cảnh Chân, trên Tân Định, xuống đây xa quá. Nam dẫn tôi đến cư xá sĩ quan, giới thiệu tôi với gia đình một đại úy tiểu đoàn trưởng, tiểu đoàn truyền tin. Thế là Phạm Xuân Hy đã dẫn tôi vào nghề bán báo đêm, còn Mộng Nam dẫn tôi vào nghề kèm trẻ tư gia.

Đầu năm 1963, gia đình tôi bán nhà đất ở ấp Cả Trắc và chuyển lên Đà Lạt. Cuối năm 1964, tôi có việc phải xuống Sài Gòn. Một buổi sáng trong khi đang đứng chờ xe buýt ở Ngã Bảy, nghe tiếng gọi tên ở bên kia đường, nhìn lên thấy người gọi vẫy tay, tôi đi vội qua thì ngạc nhiên, đó là Đào Mộng Nam, tóc chải mướt, mặc bộ bà ba trắng, chân đi guốc mộc. Nam cầm tay tôi cười nói:

– Mới xa cách một năm mà không nhận ra nhau nữa à?

– Cậu thay đổi kiểu ăn mặc thế này, lại nắng chói giữa người và xe cộ, làm sao nhận ra.

Nam cầm tay tôi đi về phía đường Phan Thanh Giản:

– Về nhà mình ở trên này.

Tôi theo Nam đi qua bệnh viện Bình Dân, rẽ vào một đường hẻm khá rộng. Đi chừng mấy chục mét, Nam dừng lại mở cổng đi vào. Ngôi nhà rộng, kê 5, 6 cái bàn dài với ghế dài. Trên tường có chiếc bảng đen lớn. Nam đưa tôi tới cái bàn vuông ở cuối phòng bảo:

– Cậu ngồi đây để mình đi lấy nước uống.

Sau khi rót trà ra chén, Nam bảo tôi:

– Đây là trường dạy chữ Nho của mình từ đầu năm 1964. Học viên khá đông, đa số là người lớn, có cả sinh viên Đại học Văn khoa và người Tàu.

Tôi ngạc nhiên nhìn Nam không nói nên lời. Nam đưa tôi một tập in ronéo, nhan đề là *Chữ Nho Tự Học*, rồi nói:

– Sau khi học cụ Phan Vọng Húc được 2 năm, có được một số vốn chữ Nho, mình xuống Chợ Lớn, vào nhà sách, tìm mua những sách dạy học sinh từ vỡ lòng đến sơ trung, cao trung của Đài Loan và Hồng Kông, nghiên cứu những bài học từ thấp lên cao với cách dạy của họ. Từ việc đọc kỹ sách giáo khoa của Đài Loan và Hồng Kông, mình tìm ra cách học mới, đơn giản dễ nhớ, chớ không như cách cụ Phan Vọng Húc dạy. Cụ là nhà Nho cựu trào, vẫn dạy theo nếp học cũ, mất nhiều thời gian và phải vận dụng nhiều trí nhớ. Học theo cụ thì phải mất 3, 4 năm mới đọc được Tam Quốc, Thủy Hử... Vì thế mình từ giã cụ, rồi tự học theo cách của mình. Trong quá trình học đó, mình soạn ra 3 tập này. Cậu đem về học đều theo cách phân tích của mình, chữ sẽ vào đầu tự nhiên và dễ nhớ. Đọc xong 3 tập này, từ 6, 7 tháng đến một năm, cậu sẽ đọc được *Tam Quốc Chí, Liêu Trai Chí Dị* và *Sử Ký Tư Mã Thiên*...

Tôi giở tập I, xem qua một số trang, rồi hỏi:

– Cậu tìm học chữ Hán vì động lực gì?

– Trở về nguồn cội. Chữ ABC dễ học, phổ thông là một ơn ích cho dân tộc Việt. Nhưng chỉ có chữ ABC, chúng ta sẽ đi ra xa, ra ngoài nguồn cội. Mình đã tìm ra cách học chữ Nho dễ và nhanh. Bằng phương pháp học này, mình sẽ thực hiện một cuộc vận động trở về nguồn bằng chữ Nho. Mình sẽ phát triển việc dạy chữ Nho ở những Phật Học Đường, Hội Khổng Học và một số cơ sở do mình vận động tự thành lập. Từ những cơ sở này vừa dạy vừa tìm những người hiểu giá trị của về nguồn, nhất là giới trẻ, sinh viên đại học, kết thành những hạt nhân văn hóa. Phát triển việc dạy và học chữ Nho cũng là tạo áp lực để Bộ Quốc Gia Giáo Dục thiết lập lại chương trình dạy chữ Nho ở trung học. Mình hình dung khi tất cả những học sinh trung học thông thạo chữ Nho thì bộ mặt văn hóa của đất nước sẽ khác, nguồn văn hóa sẽ sâu thẳm chớ gốc rễ không mờ nhạt, vong bản như bây giờ. Việc làm văn hóa không phải là chuyện kêu gọi mà là tạo điều kiện và hoàn cảnh cho nó tự hành. Mình đã tự tạo được căn bản cho mình và tự tin trong cuộc vận động này.

– Cuối năm 1957, cậu rủ tôi đi học chữ Hán ở nhà cụ Phan Vọng Húc. Tôi nghĩ đó chỉ là ý thích của tuổi trẻ, nhưng không ngờ cậu nuôi một hoài bão lớn, một cái nhìn xa. Còn tôi thì nông cạn, không nhìn gì cả.

– Lúc đó, mình không dám nói nhiều, nghĩ là phải học thông chữ Nho rồi mới có thể nói tiếp. Và hôm nay mình đã nói tiếp.

Tôi đưa tay nắm tay Nam:

– Mừng Nam đã đạt được sự thành tựu căn bản bước đầu để có thể đi xa. Năm 57, tôi nói đùa là biết đâu tới lúc đó sẽ bái cậu làm sư phụ. Không ngờ nay thành sự thực. Bây giờ tôi phải đi. Chiều mai khoảng 6 giờ, tôi sẽ trở lại làm lễ bái sư và mời Nam tới nhà hàng Ngọc Sơn ở đường Lê Thánh Tôn.

***

Tôi đem 3 tập Chữ Nho Tự Học về Đà Lạt đọc kỹ tập I và nhận ra phương pháp học chữ Hán của Đào Mộng Nam giúp người học dễ nhớ bằng mấy điểm:

- Phân tích cấu tạo của mỗi chữ ra những thành phần đơn giản và nói lên sự tương quan giữa các phần.

- Chữ tượng hình thì tác giả vẽ hình.

- Còn những chữ khác tác giả tìm ra một chuyện liên quan đến nghĩa của chữ.

- Đi từ dễ đến khó với những bài ngắn, gồm cả văn ngôn (cổ văn) và bạch thoại. Có phần văn phạm cho cả 2 loại văn.

- Nói chung, tác giả đã vận dụng 6 phép cấu tạo chữ Hán, gọi là lục thư, với sự sáng tạo riêng để tìm ra cách học cho dễ nhận, dễ nhớ. Còn những bài học ngắn là sử dụng những chữ đã học để học luôn 2 loại văn ngôn và bạch thoại. Như thế tác giả giúp người học, sau khi học xong 3 cuốn Chữ Nho gồm 1882 chữ thông dụng căn bản có thể đọc sách Trung Hoa và hiểu được cả văn ngôn như văn Liêu Trai Chí Dị hay văn bạch thoại như truyện của Quỳnh Dao.

Năm 1964-65 là đỉnh cao của truyện chưởng Kim Dung ở Việt Nam. Hàng ngày tôi cũng chờ báo để đọc tiếp Tiếu

Ngạo Giang Hồ, nên truyện Kim Dung đã thúc đẩy tôi học chữ Hán và trong mấy tháng tôi đã học xong tập I. Nhưng giai đoạn này chính trị miền Nam hỗn loạn với chỉnh lý và đảo chánh đi cùng với việc đấu tranh cực đoan đem bàn thờ Phật ra đường của Phật Giáo Ấn Quang. Đà Lạt là thành phố yên tĩnh cũng không thoát được thứ đấu tranh này. Trên đường Đà Lạt – Sài Gòn đã thường xuyên bị du kích của Mặt Trận Giải Phóng Miền Nam chặn xe ở khoảng đèo Chuối hay phía dưới Madagui. Thời cuộc bất an, nên tôi không học tiếp, rồi tới tháng 4 năm 1966 tôi phải trình diện để đi vào trường Bộ Binh Thủ Đức. Suốt thời gian 9 tháng ở Thủ Đức, những ngày thứ Bảy, Chủ nhật đi phép, tôi đã không tìm gặp Đào Mộng Nam, nhưng qua báo chí, tôi biết Nam đã mở rộng được nhiều cơ sở dạy chữ Nho như Viện Đại Học Vạn Hạnh, Phật Học Viện Quảng Đức, Phật Học Đường Huệ Nghiêm và Hội Khổng Học Việt Nam... Trong khi chiến tranh tiếp diễn ngày một dữ dội trên khắp miền Nam, tôi hình dung Nam với bộ bà ba trắng, chân đi guốc mộc, đang nỗ lực thực hiện một cuộc vận động văn hóa về nguồn bằng chữ Nho, xây dựng thế chân vạc Nho-Nôm-Quốc ngữ ABC thành một nguồn văn tự dân tộc Việt mà không quốc gia nào có. Nhưng tôi sợ chiến tranh sẽ phá hủy, cắt đứt dòng vận động của họ Đào.

Tôi đã đi vào cuộc chiến ở vùng I Thừa Thiên, Quảng Trị, nên không trở lại được với bộ Chữ Nho của Đào Mộng Nam, nhưng hẹn sẽ có ngày trở lại với nó. Khoảng năm 1970, từ đơn vị xa trở về Huế, tôi ghé vào nhà sách Ưng Hạ, gần đầu cầu Trường Tiền trên đường Trần Hưng Đạo để coi mua vài cuốn sách và tạp chí. Khi đứng trước kệ sách giữa nhà, tôi lóa mắt vì 3 quyển Chữ Nho Tự Học, khổ lớn bìa đỏ, cạnh 3 cuốn đó là bộ Nho Văn Giáo Khoa Toàn Thư, bìa màu tím của Nguyễn Văn Ba, rồi tới mấy cuốn Dịch Kinh Linh Khảo, Triết Lý Cái Đình... của Kim Định. Tất cả những cuốn này đều do nhà xuất bản Nguồn Sáng xuất bản, một nhà xuất bản mới ra đời. Tôi lấy cả những cuốn này, rồi ra ngoài nhặt 2 số Bách Khoa. Khi ngồi trên đò Đông Ba - Đập Đá để về Vỹ Dạ, giở coi trang trong của bộ Nho Văn Giáo Khoa Toàn Thư, tôi thấy hàng chữ: Nhà xuất bản Nguồn Sáng – Giám Đốc Đào Mộng Nam. Tôi kêu thầm: A! Anh bạn quần áo bà ba, đi guốc này đã đi thêm một bước nữa trong cuộc vận động văn hóa. Tôi đã đọc một số sách của linh mục Kim Định, biết linh mục quảng bá tư tưởng Việt Nho qua việc viết sách và dạy học, và luôn luôn đề cao chữ Nho là một linh tự. Ngài Kim Định quảng bá tư tưởng bằng sách và môi trường đại học. Nay Mộng Nam kết với ngài thì Nam có nguồn tư tưởng Việt Nho và linh mục Kim Định có mũi nhọn xung kích phát triển linh tự Nho văn là Đào Mộng Nam. Đọc sách của linh mục Kim Định, tôi có cảm tưởng linh mục chịu ảnh hưởng của Lý Đông A. Nếu cảm tưởng của tôi đúng thì việc vận động văn hóa của Mộng Nam có nền tư tưởng Việt Nho và xa hơn thấp thoáng có họ Lý với Duy Dân Quốc Sách Thảo Án Toàn Pho.

Lần ấy tôi đem cả số sách của Nguồn Sáng ra căn cứ Vinh An, bên sông Ô Lâu, gần Mỹ Chánh. Ba cuốn Chữ Nho Tự Học in lại đẹp, sáng sủa, nhưng dưới 3 chữ Đào Mộng Nam có thêm mấy chữ Giảng Sư Đại Học Huế. Tôi học lại cuốn I và đọc sách của linh mục Kim Định. Thời gian này, từ 1971 trở đi, Cộng quân lại gia tăng đánh phá ở nhiều nơi. Đêm ngày nhìn mấy cuốn sách với tiếng đại bác và ánh hỏa châu gần xa, tôi thấy người làm văn hóa cứ lặng lẽ đi bên cạnh sự tàn phá của chiến tranh. Người làm, người phá! Số phận của đất nước như thế. Việt Nho, linh tự Nho văn – Thế chân vạc Nho – Nôm – chữ ABC của văn tự Việt Nam. Đến một lúc học sinh trung học thông thạo chữ Nho thì nội lực văn hóa Việt Nam sẽ khác. Đào Mộng Nam đã say sưa nói với tôi những lời này và Nam đã đem thân vào cuộc vận động đó.

Nếu đất nước hòa bình thì đây là cuộc vận động tuyệt vời. Nhưng đất nước đang chiến tranh. Làm thì lâu, nhưng phá thì chỉ cần một tiếng nổ là tan tành tất cả. Tôi vẫn tiếp tục học sách của Nam, dù không đều cho đến mùa hè đỏ lửa thì phải ngừng, vì Cộng quân chiếm Quảng Trị (1972) và sông Ô Lâu trở thành tuyến phòng thủ của quân lực Việt Nam Cộng Hòa với Thủy Quân Lục Chiến và Nhảy Dù. Mặc dù cuối năm 1972, quân Cộng Hòa đã giải phóng Quảng Trị, nhưng từ đó, miền đất địa đầu đã không còn yên với lính và tới tháng 3/1975 thì quân Việt Nam Cộng Hòa tan rã với lệnh di tản của Tổng thống Thiệu, đã tạo ra những thảm kịch cho quân và dân ở bãi biển Thuận An và cửa Tư Hiền khi Cộng quân pháo kích vào hai nơi này.

***

Năm 1981 tôi ra tù cải tạo, đến năm 1986 được người quen giới thiệu cho chuyến vượt biên. Tháng 4 tôi tới đảo Galang và được vào Mỹ định cư ở Chicago tháng 4/1987. Khoảng đầu năm 1989, tôi sang California để dự cuộc họp của những văn nghệ sĩ để thành lập Hội Văn Nghệ Sĩ Tự Do do nhóm vận động gồm một số nhà văn, nhà thơ như Chu Tấn, Đào Văn Bình, Hồ Công Tâm... Ở cuộc họp này tôi gặp lại Đào Mộng Nam sau 25 năm. Nam cho biết có người em ở Hải Quân nên đã đem gia đình xuống tàu đi từ ngày 29/4/75. Nam không thay đổi gì mấy, vẫn nho nhã, chỉ khác là mái tóc đã để dài buộc sau gáy. Buổi tối ấy, Nam đã mời tôi và Chu Tấn đến một nhà hàng ở Bolsa, nổi tiếng với món tiết canh vịt. Sau bữa ăn, Nam chở Chu Tấn về lại ngôi nhà của một thân hữu cho mượn dùng làm trung tâm họp thành lập Hội Văn Nghệ Sĩ Việt Nam ở Fountain Valley. Còn tôi đi với Nam về nhà Nam. Nam lái chiếc Pickup truck cỡ nhỏ, trên xe có thang và nhiều thùng sơn, đi qua mấy con đường với những ngôi nhà thấp để về nhà. Nam sống một mình trong ngôi nhà nhỏ, một phòng ngủ, phòng khách khá rộng, sách báo để khắp nơi với nhiều tập sách chữ Hán. Đêm ấy tôi hỏi Nam:

– Qua đây, ông sống bằng nghề gì?

Nam đáp:

– Đi sửa nhà và sơn nhà.

– Tôi thấy ở Mỹ có nhiều nhà xuất bản đã in lại nhiều sách của Miền Nam, sao ông không cho in lại 3 cuốn Chữ Nho Tự Học?

Nam trả lời:

– Khi nào đời sống ổn định thì sẽ in lại. Việc đó dễ.

– Ổn định với ông hay với những người tỵ nạn nói chung.

– Với cả hai.

– Vậy là qua đây từ 75 đến giờ, ông đã bỏ văn chương chữ nghĩa?

Nam lắc đầu:

– Bỏ sao được. Làm việc khác. Tôi đã dịch hàng trăm bài thơ Đường, hàng trăm bài thơ của những nhà cách mạng chống Pháp như Phan Bội Châu, Nguyễn Thượng Hiền, Trần Quý Cáp, Phan Chu Trinh... và nay thì dịch thơ chữ Nho của Cao Bá Quát. Trước kia đi học, chúng ta chỉ được học ít bài thơ, phú chữ Nôm của Cao Bá Quát mà không biết là Cao Bá Quát làm nhiều thơ chữ Nho, hàng ngàn bài. Tôi đã thu thập được mấy trăm bài và đang dịch. Số lượng thơ chữ Nho của Cao Bá Quát không kém hơn thơ của Lý Bạch. Có điều thơ họ Lý thì đẹp ở rượu, trăng, hoa và mỹ nhân; còn thơ của họ Cao động hơn với đời sống huyết lệ của con người. Đọc thơ chữ Nho của Cao Bá Quát, tôi mới thấy tư tưởng cách mạng, mới thấy sự hùng vĩ của ông.

Tôi nói:

– Trước kia thời gặp ông ở ấp Cả Trắc, mỗi lần ông đến tôi đều nói cho nghe bài Hành Phương Nam của Nguyễn Bính hay cho nghe Nguyện Cầu của Vũ Hoàng Chương. Tôi nhớ sau khi chính quyền Ngô Đình Diệm bị lật đổ, hai chúng ta đã tham dự một buổi ca nhạc mừng chiến thắng của Phật Giáo ở chùa Hưng Long, hương lộ 14, Phú Thọ Hòa của thầy Thích Tâm Thông. Ban tổ chức đã yêu cầu ông lên ngâm bài thơ Lửa Từ Bi của Vũ Hoàng Chương, nhưng khi lên sân khấu ông đã không ngâm Lửa Từ Bi mà ngâm bài Nguyện Cầu. Khi ông xuống, tôi hỏi:

– Sao không ngâm Lửa Từ Bi?

Ông trả lời:

– Đã thắng rồi thì phải trở về với thân phận con người, chớ ngâm bài đó làm gì. Bây giờ ông cho nghe lại bài Nguyện Cầu. Bao nhiêu năm tôi nhớ giọng ngâm thơ của ông.

Mộng Nam cười, thăng giọng, rồi ngâm:

"Ta còn để lại gì không
Kìa non đã lở, này sông cát bồi.
Lang thang từ độ luân hồi,
U minh nẻo trước, xa xôi dặm về.
..."

Nam ngừng lại, cười nhìn tôi:

– Thuở 16, 17 đã in sâu bài thơ vào tâm trí. Nay đã gần 50 tuổi, lại vẫn ngâm nó trên đường đi sửa nhà, sơn nhà. Bài thơ tuyệt vời, tôi đã coi nó là một trong những bài thơ hay nhất của Vũ Hoàng Chương.

– Ông cao kiến và luôn nghĩ xa hơn tôi. Bây giờ ông cho nghe ít bài thơ Đường và thơ Cao Bá Quát ông dịch.

Đào Mộng Nam đi vào phòng ngủ lấy ra một xấp giấy, đọc cho tôi nghe chừng chục bài thơ Đường và chục bài thơ Cao Bá Quát. Đào Mộng Nam dịch thơ Đường ở những bài chuyển sang thể lục bát có âm điệu của Tản Đà...

Sáng hôm sau, khi chở tôi đến ngôi nhà dùng làm nơi hội họp của văn nghệ sĩ, Nam đưa cho tôi một phong bì lớn, trong có mấy tờ báo có bài của Nam và hai xấp giấy đánh máy gồm chục bài thơ Đường và chục bài thơ Cao Bá Quát do Nam dịch.

Cuối thập niên 1990, Nam gọi tôi cho biết là đã về Việt Nam mấy lần.

Tôi hỏi:

– Về với mục đích gì?

Nam đáp:

– Về Phú Thị, Gia Lâm, quê của Cao Bá Quát, để tìm thêm tài liệu về họ Cao và đã tìm thêm được mấy trăm bài thơ chữ Nho của Cao Bá Quát.

Có một điều do nói chuyện lan man, tôi quên hỏi Nam là tìm kiếm thơ ở đâu, ai giữ được thơ của một tử tội bị tru di tam tộc và làm cách nào biết được thơ đó là thơ Cao Bá Quát.

Sau lần nói chuyện đó, Nam không liên lạc với tôi nữa, nhưng qua báo chí, tôi biết Nam tiếp tục về Việt Nam.

Đến đầu tháng 9/2006, bỗng nhiên báo Thời Luận và Người Việt loan tin là Đào Mộng Nam đã từ trần. Vì Nam sống một mình trong một apartment, chung cư ở đường McFadden, Tustin, California, nên không ai biết Nam mất vào ngày nào. Chỉ khi người cùng chung cư báo cảnh sát là có mùi hôi từ apartment của Nam, cảnh sát phá cửa vào thì thấy Nam nằm gục dưới sàn nhà, một phần thân đã bị phân hủy. Tang lễ đã được thực hiện trong vài tiếng đồng hồ từ 9 đến 12 giờ ngày thứ Bảy 2 tháng 9 năm 2006 tại Peek Family Funeral.

Sau khi Đào Mộng Nam từ trần, tôi đọc được một số bài viết về Nam, nên đã biết rõ hơn về những việc làm của Đào Mộng Nam từ cuối thập niên 1960 trở đi. Tôi xin ghi lại đây một số đoạn từ những bài viết đó:

1. Trong bài *Vĩnh Biệt Đào Mộng Nam,* nhà báo Phan Tấn Hải đã viết:

"Tóc thường cột sau gáy, trang phục thường xuề xòa, mắt nhìn ngây thơ, cử chỉ dịu dàng, tính trầm mặc, ưa lặng lẽ, khi lên tiếng thì lời vi diệu, đầy ẩn mật, cho thấy những suy nghĩ lạ lẫm nhưng cổ kính, ngôn ngữ trau chuốt nhưng thơ mộng... và cũng bất ngờ khi anh chợt đến, khi anh chợt đi. Đó là hình ảnh của giáo sư và cũng là nhà thơ Đào Mộng Nam.

Đào Mộng Nam đã sống một cuộc đời đầy những hồn thơ, kể cả khi lặng lẽ từ trần trong thư phòng, chất đầy quanh tường và các kệ sách là thơ của Cao Bá Quát và Bùi Giáng.

Những công trình anh muốn làm thì nhiều hơn việc làm của một đời người. Khi gặp nhau, khi được hỏi về các vấn đề cổ học, về Hán học hay cả về văn chương hiện đại, chúng ta thường nghe anh nói với những kiến thức ít gặp, ít thấy... Anh đọc nhiều hơn rất nhiều người và đọc một cách sâu sắc lạ thường...

Nhưng dấu ấn lớn nhất của Đào Mộng Nam đối với văn học Việt Nam chính là vai trò một nhà Hán học của anh. Rất nhiều sinh viên của các Đại Học Văn Khoa Sài Gòn, Đại Học Vạn Hạnh thời trước 1975 không thể nào quên về công trình quảng bá chữ Nho của Đào Mộng Nam.

Giáo sư Đào Mộng Nam có một phương pháp dạy và học chữ Hán mới hơn, giúp học sinh tiếp cận văn học chữ Nho nhanh hơn và nhớ hơn các lối học truyền thống. Trước đây, nhà văn Hoàng Hải Thủy từng viết rằng chỉ nhờ học chữ Hán theo phương pháp của Đào Mộng Nam trong 5 tháng là đã có thể đọc được Tam Quốc Chí bằng Hán tự.

Báo Văn Nghệ ở Hà Nội, trong một số báo gần hai năm trước, có ghi nhận về công trình nghiên cứu và dịch thuật của Đào Mộng Nam về thơ văn Cao Bá Quát với người viết là Nguyễn Huy Thuận và tựa bài viết là "Biết thêm về Cao Bá Quát", trích như sau:

"Trong khoảng 10 năm trở lại đây có rất nhiều nhà nghiên cứu, nhà báo, sinh viên đại học, cao học về Phú Thị (Gia Lâm, Hà Nội) tìm tài liệu về Cao Bá Quát và quê hương Phú Thị. Đặc biệt có giáo sư Đào Mộng Nam, nhà nghiên cứu Đông Phương ở hải ngoại về Phú Thị thăm và giới thiệu công trình của ông đã dịch trên 1400 bài thơ chữ Nho của Cao Bá Quát ra quốc ngữ. Ông đã phát hiện ra "thần lực" trong thơ Cao Bá Quát và từ khởi điểm này ông đang xây dựng một công trình văn hóa: "Nét đặc trưng văn hóa Việt Nam và tiến bộ khoa học hiện đại". Ông đã đánh giá rất cao Cao Bá Quát:

- Nhà thơ vĩ đại nhất Á Đông.

- Bậc thi bá duy nhất tập đại thành cả 3 nghìn năm tư tưởng thi ca Đông Á.

- Thi sĩ, chiến sĩ cách mạng, thi sĩ tiên tri.

Ông có đọc cho nghe bài thơ Nguyên Tiêu Khóc Cao Bá Quát, trong đó có hai câu:

Vạn thuở văn chương còn chẳng nát
Muôn đời thần khí lẽ nào tan.

Phải chăng hình ảnh Đào Mộng Nam thương khóc Cao Bá Quát cũng là một cái nhìn tiên tri về chính cuộc đời của nhà thơ Đào Mộng Nam, người cũng y hệt như họ Cao, 'suốt đời chỉ cúi đầu chào hoa mai' như một dòng thơ cổ lưu lại của họ Cao..."

(vietbao.com/vinh-biet-dao-mong-nam)

2. Trong bài *Đào Mộng Nam, Về...,* nhà nghiên cứu Nguyễn Tiến Văn, người đã cùng Đào Mộng Nam viết bản tiểu luận "Thế chân vạc của ngôn ngữ văn tự Việt", đăng trên tạp chí Tân Văn số tháng 4 và 5/1969, đã viết về Đào Mộng Nam như sau:

"Đào Mộng Nam vừa qua đời tại California, hoàn toàn đơn độc tại trai phòng, chỉ có bồ đoàn, máy vi tính, ấm trà, những bản thảo dịch thơ Cao Bá Quát và những tập bản thảo sưu tập các giai thoại về Bùi Giáng...

Đào Mộng Nam học tiểu học ở Bắc, trung học ở trường Chu Văn An, năm chót của niên khóa 1960, sau đó có lên Đại Học Văn Khoa, nhưng bỏ ngang để theo đuổi chí hướng riêng là học và truyền bá việc học chữ Nho. Anh bắt đầu vận động qua Hội Khổng Học Việt Nam cùng những nhân vật như Hà Huy Liêm, Hoàng Nam Hùng và sau nữa là Nguyễn Văn Tụ từ đầu thập niên 1960 đến 1975.

Từ giữa thập niên 1960, anh mở lớp dạy chữ Nho cho các sinh viên Y Khoa Đại Học Huế trong chương trình kết hợp Đông Tây, dưới sự tôn vinh Hải Thượng Lãn Ông Lê Hữu Trác và lời thề với y tổ này thay cho lời thề Hippocrate của Tây Y. Đồng thời anh cũng phát triển các khóa học dạy chữ Nho tại Đại Học Vạn Hạnh, Đại Học Minh Đức, dạy tự do cho công chúng tại trường Đức Trí, đường Cao Thắng, quận 3, mỗi thứ Bảy, Chủ nhật. Cũng như xuất hiện trên truyền hình để quảng bá việc học chữ Nho theo cách mới đến mọi tầng lớp.

Năm 1966 (năm 1970 thì đúng hơn - người viết) cùng với thân hữu, anh chủ trương nhà xuất bản Nguồn Sáng, phát huy quốc học và chủ trương dung hòa Đông Tây. Nhà xuất bản Nguồn Sáng, ngoài việc xuất bản bộ Chữ Nho Tự Học của Đào Mộng Nam, còn cho ra đời những bộ sách giá trị như Nho Văn Giáo Khoa Toàn Thư của Bác sĩ kiêm Đông y sĩ Nguyễn Văn Ba, tủ sách Việt Nho của Lương Kim Định, những sách dịch như Ấu Học Quỳnh Lâm, tiểu thuyết của Dostoïevski như Anh Em Nhà Karamazov, Lũ Người Quỷ Ám, Đầu Xanh Tuổi Trẻ, tiểu thuyết của Han Suyin (Hàn Tố Âm), của Heinrich Böll, thơ Tagore, Kahlil Gibran... và tủ sách thiếu nhi gồm các danh tác thế giới và Việt Nam, trong đó đặc sắc là bộ Phiêu Lưu Trên Lưng Ngỗng của Selma Lagerlöf do Lý Quốc Sỉnh dịch...” (talawas.org/1/9/06)

3. Trong bài *“Tưởng nhớ Đào Mộng Nam”,* Bác sĩ Bùi Duy Tâm đã viết:

“Hồi đó là cuối năm 1964, mới du học ở Mỹ về, tôi tìm đến nhà Đào Mộng Nam ở trong hẻm bên hông bệnh viện Bình Dân, đường Phan Thanh Giản, Sài Gòn, để học chữ Nho. Dáng người nho nhã, trong bộ bà ba trắng, anh tiếp tôi rất kiểu cách, gọi tôi bằng Vị: Mời Vị ngồi chơi, mời Vị xơi nước...

Tôi rất thích lối dạy chữ Nho của Đào Mộng Nam, từ dễ đến khó, không làm nản lòng người học. Trong 3 cuốn Chữ Nho Tự Học gồm 1882 chữ. Chữ nào cũng được giải tự rõ ràng có nghĩa lý. Bài học gồm hai loại: văn ngôn và bạch thoại. Học viên phải tuân theo kỷ luật là phải thuộc bài trước mới được học bài sau. Tuy nhiên nếu quên thì tác giả đã đánh số bộ hay số chữ để học viên tìm lại bài cũ. Lối học chữ Nho của Đào Mộng Nam là luôn luôn dùng từ điển như từ điển Thiều Chửu.

Bộ Chữ Nho Tự Học của Đào Mộng Nam được phong trào thanh niên văn hóa Gió Khơi quay ronéo để phổ biến vào những năm 1965-1969. Đến năm 1970, bộ chữ Nho Tự Học gồm 3 cuốn đầu mới được xuất bản gọn gàng đẹp đẽ và đã thành công rực rỡ (15.000 cuốn được tái bản trong năm đầu). Một số đại học Mỹ, Pháp, Đức, ngay cả Trung Hoa đã điều đình phiên dịch làm sách giáo khoa. Tôi đưa Đào Mộng Nam vào dạy chữ Nho trong các sinh hoạt ngày Chủ nhật cho đoàn Gió Khơi và trong chương trình văn hóa của Gió Khơi trên Đài Truyền Hình Sài Gòn. Sau này tôi đưa anh ra dạy chữ Nho cho Viện Đại Học Huế.

Tôi còn nhớ một hôm, khoảng năm 1972-73, anh lái xe hơi chở đầy sách đến nhà tôi trong Viện Pasteur, khoe với tôi rằng anh mới mua xe hơi, bây giờ anh có nhiều tiền nhờ xuất bản sách. Trong những sách mà anh xuất bản dưới danh hiệu Việt Nam Văn Hiến, có một cuốn sách rất có giá trị là Nho Văn Toàn Thư của Nguyễn Văn Ba. Ông Nguyễn Văn Ba là một bác sĩ Tây y, cùng khóa với Giáo sư Phạm Biểu Tâm, sau chuyển sang nghiên cứu về triết Đông và hành nghề Đông y châm cứu. Sự hiểu biết về triết học Đông phương của ông Nguyễn Văn Ba rất uyên thâm, vượt mức lý trí lên tới Duệ trí. Tôi thường đưa anh Nam đến học hỏi ông Ba. Anh Nam nhận ra ngay được kỳ nhân và hàng ngày ngồi với ông Ba để giúp ông viết xong phần Duệ trí cho cuốn Nho Văn. Hiểu được Lão Tử, Khổng Tử, Trang Tử, Mạnh Tử, Liệt tử tới trình độ Duệ trí, hiếm người được như Nguyễn văn Ba. Ghi lại và in thành sách để mọi người chung hưởng là công của Đào Mộng Nam. Ba thầy trò hay ba anh em chúng tôi thường bàn với nhau về cái thế chân vạc giữa ngôn ngữ và văn tự của dân tộc Việt Nam. Thế chân vạc đó là chữ Nôm, chữ Nho và chữ ABC (thường gọi là quốc ngữ).

Sự tổng hợp kỳ diệu đó sẽ là dụng cụ tuyệt vời để người Việt sinh động với thực tại bằng tiếng Việt, kết nối với quá khứ và các nước Đông phương (Trung Quốc, Nhật Bản) bằng chữ Nho và phổ biến trong quần chúng đương đại bằng chữ ABC.

Thời gian khoảng 72-73, thủ tướng Trần Văn Hương có ý trao cho tôi phụ trách văn hóa, giáo dục và thanh niên, nên ba anh em chúng tôi rắp tâm ước vọng đem Nho văn dạy các lớp bậc trung học như một môn học cơ bản bắt buộc."

Đào Mộng Nam viết: "Thực vậy, nếu ném một cái nhìn bao quát toàn thế giới, chúng ta sẽ không thấy một quốc gia nào lại có được cái thế chân vạc giữa ngôn ngữ và văn tự, vừa bác học vừa giản đơn tới mức tuyệt đối, thỏa mãn cho cả bình dân lẫn trí thức như ở Việt Nam. Với chữ ABC, dù một người Việt Nam ngu tối tới đâu chỉ cần vài tháng là đã có thể đọc thông viết thạo. Thứ chữ này để dành riêng cho giới bình dân và các trẻ thơ cấp tiểu học. Từ cấp trung học trở lên, ta bắt đầu dạy chữ Nho bằng phương pháp khoa học, vì nếu siêng năng vài năm là học sinh có thể đọc được chữ Nho làu làu. Như vậy sau 7 năm trung học, học sinh nào cũng đọc và hiểu được chữ Nho. Thiết tưởng bộ mặt văn hóa của ta chắc chắn sẽ đổi thay nhiều chứ không vong bản như hiện giờ. Chúng ta sẽ nối tiếp lại với truyền thống bốn ngàn năm lịch sử của mình, cùng nền văn minh Đông phương sâu thẳm, vốn được coi là gốc rễ của cả nhân loại".

Đào Mộng Nam có nhiều tác phẩm thơ dịch:

- Dịch và giới thiệu ngàn bài thơ Đường.

- Dịch và giới thiệu kho tàng thơ Nho của các nhà cách mạng kháng Pháp (thơ huyết lệ)

- Dịch và giới thiệu toàn tập thơ Cao Bá Quát từ nguyên bản chữ Nho.

- Dịch và giới thiệu trường ca Rama.

- Dịch và giới thiệu Khúc Hát Dâng Tình (thánh thi của vua Salomon có ghi trong Cựu ước) từ tiếng Anh và tiếng Pháp ("The song of love").

4. Trong bài *"Đào Mộng Nam, Giấc Mộng Văn Hóa Không Thành",* nhóm bằng hữu gồm Bùi Ngọc Tuấn, Cao Bá Minh, Phạm Quốc Bảo, Phan Nhật Nam và Trần Lam Giang đã viết:

"Năm 1964, khi chưa đến tuổi 30, Đào Mộng Nam đã khởi thảo biên soạn Chữ Nho Tự Học, bộ sách hữu ích, đầy tính sáng tạo trong quá trình học chữ Nho, mà ông và những nhà giáo dục chuyên ngành Dân Tộc Học (Việt Học) trong tủ sách Việt Nam Văn Hiến như cố linh mục Kim Định gọi đấy là một linh tự - thứ chữ chứa đựng tinh thần Việt tộc, đã giúp người Việt tồn tại qua hằng thế kỷ tương tranh, va chạm với những nền văn hóa, văn minh khác (Trung Hoa, Ấn Độ, Tây phương). Không phải chỉ lý thuyết, Đào Mộng Nam diễn đạt phương pháp Tự Học Chữ Nho qua trình bày một cách có hệ thống về cấu trúc chữ Nho (diễn tiến sự hình thành, biến đổi, canh tân của mỗi từ, ý nghĩa của mỗi từ đó trong từng văn pháp, qua các thể văn ngôn, bạch thoại). Ba cuốn Chữ Nho Tự Học hẳn là một công trình hoàn chỉnh nhất về phương pháp tự học chữ Nho kể đến năm 1975, hoặc cho đến bây giờ ở hải ngoại, bao gồm cả trong nước.

Không chỉ biên soạn về linh tự dân tộc không thôi, Đào Mộng Nam còn quảng diễn tác động, chức năng quan yếu của chữ Nho trong quá trình giảng dạy tại các cơ sở giáo dục: Viện Đại Học Vạn Hạnh, Viện Đại Học Huế, Phật Học Viện Quảng Đức, Phật Học Đường Huệ Nghiêm và Hội Khổng Học Việt Nam. Đào Mộng Nam và những người hằng quan tâm đến tiền đồ Việt Học không chỉ giảng dạy chữ Nho trong giới hạn của một môn học thuộc giáo trình của những khóa học bậc đại học, nhưng còn ôm ấp ước vọng xây dựng lại chữ Nho ở cấp trung học để những thế hệ người Việt mai hậu lớn lên, hành xử, vận động được sức mạnh tổng hợp của ngôn ngữ dân tộc trên ba cột trụ Nho – Nôm – quốc ngữ ABC. Các tác phẩm Nho-Nôm-ABC tự điển và Chữ Nho Linh Tự của Văn Minh (hợp soạn cùng Nguyễn Tiến Văn) đồng nằm trong chủ đích làm sống lại một cách có hệ thống nguồn lực bất diệt ngôn ngữ của tiền nhân. Tiếc thay, ước vọng của Đào quân cũng như cố linh mục Kim Định nhằm xây dựng một nền Việt Lý với chữ Nho vẫn chỉ là giấc mộng... như giấc mộng lớn của dân tộc Việt bị phá vỡ trong cuộc chiến hủy diệt dấy lên từ ngày 19 tháng 12 năm 1946. Sáu mươi năm trước mà nay dấu vết tàn hại vẫn còn nguyên tác động với chế độ gọi là 'Cộng Hòa Xã Hội Chủ Nghĩa' ở quê nhà".

Kết luận

Bao lâu nay, mỗi lần thấy bộ sách Chữ Nho Tự Học trên mạng, tôi lại hình dung Đào Mộng Nam trong bộ quần áo bà ba trắng, đi guốc mộc ở Ngã Bảy, Sài Gòn. Con người nhỏ bé ấy mới mười mấy tuổi đã nuôi hoài bão lớn – Tìm thầy học chữ Nho để có thể thực hiện cuộc vận động phục hưng văn hóa Việt. Năm 1964, thay đổi trang phục, có lẽ Nam muốn ghi dấu việc học thành tựu và trở thành thầy dạy chữ Nho, bước đầu đi vào cuộc vận động. Chắc hẳn cuộc vận động ấy đã đáp ứng nhu cầu của dân tộc, nên Mộng Nam đã nhận được sự đồng tình nồng nhiệt của nhiều quý nhân như Nhà Nghiên cứu Nguyễn Tiến Văn, các nhà sư, những người lãnh đạo Hội Khổng Học Việt Nam, Bác sĩ Bùi Duy Tâm, Bác sĩ Nguyễn Văn Ba và nhiều người trẻ khác để cùng đi vào tiến trình vận động. Vì thế chỉ trong 10 năm từ 1964 đến 1974, cuộc vận động ấy đã đi được những bước dài mà trong phần trên đã đề cập. Nhưng cuộc vận động đã đi cùng với cuộc chiến tranh và biến cố 30/4/1975 đã kết thúc cuộc vận động của Đào Mộng Nam. Tuy vậy, chúng tôi không coi đây là Giấc Mộng Văn Hóa Không Thành mà chỉ là Cuộc Vận Động Văn Hóa bị dang dở, vì Đào Mộng Nam đã định được một nội dung, một hướng đi phải làm gì cho cuộc phục hưng văn hóa Việt. Chúng tôi nhìn vấn đề như thế, vì nghĩ rằng chế độ độc tài toàn trị của đảng Cộng Sản Việt Nam đã đi đến chỗ cùng của sa đọa thối nát với sự tàn phá văn hóa và con người thì chế độ ấy phải đi tới tan rã để dân tộc và con dân Việt phục hồi thế sống quân bình với giá trị làm người.

Năm 1989, trong một cuộc phỏng vấn, nhà báo Pháp đã hỏi Tổng thống Václav Havel:

– Việc ưu tiên hàng đầu của tổng thống là gì?

Tổng thống Havel đã trả lời:

– Việc đầu tiên phải làm là phục hồi nhân cách, nhân phẩm cho dân Tiệp Khắc.

Dân Việt dưới sự thống trị của đảng Cộng Sản cũng lậm vào căn bệnh trầm kha mất nhân cách, nhân phẩm như dân Tiệp, vì thế khi Cộng Sản Việt tan rã, dân Việt cũng cần phục hồi nhân cách, nhân phẩm mà giải pháp có thể tìm thấy ở con đường vận động văn hóa của Đào Mộng Nam là phục hưng văn hóa truyền thống với giá trị làm người mà Mộng Nam đã khởi đầu trong cuộc chiến tranh tương tàn của đảng Cộng Sản.

Việt Dương

TRẦN THỊ NGUYỆT MAI

HỌA SĨ ĐINH CƯỜNG ĐÃ VỀ, ĐÃ TỚI...

Họa sĩ Đinh Cường (1939-2016)

Cho đến bây giờ tôi vẫn còn bàng hoàng và xúc động không muốn tin rằng họa sĩ Đinh Cường đã vĩnh viễn rời xa chúng ta. Dù rằng đã học Phật và biết rằng bây giờ là lúc phải nên nhiếp tâm mạnh mẽ niệm Nam Mô Đại Từ Đại Bi Tiếp Dẫn Đạo Sư A Di Đà Phật cầu nguyện cho anh như lời nhắc nhở của Thầy Hư Không Hoàng Quốc Bảo mà chị Khánh Minh đã email dặn dò. Mà sao tôi thấy lòng quá đau buồn, hụt hẫng khi anh đã đi xa nhanh như thế. Cuốn sách *"Đi vào cõi tạo hình 2"* còn đang thực hiện dở dang. Anh cần viết thêm vài bài nữa để hoàn tất... Tôi cứ nghĩ rồi anh sẽ khỏe mặc dù lúc sau này anh email cho biết đã mệt nhiều không còn ngồi nổi nữa...

Tôi là một trong những người "mới quen" của anh trong vài năm gần đây. Đó là vào cuối năm 2010 khi về thăm gia đình ở Việt Nam, lúc đó anh Nguyên Minh mới ra tạp chí Quán Văn, anh Trần Hoài Thư nhắn tôi đến tòa soạn mua báo ủng hộ cho anh ấy. Dịp này, anh Nguyên Minh nhờ tôi mang về hơn chục cuốn báo để gửi tặng cho các bạn của anh bên này. Anh nói tôi chỉ việc ra bưu điện gởi đến cho anh Trần Hoài Thư, anh Thư sẽ gởi báo đến nhà từng người. Nếu làm như vậy phải trả hai lần cước bưu điện và cũng phiền đến anh Thư, nên tôi xin anh Thư gửi cho địa chỉ những người bạn này. Tôi đã viết một thư chung, đại ý, nhận được báo, xin email cho hay ở địa chỉ xxxx@yahoo.com để em khỏi trông. Sau đó dùng function copy and paste của Word mà sao thành nhiều bản, in ra và cắt từng thư để vào trong từng cuốn sách, gói lại và mang ra bưu điện gửi...

Vài ngày sau, tôi nhận được thư anh cám ơn đã nhận được sách và đang đọc bài của Trương Thìn... Bẵng đi một thời gian, tôi không có dịp liên lạc. Sau đó, khi giúp anh Trần Hoài Thư xem lỗi chính tả trong Thư Quán Bản Thảo (TQBT) số 49, chủ đề Nguyễn Đức Sơn, thấy bài anh Đinh Cường có chỗ không rõ lắm nên tôi viết thư hỏi. Anh đã trả lời rất tường tận và còn giúp tôi dò bản gốc thơ ở những bài viết khác...

Tiếp đó, anh Phao Lô đã chia sẻ với trang Phay Van eBook *"Cõi Đá Vàng"* của tác giả Nguyễn Thị Thanh Sâm, một tác phẩm được xuất bản trước năm 1975 và đã bị quên lãng rất đáng tiếc. Đây là một cuốn sách văn chương nói lên sự thật về người cộng sản Việt Nam trong thời chiến tranh chống Pháp mà tác giả khi còn trẻ, cũng như bao thanh niên Việt Nam khác, vì lòng yêu nước nên đã có thời gian đi theo tiếng gọi tổ quốc để rồi khám phá ra sự thật đau lòng. Mỗi chương, mỗi trang sách được viết rất đẹp, rất hay nhưng không biết vì sao ở thời điểm sách mới phát hành (trước năm 1975) đã không gây được một tiếng vang nào. May sao, cô chủ blog Phay Van đã có lần được đọc qua và nhắc lại trên blog để từ đó tìm lại được tác phẩm này. Phay đã gửi cho tôi và tôi đã chuyển cho anh Đinh Cường ebook cuốn sách. Nhưng thật bất ngờ, anh gửi lại cho tôi xem tấm ảnh tác giả Nguyễn Thị Thanh Sâm chụp cùng anh và các bạn trong buổi triển lãm tranh Đinh Cường vào năm 1965 ở Đà Lạt. Khi anh Trần Hoài Thư (THT) ngỏ ý in lại cuốn sách để tặng cho tác giả thì cũng chính anh Đinh Cường đã giúp Thư Ấn Quán liên hệ xin phép gia đình tác giả. Anh cũng vui vẻ nhận lời vẽ lại bìa sách khi hay tin cuốn sách ở thư viện được đóng bằng bìa cứng, không còn trang bìa nguyên thủy...

Anh có một số lượng tư liệu đáng kể và quen biết rất nhiều. Tôi nói điều này vì trong thời gian ngắn ngủi làm "Thầy Cò" cho TQBT (số sau cùng tôi có tham gia là TQBT số 60 chủ đề tạp chí Sáng Tạo - tháng 7 năm 2014), tôi đã nhờ anh giúp khi không có đủ tài liệu. Anh đã thức rất khuya để chụp thơ trên 4 số báo Sáng Tạo không có trong file của anh THT gửi . (Do tính tôi kỹ lưỡng, muốn tránh tình trạng tam sao thất bổn, nên đã dò từng bài với nguyên bản và đã làm phiền anh như vậy.) Anh cũng đã giúp một số ảnh tư liệu khi TQBT thực hiện số đặc biệt về nhà văn Dương Nghiễm Mậu. Hoặc khi làm số Phùng Thăng, anh đã nhờ bạn bè ở Huế tìm giúp tất cả những hình ảnh tư liệu về Phùng Thăng, mượn thư viện cuốn *"Kẻ lạ ở Thiên Đường"* của Simone Weil và scan truyện đó để TQBT có thể giới thiệu với bạn đọc. Anh rất nhiệt tình giúp những gì anh có khả năng giúp. Và trong bài viết *"Vĩnh Biệt Anh Đinh Cường"*, anh Trần Hoài Thư có ghi nhận: "In cho anh, mục đích tặng anh, nhưng luôn luôn anh tặng quà hậu hĩnh trong bao thư. Anh là một mạnh thường quân, dù anh sống cuộc đời đạm bạc hơn ai hết."

Tôi rất quý anh vì anh rất hiền, luôn giúp đỡ mọi người, và rất khiêm tốn. Anh là một họa sĩ tài hoa, một người Thầy, một vị Bồ Tát. Như anh Nguyễn Quốc Thái có lần nói với tôi: "Tính Đinh Cường rất khó. Nhưng một khi đã kết bạn với ai rồi thì người đó sẽ là bạn suốt đời". Và rất đúng như vậy. Cứ tìm đọc những đoạn ghi của anh viết về các anh Trịnh Công Sơn, Bửu Chỉ, Bửu Ý, Lữ Quỳnh... sẽ thấy rất rõ điều này.

Gần đây tôi giúp anh edit cuốn *"Đi vào cõi tạo hình 2"*. Vẫn còn thiếu một số họa sĩ mà anh chưa kịp viết. Thỉnh thoảng thư cho anh, tôi nhắc: "Khi nào khỏe anh viết tiếp nhé..." Tôi vẫn nghĩ qua mùa Xuân khi trời ấm lại, anh sẽ khỏe như đã từng và bắt tay vào làm việc tiếp. Nhưng chẳng ngờ, vào thứ tư (6/1) vừa rồi, anh Lữ Quỳnh gửi điện thư cho hay: "Trước Giáng Sinh, anh Đinh Cường nói chuyện, có đề cập đến cuốn *Đi Vào Cõi Tạo Hình 2*. Anh nói NM đang edit. Anh định viết thêm ít bài nữa, nhưng không viết được nữa rồi, vì sức khỏe tệ quá. Tôi có nói với anh, sẽ liên lạc với NM. Nay thì theo ý kiến vài anh em, tập 2 này tạm gác lại, sau này sẽ tính... Vẫn theo dõi tình trạng anh Đinh Cường mỗi ngày qua cháu Na và chị Nhung. Buồn quá." (LQ)

Rồi tiếp đến, chiều thứ năm (7/1) anh Lữ Quỳnh lại thư cho các bạn:

"Tình hình anh Đinh Cường rất xấu.

Xin đừng gọi phone, vì không ai ở nhà." (LQ)

Chưa kịp bàng hoàng thì đến trưa thứ sáu anh Lữ Quỳnh tin cho các bạn:

"Xin báo tin các bạn:

Anh Đinh Cường mất lúc 9:41 tối, ngày 7- 1- 2016.

Lữ Quỳnh"

Hôm nay đọc bài viết của Đinh Trường Chinh, con trai út của anh, tôi thật xúc động và không ngờ với những gì anh đã trải qua. Nhưng, như Chinh đã kể lại: "Ông đối phó với căn bệnh hiểm nghèo như vị Thiền Sư. Ông biết cách nhẫn nhịn với những điều xấu xảy đến với mình..."

Anh Đinh Cường ơi, như vậy bây giờ thì chính anh "đã về, đã tới", như anh đã từng ghi trong một đoạn ghi ngày anh Nguyễn Xuân Hoàng xa rời cõi thế. Anh ra đi nhẹ nhàng để lại tiếc thương trong lòng tất cả mọi người. Cầu mong anh sẽ nhẹ bước đường mây thong dong về nơi An Lạc muôn đời.

Trần Thị Nguyệt Mai
January 11, 2016

Họa sĩ Đinh Cường xúc động lật từng trang thi phẩm "Cào Lá Ngoài Sân Đêm" do Thư Ấn Quán in tặng (18.1.2014) – Ảnh: Phạm Cao Hoàng

Người đi

Người đi? Ừ nhỉ, người đi thực!
(Thâm Tâm – Tống Biệt Hành)

Cũng phải nói, dẫu muộn màng
Lời chia tay, chẳng dễ dàng chi đâu
Người đi cây cỏ u sầu
Rừng Natick cũng nhuốm màu tang thương
Thế giới đã vắng Đinh Cường [1]
Con chim đỏ hót khúc buồn tiễn đưa
Hình như, Người ạ, trời mưa
Nhẹ rơi đâu đó giữa trưa xám này
Còn đâu những cánh chim bay
Trên nền toile buổi nhiều mây hôm nào
Còn đâu hỡi những vì sao
Bỗng dưng chợt tắt rơi vào hư không...

Biết rằng "sinh ký tử quy"
Đi hay về có khác chi đâu mà [2]
Chúc Người bình an chốn xa
Cùng bè bạn sum vầy và vui chơi
Tiếc thương ở lại với đời
Cùng tranh vẽ với nụ cười thiền sư
Người đi? Người đã đi ư?
Bóng ai dần khuất mây mù rừng xưa...

Trần Thị Nguyệt Mai
February 22, 2016
[1] Ý thơ Lãm Thúy
[2] Ý thơ Du Tử Lê

VIỆT DƯƠNG

TỪ BỨC ẢNH CỦA THẦY LÊ MẠNH THÁT TRONG LỄ TANG THẦY TUỆ SỸ

Sống Tự do, ươm mầm hạnh phúc
Chết vô thường, hòa cõi nhân gian
Tuệ Sỹ

Lễ nhập kim quan báo thân Trưởng Lão Hòa Thượng Thích Tuệ Sỹ (Photo: Facebook Hong Cuc Nguyen)

Trong bài *Lễ Nhập Kim Quan Báo Thân Hòa Thượng Thích Tuệ Sỹ* - Việt Báo 26/11/23, có bức ảnh thầy Trí Siêu Lê Mạnh Thát đi đầu, tay nâng thiền sàng ngay dưới đầu của thầy Tuệ Sỹ. Bức ảnh này đưa chúng tôi trở lại những ngày tháng giữa năm 1981 ở Viện Phật Học Vạn Hạnh đường Nguyễn Kiệm, Phú Nhuận. Ở đây tôi đã có duyên gặp thầy Tuệ Sỹ. Nay xin ghi lại ít lời để tưởng niệm thầy.

Cơ duyên

Đầu năm 1981, tôi được thả từ trại tù cải tạo Suối Máu, Biên Hòa, về khu kinh tế mới Gia Ray, Long Khánh. Làm rẫy được nửa mùa, khi bắp bắt đầu kết trái thì tôi bị bệnh ghẻ lở toàn thân. Những con ghẻ lớn mưng mủ, rất ngứa và đau. Thân thể tanh hôi, ban ngày tôi phải ngồi hay nằm trong mùng để tránh ruồi mà ruồi muỗi ở làng kinh tế mới thì khỏi nói. Nhìn những con ghẻ lở loét khắp chân tay, tôi nghĩ đến cái chết - Hơn 6 năm trong tù không chết, về làm lại cuộc đời lương thiện như đảng dạy lại chết vì bệnh ghẻ. Từ ý nghĩ về cái chết, tôi chợt nghĩ đến thầy Lê Mạnh Thát.

Tôi giao du với thầy Thát khi thầy còn là chú tiểu tu ở chùa Linh Sơn Đà Lạt từ năm 1964, gọi là chú Thát, đang học sư phạm triết ở Đại học Đà Lạt và cùng dạy học ở trường Trung học Thăng Long của giáo sư Trần Huy Bích. Chú Thát dạy Pháp văn. Giữa năm 1965, tôi đã cùng chú Thát về Sài Gòn, gọi là đưa tiễn chú đi Mỹ du học. Năm 1974, thầy Thát về nước, dạy ở Đại Học Vạn Hạnh. Tôi từ chiến trường Thừa Thiên vào Sài Gòn, có dịp đến thăm thầy và biết thầy trong khi học các môn triết, nhân chủng, ngôn ngữ đã học y khoa và tốt nghiệp Bác sĩ y khoa ở Mỹ. Tôi biết thầy Thát ở Viện Phật Học Vạn Hạnh vì thầy đã nhờ một nữ Phật tử đi thăm nuôi tôi ở trại Suối Máu năm 1980, còn tại sao thầy biết tôi ở trại Suối Máu thì chuyện dài quá, xin không kể ở đây.

Vì nghĩ đến Bác sĩ Lê Mạnh Thát nên tôi bảo em tôi lên chợ Xuân Lộc kiếm mua cho chừng mươi, mười lăm viên trụ sinh. Em tôi mua được 10 viên, tôi uống 3 ngày cho những con ghẻ khô bớt rồi lên Sài Gòn tìm đến Bác sĩ Thát. Sau khi coi mấy con ghẻ trên chân tay tôi, thầy bảo: Bệnh ghẻ này dễ chữa, thuốc cũng dễ chế tạo, nhưng y tế của họ đã không làm gì, cứ để dân khốn quẫn vì mấy thứ ghẻ. Loại ghẻ này là do một thứ nấm ở những vùng mới khai hoang. Nó vật mình vì mình thiếu dinh dưỡng. Thầy bảo tôi đi tắm, rồi lấy một chai thuốc dầu (tên đầu là Benzen còn chữ sau tôi không nhớ) bôi khắp thân, từ cổ đến chân. Thầy bảo tôi không đụng vào nước trong 48 giờ. Đêm ấy tôi có cảm tưởng là mình đã gặp thuốc tiên. Thân hết ngứa, hết đau và ngủ một giấc ngon lành tới sáng. Ngày hôm sau cho thầy biết kết quả, thầy bảo là đã mua được chai thuốc của một bà bán đồ linh tinh trên hè phố và đã chữa cho nhiều người, nay chỉ còn chừng 1/4. Sự hiệu nghiệm của thuốc thật kỳ diệu. Chỉ 2, 3 ngày thì những con ghẻ khô đầu và một tuần sau tróc vẩy, chỉ để lại trên thân tôi những vết tròn nâu thẫm.

Sau khi hết bệnh, thầy bảo tôi ở lại Sài Gòn, chớ về kinh tế mới sẽ vướng lại và thầy dẫn tôi xuống một căn phòng rộng, tầng dưới của một ngôi nhà hai tầng trong sân phía bên trái Viện Phật Học.Thầy bảo đây là phòng của thầy Tuệ Sỹ, nhưng bây giờ thầy ở chùa Già Lam, nên tôi có thể ở tạm.

Cái tên Tuệ Sỹ tôi đã biết từ những năm đầu thập niên 1970, vì đọc sách của ông, đọc tạp chí Tư Tưởng, cơ quan ngôn luận của Đại Học Vạn Hạnh do ông làm chủ bút. Một buổi tối khoảng 9, 10 giờ, thầy Thát xuống gọi tôi lên thư viện. Bước qua cửa thư viện, tôi thấy một nhà sư gầy trong tấm áo nâu bạc màu. Thầy Thát chỉ nhà sư nói: Thầy Tuệ Sỹ. Tôi cúi chào. Thầy Tuệ Sỹ đưa tay kéo tôi ngồi xuống chiếc ghế bên cạnh. Thấy thầy Thát đi tới cái xoong trên bếp điện, múc ra 3 tô mì, tôi đứng dậy tới bưng 2 tô đem tới bàn. Trong khi ăn mì, tôi nói với thầy Tuệ Sỹ là đã đọc thầy, nay nhờ thầy Thát mới có duyên gặp thầy. Nghe tôi nói, thầy chỉ cười, nét cười tươi, đượm tình thân như đã quen biết từ lâu. Thầy hỏi tôi vài điều về đời sống trong tù cải tạo. Tôi đáp: Ở trong tù thì đói và bị hạ nhục. Ra khỏi nhà tù về kinh tế mới thì mỗi tuần phải lên trình diện công an xã. Lên Sài Gòn chữa bệnh cũng phải tới xin họ. Các thầy tôi không biết sao, chớ những người tù cải tạo như chúng tôi thì biết là đã bị họ đẩy ra ngoài lề xã hội.

Thầy nói: Chúng tôi cũng thế thôi. Cả nước đã trở thành một nhà tù thì số phận mỗi người do cai tù định đoạt. Thấy thầy trầm ngâm yên lặng, tôi đứng dậy cầm 3 cái tô và cái xoong ra sân rửa, rồi đi về phòng.

Hai nhà sư trẻ có những nét dáng khác nhau. Thầy Trí Siêu có dáng một thư sinh nho nhã, da trắng môi đỏ tươi, trán rộng với khuôn mặt sáng hiền. Còn thầy Tuệ Sỹ, nhìn ông tôi chỉ thấy đôi mắt sáng sâu thẳm và cái đầu với những nét lạ khó nói, gây nhiều ấn tượng. Thoạt nhìn ông tôi liên tưởng đến bộ mặt của Đạt Ma Sư Tổ. Qua thầy Trí Siêu, tôi biết thầy Tuệ Sỹ đã được Hòa Thượng Trí Thủ bảo lãnh ra khỏi tù về Già Lam để cùng thầy Trí Siêu biên soạn bộ Đại Tự Điển Bách Khoa Phật Giáo Việt Nam. Và đêm đêm hai thầy đã miệt mài biên soạn tự điển ở thư viện Vạn Hạnh. Đêm nay tôi được chia một phần mì gói ăn đêm của hai thầy.

Những cái oản xã hội chủ nghĩa

Tôi không muốn trở thành gánh nặng cho thầy Trí Siêu, nên đã mấy lần định về lại Gia Ray, nhưng thầy bảo cứ ở lại viện một thời gian, rồi sẽ kiếm một việc gì đó để có thể bám lại thành phố. Từ đó mỗi tuần thầy Trí Siêu đem xuống cho tôi mấy ký gạo. Trước phòng tôi ở là một bãi cỏ rộng có mấy bụi chuối, trên đám cỏ ấy rau muống mọc tràn lan với những bụi rau dền gai, thành ra tôi đã có một sân rau muống và dền. Đã có gạo và rau, tôi chỉ cần mua một ít tương chao là có thể sống qua ngày. Còn thầy Tuệ Sỹ, ngoài những đêm được gặp thầy ở thư viện khi được chia phần mì gói, thì thỉnh thoảng ban ngày, thầy ghé lại phòng tôi ở để ra bàn cho tôi lần mấy cái oản nếp, lần vài cái bánh ú chay, hỏi tôi một điều gì đó, rồi thầy lại lặng lẽ bước ra cửa, lên chiếc xe đạp tàng tàng, đạp ra đường. Khi ăn mấy thứ này, tôi đoán là thầy đi làm lễ hay ăn giỗ tại nhà một Phật tử, vì có lần tôi thấy thầy mặc áo vàng. Nhìn những cái oản, tôi rất xúc động khi nghĩ cái đầu chứa mênh mông trời đất như thế mà lại để ý đến việc lấy phần đem về cho một kẻ cùng đường. Có lần tôi nói điều này với thầy thì thầy bảo: Sống dưới chế độ xã hội chủ nghĩa nên tôi nhớ lấy phần về cho anh.

Ở lại Viện Phật Học Vạn Hạnh được hơn một tháng, ngẫu nhiên tôi gặp Thái Ngọc Lợi, một bạn tù thân thiết ở trại tù Suối Máu. Lợi được ra tù trước tôi một năm. Lợi cho biết anh ở trong nhóm làm tương chao để kinh doanh của Viện và là người thân thiết của thầy Tuệ Sỹ từ thời thầy còn ở Huế. Qua Lợi tôi biết thêm về tài hoa của thầy Tuệ Sỹ. Anh bảo thầy có tài thư pháp như Vương Hy Chi với nét chữ sắc mà tung hoành. Vì thế vào tháng chạp thầy rất bận rộn khi nhiều chùa ở Sài Gòn, cả chùa ở Huế và Nha Trang nhờ viết câu đối và những đại tự. Thầy đã phải dành một phòng lớn ở chùa Già Lam để viết. Những ngày đó, nếu đến chùa sẽ thấy thầy múa với hàng chục thứ bút nhỏ, trung, và lớn trên giấy đỏ chữ vàng hay đen. Ngoài tài thư pháp, thầy còn là nghệ sĩ dương cầm. Thời ở Đại học Vạn Hạnh tiếng đàn của thầy đã làm điên đảo nhiều nữ sinh viên Vạn Hạnh. Chưa hết, thầy còn là nhà lý số tử vi và là tay cờ tướng ít người thắng nổi. Nghe Lợi kể về những tài hoa của thầy Tuệ Sỹ, tôi cười nói: Trông ông như Đạt Ma Sư Tổ mà nói lên được:

Một bước đường xa, xa biển khơi
Mấy trùng sương mỏng nhuộm tơ trời
Thuyền chưa ra bến bình minh đỏ
Nhưng mấy nghìn năm tống biệt rồi.

Rồi lại có thể dùng những ngón tay tạo nên âm thanh thánh thót trên phím dương cầm, còn Đạt Ma chỉ diện bích chớ có làm thơ chơi đàn được đâu.

Sau khi thầy ra đi, một sinh viên Vạn Hạnh, quen thân với thầy từ thời còn ở Huế là ông Trần Hữu Thục, đã viết bài "Thích Tuệ Sỹ, khuôn mặt tiêu biểu của văn hóa Việt Nam" trong đó có đoạn ông kể: "Tôi được nghe Tuệ Sỹ chơi tấu khúc "Piano Sonata 14" nhiều lần ở trong phòng thầy tại Đại Học Vạn Hạnh cùng với nhiều ca khúc thời thượng khác thuở đó: Diễm Xưa, Gọi Tên Bốn Mùa, Nắng Thủy Tinh, Mùa Thu Chết...Thầy đàn rất hay, nhuần nhuyễn và đam mê. Những ngón tay dài, nhỏ nhắn của thầy chạy thoăn thoắt trên phím đàn piano trông rất điệu nghệ, đến nỗi Quỳnh Thu, một cô bạn gái của tôi, sinh viên Vạn Hạnh, thỉnh thoảng lại nài nỉ tôi dẫn cô đến phòng để nghe thầy đánh đàn. Thầy bảo, Quỳnh Thu có đôi mắt rất đẹp. Một cô bạn khác, Phương Huệ, nữ tu xuất Công Giáo, bạn cùng lớp với tôi, cũng thế, lâu lâu lại ghé đến, yêu cầu thầy đàn. Phương Huệ khen hai bàn tay thầy xinh xắn dễ thương". Đọc đoạn này tôi nhớ lại những lời của Lợi ca ngợi tiếng đàn dương cầm của thầy ở Viện Phật Học Vạn Hạnh năm 1981.

Lư Sơn của Tô Đông Pha

Trong những buổi tối được chia phần mì gói, tôi được nghe thầy Trí Siêu kể nhiều chuyện ở Mỹ. Nhưng bây giờ tôi chỉ còn nhớ chuyện trái ổi Việt Nam. Thầy nói những ngày ở Madison thầy thường hình dung những trái ổi trong khu vườn ở Việt Nam, cảm mùi thơm của ổi và rất thèm ổi. Chợ Mỹ không có ổi. Khi về Sài Gòn, ông đã ra chợ Trương Minh Giảng mua mấy trái ổi lớn, đem về phòng trên lầu Đại Học Vạn Hạnh. Nhìn trái ổi bóng láng, nhưng ông không còn cảm được mùi thơm như ở Mỹ và cũng mất cảm giác thèm ổi khi trái ổi chỉ cách ông mấy gang tay, nên ông đã để mấy trái ổi làm cảnh trên bàn.

Nghe thế, thầy Tuệ Sỹ cười nói: Chẳng lẽ trái ổi của Ba Thát thành Lư Sơn của Tô Đông Pha. Thầy Trí Siêu bật cười lớn, tiếng cười giòn giã trong đêm giữa rừng sách của thư viện. Mấy hôm sau tôi tới nhà một người bạn ở gần Long Thành, thấy nhà anh có một vườn ổi mấy chục cây, tôi đã hái một giỏ đem về cho hai thầy.

Thằng bé kia là thằng nào?

Một lần tôi hỏi thầy Tuệ Sỹ về tương lai của Phật Giáo dưới chế độ Cộng Sản. Đề tài này thầy nói nhiều. Bây giờ tôi chỉ còn nhớ mấy ý chính là đảng Cộng Sản muốn làm cách mạng xã hội chủ nghĩa phải Mác-xít-hóa văn hóa Việt Nam. Làm việc này họ đụng phải nguồn văn hóa Phật Giáo trong máu văn hóa dân tộc nên phải tiến hành hủy diệt Phật Giáo để đưa dòng máu Mác-xít vào con người mới xã hội chủ nghĩa. Dưới chế độ chuyên chính vô sản ở Miền Bắc, chỉ 20 năm, đảng Cộng Sản đã hủy diệt Phật Giáo dễ dàng và những người trẻ Miền Bắc đã không còn nghe và biết Phật Giáo là gì. Vì thế, sau 30-4-1975, trong mùa Phật Đản, có Phật tử đã kể lại là mấy anh bộ đội đi qua một ngôi chùa đã chỉ vào hình Đức Phật hỏi: Thằng bé kia là thằng nào?

Sau khi chiếm Miền Nam, họ tính ứng dụng những thuật và chính sách họ đã thực hành thành công ở Miền Bắc. Nhưng họ đụng phải một vấn đề dội ngược là chính họ bị bùng vỡ tự thân. Vì xã hội miền Nam, con người miền Nam, cái cửa của miền Nam mở ra thế giới đã làm cho dân miền Bắc, đảng viên, bộ đội của họ sáng mắt thấy sự chậm tiến của miền Bắc, thấy sự dối trá của đảng. Trước một xã hội phong phú với con người đẹp nết, cư xử lễ độ văn minh của miền Nam đã khiến Lê Duẩn phải chống chế bằng những lời yếu ớt là sự giàu có của miền Nam đã phải mua bằng máu! Khi nghe mấy lời này, cán bộ cộng sản vào miền Nam đã tự nói với nhau: Ai mua bằng máu. Chúng ta phải mua bằng máu chớ sao lại miền Nam?

Thêm một điều nữa là Miền Bắc đã xây dựng xã hội chủ nghĩa 20 năm với văn hóa Mác-xít mà cốt tủy của văn hóa Mác-xít là ý thức vô sản và tinh thần vô sản, nhưng ý thức và tinh thần vô sản chỉ ở ngoài lông da của đảng viên cộng sản, vì vào miền Nam họ đã tự tư sản hóa nhanh chóng. Chúng ta không thấy ông cán bộ nào từ cấp nhỏ tới cấp cao có ý thức và tinh thần vô sản. Họ chỉ nói vô sản chớ không sống với tinh thần vô sản. Vì sự bùng vỡ đó, đảng Cộng Sản sẽ phải tự điều chỉnh.

Còn tôn giáo, nói riêng về Phật Giáo, họ không thể hủy diệt như ở Miền Bắc mà phải đổi sách lược. Từ việc hủy diệt nhanh chóng chuyển sang hủy diệt lâu dài bằng cách duy trì Phật Giáo để đảng hóa Phật Giáo. Tức là Mác-xít-hóa Phật giáo bằng sách lược mới. Họ có đảng, có chính quyền, có cán bộ để làm việc này. Còn chúng ta chỉ có những đứa con Phật. Chúng ta không có gì cả, ngoài sức mạnh tinh thần, sức mạnh văn hóa Phật, sức mạnh tự thân. Chúng ta phải duy trì sức mạnh ấy để giữ đạo, duy trì văn hóa dân tộc. Chúng ta phải dùng trí tuệ và thân mình để đối phó với trận chiến lâu dài.

Người không biết cảm cúm là gì

Một lần sau khi ăn mì, thầy Trí Siêu ra sân tắm ở máy nước trong sân. Tôi hỏi: Ông tắm ngoài sân lạnh như thế không sợ đau sao? Thầy Trí Siêu đáp: Từ bé đến giờ chưa biết cảm cúm là gì. Đó là chuyện lạ. Và chuyện lạ này năm 2000 tôi lại thấy nhà văn Hoàng Hải Thủy nói đến trong bài "Người Tù Trí Siêu Lê Mạnh Thát". (hoanghaithuy. blogspot). Nội dung bài viết kể lại đời tù của họ Hoàng và thời gian Hoàng Hải Thủy ở chung phòng với thầy Lê Mạnh Thát. Xin trích một đoạn: "Từ 1985 đến 1989 chúng tôi sống gần nhau 4 năm ở phòng 10 khu ED Chí Hòa, 1 năm ở trại lao động cải tạo Z30A. Sự kiện đặc biệt tôi thấy ở con người Lê Mạnh Thát là suốt 5 năm trời sống sát bên nhau, tôi không thấy Thát bị một lần cảm cúm, nhức đầu, đau bụng, đau răng, ho hen nào, cũng không một lần ghẻ ngứa. Anh em tù ghẻ lu bù. Riêng tôi năm nào cũng bị hai lần ghẻ ngứa, mỗi lần kéo dài khoảng hai tháng... Nhưng Thát thì không. Ở tù như mọi người nhưng cả mấy mụn ghẻ còm Thát cũng không có. Thát rất ham đọc sách báo. Ở vào tuổi ngoài 40, mắt Thát vẫn sáng nguyên, vẫn đọc sách không biết mỏi và không phải dùng kính lão... Năm 1965 Thát sang Hoa Kỳ học ngành y khoa, ở tiểu bang Wisconsin. Học xong Thát đã làm việc mấy năm trong trường Đại học Thát tốt nghiệp. Năm 1974 Thát trở về Sài Gòn. Tháng 4-75, Thát vẫn có sẵn Re-Entry Permit của Hoa Kỳ và vé máy bay, nhưng không đi."

Biến cố Già Lam

Tôi chỉ ở Viện Phật Học mấy tháng, cuối năm 1981, tôi di chuyển đến chỗ ở mới khu Ông Tạ. Đầu tháng 4/1984, tôi nghe tin chỉ trong một buổi sáng, công an đã bao vây chùa Già Lam và Viện Phật Học Vạn Hạnh bắt thầy Tuệ Sỹ, thầy Trí Siêu, ni sư Trí Hải, Hòa Thượng Thích Đức Nhuận cùng một số tăng ni khác. Khoảng tuần sau tôi thấy khu Ông Tạ có nhiều người đeo băng tang màu vàng trên áo, tôi hỏi thì họ cho biết là để tang Hòa Thượng Trí Thủ. Hòa Thượng đã tạ thế tại bệnh viện Thống Nhất và pháp thân Hòa Thượng được đưa về chùa Xá Lợi, chớ không được đưa về chùa Già Lam. Vụ bắt lớn đã gây chấn động. Người ta đồn thầy Trí Siêu và thầy Tuệ Sỹ chủ trương nổi dậy chống chế độ Cộng Sản.

Năm 1986 tôi đi vượt biên và đến Mỹ năm 87. Tháng 9 năm 1988, ở Chicago, tôi theo dõi vụ án của tăng ni Già Lam. Vụ án lớn, xử tới 21 người, trong đó có anh bạn tù Thái Ngọc Lợi. Vụ xử kéo dài trong 3 ngày từ 28 tới 30-9-88. Hai án lớn nhất là tử hình hai thầy Tuệ Sỹ và Trí Siêu. Chỉ mấy ngày sau nhiều tổ chức nhân quyền và nhiều chính phủ trên thế giới lên tiếng kết án chính quyền Hà Nội đòi trả tự do cho hai thầy và những người khác.

Tạp chí Quê Mẹ ở Paris đưa tin: 70 Hội đoàn người Việt phản kháng vụ án tử hình hai Đại đức Phật Giáo Thích Tuệ Sỹ, Thích Trí Siêu và ông Trần Văn Lương. Gần một ngàn đồng bào và đại diện 70 tổ chức và hội đoàn người Việt khắp nước Pháp và Âu châu đã tề tựu trước Sứ quán Hà Nội ở Paris, biểu tình phản kháng bản án bịp bợm của Hà Nội chiều 29-10-88. Trước Sứ quán, người ta thấy những màu sắc rực rỡ của hàng trăm lá cờ Phật Giáo ngũ sắc và cờ vàng 3 sọc đỏ, với những chữ màu huyết dụ trên nền vàng: *Tự do tín ngưỡng tại Việt Nam - Hà Nội phải hủy án tử hình đối với Thích Tuệ Sỹ, Thích Trí Siêu, Trần Văn Lương*. Hàng trăm người đã mang trước ngực hình Tuệ Sỹ phóng lớn với hàng chữ: *Trả tự do tức khắc và vô điều kiện cho Thích Tuệ Sỹ, Thích Trí Siêu, Trần Văn Lương* hoặc *Hãy cứu Thích Tuệ Sỹ, Thích Trí Siêu, Trần Văn Lương.*

Cuộc vận động dư luận quốc tế đòi hỏi nhà cầm quyền Hà Nội phải hủy bỏ bản án tử hình dã man đối với Thích Tuệ Sỹ, Thích Trí Siêu và Trần Văn Lương do Ủy Ban Bảo Vệ Quyền Làm Người Việt Nam và tạp chí Quê Mẹ phát động đầu tiên từ ngày 14-10-1988 đã thu gặt được nhiều kết quả rực rỡ. Hầu hết các quốc gia, các tổ chức quốc tế cũng như các nhân vật quốc tế được Ủy Ban Bảo vệ Quyền Làm Người Việt Nam và Quê Mẹ liên lạc đều sốt sắng tham gia tranh đấu đòi hỏi Hà Nội phải đình chỉ ngay hành động giết người của chúng.

Trước sức ép ào ạt của quốc tế, trong đó có nhiều quốc gia đã và đang viện trợ nhân đạo cho Việt Nam, Hà Nội phải nhượng bộ. Ngày 15-11, một phiên tòa phúc thẩm được dựng lên tại Sài Gòn đã xét xử lại vụ án. Kết quả được báo Sài Gòn Giải Phóng ra ngày 16-11-88 đăng tải như sau:

Thích Tuệ Sỹ và Lê Mạnh Thát được giảm án từ tử hình xuống 20 năm tù. Phan Văn Ty và Tôn Thất Kỳ được giảm án từ chung thân xuống 18 và 16 năm tù. Lê Đăng Pha, trước 15 nay 12 năm tù. Nguyễn Thị Nghĩa, trước 14, nay 7 năm tù. Hoàng Văn Cường: trước 10 nay 7 năm tù. Ngô Văn Bạch: trước 10, nay 8 năm tù. Hòa Thượng Thích Đức Nhuận: trước 10, nay 9 năm tù. Trần Quang Mỹ: trước 5 năm, nay 3 năm tù.

Những người còn lại không được xét xử trong phiên tòa phúc thẩm vì thời gian họ bị giam cầm đã bằng hoặc vượt quá mức án đã công bố ngày 30-9-88. Một số người như Thích nữ Trí Hải (Phùng Khánh), Huỳnh Phát (Thích Như Minh) và Phạm Thị Nở đã được rời nhà tù song vẫn bị quản thúc tại nhà riêng.

Nghĩ gì

Theo dõi hành trạng của thầy Tuệ Sỹ, chúng tôi có một số suy nghĩ, xin ghi lại như sau:

1. Những cặp văn nhân tri kỷ

Lịch sử văn học Việt Nam đã ghi lại những văn nhân tri kỷ. Giữa thế kỷ 19, chúng ta có cặp tri kỷ Tam Nguyên Yên Đổ Nguyễn Khuyến và ông nghè Dương Khuê mà tình cảm của Nguyễn Khuyến đã bày tỏ cái tình này qua những bài thơ như Hỏi Thăm Bạn, Bạn Đến Chơi Nhà và nhất là bài Khóc Dương Khuê với những câu:

Bác Dương thôi đã thôi rồi
Nước mây man mác ngậm ngùi lòng ta
Nhớ từ thuở đăng khoa ngày trước
Vẫn sớm hôm tôi bác cùng nhau
Kính yêu từ trước đến sau
Trong khi gặp gỡ khác đâu duyên trời

Bác chẳng ở dẫu van chẳng ở
Tôi tuy thương lấy nhớ làm thương
Tuổi già hạt lệ như sương
Hơi đâu ép lấy hai hàng chứa chan.

Đến thập niên 1930-40, chúng ta có cặp văn nhân tri kỷ Nhất Linh và Khái Hưng. Tình tri kỷ này đã được nhà thơ Huyền Kiêu ghi lại trong bài thơ Tương Biệt Dạ, trong đêm Khái Hưng và một số văn nhân đưa tiễn Nhất Linh lên đường sang Tàu lánh nạn với những câu:

Ngồi suốt đêm trường không nói năng
Ngậm ngùi chén rượu ánh vừng trăng
Người xưa lưu luyến ra sao nhỉ
Có giống như mình lưu luyến chăng

Sớm biệt ly nhau không nhớ nhau
Nửa đêm chợt tỉnh bỗng dâng sầu
Trăng mùa thu cũ ai tâm sự
Anh đã xa rồi anh biết đâu

Rồi đến cuối thế kỷ 20 và đầu thế kỷ 21, lịch sử văn học ghi thêm cặp tri kỷ, hai nhà sư học giả Tuệ Sỹ và Trí Siêu. Được sống gần hai thầy một thời gian, thấy hai thầy cặm cụi giữa những bộ kinh, bộ tự điển, được nghe những câu chuyện, những lời đùa cợt với những tiếng cười của cả hai, tôi thấy được tình thân của hai thầy. Hai thầy đã gặp nhau ở mức trí tuệ, gặp nhau ở những việc phải làm và nhất là cùng có tâm nguyện làm văn hóa để giữ đạo và phát triển văn hóa dân tộc. Thầy Tuệ Sỹ có một quan điểm rõ rệt là sức mạnh của Phật Giáo là Văn hóa. Còn thầy Trí Siêu đang dạy ở Madison đã bỏ về nước dạy ở Vạn Hạnh. Có lần thầy nói với tôi là học xong phải về nước làm văn hóa, dạy lớp trẻ những gì mình học được ở xứ người. Từ tâm nguyện văn hóa này, tôi thấy hai thầy có cái duyên lạ là cùng đi tu từ nhỏ, cùng có một cái đầu lớn, cùng một lòng yêu nước, cùng hướng về văn hóa dân tộc và cùng một bản án tử hình vì tranh đấu cho quyền làm người Việt Nam. Tôi nghĩ trên con đường văn hóa này, thầy Tuệ Sỹ đã ra đi sớm thì thầy Trí Siêu phải làm thêm phần của thầy Tuệ Sỹ. Hai thầy đã để lại tấm gương tri kỷ đẹp trong lịch sử Phật Giáo và lịch sử văn học Việt Nam.

2. Tấm gương Tuệ Sỹ

Thầy Tuệ Sỹ nêu một tấm gương nhiều mặt. Tấm gương bi, trí, dũng đã nhiều người viết. Ở đây tôi ghi lại tấm gương tự học của thầy. Có một lần tôi nói với thầy Tuệ Sỹ là thầy Trí Siêu đã thu nhận kiến thức ở trường, hết Việt Nam thì tới Mỹ. Còn thầy thì tự học mà cũng đạt được kiến thức mênh mông về ngôn ngữ, về triết học, văn học đông tây. Bí quyết ở đâu nhờ thầy chỉ. Vì tôi rất thích chữ Hán và đã làm chương trình tự học mấy lần, nhưng chẳng đi đến đâu. Thầy bảo chuyện đó cũng đơn giản thôi. Lập chương trình môn mình thích học. Định thời gian và quy định kỷ luật phải theo. Trường có kỷ luật của trường thì tự học phải có kỷ luật của tự học, có thể còn khắt khe hơn kỷ luật nhà trường. Nghe thế tôi mới hiểu sự trì chí của thầy trong chuyện tự học. Vì thời gian ấy thầy đang học tiếng Quan Thoại. Lúc nào thầy cũng để cuốn sách trong túi, ngồi ở đâu một mình là thầy đem sách ra học. Thầy đọc lớn tiếng như đang nói với ai. Chứng kiến việc học Quan Thoại của thầy, tôi mới không ngạc nhiên khi mới đây đọc bài "Huyền thoại về thầy Tuệ Sỹ" của ký giả Kiều Mỹ Duyên. Xin trích một đoạn: "Chúng tôi về thăm thầy Tuệ Sỹ năm 2001, ở chùa Già Lam, Gò Vấp, Sài Gòn. Buổi sáng nắng ấm, phái đoàn xuống xe bước vào chùa. Một tiểu đội công an đang gác trước cửa chùa. Một công an nằm trên chiếc võng ở dưới gốc cây cổ thụ trước cổng chùa. Phái đoàn YMCA, hội từ thiện quốc tế được thành lập trên 170 năm, ông trưởng phái đoàn người Mỹ gốc Đức. Tất cả đều là người Mỹ đến từ Âu châu, họ nói được nhiều thứ tiếng như Đức, Bồ Đào Nha, Pháp... Thầy Tuệ Sỹ khi tiếp phái đoàn YMCA vui vẻ, cởi mở vì thầy nói được nhiều thứ tiếng: Anh, Pháp, Đức và nhiều ngôn ngữ khác nhau".

Đêm nói với tôi về việc tự học, cuối cùng thầy chỉ về phía thầy Trí Siêu cười nói: Ba Thát thuộc giới khoa bảng, còn mình ở giới tự học.

3. Hào kiệt thời nào cũng có

Hành trạng của thầy Tuệ Sỹ gồm nhiều mặt: Là đạo sĩ vào đời đấu tranh để phá bỏ nhà tù lớn nhỏ của chế độ độc tài toàn trị - Là học giả một đời cặm cụi với dịch thuật kinh sách, trước tác triết học, văn học - Là nghệ sĩ làm thơ sâu thẳm với tiếng dương cầm - Là chiến sĩ bất khuất, lấy cái chết trước bạo lực để nói lên giá trị của tự do. Hành trạng ấy đã làm giàu thêm cho lịch sử của những cao nhân Việt, và đắp cao nền văn hiến Việt Nam. Hành trạng ấy đã tiếp nối lời xác định của Nguyễn Trãi: Trên dòng sử nước Việt hào kiệt thời nào cũng có.

4. Cọng lau gầy gánh nặng ánh tà dương

Thầy Tuệ Sỹ ví mình như "cọng lau gầy", nhưng khi thầy nằm xuống lại có người đưa ra nhận định là "cọng lau nằm xuống mà rung đại ngàn". Trong một rừng bài viết về thầy, tôi chọn một số bài sau đây có thể làm sáng tỏ nhận định này:

- Trong bài: "*Thiền sư Tuệ Sỹ - Cọng lau nằm xuống mà đại ngàn rung chuyển*" - nhà văn Dạ Ngân viết: Bạn bè trích, bạn bè đưa gần như toàn bộ cuộc đời lận đận của ông, thì mình không ngạc nhiên - Thứ nhất là cuộc đời như vậy, thứ hai là thơ hay như vậy và một cái tuổi già ở ẩn tư thế như vậy - cho nên đúng như bạn bè nhận định là một "Cọng lau nằm xuống mà rung chuyển đại ngàn". Không có gì diễn tả hay hơn, câu đó của ai thì mình không nhớ.

"Rung chuyển đại ngàn" tức là rung chuyển cảm xúc. Mình cảm nhận được cái rung chuyển cảm xúc của toàn cõi mạng Việt Nam. Mình có 4.900 bạn bè thôi, nhưng chưa bao giờ mình thấy ai cũng tìm cách nói về ông, về cảm xúc mấy dòng, hoặc trích mấy câu thơ của ông. Mình nghĩ là không ai bảo ai mà tại sao có một nghĩa cử văn hóa như vậy. Sự ra đi của ông, người ta nhìn lại, người ta thấy: Ồ, đây là một món quà của trời, chứ không phải của Phật. Cái chết của ông như là sự trời cho Việt Nam, cho một nhân vật này để thử xem lòng người có tan hoang như mọi người, như chính mình không... Bây giờ mình mới nhận ra cái công lao vĩ đại của thầy, bằng cả cuộc đời, bằng trí tuệ siêu việt của thầy, bằng tình yêu bao la Bồ Tát của thầy - Người ta dùng chữ Bồ Tát cho thầy nhiều lắm. Gần như là thầy đang dần phục hưng lại cái đạo Phật ở trong lòng của dân tộc Việt Nam, như nó đã từng vững mạnh và tốt đẹp.

- Trong bài "*Suy tư về một sự kiện văn hóa*", Tiến sĩ Mạc Văn Trang viết: Trước khi Hòa Thượng Thích Tuệ Sỹ mất, tôi không biết tiểu sử của ông. Nhưng khi Hòa Thượng Tuệ Sỹ viên tịch, trên mạng xã hội trong và ngoài nước tràn ngập những bài viết về ngài. Tôi bỏ công tìm hiểu và thấy nhân cách của ngài, sự nghiệp của ngài đã hoàn toàn chinh phục trái tim và khối óc của tôi: Đây đích thực là một vị chân tu, một trí thức lớn, một nhà Phật học uyên thâm, một nhân cách văn hóa không chỉ của Phật Giáo mà của dân tộc.

- Trong bài "*Người cân lại Phật Giáo Việt Nam*", võ sư Đoàn Bảo Châu viết: Tôi đã bị chinh phục hoàn toàn bởi chân dung của cố Hòa Thượng Thích Tuệ Sỹ. Thơ của ngài thật đẹp, thật tinh khiết, thật huyền ảo lung linh khiến hồn tôi đắm say. Cuộc đời tù đày 17 năm chỉ như một phép thử, như một cái phông đen đặc chỉ để nổi bật lên một tinh thần đại dũng của một người thông tỏ về đạo, một tâm hồn cao khiết mà mọi mánh khóe ác độc chỉ như mây khói chờn vờn bên ngoài, chẳng thể tác động đến thế giới bên trong... Phật Giáo Việt Nam rất cần những chân dung chói sáng, tinh khiết như ngài Tuệ Sỹ.

- Trong bài "*Hòa Thượng Tuệ Sỹ là một hình mẫu lý tưởng về người trí thức hiện đại*", nhà nghiên cứu Thái Hạo viết: Với tôi, thầy Tuệ Sỹ trước hết và quan trọng nhất, là một hình mẫu lý tưởng về người trí thức hiện đại. Nếu chỉ biết đến thầy như một nhà tu hành thì có lẽ sẽ là điều khiếm khuyết. Bằng tài năng, trí tuệ, nhân cách và thái độ dấn thân "ngã nguyện vô cùng", thầy đã thể hiện một chân dung toàn vẹn của người tu sĩ Phật Giáo chân chính bên cạnh hình ảnh trí thức và thái độ của một công dân nặng trĩu trách nhiệm với xã hội và dân tộc.

- Trong bài *"Tiễn thầy về trời, lang thang khắp cõi hư không"*, nhà báo Kim Hạnh viết: Đêm qua tôi thức đọc hầu hết các bài viết trên FB về thầy. Kinh ngạc, mỗi người một góc nhìn đều biết ơn thầy dạy dưỡng dù chưa một lần gặp. Nhiều người là con Chúa sao hiểu và kính quý thầy Tuệ Sỹ sâu sắc đến như vậy. Tôi cũng nhận được một tin nhắn thiết tha của một bạn trẻ là con Chúa: Cô ơi, con muốn đến lễ tang để tưởng nhớ thầy mà con không quen biết ai hết, nếu cô có đi cho con đi theo với...

Tôi nghĩ có viết một trăm trang ở đây cũng không nói hết tấm lòng kính nhớ tiếc thương bậc chân tu trong cuộc quốc tang thực chất trong tâm tưởng của người Việt đang diễn ra.

- Trong bài *"Tuệ Sỹ - Niềm tin không cần thế chấp"*, ông Nguyễn Hà Hùng, tạp chí Luật Khoa, viết: Không có chùa to, tên tuổi Hòa Thượng Thích Tuệ Sỹ cũng không gắn bó với các đại lễ cầu siêu hay cúng sao giải hạn. Khác với những tên tuổi lớn gây tranh cãi trong "làng" Phật Giáo Việt Nam, từ hôm Hòa Thượng Thích Tuệ Sỹ viên tịch, nhiều trí thức Việt Nam suy tôn Hòa Thượng không chỉ là một hành giả chân tu mà còn là một trí thức lớn, một phẩm tính mà sự đóng góp của ngài là cao tột. Tuy nhiên, thành tựu lớn nhất của Tuệ Sỹ có lẽ là niềm tin mà Hòa Thượng được nhiều người trao gửi.

- Trong bài *"Thích Tuệ Sỹ và con đường khác cho Phật tử, Phật Giáo"*, blogger Đồng Phụng Việt viết: Cuộc đời và di nghiệp của Hòa Thượng Thích Tuệ Sỹ chắc chắn sẽ gợi ý cho nhiều Phật tử, cũng như dân chúng Việt Nam ngẫm nghĩ, so sánh giữa Phật Giáo mà Hòa Thượng hiến thân phụng sự với Giáo Hội Phật Giáo Việt Nam đang theo đuổi đường hướng "Đạo Pháp - Dân Tộc - Chủ Nghĩa Xã Hội".

Từ những đoạn trích trên đây và hầu hết những bài khác trên mạng, chúng tôi có một nhận định là mọi người ca ngợi thầy Tuệ Sỹ về bản thân của thầy, về những việc thầy làm cho đạo pháp và dân tộc. Từ đó nổi bật lên một điều là mọi người đã nói lên khát vọng tìm đến cái thiện, cái chân của con người trong xã hội đảo điên hiện tại. Chúng tôi vui vì thấy đảng Cộng Sản và Phật Giáo Xã Hội Chủ Nghĩa đã không tàn phá được khát vọng của con người muốn sống trong một xã hội an bình với tình người với cái chân, cái thiện. Từ đó, thầy Tuệ Sỹ đã trở thành biểu tượng của cái chân thiện ấy.

Thầy Tuệ Sỹ (1943-2023)

Kết luận

Chúng ta biết đảng Cộng Sản đã hủy diệt bất cứ ai chống lại họ hay tố cáo chế độ xã hội chủ nghĩa và nói thật về họ. Ở đây chúng tôi xin ghi lại hai thí dụ về sự hủy diệt tàn bạo này.

1. Cuối năm 1997, nông dân Thái Bình đã nổi dậy đấu tranh chống quan cộng sản tham nhũng ở quy mô lớn. Nhà văn Dương Thu Hương cho biết kết quả là sau khi dẹp xong vụ bạo loạn, những người cầm đầu gồm nông dân và bộ đội phục viên cả ngàn người, đã bị bắt giam ở những nhà tù khác nhau và công an trại tù đã dùng tù hình sự thủ tiêu những người này. (Đinh Quang Anh Thái - Ký 2 - Vụ tàn sát

đẫm máu các cựu chiến binh nổi dậy tại Thái Bình, Người Việt Books, Hoa Kỳ - 2018, trg 223)

2. Kịch tác gia Lưu Quang Vũ, người đã được nhiều nhà phê bình coi là nhà viết kịch vĩ đại, một Shakespeare của Việt Nam. Vì trên 50 vở kịch của ông đã nói lên sự thật của xã hội, vạch ra những mặt trái và đòi hỏi sự minh bạch trong cuộc sống đương thời. Và trong vở kịch "Ông không phải là bố tôi", nhân vật trong vở kịch đã nói: "Chúng ta đã trải qua nhiều thời kỳ, từ đồ đá đến đồ đồng, đồ sắt... nay thì đã đến thời kỳ đồ đểu". Lưu Quang Vũ đã dùng kịch nói lên sự thật như thế nên đã bị đảng dàn dựng tai nạn xe hơi giết Lưu Quang Vũ và vợ là nhà thơ Xuân Quỳnh cùng con gái của ông bà năm 1988, khi hai ông bà trên đường từ Hải Phòng về Hà Nội.

Từ đó chúng tôi có một câu hỏi là tại sao đảng Cộng Sản để thầy Tuệ Sỹ sống trọn đời? Năm 1988 họ không bắn được thầy Trí Siêu và thầy Tuệ Sỹ vì áp lực quốc tế. Nhưng trong nhà tù 14 năm, rồi ra tù chỉ một thân một mình mà họ vẫn để thầy sống. Đó là điều kỳ diệu.

Bây giờ chúng tôi muốn nói với những người lãnh đạo đảng Cộng Sản là năm 1988, nếu tử hình hai thầy Trí Siêu, Tuệ Sỹ thì các ông chỉ tốn hai viên đạn giá mấy đồng, nhưng các ông đã hủy diệt hai bộ óc mà cả trăm năm dân tộc may ra mới có được một hai người. Tuy mất 14 năm trong tù, nhưng hai thầy vẫn sống, vẫn còn thời gian để làm giàu cho văn hóa dân tộc, nâng cao văn hiến Việt Nam. Đảng Cộng Sản để thầy Tuệ Sỹ sống và thầy đã trở thành một biểu tượng nói lên khát vọng của dân Việt dưới chế độ độc tài toàn trị của đảng Cộng Sản.

Không hiểu những người lãnh đạo đảng Cộng Sản có thấy khát vọng này và có thấy cái chân thiện của thầy Tuệ Sỹ hay các ông hối tiếc là đã để cho tên phản động Tuệ Sỹ sống?

Việt Dương

TRẦN THỊ NGUYỆT MAI

NGUYÊN MINH,
MỘT ĐỜI CHUNG THỦY VỚI VĂN CHƯƠNG

Thấm thoát Quán Văn đã ra được trăm số báo.

Còn niềm vui nào hơn!

Nhớ lại hồi cuối năm 2011 khi về Việt Nam thăm gia đình, anh Trần Hoài Thư nhắn tôi đến thăm anh Nguyên Minh và mua ủng hộ Quán Văn khi ấy tên tuổi hãy còn mới toanh vì vừa mới chào đời. Anh Nguyên Minh vui vẻ giải thích cho tôi hiểu vì sao anh đánh số từng kỳ với ba con số (001) chứ không phải chỉ vẻn vẹn một con số duy nhất như các tạp chí trước đây: "Anh mong Quán Văn sẽ sống đến 3 con số, nghĩa là ít nhất phải ra đến số 100, chứ không vắn số như Ý Thức hồi xưa."

Nói đến tờ "Ý Thức" thì tôi không xa lạ. Vì ngay từ năm 1972, khi làm bạn với Thanh Yên, tôi đã thường nghe Yên nhắc đến: "Anh Ngạn (nhà thơ Hồ Thanh Ngạn, anh của Yên) cùng các bạn làm báo Ý Thức. Nhà Yên là nơi mấy anh đến họp, thảo luận về tờ báo..." Mãi đến sau này khi quen với anh Nguyên Minh tôi mới được biết chính tại căn nhà này, sau khi cùng chị T. lấy số báo Ý Thức đầu tiên từ nhà in ra về, trời mưa, xe đang đi ngon trớn bỗng bị chết máy, anh Nguyên Minh đã bỏ chị T. lại dọc đường cùng với chiếc xe đình công bất tử đó. Ôm chặt gói báo trong tay, anh gọi tắc-xi đến nhà Thanh Yên dưới chân cầu Phan Thanh Giản nơi các anh chị khác đang chờ... Sau đó nhà viết kịch Lữ Kiều (Bác sĩ Thân Trọng Minh) được nhờ đi đón. Hỏi anh Nguyên Minh bất cứ điều gì về tờ báo, từ *font* chữ, màu bìa, v.v... anh đều nói vanh vách, nhưng không thể nhớ nổi nàng tóc uốn hay tóc thề hoặc màu áo người yêu mặc hôm ấy để anh "Minh lớn" dễ nhận dạng tìm người!!! Trên đời này, có lẽ anh là người duy nhất đặc biệt như vậy. Bởi thế nên chị T. mới buồn, mới chia tay anh đi lấy chồng. Để anh mãi cắn rứt, thương tưởng suốt đời và khóc mùi mỗi khi nghe bài hát "Anh còn nợ em". Như lời Bác sĩ chuyên khoa tim mạch Thân Trọng Minh có lần "chẩn bệnh" cho anh: "Quả tim có bốn ngăn. Ngăn thứ nhất ông dành cho cha mẹ. Ngăn thứ hai ông dành cho vợ con. Ngăn thứ ba cho tình yêu mà T. đã chiếm hết chỗ. Ngăn thứ tư là của bạn bè"...

Hành trình của tạp chí Ý Thức đã được anh Nguyên Minh ghi lại trong bài viết "Một Thời Ý Thức". Tiền thân của nó là tờ Gió Mai có từ 1957 khi các anh Lữ Kiều, Lữ Quỳnh, Hoài Linh, Thùy Linh (Ngy Hữu Trần Hữu Ngũ), Hồ Thủy Giũ, Nguyên Thạnh (Nguyễn Mậu Hưng), Thiên Nhất Phương (Châu Văn Thuận), Nguyên Minh, Hồ Thanh Ngạn... còn đang học Quốc Học. "Hàng tháng ra một số báo, bài vở tác giả tự viết tay, tập trung lại đóng thành một tập duy nhất, rồi chuyền tay nhau mà đọc. Thỉnh thoảng ra một vài tập thơ của từng tác giả như *U Hoài* thơ của Lữ Kiều, *Thác Loạn* của Lữ Quỳnh, *Những Người Cùng Đi* tuyển tập thơ của nhiều tác giả. *Tuyển tập thơ văn Gió Mai*, in ronéo." [1] Xong bậc trung học, các anh tản mát theo đuổi hướng lựa chọn cho tương lai sự nghiệp riêng. "Từ đó Gió Mai không ra báo thường xuyên. Tại Quy Nhơn, Thùy Linh, Nguyên

Minh, Hồ Thủy Giũ, cùng bài vở của anh em trong nhóm từ xa gởi về làm một số Gió Mai tha hương..." [1]

"Năm 1967, tại Phan Rang, khi Ngy Hữu và Nguyên Minh về dạy học tại đó, tập họp bài vở anh em trong nhóm ở xa làm một số Xuân Gió Mai, in ronéo, khổ 21 x 30. Đến năm 1969, Gió Mai mở rộng và đổi tên là Ý Thức, hai tháng ra một số báo, in ronéo. Lúc này, nhóm chủ trương có thêm Trần Hữu Lục, Lê Ký Thương, Võ Tấn Khanh, Đỗ Nghê (Đỗ Hồng Ngọc)... Báo ra được 6 số thì dọn vào Sài Gòn, ra chính thức Bán nguyệt san văn học nghệ thuật, in typô rồi đến offset, phát hành rộng rãi. Tòa soạn đặt tại 666 Phan Thanh Giản, Sài Gòn. Nhóm chủ trương có thêm Nguỵ Ngữ, Trần Hoài Thư... Báo ra 24 số thì tạm đình bản. Đầu năm 1974, Ý Thức ra bộ mới dưới hình thức Bản thảo do Lữ Kiều làm chủ biên, lúc bấy giờ nhóm chủ trương có thêm Hoàng Khởi Phong, Lê Văn Ngăn. Đến năm 1975, Ý Thức Bản thảo số 2 chưa kịp phát hành." [1]

Như thế, nếu không kể tiền thân Gió Mai, và số báo chưa kịp phát hành, Ý Thức chỉ góp mặt vỏn vẹn 25 số...

Anh Nguyên Minh tâm sự:

Thời trẻ tôi làm Ý Thức.

Về già tôi làm Quán Văn.

Bây giờ. Bốn phương. Tám hướng. Bạn cũ. Bạn mới. Giới già. Giới trẻ. Đã thành danh. Chưa thành danh.

Cùng nhau ngồi chung một chiếu. Văn chương. Nghệ thuật. Chữ nghĩa trong sáng. Nhân bản. Hồn nhiên. [1]

Thật đúng như vậy. Từ năm 2011 đến nay 2023 là 12 năm, tròn một giáp, anh đã ra được 100 số báo. Như vậy tính trung bình hơn một tháng thì có một số Quán Văn chào đời, với tiêu chí Sáng tác – Tư liệu – Nghiên cứu văn học, góp mặt người viết từ khắp mọi nơi trên thế giới. Mặt khác, Quán Văn không chỉ giới thiệu những tác giả sinh sống trong nước như Trương Thìn, Lữ Kiều, Đỗ Hồng Ngọc, Chu Trầm Nguyên Minh, Khuất Đẩu, Nguyễn Lệ Uyên, Lê Ký Thương, Nguyễn Dương Quang, Đoàn Văn Khánh... mà còn với người đang ở "biển ngoài": Lữ Quỳnh, Phạm Cao Hoàng, Kiệt Tấn, Nguyễn Xuân Thiệp, Nguyễn Minh Nữu, Trương Vũ, Nguyễn Thị Khánh Minh, Trần Hoài Thư, Nguyễn Thụy Đan, Nguyễn Thành Châu...

Ngoài ra, Quán Văn còn tổ chức những chuyến đi chơi xa từ Nam chí Bắc, thậm chí sang cả Pháp, Hoa Kỳ để các bạn văn có dịp cùng gặp gỡ, sinh hoạt chung với nhau và có thêm kiến thức về các vùng miền trên đất nước lẫn hải ngoại cho sáng tác... Quán Văn đã như một mái nhà ấm áp, thân tình quy tụ các bạn yêu văn chương nghệ thuật cùng đến với nhau, không phân biệt chiếu trên, chiếu dưới, cũ hay mới, lớn hay nhỏ, v.v... 100 số báo, với biết bao kỷ niệm. Bên anh Nguyên Minh còn có những cộng sự rất đắc lực, năng nổ phụ giúp, như nhà thơ Đoàn Văn Khánh, họa sĩ Nguyễn Sông Ba, nhà phê bình Hoàng Kim Oanh...

Bên cạnh làm báo Quán Văn, anh Nguyên Minh vẫn tiếp tục theo đuổi việc sáng tác, trong khi đa phần các anh từ thời Gió Mai, Ý Thức vì lý do này khác đã gác bút. Đây là một điểm son của anh. Nên vừa qua tạp chí văn học nghệ thuật Ngôn Ngữ số 26 phát hành ngày 1-7-2023 tại Hoa Kỳ dành giới thiệu nhà văn Nguyên Minh như một vinh danh cho người suốt đời chung thủy với văn chương. Tôi giúp sửa morasse số báo này nên đã hơn một lần được đọc lại một số sáng tác của anh. Những truyện ngắn của anh, bằng lối viết dung dị, trong sáng, rất lôi cuốn khiến độc giả khó bỏ sách xuống khi đọc chưa xong, thoạt xem qua như những câu chuyện kể đời thường nhưng thật sự tự nó đã hàm chứa những ý nghĩa rất sâu sắc, nhân bản mà anh khéo léo lồng trong đó. Tôi đã chảy nước mắt thương ông Tàu già *Quán Siu Siu*, bao nhiêu năm gầy dựng cơ nghiệp từ hai bàn tay trắng bằng sự siêng năng cần mẫn bỗng chốc tan tành như mây khói, vợ con chết mất xác trên đại dương (do gia đình ông không chấp nhận hồi hương về Trung Hoa đại lục mà vượt biên hướng về Đài Loan, chiếc tàu nhỏ đâm vào đá ngầm tan nát). Không hiểu sao ông lại trở về được nơi này. Nhìn ngôi nhà sang trọng cũ nay đã thay ngôi đổi chủ sau chiến dịch giải tỏa người Hoa nằm trong diện "tư sản mại bản", những kỷ niệm cũ tràn về. "Ông đã thành một người ngớ ngẩn. Hằng ngày ông lẩn quẩn quanh khu chợ An Đông, và trở thành kẻ ăn mày trên chính mảnh đất đã làm ông thành 'tư sản mại bản' " [2]. Cuối cùng ông Siu Siu cũng "chết tức tưởi trong một đêm mưa dầm. Xác của ông từ con kênh bến Chương Dương trôi giạt vào bờ. Trên đầu có vết bầm rướm máu..." [2]

"Có một thời như thế" là câu chuyện kể về thời kỳ đầu sau khi dứt chiến tranh, người thím đã lấy những tảng đá xanh bia mộ của những tử sĩ VNCH úp ngược lót làm chuồng nuôi heo trong thành phố với thực phẩm cho heo ăn là cám trộn với những xác thai nhi bị người mẹ nạo bỏ bằm nhỏ. Làm rượu bổ ngâm bằng nhau người. Và làm thuốc tây giả bằng cách trộn vào đó nửa bột mì... Nói chung vì cuộc sống, thím chẳng từ nan một việc gì miễn kiếm được nhiều tiền. Nhưng "ác giả ác báo", "những con heo lăn đùng giãy chết trước ngày xuất chuồng, hôi thối như mùi xác người chết đã thối rữa. Bán không ai dám mua, cho không ai dám nhận." [3] Những chủ nhân của chúng cũng gặp tai họa thảm khốc. Và người thím này về sau đã bị hành xác đớn đau với bệnh ung thư tử cung, đã khóc trước khi trút hơi thở cuối cùng, tiếng khóc như tiếng mèo gào.

Đặc biệt truyện *"Ám ảnh một lời nguyện"* nói về một đứa bé trai con một sĩ quan Võ Bị đã mất trong trại cải tạo năm 1976, được mẹ cho vượt biên hầu tìm một tương lai sáng sủa hơn. Chẳng may khi lênh đênh trên biển cả, tàu bị mất phương hướng, hết cả nhiên liệu, nước ngọt, thực phẩm, sức lực thuyền nhân cũng cạn kiệt chỉ còn chờ cái chết. Đúng lúc đó thì hải tặc xuất hiện. Cậu bé nhớ lời Mẹ dặn nên nắm chặt tượng Phật Bà Quan Âm trong tay và nguyện cầu. "Chỉ trong tích tắc. Không hiểu sao Huy hét lên một tiếng kêu ghê rợn. Bọn hải tặc lao nhao nhảy qua tàu chuồn mất. Chính khoảnh khắc đó người đàn bà từ đâu đến nhập vào hồn Huy. Chính bà ấy đưa tiếng hét thất thanh của Huy bay xa làm cho một chiếc tàu lớn đang di chuyển ngoài khơi tìm đến cứu nạn." [4] Người đàn bà đó được suy đoán là Mẹ Âu Cơ đã ôm chặt và vỗ về Huy. "Trước khi bà biến mất, bên tai Huy vẫn văng vẳng tiếng nói trách móc đến một ai đó: Sao ông để con cháu mình bị đày đọa thảm khốc như thế này? Giận chồng nhưng ta phải cứu con cháu mình." [4] Đã 40 năm trôi qua, đứa bé trai bây giờ là người đàn ông 50 tuổi, một bác sĩ về tim mạch nổi tiếng trong một đất nước giàu mạnh nhất thế giới, bỗng dưng bán hết gia tài, nhà cửa để trở về quê cha đất tổ dù người Mẹ không muốn. Thì ra, ngày xưa chàng đã có lời nguyện với bà Âu Cơ (hay cũng là Mẹ Việt Nam?). Tác giả kết luận:

"Chính sự trở về quê cha đất tổ của Huy đã làm tôi thay đổi lối nhìn về một truyền thuyết mà từ thuở ấu thơ đến tuổi xế chiều vẫn làm tôi ray rứt. Cái chia tay mỗi người mỗi ngả, dắt thêm đàn con 50 người. Lạc Long Quân xuống biển. Âu Cơ lên rừng. Vợ chồng chia lìa. Anh em 100 người chia đôi, quên bẵng mình cùng một bọc trăm trứng sinh ra.

... Bấy giờ tôi giật mình mới khám phá ra hình như người viết sử ngày xưa đã bỏ mất đoạn kết về truyền thuyết Lạc Long Quân – Âu Cơ. Chỉ sau một thời gian cả hai người đều dắt đàn con về trên thảo nguyên. Trăm đứa con ôm nhau sau bao năm xa cách. Chiến tranh không bao giờ trở lại." [4]

Truyện này làm tôi liên tưởng đến bài thơ *Tâm Sự Lạc Long Quân* của Đỗ Nghê sáng tác từ năm 1965:

Những vết ô nhục trong lịch sử chúng ta
Các con đều đã rõ
(...) Đã cùng sinh ra trong một bọc
Thì hãy nghe ta
Đốt hết sách vở, xé hết cờ xí đi

Rồi đứng ôm nhau mà khóc
Nước mắt sẽ làm tươi lại cỏ cây
Nước mắt sẽ làm phì nhiêu mảnh đất...

Tiếng nói của yêu thương, nhân bản trong văn Nguyên Minh xuyên suốt với mộng văn chương mà anh đeo đuổi. Xin được chúc mừng anh. Cùng Quán Văn kỷ niệm 100 số báo ra mắt, kính chúc anh Nguyên Minh và các bạn văn luôn vui, khỏe, chân cứng đá mềm để tiếp tục vượt qua được chặng đường khó khăn trước mặt./.

Trần Thị Nguyệt Mai
14-7-2023

Hình bìa tạp chí Quán Văn số 100 phát hành tháng 11/2023

Tham khảo:
[1] Nguyên Minh – Một Thời Ý Thức (tạp chí Ngôn Ngữ số 26, trang 29 – 35)
[2] Nguyên Minh – Quán Siu Siu (tạp chí Ngôn Ngữ số 26, trang 11 – 16)
[3] Nguyên Minh – Có một thời như thế (tạp chí Ngôn Ngữ số 26, trang 51 – 62)
[4] Nguyên Minh – Ám ảnh một lời nguyện (tạp chí Ngôn Ngữ số 26, trang 36 – 42)

VIỆT DƯƠNG

GIÁO SƯ TRẦN HUY BÍCH
NGƯỜI HẾT LÒNG VỚI VĂN HÓA DÂN TỘC

Giáo sư Tiến sĩ
Trần Huy Bích
Ảnh Văn Lan

1. Trưởng ban văn nghệ trường Chu Văn An

Người viết gặp anh Trần Huy Bích cuối năm 1956, niên khóa 56 - 57, khi anh cùng với Ban Văn Nghệ trường Chu Văn An đến các lớp để nói về tờ Đặc San Xuân của trường, và khuyến khích mọi người viết cho đặc san. Khi tờ báo in xong, tôi gặp lại anh lần thứ nhì. Anh đến lớp tôi để tuyên dương anh Nguyễn Gia Phái về bài thơ "Chu Văn An Mến Yêu" được đăng trên tờ Đặc San Nhựa Sống. Bài thơ của một học sinh đệ lục nói về kỷ niệm và mộng ước dưới mái trường. Tôi còn nhớ 4 câu:

Ôi! Chu Văn An, Chu Văn An
Em nghe thoang thoảng hương thời gian.
Ngày sau ai chớ lờ quên nhé,
Trong mái trường đây mộng chứa chan.

Tôi chỉ gặp anh Bích hai lần, vì đó là năm cuối cùng của anh ở Chu Văn An.

2. Hiệu Trưởng Trường Trung Học Tư Thục Thăng Long

Năm 1964 tôi gặp lại anh Trần Huy Bích ở Đà Lạt. Lúc đó anh là Hiệu Trưởng trường Trung học Tư thục Thăng Long. Trường mới được anh mua lại của ông Chử Bá Anh, trước đó có tên là trường Hiếu Học. Gặp lại nhau cũng vào đầu niên khóa, nên anh kéo tôi vào phụ trách những giờ sử địa cho mấy lớp đệ nhất cấp. Từ trường Hiếu Học đổi thành Thăng Long, tôi đoán thầy Bích muốn theo gương của các ông Hoàng Minh Giám, Đặng Thái Mai và Võ Nguyên Giáp trong việc thành lập trường Thăng Long ở Hà Nội vào giữa thập niên 1930. Đi dạy được hơn một tháng, tôi thân với mấy người thân của thầy Bích:

Thứ nhất là ông Nguyễn Ngọc Hướng, thầy Bích đem từ Sài Gòn lên để làm Giám Học. Tuy là bạn thân, nhưng tính chất hai người khác nhau. Thầy Bích khiêm cung, nói năng để ý từng lời, còn ông Hướng đẹp trai, bay bướm, ăn mặc chải chuốt và rất điệu, chẳng hạn đi đâu phải mặc vest thì ông luôn ra đường mới biểu diễn thắt cà vạt với cái nút rất đẹp. (Tôi học ông, nhưng mình thiếu chất bay bướm nên thắt không ra sao). Một buổi chiều, tôi với ông đứng trong sân trường cạnh đường Hai Bà Trưng nhìn theo cô gái áo dài tha thướt với chiếc áo len xanh lục, ông thốt lên: Đẹp mà quyến rũ như thế thì mình sống sao được!

Tôi cười nói: Đà Lạt nhiều giai nhân nhìn hoa là hoa rơi. Tôi sợ ông phải từ giã Thăng Long sớm.

Thứ nhì là hai ông thầy trẻ: Trần Ngọc Hoàn và Trần Công Ngà, cũng từ Sài Gòn lên. Cả hai đẹp trai, rất bay bướm và phá phách, vẫn còn nguyên chất thứ ba, sau quỷ và ma. Ngà thường hay lên nhà tôi. Có lần, tôi và Ngà đi chơi vào phía đồi núi phía sau nhà tôi ở cuối đường Huyền Trân. Trên đường về, đi qua một khu rẫy rộng, thấy một vạt, người ta mới trồng mấy chục cây chanh, Ngà vào nhổ một cây, nói: Nhiều quá, lấy bớt một cây, đem về trồng ở vạt đất phía dưới nhà ông. Một lần khác, Ngà đi vespa đem đến cho tôi một chậu hoàng lan, cười nói là hôm qua đi qua một biệt thự trên đường Lý Thái Tổ thấy họ có cả trăm chậu lan, nên đến đêm mượn chiếc xe này tới lấy bớt một chậu.

Thứ ba là chú tiểu Lê Mạnh Thát, tu ở chùa Linh Sơn, mới 20 tuổi đã thông làu Hán tự, Anh và Pháp ngữ. Chú đang học lớp Sư phạm Triết ở Đại Học Đà Lạt và thầy Bích mời chú dạy Pháp văn cho mấy lớp đệ nhất cấp. Với chú Thát, tôi nhớ nhất là mỗi lần lên chùa chơi, chuyện trò qua giờ cơm là chú đứng dậy nói: Đi ăn cơm. Tôi theo chú xuống nhà ăn. Lần nào chú cũng lấy ra một liễn cơm, hai bát canh, mỗi bát một trái su su nhỏ, lớn thì nửa trái, thỉnh thoảng có một đĩa nhỏ bắp cải xào hay một đĩa chao. Tôi đã ăn nhiều lần và bữa ăn nhà chùa chỉ có thế. Có lần tôi tới chú buổi chiều, chuyện trò tới khuya. Khi về chú đi với tôi ra sân, rồi đứng lại giữa sân chùa nói nữa trong khi sương đêm bao phủ mờ mịt. Trên đường về, đi trong sương dọc theo đường Yersin với rừng thông, tôi có cảm tưởng mình là hiệp khách mới từ giã một nhà sư cao thủ ở chùa Thiếu Lâm trên Thiếu Thất. Mười năm sau, khi du học ở Mỹ về, chú thành Đại Đức Trí Siêu Lê Mạnh Thát, không là cao thủ võ lâm nhưng là đại cao thủ văn lâm.

Cuối cùng là thầy Trần Huy Bích. Thầy Bích cho tôi một kỷ niệm nhớ đời là trong tháng đầu đi dạy, tôi chỉ mặc chiếc áo len dài tay, một buổi sáng tới trường, thầy Bích đã cởi chiếc áo vest dạ màu xám nhạt khoác vào người tôi. Từ đó, tôi có dáng dấp mới của người mặc áo vest. Chiếc áo ấy đã ở với tôi lâu dài. Sau này mỗi lần đi phép về Đà Lạt, tôi lại mặc áo vest dạ xám để đi phố hay vào cà phê Tùng. Có một điểm đặc biệt là trong thời gian cả niên khóa, tôi không thấy thầy Bích uống cà phê. Tôi đã vào cà phê Tùng với ông Hướng, với Trần Công Ngà, với Trần Ngọc Hoàn, nhưng chưa bao giờ tới cà phê Tùng với thầy Bích. Trong niên khóa, thỉnh thoảng có dịp đông đủ mấy người thân vào buổi tối, thầy Bích thường mời mọi người đi ăn chè ở quán chè đầu đường Đoàn Thị Điểm và Duy Tân của cô con gái ông bà chủ nhà hàng Bắc Hương. Quán lúc nào cũng đông khách, vì có nhiều loại chè và cô chủ quán là một giai nhân của phố thị, một vưu vật của thế gian mà ông Nguyễn Ngọc Hướng rất sợ bị hóa kiếp. Tôi chỉ sống với trường Thăng Long niên khóa 64-65. Năm 1965, ông Hiệu Trưởng Trần Huy Bích và ông Giám Học Nguyễn Ngọc Hướng về Sài Gòn, trao trường cho Giáo sư Đàm Quang Hưng xử lý thường vụ.

3. Du học Hoa Kỳ

Đầu năm 1986 tôi vượt biên, đến Mỹ năm 1987. Đầu năm 1989 từ Chicago, tôi qua nam California dự cuộc họp với một số văn nghệ sĩ để thành lập Hội Văn Nghệ Sĩ Việt Nam Tự Do. Tại đây, tôi gặp lại thầy Trần Huy Bích. Thầy chở tôi đi Bolsa ăn phở, để vào túi tôi mấy trăm và đưa cho tôi một bản tài liệu 6 trang ghi danh sách những lãnh tụ Cộng Sản Trung Hoa từ trước cho tới 1989 và danh sách các tỉnh, khu tự trị và một số đô thị quan trọng, trong đó ông đã đối chiếu lối phiên âm Pinyin để chuyển sang âm Hán Việt. Thí dụ Dengxiaoping (âm Pinyin) thành Đặng Tiểu Bình (âm Hán Việt). Thầy Bích cho biết là ông tới địa điểm họp không phải để dự họp mà mục đích là để phổ biến bản tài liệu. Từ đó, tôi với thầy Bích thường liên lạc với nhau bằng điện thoại rồi bằng email, và tôi biết, sau khi rời trường Thăng Long về Sài Gòn, năm 1967 ông động viên vào trường Bộ Binh Thủ Đức khóa 25, rồi được chuyển lên dạy ở trường Võ Bị Quốc Gia Đà Lạt. Năm 1969, ông được học bổng du học Hoa Kỳ trong chương trình đào tạo giảng viên có bằng Master của trường Võ Bị. Sau khi lấy Master, ông được học bổng để học tiếp và ông đã lấy bằng Tiến Sĩ về Chính Trị Đối Chiếu tại University of Texas, Austin.

Trong thời gian dài, qua chuyện trò, tôi chỉ biết ông làm ở thư viện đại học Nam California. Bây giờ qua bài "Giáo sư Trần Huy Bích, Người Nặng Tình Với Non Sông và Chữ Nghĩa" của nhà văn Vương Trùng Dương, tôi mới biết rõ, sau khi tốt nghiệp Tiến sĩ, ông Bích đã chuyên về giáo dục và thư viện với những chức vụ:

- Phó Giám Đốc, phụ trách chương trình hướng dẫn và huấn nghiệp dành cho sinh viên ngoại quốc tại Pasadena City College, Pasadena, California.

- Quản Thủ Thư Viện trong chương trình A.S.I.A của hệ thống thư viện công cộng, California.

- Phụ tá Quản Thủ Thư Viện, phụ trách các tài liệu về giáo dục và về Á Châu Học và Trung Hoa Học tại thư viện Đại Học UCLA (1989 - 2001) và Đại Học USC từ 2002 cho đến khi về hưu năm 2007.

4. Một việc đẹp, một việc có ý nghĩa lớn

Trong thập niên 1990, tôi biết rõ hai việc của giáo sư Trần Huy Bích:

Thứ nhất, về tương giao cá nhân, ông đã có sáng kiến rất đẹp là cuối năm dịch thơ Đường, gửi chúc tết bạn bè. Mỗi năm tôi đều nhận được mấy bài, tập hợp thành một tập thơ Đường của Từ Mai Trần Huy Bích mà bây giờ tôi vẫn thường đọc lại. Cũng trong thời gian này ông lấy bút hiệu là Từ Mai. Khi tôi hỏi ý nghĩa, ông cho biết là bút hiệu Từ Mai đã được lấy từ mấy câu thơ trong bài Âm Vi Diệu của nhà thơ, nhà khoa học Vô Ngã Phạm Khắc Hàm:

Mười năm vách Bích Nham
Tham thiền trước sư tổ
Sư tùy duyên hóa độ
Truyền dạy: Quán vô tâm
Từ đấy ngàn năm vách lắng tai
Lời kinh vi diệu thấm linh đài
Tình thương từng giọt rơi trên đá
*Thành đóa hoa **Từ** năm cánh **Mai.***

Trong số những bài thơ ông gửi, có hai bài ông ghi chú:

1. Bài Trừ Tịch của Đặng Đức Siêu với ghi chú: Thơ Đặng Đức Siêu (1750 - 1810) thất truyền hai câu 5-6. Đông Hồ đề nghị hai câu tạm thay. Trần Huy Bích chép lại tặng các thân hữu:

Tháng lụn, năm cùng, sự chẳng cùng
Nửa đêm xuân lại nửa đêm đông
Chi lan tiệc cũ hương man mác
Đào lý vườn xưa tuyết lạnh lùng
Đất có bâng khuâng chờ hội ngộ
Trời như thao thức đợi tao phùng
Gà kêu, pháo nổ, năm canh trót
Mừng cội mai già gặp chúa đông.

2. Bài Tặc Bình Hậu, Tống Nhân Bắc Quy của Tư Không Thự, ông kèm thêm một bài thơ của Nguyễn Du với ghi chú: Nhân lúc năm Ngọ sắp chuyển sang năm Mùi, thành

thật mong ước tất cả chúng ta cùng sớm được đọc lại câu của Nguyễn Du: *Bạch đầu do đắc kiến Thăng Long.*

Tản Lĩnh, Lô Giang tuế tuế đồng
Bạch đầu do đắc kiến Thăng Long
Thiên niên cự thất thành quan đạo
Nhất phiến tân thành một cố cung
(Lô Tản ngàn năm vẫn núi sông
Bạc đầu nay lại thấy Thăng Long
Nền xưa tan biến lề thông lộ
Thành mới chôn chìm dấu cựu cung)

Thứ nhì, về việc chung là thực hiện **Bản Nhận Định Về Tình Hình Đất Nước Của Trí Thức, Chuyên Viên và Sinh Viên Hải Ngoại**. Giáo sư Trần Huy Bích cho biết đây là một việc làm chung của nhiều người. Ở Orange County có các ông Lưu Trung Khảo, Phạm Cao Dương, Nguyễn Tiến Ích, Nguyễn Ngọc Kỳ, Đặng Cao Thanh, Nguyễn Ngọc Quỳnh, Trần Đức Thanh Phong, Nguyễn Tường Bách. Ở San Diego có các giáo sư Tô Đồng, Nguyễn Hữu Xương, Lê Phục Thủy và Bắc California có giáo sư Nguyễn Văn Canh.

Giáo sư Đỗ Quý Toàn và Trần Huy Bích được giao nhiệm vụ chấp bút, thu tóm ý kiến của mọi người và viết thành bản văn. Sau khi tham khảo các vị trí thức trong nhiều ngành - nhà văn, giáo sư, nghiên cứu, chính trị và tầng lớp trẻ, Bản Nhận Định được đúc kết và gửi tới nhiều giới, nhiều người để vận động những vị đó ghi tên vào danh sách tán trợ bản văn.

Xin tóm tắt nội dung bản Nhận Định.

Bản nhận định gồm 3 phần:

A. Số phận trí thức và vận mạng dân tộc

Nhận định rằng dưới chế độ chủ trương chính trị lãnh đạo và định tiêu chuẩn dùng người là Hồng hơn Chuyên, trí thức và chuyên viên không có điều kiện để đảm nhận vai trò trí thức đối với dân tộc. Từ đó, trí thức và chuyên viên có mấy lựa chọn:

- Một là bỏ nước ra đi, sang các nước tư bản.

- Hai là lên tiếng theo thiên chức của mình và bị đàn áp, bỏ tù.

- Ba là cúi mặt để sống theo chế độ, thành phần này là số đông, chấp nhận làm theo sự lãnh đạo của chính trị với những cán bộ ít học và độc đoán.

Kết quả là đất nước và trí thức chìm theo sự thất bại của nền chính trị độc tài.

B. Trách nhiệm của trí thức

Nhận định rằng để có thể đưa dân tộc ra khỏi số phận trên, tầng lớp trí thức và chuyên viên có nhiệm vụ cùng toàn dân thúc đẩy chuyển hóa chế độ: từ thể chế độc tài sang chế độ dân chủ. Kêu gọi tầng lớp trí thức, thanh niên, sinh viên, học sinh tích cực đòi lại các quyền tự do dân chủ.

C. Tuyên dương những việc làm can đảm của những tổ chức và cá nhân trong nước:

- Hội Đồng Giám Mục Công Giáo cùng nhiều văn nghệ sĩ, trí thức đã đề nghị "Tránh đồng hóa tổ quốc với xã hội chủ nghĩa".

- Hòa Thượng Huyền Quang, quyền Viện Trưởng Viện Hóa Đạo Giáo Hội Phật Giáo Việt Nam Thống Nhất đã yêu cầu nhà nước ngưng đàn áp tôn giáo và kêu gọi trả tự do cho các tu sĩ, văn nghệ sĩ, trí thức bị giam giữ không lý do chính đáng.

- Nhiều trí thức thuộc các viện đại học và các cơ quan nghiên cứu đã từ bỏ đảng Cộng Sản. Giáo sư Phan Đình

Diệu và Nguyễn Mộng Giao đã yêu cầu đảng bỏ ý thức hệ Mác-xít cùng trả các quyền tự do căn bản cho dân chúng.

- Bác sĩ Nguyễn Đan Quế và giáo sư Đoàn Viết Hoạt đã đề nghị những chương trình cụ thể để đảng chuyển hóa từ tình trạng độc tài sang thể chế dân chủ.

Bản Nhận Định Về Hiện Tình Đất Nước Của Trí Thức, Chuyên Viên và Sinh Viên Hải Ngoại đã được giáo sư Toàn Phong gửi tới ba đài phát thanh BBC, VOA và Tiếng Nói Tự Do Từ Mạc Tư Khoa để yêu cầu ba đài đọc về Việt Nam vào đầu năm Quý Dậu (1993).

5. Ông thầy văn chương

Từ ngày đến Mỹ, tôi thường viết bài cho một số tạp chí như Văn Nghệ Tiền Phong (Virginia), Lửa Việt (Canada), Thời Luận (California), Ngày Mới (Chicago)... Trong một số bài viết tôi cần đề cập đến một vấn đề trong văn chương Việt Nam hay Trung Hoa, nhưng tôi chỉ nhớ chút ít về vấn đề đó lại không có sách để tham khảo, tôi thường gọi hỏi thầy Trần Huy Bích và được ông giải đáp tường tận. Hỏi ông rất nhiều lần, nhưng ở đây tôi xin ghi lại hai trường hợp sau:

Thứ nhất, cuối thập niên 1990, trong một bài viết về sự giải phóng phụ nữ Việt Nam ở thập niên 1930, tôi cần dùng bài thơ: *Chàng như mây mùa thu - Thiếp như khói trong lò*

Nhưng tôi chỉ nhớ hai câu trên, còn quên hai câu sau. Tôi cần biết tường tận bài thơ: Thơ Trung Hoa hay thơ Việt. Thơ Việt thì ai là tác giả, còn thơ Tàu thì ai dịch. Tôi hỏi hai người bạn có bằng cử nhân Việt Hán, một ở Chicago, một ở Washington D.C.. Ông ở Chicago trả lời là thơ của Ngân Giang và hai câu sau là:

Cao thấp tuy có khác
Một thả cũng tít mù.

Ông ở Washington quả quyết là thơ Đường do Đông Hồ dịch.

Tôi email hỏi thầy Bích, thầy trả lời: Bài thơ đó là của Quách Phác, một nhà thơ đời Tấn. Người dịch có thể là Đông Hồ hoặc Ngân Giang. Lời thơ dịch rất gọn và trang nhã, chứng tỏ người dịch là một nhà thơ có tài tầm cỡ Đông Hồ hoặc Ngân Giang. Hai câu sau của thầy Bích là:

Cao thấp tuy có khác
Một thả cũng tuyệt mù.

Thứ nhì, đầu năm 2020, sau khi nhà nước Cộng Hòa Xã Hội Chủ Nghĩa Việt Nam huy động ba ngàn Cảnh Sát cơ động tới bao vây thôn Hoành và phanh thây cụ Lê Đình Kình, một đảng viên kỳ cựu, vì cụ đã lãnh đạo dân làng chống lại việc quân đội nhân dân cướp đất trồng trọt của làng, tôi viết bài Đòn Thù Của Đảng Cộng Sản. Đoạn kết tôi dùng 4 câu thơ của Quang Dũng:

Chót vót cây cao hồ dễ im
Sông sâu hồ dễ đã im lìm
Cây cao chờ đợi giờ giông tố
Sông đợi mùa dâng sóng nước lên.

và ghi lại lời của Giang Đông nói với tôi trong nhà tù Suối Máu năm 1977 là 4 câu đó đã bật ra khi Quang Dũng ngồi sửa xe đạp bên bờ hồ Hoàn Kiếm. Rồi tới năm 1982, tôi cũng nghe nhà văn Hoàng Quốc Hải nói gần như thế. Tôi gửi thầy Bích bài Đòn Thù Của Đảng Cộng Sản. Ngày hôm sau thầy Bích email cho biết là xuất xứ 4 câu thơ của Quang Dũng không phải như vậy. Đó là 4 câu cuối cùng của bài thơ có tên là Buồn Êm Ấm mà Quang Dũng đã làm năm 1947 ở vùng kháng chiến. Và ông ghi lại cho cả bài như sau:

Có những đêm trường buông gối chăn
Giận mình êm ấm chán tình nhân
Tủi hờn với cả lời săn sóc
Của những người lo tới phận mình
Vi vút nỗi mình ai thấu nhẽ
Chao ơi tri kỷ ở ngàn phương
Đêm đêm gió cuốn từng cơn nhớ
Từng trận sầu tư lướt thướt đường
Giọt giọt mưa rơi ngoài mái lạnh
Trong này hơi gối với hơi chăn
Sầu xưa muôn dặm buồn êm ấm
Nghe từng giọt nước thấu năm canh
Nhỏ bé chao ơi lời dịu ngọt
Lòng buồn nghi cả đến tình yêu
Từ độ sa vào hồ nước mắt
Cánh bằng muôn dặm cũng chìm theo
Không biết ngày mai trời có xanh
Đường xa xa nắng có mông mênh
Đêm đêm mơ thấy làm khăn gói
Để sớm mai rồi vẫn quẩn quanh
Chót vót cây cao hồ dễ im
Sông sâu hồ dễ đã im lìm
Cây cao chừng đợi giờ giông tố
Sông đợi mùa dâng sóng nước lên.
(1947)

Tôi cho ông biết tôi có tập thơ Quang Dũng do Hồng Lĩnh xuất bản ở California năm 1992, nhưng không có bài Buồn Êm Ấm, và đành chịu không sửa được, vì khi gửi bài cho ông tôi cũng đã gửi luôn cho mấy trang mạng.

Mới đây, nhân việc trả lời câu hỏi của tôi về bài thơ Mười Hai Tháng Sáu của nhà thơ Vũ Hoàng Chương, thầy Bích gửi cho tôi email của một người bạn ở Canada hỏi thầy về một câu thơ và email của thầy trả lời ông bạn đó. Xin ghi lại đây như trường hợp thứ ba:

Email của người bạn ở Canada: Tôi đang dịch một tài liệu sang tiếng Anh, gặp cái câu này "**cầm bằng chẳng đậu những ngày còn xanh**", tôi thật không hiểu ý nghĩa và xuất xứ, xin nhờ anh chỉ giúp giùm.

Email trả lời của thầy Bích: Nhiều phần câu anh hỏi là một câu trong truyện Kiều. Chính xác hơn là câu số 680, ở đoạn Kiều trình bày với cha sau khi Vương ông đập đầu vào tường để tự tử vì quá đau xót. Nguyên văn câu ấy, theo tất cả các bản Kiều mà tôi có, như sau:

Cầm như chẳng đỗ những ngày còn xanh

Trong tài liệu anh đưa ra, câu ấy được chép là:

Cầm bằng chẳng đậu những ngày còn xanh.

"Chẳng đậu" hay "chẳng đỗ" nghĩa cũng như nhau. "Cầm bằng" hay "cầm như" cũng thế. Nhưng trong một câu thơ 8 chữ có 2 chữ chép sai (1/4) nên đã khiến anh không nhận ra đó là một câu trong Truyện Kiều.

Từ chỗ bị giam được cho về một cách tạm thời, hay tin con gái phải bán mình, Vương ông vô cùng đau xót:

Thương tình con trẻ cha già
Nhìn nàng ông những máu sa ruột rầu
Nuôi con những ước về sau
Trao tơ phải lứa, gieo cầu đáng nơi.
Trời làm chi cực bấy trời!
Này ai vu thác cho người hợp tan.
Búa rìu bao quản thân tàn,
Nỡ đày đọa trẻ càng oan khốc già.
Một lần sau trước cũng là,
Thôi thì mặt khuất chẳng thà lòng đau.
Theo lời như chảy dòng châu,
Liều mình ông đã gieo đầu tường vôi.

Sau khi cả nhà hoảng hồn coi giữ, không để ông đập đầu vào tường lần nữa, Kiều trình bày với cha, ý chính như sau:

Cỗi xuân tuổi hạc càng cao,
Một cây gánh vác biết bao nhiêu cành.
....
Thà rằng liều một thân con,
Hoa dù rã cánh, lá còn xanh cây.
Phận sao đành vậy cũng vầy,
Cầm như chẳng đỗ những ngày còn xanh.

(Cha đã cao tuổi nhưng vẫn là người gánh vác gia đình. Hy sinh một con, mất một bông hoa, nhưng cây vẫn còn xanh lá. Xin hãy coi con như bông hoa không "đỗ" [không đậu], bị thui chột ngay từ khi còn là mầm non).

Đó là câu nói vô cùng xót xa của người con gái hiếu thảo, hy sinh thân mình để cứu cả gia đình.

Hai cụ Bùi Kỷ và Trần Trọng Kim giảng như sau: Cũng ví như lúc còn thơ ấu không nuôi được.

Học giả Huỳnh Sanh Thông dịch sang tiếng Anh như sau: Think [of] me a blossom nipped when budding green.

Dịch giả Michael Counsell, từng sống ở Việt Nam trước 1975 và yêu văn học, văn chương Việt Nam, dịch là: Please think of me as though a child who died while I was small"

Đọc email này, tôi rất vui nghĩ đến ông bạn đồng môn ở xa, vì từ bao lâu nay, tôi nghĩ chỉ mình tôi là học trò xa của thầy Bích, không ngờ thầy có thêm một người nữa ở Canada.

6. Nhà văn hóa

Theo dõi mấy chục năm về những bài viết và những hoạt động của giáo sư Trần Huy Bích, chúng tôi có một nhận định giáo sư là một nhà văn hóa dân tộc tiêu biểu trong cộng đồng người Việt ở Mỹ.

- Khi còn ở trong nước, năm 1983 hay 84, tôi đã nghe bài tường thuật buổi thuyết trình của giáo sư Bích về nhà thơ Vũ Hoàng Chương của đài VOA. Tôi rất vui khi nghe lại giọng nói của ông sau nhiều năm với những lời ca ngợi của bản tường thuật.

- Khi đến Mỹ năm 1987, qua những bản tin của báo Người Việt và Thời Luận, tôi biết ông hoạt động trong Hội Cựu Giáo Chức Việt Nam tại Hải Ngoại. Sau này khi Hội Cựu Giáo Chức giải tán (2015), giáo sư Bích đã cùng một nhóm thân hữu thành lập Hội Giáo Chức Việt Nam Nam California. Ông làm Hội Trưởng nhiệm kỳ đầu, rồi trao hội lại cho những giáo chức thuộc thế hệ trẻ và tới nay ông là một trong sáu cố vấn của hội.

- Cũng qua nhật báo Thời Luận của nhà văn Đỗ Tiến Đức, tôi biết Giáo sư Bích đã là người giới thiệu nhiều tác phẩm mới trong những buổi ra mắt tác phẩm.

- Mới đây, qua bài "Giáo Sư Trần Huy Bích, Người Nặng Tình Với Non Sông và Chữ Nghĩa" của nhà văn Vương Trùng Dương, tôi mới biết rõ hơn về những tổ chức và những việc làm của ông. Xin phép ông Vương Trùng Dương được trích lại một số đoạn như sau:

"Viện Việt Học (Institute of Vietnamese Studies) thành lập năm 2000, Giáo sư Nguyễn Đình Hòa, Viện Trưởng sáng lập, mời ông gia nhập Ban Giảng Huấn của Viện Việt Học và giữ nhiệm vụ Phụ Tá Viện Trưởng.

Sau khi giáo sư Nguyễn Đình Hòa tạ thế, Giáo sư Nguyễn Khắc Hoạch đổi nhiệm vụ ông thành Phó Viện Trưởng phụ trách học vụ trong các năm 2001 - 2002 và hai lần tổ chức lớp "Đại Cương Về Văn Học Việt Nam". Giáo sư Đoàn Khoách phụ trách phần văn học chữ Hán, các Giáo sư Nguyễn Sỹ Tế và Lưu Trung Khảo phụ trách văn chương quốc âm qua các thời, Giáo sư Nguyễn Văn Sâm phụ trách văn học và văn chương miền Nam, Giáo sư Trần Lam Giang phụ trách phần văn chương cách mạng, Giáo sư Trần Huy Bích phụ trách văn chương bình dân (ca dao, tục ngữ, truyện cổ tích) và sơ lược về văn học Việt Nam trong thời gian đất nước chia đôi.

Năm 2003, ông xin Giáo sư Trần Ngọc Ninh rút khỏi chức Phó Viện Trưởng. Giáo sư Ninh đồng ý, sau khi yêu cầu ông giới thiệu Giáo sư Phạm Lệ Hương trông coi thư viện. Tuy từ chức Phó Viện Trưởng, ông vẫn giữ vai trò giảng viên của Viện Việt Học.

Ông tích cực hỗ trợ Ban Đại Diện Các Trung Tâm Việt Ngữ Miền Nam California và Hội Giáo Chức Việt Nam California trong cương vị cố vấn. Mỗi tháng ông thường dành buổi chiều cuối tuần tiếp xúc những sinh viên trẻ với những câu hỏi về văn học, văn hóa Việt Nam. Ông là bậc thức giả, thông thạo nhiều ngoại ngữ nên hướng dẫn giúp cho giới trẻ Việt Nam lớn lên ở hải ngoại hiểu biết tường tận về văn học, văn hóa, lịch sử và nền giáo dục Việt Nam Cộng Hòa.

Năm 2016, ông thực hiện blogspot Trần Từ Mai (bút hiệu của ông), đến nay đã phổ biến hơn 120 bài viết của ông và bạn văn. Hơn thập niên qua, ông là diễn giả trong những lần ra mắt sách, rất tiếc những bài này không phổ biến trên blogspot của ông và trên internet.

Trong các khóa Huấn Luyện và Tu Nghiệp Sư Phạm tổ chức vào dịp Hè thường niên của Ban Đại Diện Các Trung Tâm Việt Ngữ Nam California cho các thầy, cô dạy tiếng Việt ở các trường, trung tâm Việt Ngữ, ông được mời thuyết trình những đề tài về văn hóa và bảo tồn tiếng Việt.

Từ Mai Trần Huy Bích là nhà giáo, nhà văn hóa qua nhiều thập kỷ, ông viết về các bậc tiền nhân văn hóa nước nhà, sưu tầm nhiều áng văn bất hủ, trong đó nhiều bài chữ Nho của các cụ Chu Văn An, Nguyễn Trãi, Nguyễn Du, Đặng Đức Siêu..., dịch ra quốc ngữ gọn và trong sáng để lưu lại hậu thế."

Theo chúng tôi, giáo sư Trần Huy Bích còn thực hiện một việc có tiềm lực tác động vào văn hóa là góp ý, thúc đẩy những thân hữu đang viết sách. Xin ghi lại một số trường hợp như sau:

- Trường hợp gần nhất là đối với người viết. Mấy năm đầu thập niên 1990, tôi đọc và viết về bốn con rồng nhỏ Á châu là Đại Hàn, Đài Loan, Hồng Kông và Singapore. Sau khi xuất bản tập đầu "Cách Mạng Kinh Tế Đại Hàn" thì đụng phải sự khủng hoảng tài chánh Đông Nam Á năm 1997, tôi phải dừng lại việc xuất bản tập thứ nhì "Cách mạng Kinh Tế Đài Loan". Khi cuộc khủng hoảng tài chánh đi qua, tôi nhờ Giáo sư Bích, lúc đó làm ở Thư viện Đại học Nam California, tìm cho những bài viết của những kinh tế gia viết về phương cách Đài Loan đã thực hiện để giữ cho kinh tế Đài Loan được ổn định. Chỉ hơn một tuần, tôi nhận được một xấp bài ông copy từ những tạp chí kinh tế trong đó gồm những bài tôi ghi tên và những bài ông tìm thêm. Nhờ những bài ông gửi, tôi đã học được nhiều để viết thêm chương Đài Loan Vượt Thoát Khủng Hoảng Tài Chánh một cách đầy đủ và dễ dàng.

- Những trường hợp khác đã trải rộng tính chất tác động của Giáo sư Bích mà tôi thấy là tôi có ba tập sách thì cả ba đều có tên ông:

- Cuốn Tuyển Tập Hà Sĩ Phu do Tạp chí Thế Kỷ 21 và Phong Trào Nhân Quyền Cho Việt Nam năm 2000, xuất bản năm 1996. Trong lời cảm tạ viết: Phong Trào Nhân Quyền Cho Việt Nam Năm 2000 và Tạp Chí Thế Kỷ 21 xin chân thành cảm tạ đài VNCR, Giáo sư Trần Huy Bích, Giáo sư Đỗ Quý Toàn và các anh Triết, Long, Thái cùng bằng hữu xa gần đã khích lệ và yểm trợ chúng tôi trong việc hoàn thành tác phẩm: Tuyển Tập Hà Sĩ Phu.

- Cuốn Trí Thức Việt Nam Cuối Thế Kỷ XVIII - Sự Phân Hóa - Đại Đế Quang Trung của ông Hồ Văn Quang, xuất bản năm 1998. Trong lời nói đầu đã viết: Tôi thành thật cảm ơn Giáo sư Phạm Cao Dương, Giáo sư Trần Huy Bích (đang giảng dạy môn sử tại Đại học UCI) rà soát lại những gì tôi còn sai sót khi nhận xét về Tầng Lớp Trí Thức Cuối Thế Kỷ 18.

- Tập truyện Ở Cuối Hai Con Đường của Phạm Tín An Ninh xuất bản năm 2008, Giáo sư Trần Huy Bích đã viết lời giới thiệu.

Xin ghi thêm một trường hợp nữa nói lên sự nhiệt thành trợ giúp thân hữu về chuyện văn chương chữ nghĩa của giáo sư Trần Huy Bích. Tôi có người bạn là Chu Tấn, xuất bản tuyển tập Tấc Lòng Non Nước năm 2018. Tập sách quá dày nên phải in thành hai tập. Tập I gồm những bài về văn hóa và tập II gồm những bài về chính trị. Khi ra mắt sách, Chu Tấn không nhờ được bạn văn nào giới thiệu tập I, vì nội dung viết về tư tưởng Đông Tây quá khó. Nghe Chu Tấn than thở, tôi email nhờ giáo sư Bích giúp Chu Tấn và được ông hoan hỷ nhận lời. Ông phải đọc tập sách dày gần 500 trang trong khi ngày ra mắt sách chỉ còn hai tuần, nhưng ông đã giúp hết lòng nên buổi ra mắt tác phẩm đã đạt kết quả tốt đẹp. Sau buổi ra mắt sách, Chu Tấn nói với tôi là Giáo sư Bích đã giới thiệu Tấc Lòng Non Nước như giáo sư giảng bài, ngôn ngữ tuôn chảy, trong sáng. Đúng là bậc thầy văn chương.

Trên đây là những trường hợp tôi biết, còn trong sự tương giao rộng lớn và với uy tín, tôi chắc Giáo sư Bích còn yểm trợ và tác động đến nhiều người mà tôi không biết.

Kết

Từ những điều hiểu biết về những hoạt động văn hóa của Giáo sư Trần Huy Bích ở California, chúng tôi có mấy suy nghĩ sau đây:

1. Sau 30 tháng 4 năm 1975, những người Việt thoát khỏi Việt Nam, đa số quy tụ ở California, trong đó có nhiều nhà văn, nhà giáo, nhà báo, nhạc sĩ, ca sĩ... và những vị này đã sớm tạo dựng được một dòng văn hóa dân tộc trong cộng đồng người Việt ở California. Dòng văn hóa này phát triển ngày càng phong phú theo sự ổn định đời sống của những người di tản. Thực cảnh này rất rõ, vì chúng tôi vượt biên đến Mỹ năm 1987 và đã sống qua nhiều thành phố lớn đông người Việt như Chicago (Illinois), Hartford (Connecticut), New Orleans (Louisiana) và Boston (Massachusetts), nhưng không đâu người Việt tạo dựng được những cơ sở giáo dục, văn hóa, báo chí như Nam Bắc California. Từ đó, California đã trở thành thủ đô văn hóa, chính trị, kinh tế của người Việt.

2. Những nhà văn hóa, giáo dục thuộc thế hệ thứ nhất đã ra đi gần hết. May thay, chúng ta còn những vị như Giáo sư Trần Huy Bích, Giáo sư Đỗ Quý Toàn..., nhưng các vị cũng đã trên 80. Mới đây tôi hỏi Giáo sư Bích là thế hệ thứ nhì, thứ ba có được người nào thông cả Việt Học lẫn Mỹ Học để nối tiếp các ông, Giáo sư Bích trả lời là học giả Nguyễn Duy Chính. Chỉ có được một người. Điều đó là tất nhiên, vì Mỹ Học thì có nhiều tiến sĩ đủ các ngành, nhưng Việt Học mà đạt được mức uyên thâm, quảng bác như giáo sư Bích và giáo sư Toàn thì rất khó. Nhưng chúng ta có cái may là thế hệ thứ nhất đã tạo dựng được những cơ sở văn hóa, giáo dục để duy trì và phát huy dòng văn hóa Việt trong cộng đồng người Việt ở California. Vì thế mới có chuyện những người trẻ ở thế hệ thứ ba như các cô giáo Phạm Từ Ái (dạy

tiếng Việt tại trường De Mille và Warner Middle School) và cô Đặng Quỳnh Hương (dạy tiếng Việt ở trường De Mille) đã đến cầu giáo sư Trần Huy Bích giảng giải bài Bình Ngô Đại Cáo của Nguyễn Trãi cho các thầy cô dạy tiếng Việt để họ có thể giảng lại cho các em học sinh. (Buổi thuyết trình về Bình Ngô Đại Cáo tại Viện Việt Học ngày 16/12/2023 - trên mạng Nhân Văn Nghệ Thuật - Tiếng Thời Gian). Từ đó, chúng ta có thể hy vọng là những người trẻ như các cô Phạm Từ Ái và Đặng Quỳnh Hương sẽ tự đào luyện nâng cao trình độ Việt Học để trở thành những bậc thầy tinh thông văn hóa dân tộc.

3. Từ nhu cầu Việt Học trên đây, chúng tôi cầu mong Giáo sư Trần Huy Bích, Giáo sư Đỗ Quý Toàn thu thập những công trình viết của mình in thành những tuyển tập, mục đích gần là để giúp thế hệ trẻ hiểu được những vấn đề văn chương, văn hóa Việt, còn xa là để làm phong phú cho dòng văn hóa dân tộc của cộng đồng Việt Nam hải ngoại. Khoảng mười lăm hay hai mươi năm nữa, các cô Từ Ái và Quỳnh Hương không thể tìm được Giáo sư Bích và Giáo sư Toàn để hỏi chuyện văn chương, văn hóa Việt Nam, nhưng các cô có thể hỏi trong sách của hai ông để lại.

Việt Dương

TRẦN THỊ NGUYỆT MAI

NHÀ THƠ THÀNH TÔN, MỘT ĐỜI THẮP TÌNH SÁNG MÃI

Nhà thơ Thành Tôn là một người bạn rất thân quý của anh em văn nghệ sĩ ở miền Nam trước đây cũng như sau này nơi hải ngoại.

Riêng tôi, tôi rất quý mến và kính trọng anh vì tấm lòng của anh đối với văn chương miền Nam ngày ấy. Những ngày cuối năm 2019, tôi được hân hạnh đọc tập bản thảo *"Thành Tôn Một Đời Thắp Tình"* thì sự kính quý này càng tăng lên bội phần khi biết rõ hơn về anh qua lời thuật lại của những anh chị khác.

Tôi đã được hân hạnh gặp anh lần đầu vào tháng 6 năm 2017 trong dịp ghé thăm miền Nam California theo lời mời của hai nhà thơ Nguyễn Lương Vỵ và Nguyễn Thị Khánh Minh. Anh đã tặng cho cuốn sách Văn Học Miền Nam Tổng Quan của Võ Phiến, do nhà Văn Nghệ (Hoa Kỳ) xuất bản, một tài liệu văn học rất quý. Rồi vào tháng 7 năm 2018, tại phòng tranh của họa sĩ Nguyễn Đình Thuần, anh mang tặng bản sao tập thơ *"Bài Thơ Cho Ai"* của nữ sĩ Minh Đức Hoài Trinh do Thanh Trúc xuất bản năm 1974 với lời đề tặng:

Bản sao của Nguyệt Mai
người thích thơ hay và chữ đẹp.
Thành Tôn
Phòng tranh Nguyễn Đình Thuần 20/7/2018

Đến tháng 8 năm 2019, nhân gặp nhau ở quán Tip Top, rất bất ngờ, ngoài CD "Mười thi sĩ Quảng Nam" do nhạc sĩ Nhật Ngân phổ nhạc, anh mang tặng bản sao tập thơ của nhà văn Mai Thảo *"Ta Thấy Hình Ta Những Miếu Đền"* do Văn Khoa xuất bản 1989 cùng tập sách mỏng *"Trương Vũ: Bằng hữu, những gam màu đẹp"* của Du Tử Lê nhận định về cuốn *Đuổi Bóng Hoàng Hôn* (mà tôi tham gia biên tập) do anh tự cắt dán và khâu lại từ hai bài viết đi trên báo Người Việt ngày 13-7-2019. Những tập sách bản sao này được làm rất đẹp và, nếu không nói ra, không ai biết đây là bản sao, trừ những "chuyên gia" về sách báo. Cũng như tập sách mỏng anh tự làm rất mỹ thuật. Tất cả cho thấy tấm lòng rất trân trọng với chữ nghĩa của anh...

Qua tập sách *"Thành Tôn Một Đời Thắp Tình"*, chúng ta được biết nhiều hơn về anh. Ngày rời đất nước theo chương trình H.O. (năm 1997), anh mang theo hai rương sách báo xuất bản thời VNCH thu gom được sau khi rời khỏi trại cải tạo năm 1983. Từ đó anh đưa những đứa con thất tán sau cuộc phần thư năm 1975 này về cùng tác giả hoặc gia đình, mang lại niềm vui cho rất nhiều người, như Nhà thơ Hải Phương nhận lại được tập thơ *"Con đường tình nhân"*, Nhà thơ Nguyễn Đình Toàn tập *"Mật Đắng"*, nhà thơ Du Tử Lê một số tác phẩm xuất bản tại Saigon, v.v... Anh đã đóng góp thêm tài liệu cho Nhà văn Trần Hoài Thư trong việc thực hiện hai bộ di sản Văn và Thơ miền Nam thời chiến. Anh cũng tái tạo thành bản sao những tác phẩm hiếm quý này cho mọi người có nguồn nghiên cứu, giúp các cuộc hội thảo văn chương tại xứ người có thêm tài liệu / hình ảnh như hội thảo về báo Phong Hóa Ngày Nay và Tự Lực Văn Đoàn năm 2013, hội thảo Trương Vĩnh Ký năm 2018. Anh Thành Tôn cũng là một người rất chí tình với bạn bè thể hiện qua việc giúp bất cứ việc gì và bất cứ lúc nào mà bạn cần như anh Phạm Phú Minh đã kể lại trong bài Tựa. Từ hồi trước 1975, anh nhận giúp các nhà xuất bản ở Saigon phát hành sách tại miền Trung thì ngày nay anh cũng giúp trong khâu phát hành sách tại miền Nam California giùm bạn bè.

Hiện nay, anh Thành Tôn cùng với Nguyễn Vũ, một bạn trẻ cùng tấm lòng trân quý sách vở văn chương như anh, với biết bao công đoạn vất vả, thực hiện những ấn bản điện tử và đưa những tài liệu quý hiếm này lên mạng cho các bạn trẻ được đọc như tạp chí Thế kỷ 21, Hợp Lưu, ...

Nhà văn Phạm Phú Minh đã gọi anh Thành Tôn là "Người Hiền", còn Nhà thơ Phan Xuân Sinh, và Giáo sư Trần Huy Bích thì gọi anh là "Bồ Tát". Và theo ghi nhận của Nhà thơ Du Tử Lê: một trong những điển hình cho phong cách sống đẹp, làm thành một nhân cách đáng trân trọng, là Nhà thơ Thành Tôn. Tất cả những điều đó đều rất đúng. Xin được cảm ơn anh Thành Tôn Một Đời Thắp Tình Sáng Mãi.

Trần Thị Nguyệt Mai
01-01-2020

VIỆT DƯƠNG

NHÀ NGHIÊN CỨU NGÔ NHÂN DỤNG VỚI TÁC PHẨM ĐỨNG VỮNG NGÀN NĂM

Nhà nghiên cứu Ngô Nhân Dụng

I. Tác giả và tác phẩm

Ngô Nhân Dụng là bút hiệu của Giáo sư Đỗ Quý Toàn. Ông sinh năm 1939 tại Bắc Ninh, di cư vào miền Nam năm 1954. Ở Sài Gòn, ông dạy quốc văn ở trường trung học Chu Văn An và Nguyễn Du, viết cho các nhật báo Sống, Đại Dân Tộc, tạp chí Văn Nghệ, tuần báo Đời.

Năm 1975, ông tị nạn ở Canada, đi học lại, rồi dạy kinh tế tài chánh tại các Đại Học Concordia, McGill và Đại Học Quebec, Montreal. Ông viết cho nhật báo Người Việt, chủ bút tạp chí Thế Kỷ 21 từ 1989 tới 2000. Năm 1989, ông xuất bản cuốn Đổi Mới Kinh Tế với bút hiệu Vương Hữu Bột, nói về kinh nghiệm thay đổi cơ cấu kinh tế cộng sản ở các nước Nga, Đông Âu và Trung Quốc.

Năm 1995, ông qua California, cộng tác với nhật báo Người Việt, phụ trách mục bình luận với bút hiệu Ngô Nhân Dụng. Năm 2013, ông xuất bản tập biên khảo *Đứng Vững Ngàn Năm*. Trong buổi ra mắt tác phẩm *Đứng Vững Ngàn Năm* tại hội trường nhật báo Người Việt ở Little SaiGon, ngày 3 tháng 8 năm 2013, ông Ngô Nhân Dụng cho biết việc viết *Đứng Vững Ngàn Năm* đã đi qua một quá trình dài. Khởi đầu, một số bạn hữu như nhà báo Đỗ Ngọc Yến, Nguyễn Chí Thiện... khuyên nên tập hợp các bài viết để in thành sách. Theo lời thúc giục ấy, ông đã xem lại các bài đã viết và định lấy tên sách là Bang Giao Giữa Việt Nam và Trung Quốc. Nhưng khi chọn bài cho đề tài lại gặp nhiều vấn đề với những câu hỏi, bắt tác giả phải viết nhiều bài để giải đáp. Chính việc này đã đưa ông Dụng tới quyết định xuất bản cuốn sách với tên *Đứng Vững Ngàn Năm*.

Trong bài tường thuật "Nhà báo Ngô Nhân Dụng ra mắt tác phẩm *Đứng Vững Ngàn Năm*: Việt Nam Không Bị Hán Hóa Nhờ Nghị Lực và Tính Chất Riêng", ông Huỳnh Kim Quang (Việt Báo 6/8/2013), ngoài phần ghi lại sự trình bày của tác giả về những yếu tố chính giúp cho dân tộc Việt có thể đứng vững trước những cuộc xâm lăng và đồng hóa của Tàu, đã ghi thêm hai điểm đặc biệt:

Thứ nhất là tên tác phẩm, ông Dụng cho biết cái tên Đứng Vững Ngàn Năm cũng qua một quá trình. Khởi đầu lấy tên là Phép Lạ Lịch Sử. Sau đó, thi sĩ Nguyễn Chí Thiện đã đề nghị tên Phép Lạ Việt Nam. Tới một ngày, ông Dụng sực nhớ bài thơ của thi sĩ Thanh Tâm Tuyền làm khi còn ở tù trong vùng rừng núi Vĩnh Phú, Bắc Việt và ông đã bật khóc "vì nó quá đẹp", trong đó có mấy câu:

Đứng vững không khuỵu chân
Trên mảnh đất nghèo khổ
Thở hít tận vô cùng
Ngây say đóa hồng rợ
Vang vang trời vào xuân.

Khi suy tư về bài thơ của Thanh Tâm Tuyền, ông chợt phát hiện ra điều Thanh Tâm Tuyền muốn nói trong bài thơ là tổ tiên mình đã đứng vững không khuỵu chân trên mảnh đất nghèo khổ và Thanh Tâm Tuyền đã nối kết được mình với lịch sử, với tổ tiên mình. Nhờ thế mà tên sách *Đứng Vững Ngàn Năm* được ra đời.

Thứ nhì, ông Dụng quảng diễn nhận định của sử gia Trần Trọng Kim về yếu tố Nghị Lực và Tính Chất Riêng của người Giao Châu trong việc giữ nước. Theo ông Dụng thì chính yếu tố này đã góp phần tạo thành tính không thay đổi, tính cứng đầu của người Việt trong việc giữ phong tục, tập quán và nếp văn hóa truyền thống của mình. Để nhìn vấn đề cụ thể, ông đã nêu ra một trường hợp điển hình về Tính Chất Riêng này của người Việt mà sử sách còn ghi lại. Đó là Hịch Xuất Quân ra Bắc Hà đánh quân Thanh vào Tết Kỷ Dậu 1789, vua Quang Trung đã nói mấy câu để đời:

Đánh cho để răng đen
Đánh cho để tóc dài.

Thật là một điều lạ và lý thú khi một ông vua ban lệnh xuất quân đánh dẹp quân Thanh để được Để Răng Đen - Để Tóc Dài. Nhưng đó đã nói lên một điều cụ thể là dẹp quân Thanh để được độc lập giữ gìn phong hóa truyền thống.

II. Giới thiệu tác phẩm Đứng Vững Ngàn Năm

Từ đầu thập niên 2000, Việt Nam rộn lên về việc Trung Cộng lấn chiếm biên giới, biển đảo và người Tàu tràn vào Việt Nam lập thành làng qua những gói thầu quan trọng thuộc các lĩnh vực thiết yếu của nền kinh tế trên khắp nước.

Trong cùng thời gian đó, cùng với những bài viết phê phán, lên án chính quyền nhu nhược, hèn yếu trước sự xâm lấn của Trung Quốc của các ông Hà Sĩ Phu, Hà Văn Thịnh, Bùi Minh Quốc và các ông tướng Nguyễn Trọng Vĩnh, Đồng Sĩ Nguyên, năm 2013 chúng ta thấy xuất hiện tác phẩm *Đứng Vững Ngàn Năm* của nhà nghiên cứu Ngô Nhân Dụng. Đây là một công trình tập đại thành đầu tiên để trả lời câu hỏi: Nhờ đâu nước Việt vẫn còn sau ngàn năm Bắc thuộc? Với nội dung đó, sự xuất hiện của Đứng Vững Ngàn Năm có giá trị như một tiếng nói trấn an dân Việt về chuyện mất nước.

Giữa năm 2021, chúng tôi rất vui khi biết *Đứng Vững Ngàn Năm* được tái bản. Từ niềm vui đó, chúng tôi đọc lại Đứng Vững Ngàn Năm và viết bài này để ghi lại một số cảm nghĩ qua mấy phần sau:

Bìa tác phẩm Đứng Vững Ngàn Năm của Ngô Nhân Dụng

I. Về tổng quát

A. Trung Hoa

Với Trung Hoa, ông Dụng cho chúng ta biết:

1. Mục tiêu bành trướng của Trung Hoa đối với phương Nam

- Người Hán gọi trung tâm văn minh của họ là Hoa Hạ (sáng và đẹp). Còn các sắc dân chung quanh chưa văn minh bị gọi là Di (mọi rợ). Từ đó họ coi việc đồng hóa các sắc dân khác là một sứ mạng tự nhiên, và đã dùng văn minh Hoa Hạ thay đổi các giống dân man di, chiếm đất và đồng hóa những sắc dân ở phía tây và nam Trung Hoa.

- Lịch sử Trung Quốc không phải là lịch sử của một dân tộc, một quốc gia. Đó là lịch sử của hiện tượng bành trướng của một nền văn minh có sức sống mãnh liệt. Trung Quốc không phải là một nước mà là một tập hợp lớn, một thế giới Trung Hoa. Các hoàng đế Trung Quốc bành trướng lãnh thổ, chinh phục các sắc dân khác, theo cách nhìn thời nay thì họ đã thành lập đế quốc. Với khái niệm thiên hạ, họ có thể che đậy, hóa trang đế quốc của họ dưới một hình ảnh khác, dựa trên tư tưởng truyền thống của người Hán, cũng không khác gì chiêu bài "khai hóa văn minh" của các đế quốc phương Tây khi đi chinh phục thế giới.

2. Chính sách bành trướng

Để thực hiện việc bành trướng, người Hán đã sử dụng chính sách quân sự đi trước và văn hóa theo sau: Trước hết là dùng vũ lực chiếm thành, cướp đất, đặt quan cai trị, bắt dân phục dịch và thu cống phẩm. Họ biết chinh phục bằng quân sự là điều kiện cần, nhưng không đủ để đồng hóa các sắc dân khác. Để đồng hóa các sắc dân bị trị phải có sức mạnh văn hóa. Từ việc chinh phục đất đai tiến tới đồng hóa các sắc dân phải qua nhiều thế kỷ. Người Hán không đồng hóa các giống dân khác bằng tôn giáo như người Ả Rập hay người châu Âu khi sang chiếm châu Mỹ. Họ đã đồng hóa bằng nền nếp văn minh Hoa Hạ với hai khí cụ hữu hiệu: thứ nhất là chữ viết và thứ nhì là cách tổ chức xã hội, chính quyền với quy tắc luân lý Khổng Mạnh phổ quát dễ truyền dạy. Người Hán đã sáng chế ra chữ viết rất sớm. Nhờ chính sách của Tần Thủy Hoàng bắt dân bốn phương phải viết cùng một lối như nhau dù tiếng nói khác nhau, cho nên việc kiểm soát một đế quốc rộng lớn trở thành dễ dàng. Còn hệ thống chính trị của người Hán có hai ưu điểm: Một là tổ chức hành chánh, quân sự, trên có vua với triều đình, quan lại, theo những nguyên tắc dùng từ nhiều đời, được một tầng lớp sĩ thực hiện. Hai là nền nếp trật tự xã hội dựa trên lễ nghĩa Khổng Mạnh, có thể áp dụng cho bất cứ sắc tộc nào.

Đạo Khổng Mạnh không đề cao chủng tộc Hán mà chỉ phân biệt trình độ văn minh của các sắc dân. Tiêu chuẩn để phân biệt là những quy tắc lễ nghi. Tư tưởng Khổng Mạnh có tính chất nhân bản và phổ quát. Chủng tộc nào cũng có thể thực hiện. Tính chất nhân bản đó mang sức hấp dẫn đối với các giống dân khác. Các triều đại nhà Hán, nhà Đường đã dùng đạo Khổng Mạnh để biện minh cho công trình khai hóa của họ khi xâm chiếm các nước chung quanh. Trong 400 năm, nhà Hán cai trị Trung Quốc đã bành trướng lãnh thổ lên gấp ba lần, và sau đó hơn một ngàn năm thì những giống dân phía nam Trường Giang không còn phân biệt là người Sở, người Ngô, người Mân, người Việt nữa mà đã coi mình là người Trung Hoa.

3. Một ngoại lệ

Người Hán đã thành công trong việc thống nhất đế quốc Trung Hoa qua một quá trình đồng hóa "tằm ăn dâu", chậm chắc và bền bỉ. Nhưng khi xuống đến miền sông Hồng, sông Mã thì người Hán bị khựng lại, vì dân Lạc Việt ở đó đã đề kháng đến cùng và người Hán đã thất bại. Khi nhìn vào quá trình Hán hóa cả vùng đất mênh mông này trong cùng thời gian nước Lạc Việt bị đô hộ thì mới thấy một nước Lạc Việt còn đứng độc lập là một hiện tượng nổi bật trên bức tranh toàn cảnh đó. Từ đó câu hỏi được đặt ra là những nhân tố nào đã giúp giống Lạc Việt thoát khỏi bàn tay của người Hán?

B. Lạc Việt

Để trả lời câu hỏi trên, ông Dụng cho biết một số nhân tố:

1. Văn minh Lạc Việt

Yếu tố quan trọng nhất giúp tổ tiên người Việt không bị Hán hóa có lẽ là trước khi người Hán tới, dân Lạc Việt đã có một nền nếp tốt đẹp trong đời sống chung, gọi là văn minh. Tổ tiên chúng ta đã có bản sắc văn hóa đủ vững chắc nhiều đời trước khi bị chiếm đóng, đô hộ. Nhờ thế người Việt không bị hấp dẫn, không bị lôi cuốn vào nếp sống của người Hán.

Nếu coi nước Văn Lang đã thành hình từ thời Hùng Vương, sau được mở rộng khi kết hợp với dân Âu Việt thì có thể ghi thời gian khai sinh dân tộc Việt cùng tuổi với nền văn hóa Đông Sơn, bảy thế kỷ trước Công nguyên. Còn cái nôi của dân Lạc Việt lúc khai sinh thì sử gia Trần Quốc Vượng đã xác định là "Trung tâm chính trị của thời Hùng Vương là Mê Linh, cũng tức Phong Châu, gồm một miền đất rộng bên bờ sông Hồng, từ núi Ba Vì đến vùng Tam Đảo". Tìm lại nơi khai sinh của dân Việt, sử gia Đinh Văn Nhật, trong tạp chí Nghiên Cứu Lịch Sử, đã trình bày nhiều công trình nghiên cứu về đất Mê Linh vào thời Hai Bà Trưng, cho thấy nơi đây đã có một xã hội có tổ chức từ hai ngàn năm trước. Đây cũng là quê hương của Hai Bà Trưng, của Phùng Hưng và Ngô Quyền sau này. Có thể coi là những vị anh hùng gốc từ miền đất tổ đó vẫn giữ được truyền thống dân tộc liên tục trong một ngàn năm, nối từ nước Văn Lang cho tới khi Đinh Bộ Lĩnh thành lập nước Đại Cồ Việt.

Có nhiều bằng chứng cho thấy trình độ văn minh của người Lạc Việt đã khá cao từ trước thời Bắc thuộc rất lâu. Những dấu tích đào được về thời kỳ văn hóa Phùng Nguyên (2000 đến 1500 TCN) cho thấy dân vùng châu thổ sông Hồng Hà đã làm đồ gốm với kiểu khác hẳn đồ gốm sông Hoàng Hà. Nền văn hóa Đông Sơn (thế kỷ thứ 7 trước Công Nguyên đến thế kỷ thứ nhất sau Công Nguyên) phát triển đặc biệt trong địa giới nước ta với những trống đồng biểu tượng cho quyền hành, chứng tỏ các tổ chức chính trị và tôn giáo đã thành hình năm, bảy thế kỷ trước khi người Hán tới. Nghề đúc đồng ở Lạc Việt thời Hùng Vương đã phát triển cao hơn ở Trung Quốc, vì thế năm 43, khi Mã Viện thắng trận đã báo cáo lên vua Hán việc tịch thu các trống đồng, nấu ra để đúc thành ngựa đồng. Mã Viện còn báo cáo dân Việt có "hơn 10 điều Việt luật khác với Hán luật". Người Hán ghi nhận dân Lạc Việt đã biết trồng hai mùa lúa mỗi năm, trước dân miền Hoa Nam.

2. Đời sống tâm linh

Trong một ngàn năm Bắc thuộc, những tín ngưỡng cổ truyền đã giúp bảo tồn một hồn tính dân tộc và nuôi dưỡng tinh thần tự tin và tự hào về truyền thống tâm linh sẵn có từ lâu đời. Các vị thánh mà người Việt thờ phượng trước khi người Hán tới và trong hàng ngàn năm đã biến thành những vị thần hộ quốc, nuôi dưỡng óc đề kháng. Đạo Phật tới nước ta bằng đường biển trước khi vào miền Nam Trung Quốc. Trong một ngàn năm Bắc thuộc, đạo Phật đã phát triển về tín ngưỡng, tổ chức và tư tưởng. Dân tộc Việt Nam có thể tự hào là đã có một nền văn minh tinh thần không thua kém gì hệ thống luân lý Khổng Mạnh mà quan lại Trung Hoa mang tới. Không những thế, chùa chiền còn trở thành môi trường đào tạo lớp người có học trong xã hội Việt Nam, với một lớp người biết chữ bên ngoài và biệt lập với hệ thống giáo dục do quan lại Hán lập ra. Chính những người này sẽ góp phần lãnh đạo trong các cuộc vận động khởi nghĩa cũng như trong việc quản trị việc quốc gia mỗi lần dân Việt giành được quyền tự chủ.

3. Giữ tiếng nói

Hầu hết các sử gia coi ngôn ngữ là yếu tố quan trọng hàng đầu bảo vệ dân tộc Việt. Tiếng nói nối kết mọi người với nhau, gây nên ý thức mình thuộc một dân tộc. Tiếng nói là một sợi dây nối kết không khác gì tình máu mủ ruột thịt. Tiếng nói tạo ra một đường ranh giới phân biệt - Chúng ta khác với chúng nó. Chúng ta có thể tin rằng ngôn ngữ là một thành trì bảo vệ một dân tộc thoát khỏi nạn bị đồng hóa và giữ được độc lập. Tiếng nói cũng là một động cơ thúc đẩy người ta thương yêu và đoàn kết. Dùng tiếng mẹ đẻ thì đồng thời tạo và nâng cao ý thức dân tộc. Tiếng Việt Nam được tạo thành, rèn giũa và bồi đắp trong hàng chục ngàn năm là một nền tảng tạo nên sức đề kháng chắc và bền của dân tộc Việt. Nhờ giữ được tiếng nói riêng nên dân tộc Việt Nam vẫn tồn tại sau hơn một ngàn năm Bắc thuộc.

4. Địa dư và thủy thổ yểm trợ

Địa dư và thủy thổ đã yểm trợ Lạc Việt hai mặt:

Thứ nhất - So sánh với các sắc dân ở Hồ Nam, Lưỡng Quảng, Vân Nam, Phúc Kiến, Lạc Việt đã may mắn sống rất xa trung tâm thống trị của người Hán. Được núi non ngăn cách che chở, đất Giao Châu không chịu những áp lực về dân số của những đợt di dân như Lưỡng Quảng. Người Việt sống trong môi trường và hoàn cảnh khác dân các tỉnh phía nam Trung Quốc. Dân Việt tương đối thuần nhất hơn, địa bàn sống vừa nhỏ, chung quanh núi rừng cùng biển cả ngăn cách và bảo vệ. Trong một ngàn năm Bắc thuộc, có nhiều thời kỳ người Việt được sống tách riêng ra khỏi đế quốc Trung Hoa. Từ đó, ý thức dân tộc của người Việt có đủ không gian và thời gian để phát sinh và nuôi dưỡng. Và nhờ địa giới thiên nhiên vạch ra một vùng đất riêng có thể gọi là "nước ta".

Thứ nhì - Ngoài núi non che chở, dân Việt còn sống ở một vùng khí hậu, thủy thổ không thích hợp với người Hán phương bắc. Khí hậu, thủy thổ có thể là một "thần linh phù trợ" dân tộc Việt trong quá trình đề kháng. Vì những người gốc Hán từ phương Bắc, những quan cai trị và lính viễn chinh, quen phong thổ miền khô, khí hậu lạnh lẽo. Họ không chịu được thủy thổ đất Giao Châu nóng và ẩm, các vi sinh vật sinh sôi mau chóng, gây nên nhiều thứ bệnh tật cho quân lính phương Bắc. Trong lịch sử, địa dư, thủy thổ, khí hậu đã giúp dân Việt bảo vệ nền tự chủ. Sau này trong đời Lý, một đạo quân nhà Tống 100 ngàn với 200 ngàn dân phu, sang tấn công nước ta năm 1077. Họ đã thất bại, một phần vì không quen thủy thổ. Tống Thần Tông phải rút quân và bỏ luôn giấc mộng xâm lăng, sau khi được các tướng báo cáo: "Vì nóng nực, lam chướng, quân và dân phu đã mất quá nửa, non một nửa còn lại thì đều bị bệnh".

5. Mạng lưới làng xã

Ngoài những nhân tố xã hội, văn hóa và kinh tế đã tạo nên sức mạnh của dân Việt, sức mạnh đó còn nằm trong một mạng lưới xã hội là thôn làng (người), với căn bản kinh tế phong phú (đất) và trong những tín ngưỡng (thần). Làng xã Việt Nam không phải chỉ là một tổ chức hành chánh mà còn là một mạng lưới các tổ chức xã hội, văn hóa, kinh tế. Đối với các quan cai trị thời Bắc thuộc cũng như thời Pháp thuộc, mạng lưới này gần như vô hình, vượt trên khả năng kiểm soát của họ.

Tóm lại, nước ta vẫn tồn tại sau một ngàn năm Bắc thuộc nhờ những nhân tố chủ quan như tiếng nói, chủng tộc, phong tục, tín ngưỡng, tinh thần bất khuất, ý thức dân tộc, ý chí tự chủ... và những nhân tố khách quan như địa dư, khí hậu thủy thổ và mạng lưới làng xã... Con người lập làng xã, đất cung cấp tài nguyên phong phú, thần Phật tạo thành nền văn hóa vững vàng. Nhưng để tiến tới độc lập, yếu tố quyết định vẫn là ý chí vững chắc, một cái nghị lực riêng muốn sống như một dân tộc, chứ không chịu sát nhập vào đế quốc Trung Hoa.

II. Về ưu điểm

Đứng Vững Ngàn Năm có những ưu điểm sau:

1. Đây là một công trình tập đại thành đầu tiên để trả lời câu hỏi: Nhờ đâu nước Việt vẫn còn sau một ngàn năm Bắc thuộc? Hầu hết những cuốn sử Việt Nam đều đề cập việc này, nhưng mỗi tác giả chỉ nêu lên một hai yếu tố. Chẳng hạn sử gia Trần Trọng Kim trong Việt Nam Sử Lược thì nhận định là người Giao Châu có một cái nghị lực riêng và cái tính chất riêng. Sử gia Lê Thành Khôi trong Histoire du Viet Nam, giải thích hiện tượng người Việt bảo tồn được tiếng nói là một sức mạnh đề kháng bền bỉ nhất. Sử gia Keith Taylor trong cuốn The Birth of Viet Nam, đồng ý về yếu tố ngôn ngữ và ghi nhận thêm sự phát triển của Phật Giáo vào thời Bắc thuộc là một nhân tố quan trọng đóng góp vào sự hình thành nước Việt Nam. Sử gia Lê Mạnh Hùng trong cuốn Nhìn Lại Sử Việt tập I, nêu thêm các yếu tố kinh tế và

xã hội. Những sử gia trên khi viết về vấn đề này chỉ dùng một hai trang hay một chương. Còn ông Ngô Nhân Dụng đã xét vấn đề bằng cả một cuốn sách dày ngót 500 trang với 32 chương, mỗi chương đề cập đến một nhân tố. Vừa tổng hợp vừa kiến giải những nhân tố bằng nhiều dẫn chứng giúp chúng ta hiểu rõ vấn đề.

2. Khi ghi lại những nhân tố góp phần vào sự tồn tại của Việt Nam, ông Dụng đã tìm hiểu ngọn ngành mỗi nhân tố bằng kiến thức uyên bác về nhân chủng, xã hội, ngôn ngữ, lịch sử và làm sáng tỏ bằng những dẫn chứng đã xảy ra trên thế giới, nhiều chỗ người đọc có thể ngộp thở với những thí dụ dẫn giải của ông. Vì thế đi vào tìm hiểu những nhân tố giúp Việt Nam tồn tại, chúng ta cũng học được nhiều vấn đề lịch sử, xã hội, chính trị trên thế giới. Chẳng hạn khi nghiên cứu về sự tồn tại của tiếng Việt, ông Dụng đã cho ta biết tiếng Việt do nhiều tầng ngôn ngữ kết hợp. Và nền tảng của tiếng Việt đã thành hình trong mấy ngàn năm trước Công Nguyên, trước khi tiếp xúc với ngôn ngữ và chữ viết của người Hán. Vì thế sau một ngàn năm bị Trung Hoa đô hộ, tổ tiên chúng ta vẫn giữ được tiếng nói. Và trong việc mất, còn tiếng nói này, ông Dụng đã dẫn chúng ta vào ba tấm gương của ba dân tộc.

Thứ nhất là gương của người Mãn Châu:

Người Mãn thuộc giống Mông Cổ, có tiếng nói và chữ viết riêng. Họ rất giỏi chiến trận, đã nhiều lần xâm lấn và cai trị phần phía bắc Trung Hoa, và lần sau cùng vào thế kỷ 17 đã chiếm cả nước Tàu. Trong ba thế kỷ cai trị Trung Hoa, các ông hoàng chỉ được kết hôn với các cô con gái Mãn để bảo đảm Hoàng gia vẫn giữ một chủng tộc thuần nhất. Vậy mà ông vua cuối cùng là Phổ Nghi đã không còn nói thông thạo tiếng mẹ. Khi nhà Mãn Thanh sụp đổ năm 1911, ở Mãn Châu còn hàng chục triệu người nói tiếng Mãn, nhưng đến năm 2011 thế hệ những người nói tiếng Mãn đã chết dần. Tuần báo Economist viết phóng sự kể lại làng Sanjiazi, vào năm 1979 còn 50 người nói được tiếng Mãn, đến năm 2011 chỉ còn 2 người nói thông thạo, cả hai đều 86 tuổi. Không giữ được tiếng nói thì mất nước.

Thứ nhì là gương Israel

Nước Israel đã nêu một tấm gương nổi bật cho thấy vai trò của ngôn ngữ. Khi dân Do Thái khắp Âu châu quay về Palestine tái lập quốc gia Israel, những người nói tiếng Yiddish và đủ thứ tiếng ở Đông Âu đã quyết định chỉ sử dụng tiếng Hebrew. Đó là ngôn ngữ cổ Do Thái, chỉ dùng trong Kinh Thánh và chỉ học giả mới dùng. Tiếng Hebrew coi như đã chết đã được vực dậy hà hơi cho tái sinh. Kết quả là tiếng Hebrew đã sống lại, những nhà ngôn ngữ học Do Thái đã sáng tạo ra nhiều từ ngữ mới và những nhà văn viết chữ Hebrew đã đoạt giải Nobel văn chương.

Thứ ba là gương dân tộc Phần Lan

Dân tộc Phần Lan rất nhỏ, nằm giữa hai đế quốc mạnh là Thụy Điển và Nga. Người Phần Lan sống ở phía bắc biển Baltic, nói một ngôn ngữ khác tiếng nói của hai nước láng giềng thuộc họ Ấn Âu. Dân tộc Phần Lan bị hai đế quốc láng giềng thay phiên nhau thống trị trong gần một ngàn năm, không khác gì người Việt Nam bị Trung Hoa đô hộ.

Khi đế quốc hợp nhất Đan Mạch - Thụy Điển đô hộ Phần Lan từ thế kỷ 13, tiếng Thụy Điển được tôn lên làm ngôn ngữ chính thức. Khi Thụy Điển phải nhường Phần Lan cho Nga hoàng thì Phần Lan phải chịu một cuộc tấn công văn hóa khác với chiến dịch Nga hóa kéo dài trong mấy thế kỷ. Năm 1900, Nga Hoàng ra lệnh dân Phần Lan phải dùng tiếng Nga trong mọi giao dịch với guồng máy hành chánh. Nhưng trong thời gian bảy thế kỷ này, nông dân Phần Lan sống xa cách hệ thống cai trị vẫn chỉ nói tiếng mẹ đẻ. Những người Phần Lan sống ở thành thị cũng ý thức, học tiếng nói của tổ tiên. Khi phong trào dân tộc bùng lên, giới trí thức thành phố đã về nông thôn để học lại tiếng mẹ. Phong trào về nguồn này đã đưa tới cuộc vận động đòi độc lập và Phần Lan đã giành được độc lập. Hiện nay Phần Lan có 6 triệu dân, trong đó nhiều người gốc Thụy Điển vẫn nói tiếng của họ. Giữa thế kỷ 18 dân số Phần Lan là 428.000 người. Như vậy thì khi bị Thụy Điển chiếm đóng từ năm thế kỷ trước, dân số Phần Lan thấp hơn nhiều. Với dân số nhỏ như thế mà dân tộc Phần Lan vẫn giữ được tiếng nói và giữ được một quốc gia đến bây giờ. Đó là một kỳ công.

Cũng như việc dẫn giải về chuyện tiếng nói, ở những nhân tố khác ông Dụng cũng dẫn ta đi vào nhiều thí dụ trên thế giới. Bây giờ trở lại nói về ưu điểm của tập sách.

3. Ưu điểm thứ ba là ông Dụng đã cho thấy sức mạnh của văn hóa Lạc Việt.

Vị trí của nước ta ở ngã ba châu Á, giữa Thái Bình Dương và Ấn Độ Dương, giúp cho dân Việt tiếp nhận nhiều nguồn văn hóa trước khi gặp người Hán, vì thế có bản sắc vững chắc và bền bỉ đủ để tự vệ. Dân Lạc Việt đã giữ được một bản sắc lưu truyền từ nhiều đời trước, thể hiện qua phong tục tập quán, tín ngưỡng mà người Việt chia sẻ với nhiều sắc dân Đông Nam Á. Sau đó lại được nuôi dưỡng trong môi trường văn hóa Ấn Độ, trước khi tiếp xúc, học hỏi nền văn minh Hoa Hạ. Do đó nền tảng văn hóa càng vững chắc hơn.

Với Phật Giáo, dân Lạc Việt được trang bị thêm một tôn giáo với đủ nghi thức thực hành và một tư tưởng có bề sâu và có tầm vóc quốc tế. Nhờ thế người Việt nuôi dưỡng lòng tự tin, tự hào, khi đi vào làn sóng văn hóa của nhà

Hán, nhà Đường. Một điều may mắn là tự bản chất Phật Giáo không phân biệt, kỳ thị các tín ngưỡng hay trào lưu tư tưởng khác. Từ đó, dựa trên tính chất này, người Việt đã sẵn sàng đón nhận thêm hoa trái của nền văn minh Hán tộc. Khả năng hấp thụ, tổng hợp, dung hóa các trào lưu tư tưởng và tôn giáo làm phong phú văn hóa Việt, giúp người Việt đạt được một nếp sống ôn nhu, bao dung, một tiềm lực mạnh. Tính chất sống này có thể giải thích điều mà sử gia Trần Trọng Kim nhận định là người Giao Châu có một cái nghị lực riêng và cái tính chất riêng. Sức mạnh văn hóa của người Việt đã được biểu hiện cụ thể hơn là trong cả ngàn năm bị người Hán thống trị, nhưng đất Việt đã Việt hóa được nhiều thế hệ người Tàu xuống Lạc Việt. Trong lịch sử hơn ngàn năm bị đô hộ, một hiện tượng đáng kể là những lớp sóng di dân từ lục địa Trung Hoa xuống Lạc Việt sau nhiều thế kỷ đã hội nhập vào cuộc sống của dân Việt. Họ trở thành người Việt và đã đóng góp vào quá trình xây dựng ý chí tự chủ của dân Việt. Sử gia Trần Gia Phụng, trong Việt Sử Đại Cương tập I, đã nhận định: "Người Hoa di cư đến cổ Việt đã được Việt hóa, nói tiếng Việt và theo tập quán của người Việt, chứ người Việt không bị đồng hóa theo văn hóa Trung Hoa". Những người Hoa được Việt hóa, sau nhiều đời hòa nhập vào cộng đồng người bản địa, đã đóng một vai trò chủ yếu trong xã hội Việt. Người Việt Nam đầu tiên khởi nghĩa tự xưng Hoàng Đế và chính thức đặt quốc hiệu là Lý Bôn mà tổ tiên là người Hoa đã di cư sang Giao Châu vào thời Vương Mãng, trước đó năm thế kỷ. Tổ tiên các vua nhà Trần cũng là di dân gốc Phúc Kiến. Ông Dụng cho biết thêm nhà thơ Hồ Dzếnh gốc Quảng Tây, nhà văn Vương Hồng Sển gốc Triều Châu và nhà thơ Đông Hồ Lâm Tấn Phác gốc Phúc Kiến.

Trong một ngàn năm sau khi nước ta tự chủ, mỗi khi bên Tàu có loạn lại có nhiều đợt di dân từ Trung Quốc chạy sang nước ta tị nạn, lặp lại một hiện tượng đã xảy ra trong thời Bắc thuộc. Những lớp người Hoa chạy loạn này đã lập những làng Minh Hương ở Hội An, hay khai khẩn các vùng đất mới ở Hà Tiên, Mỹ Tho, Biên Hòa. Họ đã biến thành người Việt do văn hóa bao dung của người Việt.

4. Ưu điểm thứ tư là ông Dụng đã ghi lại được sự đề kháng thường trực của dân Lạc Việt trong một ngàn năm Bắc thuộc.

Trước hết là đề kháng văn hóa. Dân Lạc Việt tiếp nhận đạo Khổng Mạnh ở những điều dạy đạo lý làm người, còn giữ nguyên phong tục, tập quán đã truyền lại từ nhiều đời trước. Sự đối kháng này ngầm chảy mãi trong tâm thức cộng đồng dân tộc. Chiếm đất thì dễ, nhưng cưỡng ép dân Việt thay đổi phong tục thì rất khó. Những phong tục truyền từ đời Hùng Vương đã tạo nên nếp sống thuần hậu, có thể gọi là nền văn hiến của dân Việt. Trong thời Bắc thuộc, như Cao Hùng Trưng nhận xét trong An Nam Chí Nguyên, chỉ có những người Việt đi học làm quan ở thành thị là "được giáo hóa, biết theo phong tục Trung Hoa, còn ở những nơi xa vẫn giữ nguyên phong tục cũ không bỏ được". Phong tục đó là nhuộm răng, ăn trầu, búi tóc, đàn bà mặc váy, áo ngắn cài nút bên tay trái... Còn tiếng nói thì tiếng Việt được tạo thành, rèn giũa và bồi đắp trong hàng chục ngàn năm. Đó là nền tảng tạo nên sức đề kháng bền bỉ của dân tộc.

Văn hóa đã thế, còn việc đề kháng bằng gươm giáo thì ông Dụng cũng ghi lại được những cuộc nổi loạn, chiếm thành, giết quan đô hộ Hán suốt dọc một ngàn năm.

- Trong những thế kỷ đầu tiên thời Bắc thuộc, hai quận Cửu Chân và Nhật Nam đã được các quan lại người Hán mô tả là nơi dân chúng hay làm loạn nhất. Vùng đất này đã trở thành nơi giữ gìn tinh thần tự chủ, ý chí đòi độc lập của dân

Việt. Từ đời Hán đến cuối đời Đường, chính từ vùng này đã sinh xuất nhiều anh hùng khởi nghĩa.

- Những sách giáo khoa môn lịch sử trước đây thường không nói tới những cuộc nổi loạn nhỏ nằm giữa hai cuộc khởi nghĩa của Bà Trưng ở Mê Linh và Bà Triệu ở Nông Cống, Thanh Hóa. Vì thế chúng ta đã tưởng lầm rằng khoảng thời gian từ năm 43 đến năm 248 các quan nhà Hán được ngồi cai trị bình yên. Thực ra không phải như vậy. Chúng ta sẽ hiểu rõ biến cố Bà Triệu khi biết trước đó vẫn có nhiều cuộc nổi dậy của dân và binh lính ở Nhật Nam, Cửu Chân lan tới Giao Chỉ, một phần do di dân hoặc binh sĩ người Hoa chủ xướng. Nếu không có những cuộc nổi dậy liên tiếp trong cả ba quận thuộc Giao Châu thì chúng ta phải ngạc nhiên là tại sao 200 năm "bình trị" lại có một phụ nữ 20 tuổi như bà Triệu Thị Trinh chiêu mộ được một ngàn tráng sĩ làm thủ hạ, cùng nhau kéo từ núi về giúp anh là Triệu Quốc Đạt tấn công thành Cửu Chân, rồi cầm cự được 6 tháng mới chịu thua.

- Trong hai thế kỷ đầu, hai quận Nhật Nam và Cửu Chân cứ mỗi thế hệ lại xảy ra ít nhất một cuộc nổi loạn, như trong những năm 100, 136, 144, 157, 178 và 184. Các biến cố năm 136 và 144 là do binh lính nổi loạn. Tới năm 157 thêm Chu Đạt (gốc Hoa) nổi dậy ở Cư Phong, từ miền núi tiến xuống đánh thành Cửu Chân, giết quan đô hộ là Nghê Thức, sau bị tướng nhà Hán là Ngụy Lang đem quân tới tiêu diệt.

- Tới đầu thế kỷ thứ 4, vào lúc nhà Tấn suy vi, một người gốc Hoa là Lý Tốn đã tự chiếm chức Thứ Sử, năm 308 cùng hai con đem quân chống lại viên Thứ Sử do vua Tấn cử sang là Đằng Đốn Chi. Năm 468, Lý Trường Nhân lại nổi lên tự chiếm quyền. Sau cuộc nổi dậy của Lý Trường Nhân, lợi dụng lúc nhà Lưu Tống bên Tàu suy yếu, người em họ là Lý Thúc Hiến tự đứng ra cai trị Giao Châu trên 15 năm. Những người họ Lý này đều gốc Hoa, đã định cư nhiều đời ở nước ta nên sử Trung Hoa gọi là "thổ nhân" cũng như Lý Bôn. Đến năm 485 Thúc Hiến phải đầu hàng khi đạo quân Nam Tề mạnh hơn sang tấn công. Tuy những ông quan nổi loạn trên đây chỉ dám xưng là Thứ Sử, không quyết tâm tách khỏi các triều đình phương Bắc, nhưng họ đã tạo ra những tiền lệ khiến người Giao Châu thấy vùng đất này có khả năng tự chủ, tự lập. Hiện tượng này cho thấy khi bên Tàu có loạn thì trong miền đất Giao Châu khuynh hướng tự chủ và tự trị đã lên khá mạnh ở cuối thế kỷ thứ 4 sang thế kỷ thứ 5.

- Vào thế kỷ thứ 6, vì chính sách tàn khốc của hai triều đại Tùy (580-618), Đường (618-906) khiến dân phẫn uất. Năm 638 dân ở vùng Thanh Nghệ đã nổi loạn. Rồi tới một quan nhà Đường tăng thuế gấp đôi, nông dân đã cùng nhau chiếm thủ phủ, giết quan đô hộ năm 687. Sử gia Lê Mạnh Hùng đoán là các lãnh tụ của hai cuộc khởi nghĩa - Lý Tự Tiên và Đinh Kiến đều là gốc nông dân.

- Từ cuối thế kỷ thứ 8, bên Tàu nội chiến không ngừng, đại loạn suốt nửa thế kỷ. Tại Quảng Tây và phía tây Quảng Đông giáp phía bắc nước ta, các hào kiệt địa phương đã nổi lên chiếm thành, cắt đất xưng hùng. Giao thông gián đoạn, uy quyền chính thống ở trung ương bên Trung Hoa không có mặt. Nhiều viên quan ở Giao Châu đã nổi loạn vào những năm 803, 819, 828, 843, 860 và 863, các Tiết Độ Sứ bị giết hoặc phải bỏ chạy về Tàu, tổng cộng 6 lần trong 60 năm.

- Cuối thế kỷ thứ 9, nhà Đường đang còn kiểm soát được lãnh thổ của họ thì dân ở Giao Châu sôi sục. Dân và binh sĩ nổi lên, quan đô hộ là Tăng Cổn phải bỏ chạy. Trong hơn 10 năm đất Giao Châu sống trong tình trạng không có chính quyền. Dân chúng tự động lấp vào khoảng trống chính trị đó, và nhà phú hào vùng Hải Dương là Khúc Thừa Dụ đã được suy cử làm Tiết Độ Sứ. Họ Khúc đã nắm quyền từ năm 880 đến 930. Tuy Giao Châu chưa ly khai khỏi Trung Hoa, nhưng thời gian khá dài này có ảnh hưởng quyết định. Họ Khúc cải tổ hệ thống hành chánh từ lộ, phủ, châu xuống đến xã, trong đó có việc đổi đơn vị hương thành giáp, và cử người thu thuế theo hệ thống đó. Sau cuộc thí nghiệm tự trị của Khúc Hạo, với những cải tổ hành chánh nhằm theo sát với phong tục tập quán của người Việt, giới lãnh đạo bản xứ càng tự tin để cầm đầu những cuộc nổi dậy. Vì bên Tàu có loạn trong đầu thế kỷ thứ 10, nhiều anh hùng dân tộc nổi lên cùng một lúc. Sau đó họ còn tranh quyền gay gắt, đủ thấy đây là một phong trào toàn quốc, toàn dân sôi nổi vùng lên.

5. Ưu điểm thứ 5 là ông Dụng đã xác định giá trị của Nho giáo trong thời Bắc thuộc và sau khi nước Việt đã độc lập.

Sau 30/4/75, ở hải ngoại có một số người đã lên tiếng phê bình Nho Giáo trong văn hóa Việt Nam, trong đó người lớn tiếng nhất là ông Nguyễn Gia Kiểng. Với cuốn Tổ Quốc Ăn Năn, ông Kiểng đã hạ giá văn hóa Việt Nam, báng bổ tổ tiên và lên án Khổng Giáo là thứ văn hóa vô tổ quốc, nhà Nho là người vô tổ quốc. Đến ông Ngô Nhân Dụng, viết Đứng Vững Ngàn Năm, lại xác định giá trị của Nho Giáo trong Văn hóa Việt Nam, sự khôn ngoan của tổ tiên trong việc thu nhận văn hóa Khổng Giáo trong đạo làm người và xây dựng đất nước. Ở đây chúng tôi xin trích dẫn một số đoạn:

- Việc tiếp nhận nền giáo dục Khổng Mạnh từ thời Bắc thuộc, chắc chắn người Việt Nam vui lòng học hỏi, vì trong thời gian một ngàn năm đó hệ thống tư tưởng và nền giáo dục ở Trung Hoa đã đạt tới trình độ cao nhất so với các nước khác khắp vùng Á Đông. Vào thời đó mà không cùng nhau tìm hiểu Khổng Mạnh thì cũng giống như vào thế kỷ 20 mà không nghiên cứu khoa học, không tìm hiểu chế độ phân chia ba quyền hành pháp, lập pháp và tư pháp.

- Trong thời Bắc thuộc, ảnh hưởng của Nho giáo trong dân Việt chỉ nằm trong phạm vi luân lý, đạo đức, bổ sung với đạo lý cổ truyền và Phật Giáo. Các quy tắc xử thế của Nho Giáo chỉ dựa trên con người - Chúng ta nên ăn ở với nhau có nhân có nghĩa và giữ gìn trung tín, vì chúng ta đều là người.

- Ảnh hưởng của văn minh Trung Hoa cũng đem lại những kết quả tích cực, tạo ưu thế cho người Việt so với các dân tộc Đông Nam Á khác. Văn minh Hoa Hạ chú trọng tới tổ chức xã hội nhiều hơn khuynh hướng siêu hình, trừu tượng của Ấn Độ. Dân Việt tiêm nhiễm những đặc tính đó, đã dựng lên những mạng lưới xã hội và guồng máy quốc gia tương đối vững và mạnh hơn các nước ở phía nam. Nhờ sinh lực mới này mà cuộc Nam tiến thành công.

- Nền giáo dục Khổng Giáo có khả năng đào tạo ra bao nhiêu con người như Chu Văn An, Nguyễn Trãi, Bùi Hữu Nghĩa, Phan Thanh Giản, Phan Đình Phùng... Tổ tiên chúng ta đâu có dại dột không học lấy ngay và áp dụng vào trong cuộc sống của mình.

- Mặc cảm đối với văn hóa Trung Hoa thời nay còn rất nặng, vì dân mình nhiều lần bị người Hán đe dọa thôn tính, nền nếp văn hóa của mình nhiều lần bị đe dọa xóa bỏ để đồng hóa. Mặc cảm đó đã ăn sâu trong tâm lý tập thể kéo dài cả ngàn năm. Nhưng sống bên cạnh một nền văn minh rực rỡ như văn minh Trung Hoa mà không thu nhận những cái hay của họ thì thật dại dột. Các giống dân Hàn Quốc, Nhật Bản đều theo học các vị thầy từ Khổng Mạnh, Lão Trang cho tới Hàn Phi, Tôn Tử. Không tìm học thì rất uổng. Cần phải nhấn mạnh: Thu nhận văn minh Trung Hoa là một lựa chọn tự nguyện và khôn ngoan của dân Việt Nam, cũng như các dân tộc Á Đông khác.

- Người Việt Nam tiếp nhận văn minh Trung Hoa cũng giống như nước Mỹ sau khi giành được độc lập, đã tổ chức nền hành chánh và tư pháp theo tư tưởng của các triết gia người Anh, theo mẫu các tổ chức đã có sẵn bên Anh. Ảnh hưởng Trung Hoa giúp thêm cho trật tự xã hội, tổ chức chính quyền, nhờ thế nền tảng độc lập của dân Việt càng vững chắc.

- Trong bài tựa Thiền Tông Chỉ Nam, Thái Tông viết, "Phương tiện để mở lòng mê muội, con đường soi rõ sự sống chết là đại giác của Đức Phật. Còn việc giữ cán cân làm tiêu chuẩn, làm khuôn phép cho đời sau là trách nhiệm nặng nề của tiên thánh vậy." Tiên thánh, những vị thánh đời trước, là Khổng Tử, Mạnh Tử. Trong tinh thần đó, người Việt Nam tự tình nguyện học Nho Giáo vì nhu cầu quản trị nước mình, chứ không phải vì bị ai bắt buộc.

- Dùng Nho Giáo trong việc cai trị sau khi nước ta đã độc lập là điều tự nhiên. Các quốc gia không hề bị người Hán đô hộ như Nhật Bản, Hàn Quốc cũng theo mô hình quản lý xã hội của Nho Giáo. Cũng giống như các nước Mỹ, Canada, Úc và Ấn Độ, sau khi độc lập vẫn dùng hệ thống pháp luật và tổ chức hành chánh theo lối Anh Quốc.

III. Về Lời Khẳng định

Trong chương cuối *Vang Vang Trời Vào Xuân*, Ông Ngô Nhân Dụng viết: Trong thời gian cuốn sách này đang thành hình, người Việt Nam ở trong và ngoài nước đang tổ chức nhiều cuộc biểu tình chống chính quyền Trung Quốc xâm phạm chủ quyền nước ta, nhất là trong vùng biển Đông. Trong không khí sôi nổi, nhiều người tỏ ý lo mình có thể "mất nước". Ngẫm nghĩ về lịch sử thời Bắc thuộc thì phải tin là nước Việt sẽ không bao giờ mất được. Ngàn năm trước đã không mất thì ngàn năm sau chắc chắn sẽ không mất. Ngàn năm trước, tổ tiên từng chịu đựng những áp lực lớn, nghĩ đã thấy rợn mình. Thế mà vẫn đứng vững. Bây giờ dân mình đông hơn, ý thức dân tộc vững chắc hơn, kinh nghiệm dày dạn hơn. Loài người bây giờ cũng văn minh hơn và liên đới chặt chẽ với nhau hơn, không để cho nước lớn ăn hiếp nước nhỏ.

Ông Dụng đã nói lời khẳng định - Nước Việt sẽ không bao giờ mất - mấy lần ở những chương khác. Mỗi lần đọc tới câu này, chúng tôi đều ngừng lại suy nghĩ và không chia sẻ với ông niềm tin này. Vì Việt Nam ở thế kỷ 20, từ việc đấu tranh giành độc lập với thực dân Pháp, đã chia thành hai phe Quốc Cộng không đội trời chung. Từ vị thế cướp được chính quyền năm 1945, gọi là Cách Mạng Tháng 8, đảng Cộng Sản Việt Nam đã độc chiếm chính nghĩa dân tộc. Với chính nghĩa đó Cộng Sản Việt Nam đã chủ động tác động vào vận mệnh đất nước, tiến hành hai cuộc chiến tranh kháng Pháp (1946-1954) và xâm lăng Việt Nam Cộng Hòa (1960-1975). Trên đường thực hiện chiến tranh, Cộng Sản Việt Nam đã vướng vào vòng kiềm tỏa của Trung Cộng. Rồi khi thế giới Cộng Sản Nga và Đông Âu tan vỡ, vì nhu cầu sống còn, Cộng Sản Việt Nam lại thò đầu vào cái thòng lọng của Trung Cộng để Trung Cộng sai xử. Từ đó, những nhân tố giữ nước ngày xưa đã thay đổi. Ngày nay Trung Quốc chỉ cần một yếu tố là có thể xâm chiếm Việt Nam mà không cần súng đạn. Xin luận giải như sau:

Cộng Sản Việt Nam và Cộng Sản Trung Quốc đã kết với nhau bằng một mối duyên nợ. Duyên là chủ nghĩa Marx-Lenin, chủ nghĩa quốc tế vô sản, còn nợ là qua cái duyên chủ nghĩa, Trung Quốc viện trợ Cộng Sản Việt Nam để thôn tính Việt Nam mà ông Ngô Đình Nhu trong tập sách Chính Đề Việt Nam đã nhận định: "Sự lệ thuộc chủ nghĩa và sự chia đôi lãnh thổ đã tạo hoàn cảnh cho sự chi phối và sự toan tính thống trị của nước Tàu đối với Việt Nam đã tái hiện dũng mãnh sau gần một thế kỷ vắng mặt. Các nhà lãnh đạo miền Bắc, khi tự đặt mình vào sự chi phối của Trung Cộng, đã đặt chúng ta trước một viễn ảnh nô lệ kinh khủng. Hành động của họ, nếu có hiệu quả, chẳng những sẽ tiêu diệt mọi cơ hội phát triển của chúng ta mà lại còn đe dọa đến sự tồn tại của dân tộc. Sở dĩ tới ngày nay, sự thống trị của Trung Cộng đối với Việt Nam chưa thành hình là vì hoàn cảnh chính trị thế giới chưa cho phép, và sự tồn tại của miền Nam dưới ảnh hưởng của Tây phương là một trở lực vừa chính trị vừa quân sự cho sự thống trị đó. Giả sử mà Nam Việt bị Bắc Việt thôn tính thì sự Trung Cộng thôn tính Việt Nam chỉ là một vấn đề thời gian" (Chính Đề Việt Nam - Đồng Nai xuất bản - Sài Gòn, 1964, trg 301).

Như vậy là ông Nhu đã thấy trước sự toan tính của Trung Cộng và Cộng Sản Việt Nam cũng đã thấy như thế, bằng chứng là Cộng Sản Việt Nam đã tố cáo tham vọng của Trung Cộng trong hai tập sách: Sự Thật Về Quan Hệ Việt Nam - Trung Quốc Trong 30 Năm Qua và Vấn Đề Biên Giới Giữa Việt Nam và Trung Quốc (Sách được công bố sau trận chiến xâm lăng của Tàu năm 1979). Nhưng Cộng Sản Việt Nam đã không nghĩ đến lối thoát cho dân tộc mà chỉ nghĩ đến sự tồn tại của đảng Cộng Sản và quyền lợi trước mắt của họ nên đã để lỡ mất cơ hội ngàn năm, và đã tự nguyện rước voi về giày mồ một cách nhục nhã ở Hội Nghị Thành Đô năm 1990. Ở hội nghị này, khi Giang Trạch Dân xuất hiện, Đỗ Mười đã nhào tới ôm chầm lấy Giang trước sự ngỡ ngàng của họ Giang và theo ông Dương Danh Di (nguyên Tổng Lãnh Sự Việt Nam tại Quảng Châu, Trung Quốc) thì trong hội nghị, những người lãnh đạo Cộng Sản Việt Nam đã không dám đòi hỏi bất cứ một điều gì dù Cộng Sản Trung Quốc đã xâm lăng Việt Nam năm 1979. Như thế là mấy ông Phạm Văn Đồng, Nguyễn Văn Linh và Đỗ Mười đã tới phòng hội để được chỉ đạo và nghe lệnh. Vì thế từ Hội Nghị Thành Đô (9/1990), Trung Quốc đã dùng phương châm 16 chữ vàng "Láng giềng hữu nghị, hợp tác toàn diện, ổn định lâu dài, hướng đến tương lai" và 4 tốt "Láng giềng tốt, bạn bè tốt, đồng chí tốt, đối tác tốt" để áp đặt và bắt đầu đòi nợ và Cộng Sản Việt Nam cũng dối dân bằng mấy chữ đó để trả nợ. Đó là cái nợ mà Trung Quốc đã viện trợ trên 24 năm cho sự chiến thắng của đảng Cộng Sản Việt Nam và cái nợ mà Trung Quốc giữ cho Cộng Sản Việt Nam ở ngôi vị: Với dân Việt, Cộng Sản Việt Nam là kẻ thống trị; còn với Trung Quốc, Cộng Sản Việt Nam là kẻ bị trị.

Kết quả của Hội Nghị Thành Đô mà Cộng Sản Việt Nam gọi là để nối lại quan hệ ngoại giao. Còn theo ông Trần Quang Cơ, cựu Thứ Trưởng Ngoại Giao Cộng Hòa Xã Hội Chủ Nghĩa Việt Nam, trong tập sách "Hồi Ức và Suy Nghĩ" thì "Không phải là bình thường hóa quan hệ mà là phụ thuộc hóa quan hệ". Rồi ông Cơ nói thêm: "Và từ sau Đại Hội VII, tiến trình bình thường hóa quan hệ Việt Nam - Trung Quốc như cỗ máy đã được tra dầu đầy đủ, diễn biến trơn tru theo trình tự đã định... Ngày 5 đến 10/11/91, sau khi Hiệp Định về Campuchia được ký kết ở Paris, Tổng Bí Thư Đỗ Mười và Thủ Tướng Võ Văn Kiệt thăm chính thức Cộng Hòa Nhân Dân Trung Hoa để hoàn thành việc bình thường hóa mối quan hệ trục trặc lớn từ tháng 2/1979. Nhưng trong khi lãnh đạo ta ôm kỳ vọng cùng Trung Quốc "bảo vệ xã hội chủ nghĩa chống đế quốc" thì họ đã xác định quan hệ với ta là "thân nhi bất cận, sơ nhi bất viễn, tranh nhi bất đấu" (thân nhưng không gần, sơ nhưng không xa, đấu nhưng không đánh nhau). Trung Quốc nói thế song luôn luôn lấy thế nước lớn lấn chiếm lãnh thổ, lãnh hải ta, và hiểm độc nhất là không ngừng tác động vào nội bộ ta". Trong Hồi Ức và Suy Nghĩ, ông Cơ nói đến ý đồ của Trung Quốc: "Gấp rút biến biển Nam Trung Hoa thành vùng biển độc chiếm của Trung Quốc, từ đó khống chế toàn bộ vùng Đông Nam Á với mục tiêu khẳng định Việt Nam - Đông Dương là thuộc khu vực ảnh hưởng của Trung Quốc, muốn tách Việt Nam khỏi Đông Nam Á và thế giới bên ngoài". (Trần Quang Cơ - Hồi Ức và Suy Nghĩ - Truyền Thông số 14&15, mùa đông, mùa xuân 2005)

Lãnh đạo Cộng Sản Việt Nam biết hết, nhưng họ phải cúi đầu hướng về thiên triều và mượn cái Danh xã hội chủ nghĩa để giải quyết cái Thực của họ là thần phục Trung Quốc hầu duy trì quyền lực, còn Trung Quốc muốn sao cũng được như Nguyễn Văn Linh đã nói: "Dù bành trướng thế nào thì Trung Quốc vẫn là một nước xã hội chủ nghĩa". Với một lập trường như thế, từ Hội Nghị Thành Đô, lãnh đạo Cộng Sản Việt Nam đã bị Trung Quốc xoay vần, tự đưa đất nước vào vòng lệ thuộc Tàu về tất cả mọi mặt chính trị, kinh tế và văn hóa.

Sự thỏa thuận ở Hội Nghị Thành Đô là những gì? Tất nhiên chỉ Bộ Chính Trị đảng Cộng Sản Việt Nam biết. Nhưng từ đó đến nay, những sự việc thấy được thì Việt Nam đã mất nhiều. Xin ghi lại một số:

1. Những cái mất

- Với Hiệp ước biên giới Việt Trung (30/12/90), Việt Nam mất thác Bản Giốc (Cao Bằng), ải Nam Quan và trên 1.000 km^2 cùng những cao điểm ở biên giới.

- Với hiệp ước Phân Định Vịnh Bắc Bộ (25/12/2001), Việt Nam mất trên 10.000 km^2 biển.

- Với chương trình khai mỏ Bauxite, Trung Quốc kiểm soát cao nguyên.

- Với chương trình *cho thuê* rừng (hay *cho không* rừng như ông Trần Văn Tri, Giám Đốc Sở Kế Hoạch và Đầu Tư Quảng Nam cho biết thì công ty TNHH, một thành viên Innovgreen, được miễn 100% tiền thuê đất trong 50 năm, vì đó là quy định của chính phủ về ưu đãi đầu tư, được áp dụng trên cả nước) ở 10 tỉnh: Lạng Sơn, Quảng Ninh, Cao Bằng, Nghệ An, Hà Tĩnh, Quảng Nam, Quảng Bình, Bình Định, Kon Tum và Bình Dương đã cho doanh nghiệp nước ngoài thuê rừng đầu nguồn dài hạn (50 năm), với tổng diện tích hơn 300.000 Hectare, trong đó doanh nghiệp Trung Quốc và Đài Loan chiếm trên 264 ngàn Hectare (87%) ở các tỉnh xung yếu biên giới. Theo tướng Đồng Sỹ Nguyên thì việc Trung Quốc chọn thuê đất chủ yếu ở Lạng Sơn Quảng Ninh, đặc biệt ở Nghệ An, Hà Tĩnh, Quảng Bình, nơi có trục đường 7, đường 8 sang Lào, đường đi lên Tây Nguyên là có chủ đích, vì đó là những tỉnh xung yếu biên giới có những vị trí chiến lược mang tính cốt tử.

- Tỉnh Hà Tĩnh đã cấp cho Tập Đoàn Formosa Đài Loan-Trung Quốc 33km^2 đất cảng Vũng Áng từ năm 2008, theo dự án đầu tư của Tập Đoàn này, và chủ đầu tư đã đem vào hàng ngàn công nhân Trung Quốc. Họ định cư lập làng quanh Vũng Áng, kết hôn với con gái, phụ nữ địa phương. Vũng Áng thuộc Kỳ Anh, Hà Tĩnh, là khu vực nước sâu nằm ở cửa phía nam vịnh Bắc Bộ. Từ đây có thể khống chế tàu ra vào cảng Hải Phòng, cũng như giao thông đường biển với cả miền Bắc, tiếp cận thuận lợi các mục tiêu phòng thủ chiến lược trên biển Đông như đảo Cồn Cỏ, Hòn Mê, Hòn Khói. Vị trí này nằm ở chân núi Hoành Sơn dọc quốc lộ 1, vị trí yết hầu của cả nước, có thể chia cắt giao thông Bắc Nam. (caunhattan. Worlpress.com/2012/12/13 - Hoàng Trung Hải giúp Trung Quốc chiếm vị trí yết hầu của Việt Nam).

- Rồi bằng con đường kinh tế, trong 10 năm nay, chính quyền Việt Nam đã để cho nhà thầu Trung Quốc chiếm tới

90% những gói thầu quan trọng thuộc các lĩnh vực thiết yếu của nền kinh tế như điện, xi măng, hóa chất, luyện kim, cầu đường, khai khoáng... Theo chuyên gia kinh tế Bùi Kiến Thành thì rất ít doanh nghiệp Việt Nam lọt qua vòng sơ tuyển dự thầu. Có lẽ ông Thành không dám nói thẳng ra, nhưng ta có thể hiểu là đã có một lực hậu thuẫn từ Trung Ương Đảng Cộng Sản Việt Nam yểm trợ để các dự án thầu quan trọng rơi vào tay nhà thầu Trung Quốc. Cần biết thêm một vấn đề nữa mà chuyên gia kinh tế Phạm Chi Lan chỉ ra là phần lớn dự án quan trọng ở lĩnh vực điện, giao thông mà phía Trung Quốc làm nhà thầu đang sử dụng vốn vay ODA. Như vậy vốn giá rẻ mà Việt Nam đi vay, các nước khác giúp đỡ, lại được sử dụng để mua máy móc Trung Quốc, làm lợi cho họ. (vnexpress.net/11/28/2012).

2. Sự nhập cư ồ ạt của người Hoa

- Năm 2008, chính quyền Việt Nam đã quyết định miễn chiếu khán nhập cảnh cho người Hoa vào Việt Nam. Quyết định này là một biện pháp giúp người Hoa ở lại dễ dàng, vì họ có thể nhập vào những cộng đồng người Hoa trên khắp Việt Nam. (Từ trước kia và nay là những làng người Hoa mới xuất hiện theo những dự án xây dựng kinh tế). Mỗi dự án là một làng mà nhà thầu Trung Quốc đã giành được 90% các dự án thầu trọng điểm trên toàn quốc thì trong vài năm nữa Việt Nam sẽ có bao nhiêu làng người Hoa. Trước hiện tượng này, ông Hà Sĩ Phu trong bài "Từ Vụ Bauxite Nghĩ Về Vận Nước" đã nhìn sát: "Khả năng bị đồng hóa toàn diện nặng nề hơn bao giờ hết. Đã có sự nhập cư ồ ạt không thể kiểm soát của những người Tàu không rõ lý lịch. Thông tin cho biết nhiều kẻ nhập cư lậu thuộc loại chất lượng xấu, nhưng vừa chiếm chỗ lao động, vừa lấy được 2, 3 người vợ Việt Nam để sinh đẻ cho nhiều. Chẳng những bị Hán hóa mà còn lưu manh hóa và mông muội hóa để trở thành những tộc dân mọi rợ. Dân tộc bị thoái hóa thì sẽ mất nước vĩnh viễn, trở thành quận, huyện của người ta, uổng công tổ tiên nghìn đời xây đắp. (doithoai.com/27/7/2009).

- Còn ở thành phố thì nhiều Chinatown đã xuất hiện như khu đô thị Nam Hoàng I, xây dựng từ năm 2008 và hoàn thành năm 2013 ở Lạng Sơn.

Khu Chinatown Đông Đô Đại Phố ở trung tâm thành phố mới Bình Dương do công ty Becamex xây dựng. Trong tài liệu giới thiệu Website của Đông Đô Đại Phố đã viết: "Điểm gắn kết và hình thành cộng đồng người Hoa: Đông Đô Đại Phố kết hợp việc phát triển kinh tế cho cộng đồng người Hoa, với khu trung tâm thương mại sầm uất bậc nhất, một thiên đường mua sắm, giải trí và ẩm thực đặc sắc, góp phần tạo dựng và gìn giữ vẻ đẹp văn hóa sắc màu của dân tộc Việt Nam cho thế hệ mai sau".

- Trong bài "Từ Mũi Sa Vĩ Nhìn Về Móng Cái: Trung Quốc Làm chủ, Việt Nam Làm Thuê", nhà báo Thiên Thư đã ghi lại những cái thấy, điều nghe về chuyện người Trung Quốc đã chiếm Móng Cái, Trà Cổ bằng kinh tế với thân phận người Việt ở đây: "Móng Cái cũng như nhiều thành phố vùng giáp biên khác, nhiều cửa hàng, trung tâm thương mại, khách sạn, khu vui chơi giải trí được đầu tư bởi các công ty, tập đoàn lớn của Trung Quốc. Hai khu giải trí, kinh doanh lớn nhất thành phố Móng Cái là của công ty Hồng Vận và công ty liên doanh Hải Ninh-Lợi Lai. Như nhiều nhà đầu tư Trung Quốc khác, hai công ty này được thuê đất 50 năm với nhiều loại hình kinh doanh như sòng bạc, khách sạn, sàn nhảy, dịch vụ mua sắm hàng hiệu (nhái), cửa hàng ăn Trung Quốc. Cuối tuần, khách du lịch từ Trung Quốc, Hồng Kông, Đài Loan đến Móng Cái nghỉ rất đông. Các cửa hàng, khách sạn cho đến sân golf hoạt động hết công suất. Tất cả tiền của đều chảy vào túi chủ Trung Quốc, chẳng có thứ gì của Việt Nam được tiêu dùng, trừ những người phục vụ là người Việt biết hai thứ tiếng. Vì thế dân ba miền Bắc Trung Nam rủ nhau về Móng Cái như trẩy hội, kẻ không ruộng nương lên đây làm cửu vạn, người có vốn lên đây đánh hàng. Một ông lão làng chài nhìn thời vận mà thốt lên: "Danh nghĩa là đất của mình, nhưng Trung Quốc đã thuê 50 năm, không chỉ Móng Cái, Trà Cổ mà cả cái tỉnh Quảng Ninh này, từ sân golf, khách sạn, các khu trung tâm mua sắm, quảng trường cho đến cái quán ăn vỉa hè đều có chủ là người Trung Quốc. Sống trên đất Việt, nhưng người Việt chỉ là kẻ làm thuê, lại phải tiêu dùng mọi thứ hàng của Trung Quốc thì có đau không, có lo không?" *(nguoiviet.com/7/29/2009)*

3. Mấy ông tướng Cộng Sản nói về cái mất

- Từ vụ Bauxite, chúng ta đã được đọc những lời can ngăn chính quyền ngưng dự án của các ông tướng Võ Nguyên Giáp, Đồng Sỹ Nguyên, Nguyễn Trọng Vĩnh và Lê Văn Cương. Trong đó, các vị ấy đều nói về tham vọng xâm chiếm Việt Nam của Trung Quốc. Trong bài "16 Chữ Vàng Là Thật Hay Giả", tướng Nguyễn Trọng Vĩnh đã xác định rõ "16 chữ vàng mà nhà cầm quyền Trung Quốc vẽ ra chỉ là trò giả hiệu. Nó chỉ là lá bùa dán vào miệng để bịt miệng Việt Nam, để ăn cướp mà Việt Nam không được la làng, xẻo thịt, cắt da Việt Nam cũng không được kêu. Đáng tiếc là những nhà lãnh đạo Việt Nam vẫn "hữu nghị một chiều".

Ông Lê Hồng Hà, một cấp lãnh đạo ngành Công An (đã về hưu), trong một cuộc phỏng vấn của Bác sĩ Phạm Hồng Sơn đã nói Trung Quốc đã và đang ráo riết thực hiện những kế hoạch dữ dội, xâm nhập, chèn ép, bao vây trên mọi lĩnh vực kinh tế, an ninh, quốc phòng, lãnh thổ, nhằm thực hiện ý đồ thôn tính Việt Nam. Còn về phía Việt Nam thì nhiều cán bộ lãnh đạo của Việt Nam lại đã và đang bị Trung Quốc mua chuộc và khống chế. Tất cả những điều đó đều là một quá trình liên tục từ Đại Hội VI của đảng Cộng Sản Việt Nam đến nay". (danluan.org/3/6/2012)

4. Trí thức nói về cái mất

- Giáo sư Hà Văn Thịnh, Đại Học Khoa Học Huế, trong bài "Đất nước đang bất ổn thật rồi" có đoạn: "Dân tộc Việt Nam đang sống trong nền văn minh nào đây? Nếu nói là nền văn minh "của dân", sao người dân khổ thế? Nếu nói rằng đây là nền văn minh của chịu đựng và nhẫn nhục thì xin hỏi, chờ đến bao giờ? Nếu nói rằng nền văn minh "hữu nghị", của "thỏa đáng thật thà", sao dối trá và lường gạt cứ như chuyện chợ trời? 27 tháng 5, thả ngư dân bị bắt, sau khi đã trấn lột hơn nửa tỷ đồng tài sản của ngư dân ta, ông Hồ Cẩm Đào nói rằng đã tìm được giải pháp "thỏa đáng" cho biển Đông. Lời ông nói gió chưa kịp thổi bay thì 29/5, ông ta xấc xược và côn đồ khi ngang nhiên ban hành lệnh cấm đánh bắt cá ở biển Đông, phần lớn thuộc chủ quyền của Việt Nam, từ ngày 16/5 đến 1/8/2010. Năm ngày sau, ngày 4/6 lính Trung Quốc lại bắt giữ tàu QNG-0281 với 12 ngư dân và đòi tiền chuộc 70 vạn nhân dân tệ. Đến như vậy mà còn nhắm mắt đưa chân tin vào "Năm Hữu Nghị", thì tôi không hiểu những người lãnh đạo có trách nhiệm với dân tộc, đất nước hiện nay đang muốn làm gì khi cứ cúi đầu thấp hơn nữa? Điện Biên Phủ đâu? Hào khí Bạch Đằng, Chương Dương, Hàm Tử ở đâu, hay đang rủ nhau cùng trốn chạy trong cái góc khuất hay tăm tối đớn hèn nào đó?"

- Ông Hà Sĩ Phu, trong bài "Từ vụ Bauxite nghĩ về vận nước", đã viết: "Trong lịch sử 4000 năm đã có bao giờ bị thất thủ mất đất, mất biển đơn giản như thế, đã có bao giờ ngoại bang cưỡi lên lưng, tóm lấy yết hầu, chi phối nhân sự dễ dàng như thế? Đã có bao giờ người cầm đầu xã hội bạc nhược đến mức không dám gọi đến tên kẻ đã đánh giết dân mình, chứ chưa nói đến có gan chống lại." (doithoai.com/7/27/2009)

Và trong bài "Giải Cộng Nhi Thoát" ông lại viết: "Phơi bày hết sự tàn bạo bất cận nhân tình không cần che đậy, tự "khỏa thân chính trị" của chế độ chuyên chính trong nước. Đồng thời, sự chuyên chính trong thế giới Cộng Sản với nhau cũng "khỏa thân" luôn không cần che đậy: Việc chính thức thành lập thành phố biển Tam Sa với đầy đủ quy chế hành chính và quân sự, việc kêu gọi đầu tư ngay trong thềm lục địa đương nhiên của Việt Nam, đưa 23.000 tàu đánh cá tràn vào vùng biển Việt Nam... đã tự lột trần cái bản mặt giả dối của chủ nghĩa quốc tế Cộng Sản đến mức không còn chút lá nho, cả những 16 chữ vàng, quan hệ 4 tốt, và cuộc thi ca khúc Việt -Trung và lời kêu gọi tri ân kẻ đã xâm lược cũng trở nên trơ trẽn, hèn hạ không thể chấp nhận... Đến giai đoạn này thì các Blogger trong nước cũng không giữ lễ nữa, không cần ám chỉ mà kể thẳng tên dù là thủ tướng hay tổng bí thư, hay Bộ Chính Trị. Mác-Lê không còn là điểm nhạy cảm phải kiêng, lại còn nghi ngờ rằng Đảng và nhà nước có định chống xâm lược thật không hay đã đồng tình với giặc xâm lược, coi chính quyền chỉ là một đám cướp lớn phản động đã rõ ràng." (danchimviet.info/8/10/2012)

Trên đây là những cái mất hữu hình của đất nước vào tay Trung Quốc. Còn một cái mất vô hình mà chúng ta có thể cảm được qua Bản Tuyên Bố Chung giữa Chủ Tịch Trung Quốc Hồ Cẩm Đào và Tổng Bí Thư Nông Đức Mạnh ngày 17/11/2006 tại Hà Nội, nhân dịp ông Hồ qua thăm Việt Nam. Bản tuyên bố bao gồm nhiều vấn đề, nhưng có một số điểm đặc biệt sau đây:

- Tăng cường quan hệ láng giềng hữu nghị và hợp tác toàn diện Việt Nam - Trung Quốc.

- Phát huy đầy đủ vai trò cơ chế hợp tác giữa các ngành ngoại giao, quốc phòng, công an, an ninh. Mở rộng hợp tác thiết thực trong các lĩnh vực kinh tế, thương mại, khoa học kỹ thuật, văn hóa, giáo dục.

- Hai nước đã chính thức thành lập và tiến hành phiên họp đầu tiên của Ủy Ban Chỉ Đạo Hợp Tác Song Phương Việt-Trung. Hai bên nhất trí cho rằng sự kiện này có lợi cho việc tăng cường chỉ đạo vĩ mô, quy hoạch hợp tác và thúc đẩy toàn diện sự hợp tác trong tất cả các lĩnh vực giữa Việt Nam và Trung Quốc.

- Tích cực ủng hộ và thúc đẩy doanh nghiệp hai nước hợp tác lâu dài và cùng có lợi trong các lĩnh vực xây dựng cơ sở hạ tầng, công nghiệp chế tạo, khai thác nguồn nhân lực, năng lượng, chế biến khoáng sản và các lĩnh vực quan trọng khác. Khẩn trương bàn bạc và thực hiện các dự án như Bô-xít Đắk Nông.

Qua những điểm hợp tác toàn diện các ngành ngoại giao, quốc phòng, công an, an ninh với Ủy Ban Chỉ Đạo Hợp Tác Song Phương và tăng cường chỉ đạo vĩ mô, chúng ta có thể cảm được là đảng Cộng Sản Việt Nam đã bị Trung Quốc nuốt và trở thành một thứ đảng ủy của đảng Cộng Sản Trung Quốc. Vì vai trò chủ động trong các lĩnh vực này là Trung Quốc chứ không thể là Việt Nam. Và ai chỉ đạo ai thì chúng ta có thể hiểu được. Như thế trên tiến trình thôn tính Việt Nam, Trung Quốc đã thâu tóm được đảng Cộng Sản Việt Nam và sự việc đó đã hiện hình ở Bản Tuyên Bố này. Cộng Sản Việt Nam đã thành Đảng Ủy của đảng Cộng Sản Trung Quốc thì chúng ta hiểu số phận của Việt Nam trong thế kỷ 21.

Năm 1963 ở Vũ Hán, Mao Trạch Đông đã nói với lãnh đạo đảng Cộng Sản Việt Nam: "Tôi sẽ làm chủ tịch 500 triệu bần nông, đưa quân xuống Đông Nam Á và chúng ta phải giành cho được Đông Nam Á bao gồm cả miền Nam Việt Nam, Thái Lan, Miến Điện, Malaysia và Singapore. Một vùng Đông Nam Á rất giàu. Ở đây có nhiều khoáng sản, xứng đáng với sự tốn kém cần thiết để chiếm lấy." (Bạch thơ - Sự thật về quan hệ Việt Nam-Trung Quốc trong 30 năm qua). Trong đời Mao, Mao chưa thực hiện được giấc mộng đế quốc Đại Hán, nhưng tới thập niên 1990 thì đảng Cộng Sản Trung Quốc đã có thể vận dụng lãnh đạo Cộng Sản Việt Nam để tung hoành ở biển Đông và trên nội địa Việt Nam. Vì thế năm 2000 và 2006, Giang Trạch Dân và Hồ Cẩm Đào qua thăm Việt Nam, nhưng đã đến Hội An tắm biển, nhìn ra Hoàng Sa và Trường Sa trước khi ra Hà Nội. Chắc hẳn Giang và Hồ không dám hay không thể làm việc này ở Nam Hàn, Phi Luật Tân, Thái Lan, Singapore hay Nhật Bản. Mà hẳn nhiên không có một nguyên thủ nào đi thăm một nước khác lại có thể đi tắm biển trước, rồi mới tới thủ đô của nước đó để được đón tiếp. Hành động của Giang và Hồ cao ngạo bất thường, nhưng hai tên này đã làm như thế để nói với thế giới là Việt Nam và Biển Đông đã thuộc quyền Trung Quốc. Và đến nay thì Trung Quốc đã có thể kiểm soát Việt Nam toàn diện từ biển tới rừng, cao nguyên và nội địa mà trên hết là nắm được đầu não của đảng Cộng Sản Việt Nam, một yếu tố duy nhất để thực hiện tham vọng bành trướng Đại Hán mà Mao Trạch Đông đã vạch ra từ thập niên 1960.

Kết luận

Đứng Vững Ngàn Năm là một tập đại thành để diễn giải những nhân tố đã giúp Lạc Việt tồn tại hơn ngàn năm Bắc thuộc. Trước đây học sử Việt, chúng ta mơ hồ về phép lạ này. Nhưng đến nay với *Đứng Vững Ngàn Năm*, ông Ngô Nhân Dụng đã dùng kiến thức uyên bác về thế giới để soi rọi vào những nhân tố chủ quan và khách quan giúp chúng ta thấy và hiểu rõ ngọn nguồn những nhân tố mà tổ tiên ta đã tạo nên phép lạ. Ông Dụng viết *Đứng Vững Ngàn Năm* vào đầu thế kỷ 21, ở một giai đoạn Việt Nam có thể rơi vào một thời kỳ "Bắc thuộc mới rất nguy hiểm" như ông Bộ Trưởng Ngoại Giao Nguyễn Cơ Thạch nhận định sau Hội Nghị Thành Đô. Nhìn vào những sự việc đã và đang diễn ra trên đất nước mấy chục năm qua, chúng ta đã thấy dân Tàu tràn vào Việt Nam lập làng qua những dự án kinh tế, còn ở thành phố họ đã mua những khu đất tốt để xây dựng khách sạn và khu thương mại như Đà Nẵng, Nha Trang, Bà Rịa, Vũng Tàu... Nha Trang đã có nhiều phố Tàu mà dân Nha Trang đã phải kêu là người Hoa đông quá.

Phải chi ông Dụng viết thêm một, hai chương nữa về Việt Nam trong thế kỷ 20 để so sánh Việt Nam ngày xưa và Việt Nam ngày nay và luận bàn về số phận đất nước trước tham vọng của đảng Cộng Sản Trung Quốc và sự ươn hèn của lãnh đạo Cộng Sản Việt Nam khi phải bám vào Trung Quốc để tồn tại. Ông đã không làm như thế mà chỉ nói phớt qua, rồi nói lên ước vọng: Việt Nam cần một phong trào hồi sinh văn hóa để phát triển và một giấc mơ là sẽ có ngày đất nước có tự do dân chủ. Sẽ có một ngày... Chắc hẳn người Việt nào cũng ước vọng và mơ như ông để khỏi phải tìm mọi đường ra đi. Người Việt đang ra đi chớ không trở về.

Thực cảnh này ngược chiều với ông Dụng khi ông kết luận *Đứng Vững Ngàn Năm* với tinh thần lạc quan nhìn về tương lai theo hai câu thơ trong Ta Về khi được ra khỏi nhà tù của nhà thơ Tô Thùy Yên, "Tiếng biển lời rừng nao nức giục - Ta về cho kịp độ xuân sang".

Việt Dương

TRẦN THỊ NGUYỆT MAI

NHỮNG KỶ NIỆM NƠI PHÒNG TRANH TRƯƠNG VŨ

Nhà văn / Họa sĩ Trương Vũ
Ảnh: Phạm Cao Hoàng

Tối thứ sáu 23/2/2024, chị Duyên gửi cho tôi link bài thơ “Tạm biệt một căn phòng” [1] của anh Phạm Cao Hoàng ghi *gửi anh Trương Vũ.*

Căn phòng này
chiếc bàn này
nơi chúng ta đã từng ngồi
nâng ly
chúc mừng một bức tranh vừa hoàn tất
chúc mừng một cuốn sách vừa in xong
chào mừng một người bạn từ phương xa đến

Vâng, tôi vẫn còn nhớ căn phòng mà anh Phạm Cao Hoàng nhắc tới trong bài thơ. Biết thì biết đã lâu. Từ những bài thơ mà họa sĩ Đinh Cường gọi là "Những Đoạn Ghi" anh đã viết thay nhật ký:

Như vậy là một ngày Chủ Nhật hạnh phúc
gặp nhau và nói cười cùng nhau, còn chi hơn
... ngồi uống những ly rượu vang ngon, thật ngon
một bàn dài bạn bè quý mến, nhắc lại những
tờ báo đã không còn Văn Học, Hợp Lưu...
bao nhiêu cây viết đã xuất phát từ các sân chơi đó
(Đinh Cường – Từ trưa tới chiều ở nhà Trương Vũ)

Một bạn nào đó nói, các buổi gặp gỡ khác
càng ngày càng ít người thì ở Trương Vũ
càng ngày lại càng đông. thật vậy. vẫn chiếc
bàn thật dài trải khăn trắng đầy thức ăn
ngoài món ăn của gia đình. mỗi người còn
đem tới vài ba món tủ. ăn làm sao hết...
(Đinh Cường – Và một buổi gặp gỡ đông vui trưa thứ Bảy ở nhà Trương Vũ)

Một buổi gặp gỡ ở phòng tranh Trương Vũ
(Vienna, Virginia, 29.6.2019 – Tư liệu Phạm Cao Hoàng)

Nhưng lần đầu tiên tôi có mặt, lại là một ngày thật buồn 13-1-2016 – tang lễ của họa sĩ Đinh Cường. Anh Trương Vũ đã mời tất cả mọi người sau buổi lễ đến nhà anh. Ở đó ngoài những người tôi đã gặp buổi tối hôm trước ở nhà anh chị Phạm Cao Hoàng, các anh Trần Hoài Thư, Lữ Quỳnh, Nguyễn Đình Thuần, Nguyễn Trọng Khôi, Chân Phương, Nguyễn Minh Nữu, anh chị Đỗ Thanh Tùng, các bạn Nguyễn Thị Thanh Bình, Bạch Mai, có thêm các anh Nguyễn Tường Giang, Nguyễn Mạnh Hùng, Phạm Nhuận, Hồ Đình Nghiêm, và các bạn Đinh Từ Bích Thúy, Quỳnh Loan, ... Nhiều lắm, tôi không thể nhớ hết tất cả tên từng người...

Chúng tôi nâng cốc rượu nhớ về người đã khuất nhưng cứ ngỡ người họa sĩ thân thương vẫn quanh đây cùng thân hữu họp mặt, trong tiếng đàn hát đầy xúc động của họa sĩ Nguyễn Trọng Khôi khúc réquiem "Giấc mộng trên đồi thơm" [2] do chính anh sáng tác tặng anh Đinh Cường. *Ôi cuộc đời quá ngắn. Ôi mộng ngoài tay với. Bạc đầu ước mơ, mỏi chồn gối chân. Còn đi đến đâu cuộc đời... Thôi về lại bóng tối. Thôi về lại mây khói. Để sương trắng bay lạc vào giấc mơ, lạc về cõi xa, xa mù...*

Và lần gần nhất tôi đến nơi đây là trước đại dịch Covid-19. Anh Trương Vũ hẹn bạn bè vào lúc 1:00 giờ trưa ngày thứ bảy 29-6-2019, để cùng chia sẻ cuốn sách "Đuổi Bóng Hoàng Hôn" [3] của anh mới phát hành. Buổi họp mặt đông vui có quý anh Đặng Đình Khiết, Nguyễn Mạnh Hùng, Nguyễn Tường Giang, Nguyễn Trọng Khôi, Nguyễn Quang, ..., quý anh chị Phạm Cao Hoàng, Nguyễn Minh Nữu, Đỗ Thanh Tùng, Phạm Nhuận, chị Lãm Thúy và quý bạn Nguyễn Thị Thanh Bình, Hoàng Thị Bích Ty, Đinh Từ Bích Thúy, Quỳnh Loan, Đinh Trường Chinh, Phạm Phú Thiện Giao và cả Nguyễn Thị Hậu ở Việt Nam nhân chuyến sang thăm Hoa Kỳ. Hôm đó cùng anh chị Tùng – Duyên và anh Phạm Cao Hoàng, chúng tôi đã ở lại nhà anh Trương Vũ lan man nói chuyện văn học đến khi chiều đã hết và bóng đêm dần xuống. Tôi hỏi anh Trương Vũ về nhà thơ Nguyễn Đức Sơn (NĐS), người bạn học có cá tính rất đặc biệt của anh.

Anh tâm sự nhà thơ NĐS tuy bề ngoài trông rất phức tạp, nhưng là một người chơn chất, một tài năng của văn học Việt Nam. Có thể nói NĐS là một mẫu nghệ sĩ và trí thức rất hiếm hoi, dám sống và nói thật về điều mình tin, nhất là trong hoàn cảnh xã hội Việt Nam của vài chục năm qua...

Rồi đại dịch xảy ra. Như anh Phạm Cao Hoàng đã viết trong bài thơ *"Bốn năm sau ngày anh Đinh Cường ra đi"*:

bốn năm sau ngày anh Đinh Cường ra đi
miền Đông xơ xác trong cơn đại dịch
muốn đến Studio Trương Vũ xem những bức tranh mới vẽ nhưng không thể
muốn nâng ly cùng các anh Nguyễn Mạnh Hùng, Nguyễn Tường Giang, Phạm Nhuận, Đặng Đình Khiết, Phạm Thành Châu... nhưng không thể
muốn cụng ly cùng các bạn Nguyễn Minh Nữu, Nguyễn Quang, Nguyễn Thị Thanh Bình, Trần Anh Chương, Đinh Trường Chinh... nhưng không thể
các bạn tôi, nhà nào cũng đóng cửa
stay-at-home, stay-at-home, stay-at-home

bốn năm sau ngày anh Đinh Cường ra đi
miền Đông bây giờ tiêu điều trong cơn đại dịch
hàng quán im lìm phố xá hoang vu
muốn ghé Starbucks ngồi nhâm nhi một ly cà phê nhưng không thể
drive-thru only
...

Buồn. Tất cả mọi người đều buồn. Chúng tôi hẹn nhau sau đại dịch sẽ là một ngày hội ngộ anh em. Nhưng đến nay dịch ấy chưa dứt hẳn vẫn còn những biến thể tiếp tục lây lan, chị Duyên và tôi lại ở xa, nên chúng tôi cũng chưa về Virginia thăm các anh chị...

Căn phòng này
không gian này
nơi có người họa sĩ
trầm ngâm ngồi trước giá vẽ
thả hồn vào nỗi đam mê
...
nhớ không Duyên?
nhớ không Nguyệt Mai?
nhớ không Cúc Hoa?
và nhớ không các bạn của tôi?

Có thể nói họa sĩ Trương Vũ là người tự nguyện thực hiện những chân dung bạn bè nhiều nhất, với một danh sách rất dài: Đặng Đình Khiết, Lê Xuân Khoa, Nguyễn Ngọc Bích, Đinh Cường, Nguyễn Tường Giang, Nguyễn Mạnh Hùng, Lê Văn Khoa, Nguyễn Xuân Thiệp, Phạm Nhuận, Hoàng Khởi Phong, Nguyễn Minh Nữu, Phạm Cao Hoàng, Hoàng Xuân Sơn, ... Nhớ lần anh Trương Vũ hẹn chị Duyên và tôi đến để anh vẽ chân dung cho hai đứa vào khoảng giữa tháng 10/2017. Giữa trăm công ngàn việc bộn bề với quỹ thời gian không phải là bất tận mà anh vẫn dành cho chúng tôi, những đứa em ở xa, những tình cảm đặc biệt khi chọn vẽ... Anh còn đề nghị chị Duyên và tôi đến nhà anh, anh chị sẽ lo cả việc ăn ở cho chúng tôi trong thời gian này. Nhưng anh chị Phạm Cao Hoàng luôn rất dễ thương và chân tình với bạn bè, đã ngỏ lời, "anh Trương Vũ đã lo phần vẽ rất mệt rồi, Duyên và Nguyệt Mai sẽ ở tại nhà Phạm Cao Hoàng..." Anh chị và cháu Thiên Kim đã rất tận tình, chu đáo lo tất cả cho chúng tôi được thoải mái trong thời gian ở đây... Làm sao chúng tôi có thể quên được những ân tình quý giá này?

Căn phòng này
chiếc bàn này
không gian này
chiều nay
tôi ngậm ngùi tạm biệt.

Có quá nhiều kỷ niệm. Hỏi sao anh không rưng rưng khi một mai anh chị sẽ đến một nơi khí hậu ấm áp hơn, thích hợp hơn cho sức khỏe của anh chị. Chỉ là tạm biệt nhưng sao lòng buồn quá đỗi. Không là ruột thịt và chỉ quen anh mấy năm sau này, nhưng chúng tôi rất kính quý anh. Ở anh, tôi thấy được tấm lòng nhân hậu, chung thủy, hết lòng với gia đình, bạn bè, cùng một tình yêu vô bờ bến với quê hương, đất nước. Trên trang tiểu sử ở blog Phạm Cao Hoàng, tôi được biết anh Trương Vũ tên thật Trương Hồng Sơn, tốt nghiệp Cử Nhân Giáo Khoa và học Đệ Tam Cấp Toán tại Đại Học Sài Gòn. Sang Mỹ, anh lấy thêm các bằng Thạc Sĩ Vật Lý Hạt Nhân tại University of Pennsylvania, Thạc Sĩ Kỹ Sư Điện (Truyền Thông) và Tiến Sĩ Khoa Học (Điện trong Kỹ Thuật Không Gian) tại The George Washington University. Trước năm 1975, anh xuất thân là một thầy giáo toán, được gọi nhập ngũ khi có lệnh tổng động viên lúc chiến tranh ở miền Nam trở nên tàn khốc. Sau hơn hai năm, anh được biệt phái trở về dạy Toán và đặc trách Sinh Viên Vụ tại Đại Học Duyên Hải, Nha Trang cho đến lúc vượt biển và định cư tại Hoa Kỳ từ 1976.

Anh là Chuyên gia nghiên cứu cho NASA tại Trung Tâm Không Gian Goddard từ 1980 cho đến khi nghỉ hưu năm 2006, đã tham dự và phụ trách nhiều công trình khác nhau, về khoa học và kỹ thuật. Đóng góp quan trọng nhất của anh thuộc lãnh vực nghiên cứu và phát triển kỹ thuật xác định quỹ đạo (Orbit Determination) và phi hành tự động cho phi thuyền (Autonomous Spacecraft Navigation). Anh đã đăng tải nhiều công trình nghiên cứu với tư cách tác giả chính về vật lý và kỹ thuật không gian.

Ngoài công việc chính ở NASA, anh có đóng góp vào một số sinh hoạt văn học ở hải ngoại. Đồng Chủ biên Tuyển tập Văn chương Chiến tranh *The Other Side of Heaven* (do Curbstone Press xuất bản năm 1995). Nguyên Đồng Chủ biên Tập san Việt Học *The Vietnam Review* của Đại học Yale (1996-1998). Nguyên Chủ bút Tạp chí Đối Thoại, California (1993-1994). Hợp tác, đóng góp bài vở cho một số tạp chí văn chương (giấy và mạng) như Văn Học, Hợp Lưu, Văn, Talawas, Tiền Vệ, Da Màu, Tương Tri, các blog như Phạm Cao Hoàng, Phố Văn, Trần Thị Nguyệt Mai, ...

Về hội họa, ngoài các lớp học rải rác tại đại học và tư nhân, phần chính là tự học. Anh đã tham dự một số triển lãm tại Hoa Kỳ.

Tôi được nghe kể vào những ngày cuối của cuộc đổi đời năm 1975, Nha Trang đang rất hỗn loạn. Khi gặp bạn là nhà văn đang trong quân ngũ thuộc một binh chủng "dữ dằn" mà nếu lọt vào tay phía bên kia chắc chắn sẽ bị tù đày và cái chết khó tránh, anh đã đưa cho bạn chiếc xe *mini-truck* có mui của mình – phương tiện di chuyển duy nhất của gia đình anh – hối thúc vượt thoát ngay. Hỏi anh, anh nói lúc đó chỉ nghĩ đến an sinh của bạn, không một mảy may nghĩ đến điều gì khác. Và tôi cũng được biết chính trong những ngày đó, anh đã cùng các sinh viên của Đại Học Duyên Hải lo công tác cứu trợ đồng bào chạy nạn đổ dồn về Nha Trang qua câu chuyện anh kể về người học trò Dương Thái Đức trong tạp bút Những Cơn Mưa Ngày Cũ. Tháng 3/1976, trên một chiếc ghe đánh cá nhỏ, cùng với bốn bạn đồng hành khác, anh vượt biển khi thấy "... Những tính toán về tương lai của học trò tôi, của chính tôi, bỗng trở thành ảo tưởng. Phía trước mù mịt. Lúc đó tôi mới qua tuổi ba mươi không lâu, đang rất năng nổ bỗng trở nên mất tự tin, trở nên e dè, ngỡ ngàng, lúng túng. Và, cố gắng 'khôn ngoan' như một người đã trải qua bao thăng trầm, bị vùi dập biết bao lần trong đời, để không dám sống thật với mình... May mắn, chúng tôi đến được Manila an toàn. Ghe chúng tôi là một trong những chiếc đầu tiên đến được Manila sau biến cố 1975." [3]

Những năm đầu ở Mỹ, anh quyết định tiếp tục con đường học vấn, lấy Thạc sĩ rồi Tiến sĩ bên cạnh năng nổ trong các sinh hoạt cộng đồng Việt Nam. Anh đã truyền lửa cho các bạn trẻ cùng sinh hoạt mà cho đến nay các bạn vẫn còn nhớ. Tác phẩm "Đuổi Bóng Hoàng Hôn" đã cất giữ những tâm tư, tình cảm cũng như những bài học kinh nghiệm anh muốn trao truyền cho những thế hệ tương lai. Sau đây chỉ là vài chia sẻ.

"... Nhưng, cái thảm kịch lớn nhất vẫn là cái thảm kịch của một dân tộc mà những người làm chính trị đã khiến người dân bình thường sợ họ hơn sợ nỗi chết. Đó cũng là thảm kịch của một đất nước mà quân đội luôn luôn vinh danh về sự hùng mạnh, về những chiến thắng trên trận mạc, nhưng hoặc bất lực, hoặc cố tình làm ngơ trước những cướp bóc, hãm hiếp, giết người man rợ của bọn cướp biển ngoại nhân chỉ có vũ khí thô sơ, dù rằng chiến tranh đã chấm dứt, dù rằng nạn nhân là những con người vô tội hầu hết không hề cầm súng, và họ cũng là những người được sinh ra từ trăm trứng của mẹ mình. Quan trọng hơn hết, để thực sự dấn mình vào những nỗ lực của cá nhân và tập thể cần phải có cho thế hệ này, và cho những thế hệ kế tiếp. Để xã hội nhân bản hơn, tôn trọng những quyền căn bản của con người hơn, và để người dân có tự do, có cơ hội sống một đời có phẩm cách, như trong bao nhiêu quốc gia tiến bộ khác. Chỉ có như thế, cái thảm kịch như từng xảy ra trên biển Đông sau 1975 sẽ không còn xảy ra cho dân tộc Việt Nam trong tương lai nữa." [3]

"... Và, ở Tiệp ngày nay, nếu không có chút hiểu biết về lịch sử, tôi sẽ không thể nào tin rằng dân tộc đó đã từng hơn bốn mươi năm sống cô lập sau bức màn sắt, chịu áp đặt một chủ nghĩa xã hội rất thiếu nhân bản, chịu sự kiểm soát chặt chẽ về chính trị và quân sự của Liên Xô, và chỉ mới tách rời khỏi những ảnh hưởng đó chưa tới 27 năm.

...

Nhìn lại một số đổi thay chính trị lớn, tôi nghiệm ra một điều: nơi nào có sự tham dự tích cực của giới trí thức và văn nghệ sĩ yêu nước, yêu sự sống, tôn trọng sự khác biệt, và can đảm đứng lên tranh đấu quyết liệt cho điều mình tin, cho những quyền căn bản của con người, thì ở nơi đó, sự đổi thay mang lại ít bạo lực nhất, những quyền căn bản được phục hồi và xã hội phát triển nhanh nhất. Hãy nhìn, như một phản đề, những gì đã xảy ra trong cuộc cải cách ruộng đất ở Việt Nam vào thập niên 50, trong cuộc 'cách mạng văn hóa' ở Trung Hoa vào thập niên 60, và sự thống nhất bằng quân sự và áp đặt chủ nghĩa ở Việt Nam vào 1975. Và, như chính đề, hãy nhìn những gì đã xảy ra trong những đổi thay lớn ở Đông Âu, và đặc biệt, ở Tiệp Khắc, vào 1989." [3]

"... Lý do chính để tôi mong Việt Nam giống như Đông Âu hơn là vì, khi thẳng thắn với chính mình, tôi thực sự không tin là sức mạnh của chúng ta còn là sức mạnh ở súng đạn nữa, trong khi sức mạnh súng đạn của kẻ thù vẫn y nguyên đó. Sức mạnh của chúng ta là ở cái đầu và con tim. Chính những ý thức về văn minh, về tiến bộ, về tự do, về dân chủ, cùng với khát vọng được sống một đời có phẩm cách của một con người ở thời đại này đã đánh gục chủ nghĩa Cộng sản ở Đông Âu, chứ không phải là súng đạn. Nhưng, nếu muốn đánh gục Cộng sản như ở Đông Âu thì không thể quên được tầm quan trọng của các phong trào phản kháng, bao gồm văn chương phản kháng, cùng với ý thức trách nhiệm và trình độ hiểu biết của người dân. Nếu dân trí Việt Nam thật cao, tình trạng Việt Nam sẽ gần với Tiệp Khắc. Nhưng, nếu dân trí thấp, tình trạng của Việt Nam sẽ gần với Romania hay tệ hơn. Đọc sách và tự do lựa sách để đọc là một phương cách để nâng cao dân trí. Còn hơn thế nữa, đó là một nhu cầu không thể thiếu và không nên thiếu, trong đời sống tinh thần của mỗi con người." [3]

"Giáo dục Việt Nam cần giảm bớt mô thức giảng dạy áp đặt và tăng cường mô thức gợi ý. Cần giảm thiểu sự mệt mỏi của học sinh, nhất là học sinh cấp tiểu học. Đặc biệt, nên giảm bớt lượng kiến thức hay thông tin trong chương trình học. Nhắm đến một hành trình lâu dài hơn của con người. Không nên để họ gục ngã sớm về đầu óc. Đặt nặng vào việc đào tạo giáo chức và dành những đãi ngộ đặc biệt cho họ. Trong trường hợp các nước đang phát triển như Việt Nam, giáo chức phải được tuyển chọn từ thành phần ưu tú nhất của đất nước. Đối với các trường đại học, ngoài việc áp dụng chương trình giảng dạy theo mô hình của các quốc gia tiên tiến tây phương, quyền tự trị đại học cần được ban hành cho đại học Việt Nam. Thiếu sự tự trị, đại học Việt Nam khó thể hoàn tất vai trò đào tạo trí thức của nó. Đề nghị sau cùng, và có lẽ là đề nghị quan trọng nhất, là nhà nước Việt Nam nên xem phát triển giáo dục toàn diện là ưu tiên hàng đầu của quốc gia, xem nguồn nhân lực được đào tạo qua giáo dục là tài nguyên quý giá nhất của đất nước. Và, khi làm chính sách giáo dục nên đặt trọng tâm vào những mục tiêu lớn như đào tạo con người trung thực, có sáng tạo, có tư duy độc lập, biết tôn trọng sự khác biệt, v.v... bên trên sự chuyển giao tri thức. Và, phải quên đi những gì thực sự không còn giá trị nữa." [3]

Kính thưa anh Trương Vũ, em rất đồng thuận với MC Nguyệt Ánh. Anh như cây táo trong *The Giving Tree* của Shel Silverstein mà anh dùng làm đoạn kết cho bài viết cuối cùng *Về lại Sorrento* của *"Đuổi Bóng Hoàng Hôn"*. Anh đã không ngừng cống hiến, vắt kiệt dâng cho đời tất cả. Em rất ngưỡng mộ anh. Và sẽ luôn nhớ lời anh dặn:

"Hãy đem văn chương vào đời sống. Dù có làm thơ hay viết văn hay không, hãy đến với cuộc đời bằng tâm hồn của một thi sĩ. Bạn sẽ thấy cuộc đời đẹp hơn. Bạn sẽ thấy con người đẹp hơn." [3]

Mong anh chị luôn được an lành trong những ngày sắp tới. Và chúng em sẽ có dịp gặp lại anh chị cùng những anh chị khác và bạn bè rất thân quý.

Trần Thị Nguyệt Mai
3-3-2024

Tham khảo:
[1] Tạm biệt một căn phòng – Thơ Phạm Cao Hoàng
http://www.phamcaohoang.com/2024/02/3257-pham-cao-hoang-tam-biet-mot-can.html

[2] Giấc mộng trên đồi thơm – Nhạc và lời: Nguyễn Trọng Khôi
https://vanhocnghethuat.files.wordpress.com/2016/01/giac_mong_tren_doi_thom_nguyen_trong_khoi.pdf

[3] Đuổi Bóng Hoàng Hôn – Trương Vũ
https://www.amazon.com/%C4%90u%E1%BB%95i-B%C3%B3ng-Ho%C3%A0ng-H%C3%B4n-Vietnamese/dp/1927781760/

VIỆT DƯƠNG

BÁC SĨ TRẦN XUÂN DŨNG VỚI CÔNG TRÌNH BIÊN TẬP BỘ VĂN HỌC QUÂN ĐỘI

Y sĩ Thiếu Tá Trần Xuân Dũng (1939-2023)

I. Mấy nét về bác sĩ Trần Xuân Dũng

Chúng tôi có dịp may được gặp bác sĩ Trần Xuân Dũng hai lần vào cuối thập niên 1990, khi bác sĩ từ Úc sang Chicago thăm gia đình người anh là bác sĩ Trần Xuân Ninh, nhân tiện ra mắt Cộng Đồng Người Việt Chicago hai bộ sách: *Quân Y Quân Lực Việt Nam Cộng Hòa* và *Chiến Sử Thủy Quân Lục Chiến* do ông biên tập. Tới nay được đọc bộ *Văn Học Quân Đội* cũng do ông biên tập, chúng tôi nghĩ bác sĩ Dũng có lẽ là người duy nhất đã bỏ nhiều công sức sưu tập những bài viết của những văn nhân quân đội ghi lại những trận chiến đối phó với những chiến dịch xâm lược Miền Nam của quân Cộng Sản Bắc Việt. Tính chất văn nhân và chiến sĩ của bác sĩ Dũng đã biểu hiện ngay từ thời còn là sinh viên y khoa khi ông cùng sinh viên y khoa Trần Xuân Ninh đã là người đề xướng và tích cực trong việc xuất bản nguyệt san Tình Thương - cơ quan ngôn luận của sinh viên y khoa Sài Gòn - Và ông đã là Tổng Thư Ký của Tình Thương số 1 xuất bản tháng 1/1964.

Rồi khi tốt nghiệp Bác sĩ, năm 1965 ông đã tình nguyện chọn binh chủng Thủy Quân Lục Chiến và đi ra trận tuyến với chức vụ đầu tiên Y sĩ Trưởng Tiểu Đoàn 4 TQLC, rồi Y sĩ Thiếu Tá Tiểu Đoàn Trưởng Tiểu Đoàn 2 Quân Y Quảng Ngãi.

Năm 1978 vượt biên, tới Úc định cư. Đi học lấy lại bằng Bác sĩ rồi hành nghề Bác sĩ tại Melbourne từ năm 1984.

Các con ông đã thành tài: Một là nha sĩ, một là luật sư trong ngành ngoại giao và một là dược sĩ.

Sau khi ông từ trần (30/5/2023), chúng tôi được đọc bài *"Thương Tiếc Một Bác Sĩ Quân Y"* của ông Phạm Phú Đức viết về đời ông, xin được ghi lại vài đoạn:

- Chiến hữu của Bác sĩ Dũng gồm Bác sĩ, ông Đặng Văn Đạt thuộc Hội Cựu Quân Nhân QLVNCH, và ông Nguyễn Hữu An, đã chia sẻ những kỷ niệm thân tình về ông. Những bài phát biểu này đều nói về các đức tính cần mẫn, phục vụ, trách nhiệm với tinh thần lãng mạn, nghệ sĩ và cũng rất khiêm cung của một người niên trưởng trong Quân Y. Những kỷ niệm mà họ từng trải nghiệm hay chính người thân trong nhà họ kể lại, lột tả được tinh thần phục vụ hết lòng của ông trong thời chiến, đối với những người cần chữa trị, bên phía Việt Nam Cộng Hòa lẫn phía Cộng Sản. Một lương y chân chính không phân biệt ai là bệnh nhân của mình. Không có những chia sẻ về các góc cạnh này thì sẽ khó biết hết được tinh thần phục vụ của ông trước và sau năm 1975, cũng như nhân cách trong tù cải tạo.

- Kể từ khi định cư ở Úc, đến nay đã 45 năm, bác sĩ Dũng vẫn không quên bổn phận và trách nhiệm mà ông tự đặt ra cho mình. Chỉ thay đổi vai trò, từ quân y sang dân y. Sau này không chỉ cầm kim chích và ống nghe, ông cầm bút để biên tập thơ, văn và sử để góp phần viết lại những trang sử mà người lính Việt Nam Cộng Hòa đã anh dũng bảo vệ, chiến đấu và hy sinh cho Miền Nam Việt Nam. Ông phải làm công việc không chuyên môn này bởi vì các sử gia, từ Đồng Minh cho đến bên Cộng Sản, vô tình hay cố ý, đã bóp méo, bỏ quên hay không ghi chép lịch sử trung thực. Ba người con của ông, Trần Thị Uyển Diễm, Trần Thị Quỳnh Diễm và Trần Xuân Vũ cũng như chính vợ ông, bà Trương Thị Huệ Phước đã miệt mài xem lại bao nhiêu tài liệu, hình ảnh, rồi đánh máy và dịch sang tiếng Anh bộ *Chiến Sử Thủy Quân Lục Chiến*. Bộ sách dày 516 trang này xuất bản lần đầu năm 1997. Mười năm sau, năm 2007 sách được tái bản, in thành hai bộ, bộ I dày 795 trang, bộ II dày 750 trang, tổng cộng 1545 trang. Hai lần xuất bản đều được in trên giấy dày, bìa cứng trang trọng. Tâm huyết, công sức và tốn kém tài chánh cho hai tập sách có mục đích ghi lại sự thật của lịch sử nước nhà. Miệt mài làm những công việc này cũng như những đóng góp âm thầm khác của bác sĩ Dũng nhiều thập niên qua thể hiện sự khát khao được tiếp tục phương châm Tổ Quốc - Danh Dự - Trách Nhiệm mà ông tự trao cho mình.

- Bác sĩ Dũng là một người cực kỳ thông minh, ngoài tiếng Anh và Pháp, ông còn tự học tiếng Đức, Tây Ban Nha, Hán văn và tài hoa với đàn guitar kiểu Tây Ban Nha tuyệt vời, nhưng cũng là người thật khiêm tốn, tế nhị và chính trực.

- Bài phát biểu cảm động nhất trong tang lễ đến từ con gái đầu lòng của ông, nha sĩ Trần Thị Uyển Diễm. Vắn tắt cuộc đời của bố, Uyển Diễm không khỏi tự hào về người cha sinh năm 1939, tuổi con cọp. Đó là thời điểm xế chiều của chủ nghĩa thực dân, sự bạo tàn của Nhật Bản trong Thế Chiến II, đã gây ra nạn đói làm chết gần hai triệu người Việt và sự khát máu của chủ nghĩa cộng sản tại Việt Nam. Thời cuộc đẩy ông vào vòng nghèo khó và đau khổ. Ông mất mẹ năm 7 tuổi. Trong hoàn cảnh khốn khó nhất, ông đã vươn lên, vượt qua mọi khó khăn thử thách, miệt mài học để vào được y khoa, rồi vào ngành Quân Y . Ông nổi tiếng là người liêm chính, công bằng trong sự nghiệp và giàu lòng từ bi với tư cách một bác sĩ. Lời cuối của Diễm Quỳnh là "Bố thương, Bố quý, Bố đi bình an".

II. Giới thiệu bộ sách Văn Học Quân Đội

Bác sĩ Trần Xuân Dũng đã xuất bản: *Lịch sử Quân Y Quân Lực Việt Nam Cộng Hòa*, *Chiến Sử Thủy Quân Lục Chiến*, *Văn Học Quân Đội*, Hồi ký *Sống Chẳng Còn Quê* và tập thơ lịch sử *Như Sóng Thần Lên*, nhưng ở đây chỉ giới thiệu bộ *Văn Học Quân Đội*. Theo chúng tôi nhận định thì bộ *Văn Học Quân Đội* là một công trình biên tập có giá trị cho chúng ta một cái nhìn toàn diện cuộc chiến tranh xâm lược Việt Nam Cộng Hòa của Cộng Sản Bắc Việt từ trận tổng công kích Mậu Thân (1968) đến những trận chiến kết thúc chiến tranh 30/4/1975.

Bìa sách Văn Học Quân Đội

I. Về nội dung

Văn Học Quân Đội gồm 43 tác giả thuộc một số quân binh chủng Quân Lực Việt Nam Cộng Hòa: Thủy Quân Lục Chiến, Nhảy Dù, Biệt Động Quân, Thiết Giáp, Không Quân, Hải Quân và Quân Y. Trong đó, Không Quân và Nhảy Dù, soạn giả đã giới thiệu hai chiến sĩ văn nhân tiêu biểu là Lý Tống và Phan Nhật Nam.

1. Lý Tống

Lý Tống sinh năm 1945 tại Thừa Thiên, mất ngày 5/4/2019 tại Hoa Kỳ. Ông là phi công A37 của Không Quân Quân Lực Việt Nam Cộng Hòa. Ngày 5/4/75, ông nhận nhiệm vụ phá hủy ba cây cầu trên quốc lộ 1 thuộc Cam Ranh để ngăn đà tiến của Cộng quân. Máy bay của ông bị trúng hỏa tiễn SA7. Ông nhảy dù, nhưng bị bắt ở Cam Ranh. Tháng 10/75, Lý Tống trốn khỏi trại tù, nhưng sau vài ngày bị bắt lại và bị nhốt vào conex 6 tháng. Ông vượt thoát khỏi trại tù A.30, ra được Tuy Hòa, rồi tìm đường về Sài Gòn. Ông thoát khỏi Việt Nam bằng đường bộ, nhưng bị bắt ở Miên và bị nhốt trong trại tù 7708. Lần này ông đã vượt ngục bằng cách bẻ chấn song sắt. Vượt sang được Thái Lan, ông bị bắt nữa. Sau 10 tháng, ông vượt ngục Thái, rồi băng rừng vượt núi thoát sang Mã Lai. Đến trạm biên giới gần Singapore, ông bơi vượt eo biển Johor Strait, đầy cá mập, vào ban đêm. Cuối cùng ông tới được Singapore, vào trình diện tòa Đại Sứ Mỹ và được Mỹ nhận. Kể từ ngày vượt thoát khỏi trại tù ở Việt Nam, ông đã mất 17 tháng để đến được Singapore.

Tới Mỹ năm 1984, ông ghi tên theo học khoa Chính trị học, lấy bằng cao học, đang làm luận án tiến sĩ thì bỏ ngang, dấn thân vào những hoạt động chống Cộng. Hai lần bay về Việt Nam thả truyền đơn:

- Năm 1990, bay về Việt Nam bằng máy bay hàng không dân sự của Việt Cộng, thả 50.000 tờ truyền đơn, kêu gọi dân nổi dậy chống chế độ Cộng Sản, nhảy dù xuống, bị bắt và bị tù 6 năm. Mỹ can thiệp, ông được thả trở về Mỹ.

Ngày 17/11/2000, ông thuê máy bay nhỏ từ Thái Lan bay về Việt Nam thả truyền đơn lần thứ hai, bay trở lại Thái, bị bắt tù 7 năm.

Ở Mỹ, Lý Tống đã viết hồi ký *Ó Đen*, kể lại đời tù, vượt ngục qua Miên, qua Thái, qua Mã Lai để tìm đường qua Mỹ. Hồi ký *Ó Đen* đã ghi lại sự can đảm, kiên nhẫn và ý chí chống Cộng vì hạnh phúc và tự do của đồng bào.

2. Phan Nhật Nam

Xin ghi lại một số điều từ bài viết của giáo sư Nguyễn Xuân Khoan viết về Phan Nhật Nam.

Phan Nhật Nam sinh ngày 28/12/1942, tại Phù Cát, Hương Trà, Thừa Thiên.

- Mười bốn năm lính (1961-1975), khóa 18 Võ Bị Đà Lạt, qua các đơn vị: Tiểu đoàn 7, 9, 2 và Lữ đoàn 2 Nhảy Dù, tiểu khu Bà Rịa, Long An, Biệt Động Quân, Ban Liên Hợp Quân Sự Trung Ương 4 bên và 2 bên.

- Mười bốn năm tù (1975-1989), với hai đợt kiên giam (từ tháng 2/1979 đến tháng 8/1980 và từ tháng 9/1981 đến tháng 5/1988).

- Luôn Học - Đọc - Viết từ tuổi 20, 30... hoặc nay 60, 70 dù ở bất cứ hoàn cảnh, điều kiện nào để nói đến tận cùng về khổ nghiệp của mỗi con người đã sống cùng, gặp mặt, chứng kiến, nghe được trên vùng đất Bán Đảo Đông Dương, nước Việt Nam suốt hơn nửa thế kỷ qua. Thế nên, bởi Bất Bình Tắc Minh mà cầm viết, dụng văn chứ không do tài hoa, văn vẻ thuộc giới trí thức khoa bảng.

- Viết bốn mươi lăm năm (1968-2013), được lòng tin từ người đọc do chữ viết, lời nói trung thực với:

- *Dấu Binh Lửa*, 1969: Tường trình về người và chiến tranh ở Miền Nam (1960-1968).

- *Dọc Đường Số 1*, 1970: Trên quê hương, dọc con lộ, địa ngục có thật hằng ngày mở ra.

- *Ải Trần Gian*, 1970: Tự sự hóa biến cố chính trị, quân sự ở Huế, Đà Nẵng, miền Trung 1966.

- *Dựa Lưng Nỗi Chết*, 1972: Thảm họa Mùa Xuân Mậu Thân (1968) ở Huế, được dựng lại với khung cảnh tiểu thuyết.

- *Mùa Hè Đỏ Lửa*, 1972: Thiên hùng ca Mùa Hè của miền Nam trong trận chiến giữ đất, bảo vệ dân.

- *Tù Binh và Hòa Bình*, 1974: Lời báo động khẩn thiết sau Hòa Bình ngụy danh từ hiệp định biển lận, ký kết tại Paris 27-1-1973.

Đến Mỹ cuối năm 1993.

Tiếp tục công việc buộc phải gián đoạn từ 1975. Tự thân đưa đến bạn đọc toàn thế giới, qua 40.000 dặm đông tây, nam bắc bán cầu, vòng quanh trái đất, nơi nào có người Việt: Dựng lại chân dung đích thực về dân - lính của quốc gia tên gọi Quân Lực Việt Nam Cộng Hòa với:

- *Những Chuyện Cần Được Kể Lại*, 1995: Về khổ nạn Việt Nam không dấu hiệu chấm dứt từ 1975.

- *Đường Trường Xa Xăm*, 1995: Tâm bút của người luôn trên đường đi.

- *Đêm Tận Thất Thanh*, 1997: Thơ viết giữa vũng tối không cùng của hơn mười tám năm (1975-1993), nơi Long Giao, Long Khánh, Hoàng Liên Sơn, Thanh Hóa, và ở Lái Thiêu, Bình Dương miền Nam.

- *Mùa Đông Giữ Lửa*, 1997: Bút ký sau ba năm ở Mỹ để nhắc nhở bản thân, bằng hữu, những thế hệ nối tiếp hằng giữ lửa Mùa Hè 1972 - Ngày vững tay súng Bảo Quốc, An Dân và một số tác phẩm khác.

Sau khi ghi lại những tác phẩm của Phan Nhật Nam, giáo sư Khoan đã giới thiệu tập Mùa Hè Đỏ Lửa, gồm 4 phần với 4 tựa đề:

1. Charlie, tên quá lạ.
2. An Lộc, miền Đông không bình yên.
3. Trị Thiên, Đất vinh danh cho người.
4. Dựng một ngọn cờ.

Và mỗi tựa đề, giáo sư Khoan đã trích những đoạn tiêu biểu.

Trong phần kết, giáo sư Khoan đã ghi lại mấy nhận định:

- Và ở đây người lính Việt Nam Cộng Hòa Phan Nhật Nam không chỉ viết văn đơn thuần mà đã đem tâm tình của mình vào trang viết. Một tâm tình chan chứa tình người để mô tả tình người lính chiến VNCH yêu dân yêu nước, vô cùng cao đẹp, qua những nội dung vừa hào hùng, vừa bi hùng của một cuộc chiến oái oăm - khi chính nghĩa thua bất chính bạo tàn, để lại không biết bao nhiêu hậu quả tan nát bi thương.

- Qua những tác phẩm viết trong và sau cuộc chiến, Phan Nhật Nam đã đóng góp đáng kể trong việc nêu cao tinh thần chiến đấu anh dũng của quân dân Miền Nam trong chiến tranh, vạch trần tội ác của bọn Cộng Sản Việt Nam sau chiến tranh. Nhưng điều đáng tôn trọng hơn cả là những trang viết của ông có sức mạnh không chỉ khiến lòng người xúc cảm mà còn dấy lên những cảm khái - Phải làm một điều gì đó cho non sông đất nước trước họa diệt vong.

Ngoài hai chiến sĩ văn nhân Lý Tống và Phan Nhật Nam được Bác sĩ Dũng và Giáo sư Khoan giới thiệu, còn 41 văn nhân khác đã đóng góp ít nhất mỗi người một bài để tạo thành bộ Văn Học Quân Đội. Theo nội dung của bộ sách, chúng tôi có thể xếp thành 4 chủ đề và giới thiệu một số bài theo mấy chủ đề đó.

Trận chiến Mậu Thân 1968

1. Đại tá Tôn Thất Soạn viết Chiến Đoàn B Thủy Quân Lục Chiến Giải Cứu Sài Gòn Trong Tết Mậu Thân.

Đại tá Soạn cho biết sáng ngày mồng Một Tết, Chiến Đoàn B gồm 2 tiểu đoàn 1 và 2 từ Cai Lậy đang mở những cuộc hành quân bảo vệ an ninh cho quốc lộ 4, thuộc các quận Giáo Đức, Cái Bè và Cai Lậy, được trực thăng Chinook của Hoa Kỳ không vận về giải cứu Sài Gòn. Thứ tự đổ quân là Tiểu đoàn 2, rồi Bộ Chỉ Huy Chiến đoàn và Tiểu đoàn 1.

Đại đội 1 do trung úy Tô Văn Cấp chỉ huy đã xuống đầu tiên tại sân cờ của Bộ Tổng Tham Mưu. Các đại đội 1, 2, 3 của tiểu đoàn 2 Thủy Quân Lục Chiến đã nhanh chóng thanh toán những mục tiêu được chỉ định. Chỉ trong một thời gian ngắn những biệt đội 6 và 9 thuộc trung đoàn F100 Việt Cộng bị ta tiêu diệt. Bộ Tổng Tham Mưu được giải tỏa.

Sáng hôm sau tiểu đoàn được lệnh tăng phái cho Bộ Tư Lệnh Cảnh Sát Đô Thành. Và sau một tuần đã giải tỏa những chốt của Việt Cộng ở quận 6, quận 8, quận 10 và khu Hàng Xanh thuộc Gia Định.

Tiểu đoàn 1 được di chuyển tới chi khu Bình Hòa và Gò Vấp, tiêu diệt Cộng quân ở trại Phù Đổng (Bộ Chỉ Huy Thiết Giáp), trại Hoa Lư, thành Quân Cụ, thành Cổ Loa (căn cứ Pháo Binh), giải tỏa áp lực địch ở khu Quân Lao và kho đạn Gò Vấp. Tiểu đoàn 1 đã lần lượt thanh toán các mục tiêu nhanh và gọn.

2. Trung tá Nguyễn Văn Phán viết Huế Tôi và Mậu Thân.

Bài viết đã ghi lại trận chiến của tiểu đoàn 1 Thủy Quân Lục Chiến. Mục tiêu là chiếm Kỳ Đài mà Cộng quân đã chiếm đêm giao thừa và kéo cờ Mặt Trận Giải Phóng - xanh đỏ với ngôi sao vàng.

Trận chiến dữ dội giữa ta và địch trong 24 ngày: Tranh chiếm từng ngôi nhà, từng đoạn đường với sự tổn thất lớn. Ngày cuối cùng sau khi đến được xóm nhà sát Cửa Sập, tôi ra lệnh: "Lộc và Sự mỗi ông cho một toán 10 người băng thật nhanh đến áp sát mặt thành, xong ngồi xuống. Toán kế tiếp leo lên vai toán thứ nhất để toán này dồn lên thành. Khi bám được mặt thành thì tác xạ tối đa và bằng mọi cách giữ vị trí để làm đầu cầu". Con cái tôi hành động đẹp còn hơn tài tử xi nê. Tiếng đạn lớn nhỏ nổ rền. Hai toán lên thành chiếm xong vị trí. Tôi cho tất cả con cái đem bàn ghế ra chất sát tường và leo lên ngay. Tiếng đạn và pháo địch vẫn mãnh liệt trên nóc thành, phải khóa lại. Một chặng đường xương máu đã vượt qua. Bây giờ mục tiêu chính, mục tiêu của niềm hãnh diện, mục tiêu của ơn sâu nghĩa nặng: Kỳ Đài Huế. Đây là nơi tượng trưng cho hồn thiêng của dân tộc nói chung và cho Huế nói riêng. Duật và 20 người tiến chiếm 6 cây súng thần công to lớn, từ đó Duật dùng hỏa lực kềm địch ở Cửa Ngọ Môn, yểm trợ Nghênh và Mã Khện chiếm Kỳ Đài. Địch bắn trả. Con cái tôi dùng hỏa lực tối đa và thần tốc tiến vào Kỳ Đài. Phản ứng của địch bắt đầu yếu. 5 giờ 20 phút chiều, màu áo rằn ri Thủy Quân Lục Chiến đã làm chủ Kỳ Đài. Lá cờ xanh đỏ, sao vàng đầy hận thù còn ở trên không. Một người lính rút đâu trong người ra một lá cờ Vàng Ba Sọc Đỏ thật lớn. Tôi gọi về tiểu đoàn: "Tất cả đã sạch sẽ, xin thiếu tá cho tôi treo cờ". Tôi nhớ rõ lệnh của Trung tướng Lê Nguyên Khang: "Một người lính Thủy Quân Lục Chiến duy nhất còn sống cũng phải dựng lại cho được ngọn cờ vàng tại Phú Văn Lâu".

Tiểu đoàn trưởng bảo Phu Nhân (tên của Trung tá Phán trong hệ thống truyền tin) giữ đầu máy chờ. Sau này tôi được nghe: "Khi báo cáo về Bộ Tư Lệnh Sư Đoàn 1, Chuẩn tướng Ngô Quang Trưởng xin Thủy Quân Lục Chiến dành vinh dự treo cờ cho Sư Đoàn 1."

Sau 24 ngày và sau bao nhiêu lần bổ sung quân số, chỉ có ba mục tiêu: Con đường tới trường Trần Cao Vân, Cửa Sập và Kỳ Đài, khi đại đội ra đi quân số hơn 170 người mà khi dựng lại ngọn cờ Vàng chỉ còn 67 người.

Trận Chiến Hạ Lào - Hành Quân Lam Sơn 719 đầu năm 1971

1. Thiếu tá Trần Vệ viết Đêm Hạ Lào! Đêm sao dài quá!

Thiếu tá Vệ ghi lại trận Hạ Lào với một số điểm như sau:

- Mục đích của ta là chiếm Tchepone, tiêu diệt địch rồi rút lui. Lữ Đoàn 147 Thủy Quân Lục Chiến được trực thăng vận đáp xuống đồi 555 của Bộ Chỉ Huy Lữ Đoàn 147 TQLC, nhiệm vụ làm lực lượng trừ bị cho Sư Đoàn 1 Bộ Binh tiến chiếm Tchepone.

- Sư Đoàn 1 Bộ Binh và Thiết Kỵ rút lui theo đường số 9 Khe Sanh bị Cộng quân truy kích nặng nề. Trong khi đó Bộ Chỉ Huy Lữ Đoàn Dù của Đại tá Thọ bị địch tràn ngập, đồng thời Tiểu Đoàn 21 Biệt Động Quân cũng bị tấn công dữ dội. Tư Lệnh Tiền Phương phải xin B.52 trải thảm để ngăn các đợt tiến quân của Cộng quân.

- Trận chiến bằng pháo của Thủy Quân Lục Chiến và Cộng quân. Địch có ưu thế vì pháo đặt trong núi và hốc đá, còn đại bác của ta đặt trên đồi trống trải, lại ở trên cao dễ phát hiện và không di chuyển được nên đã làm mồi cho pháo địch.

- Thủy Quân Lục Chiến và nhiều đơn vị khác đã phải rút lui hỗn loạn về núi Koroc cách biên giới mấy cây số.

Kết quả: Lực lượng sư đoàn 1 Bộ Binh, Nhảy Dù, Biệt Động Quân, Thủy Quân Lục Chiến đã bị tổn thất nặng. Vì quân ta đã nhảy vào một khu trận địa sắp sẵn của địch, như ổ kiến lửa thì sao không bị thiệt hại. Tuy nhiên ta cũng đã phá vỡ nhiều kho tàng của địch làm cho chúng mất khả năng tấn công miền Nam một thời gian.

2. Trung tá Trần Thiện Hiệu viết Tiểu Đoàn 3 Pháo Binh tại căn cứ hỏa lực Hồng Hà.

Bài ghi lại mấy điểm:

- Tiểu đoàn 3 Pháo Binh yểm trợ Lữ đoàn 258 TQLC đóng tại căn cứ Hồng Hà trên đỉnh núi Koroc cách Khe Sanh 6-7 cây số, và tiểu đoàn 2 Pháo Binh của Thiếu tá Đạt đóng ở căn cứ Đống Đa với Lữ đoàn 147 Thủy Quân Lục Chiến.

- Tuần lễ thứ nhất căn cứ Hồng Hà hầu như yên tĩnh, chưa một trái pháo nào của địch gây thiệt hại. Qua tuần thứ hai chiến sự trở nên nặng nề. Cộng quân đã bôn tập bao vây cả hai căn cứ Hồng Hà và Đống Đa. Từ trên núi có thể nhìn rõ địch thổi cơm dưới chân núi. Khi gọi pháo rót xuống thì chúng chạy vào lỗ, vào hang. Phi cơ oanh kích vừa rời khỏi vùng là chúng lại xuất hiện. Khi chiến xa Mỹ mở đường tiếp tế thì Cộng quân dùng đại bác không giật, hỏa tiễn cầm tay bắn cháy xe tăng Mỹ, buộc xe tăng Mỹ phải lùi lại phía sau. Phi cơ lại đến oanh tạc. Suốt cả buổi chiều đoàn xe chiến xa Mỹ không đến được vị trí pháo binh để tiếp tế.

- Tại căn cứ Đống Đa, tình thế tuyệt vọng, đã ba ngày không tải thương tiếp tế gì được. Cả Không Quân và B.52 chỉ có thể làm chậm phần nào sự tấn công vào căn cứ chớ không thể đẩy lui địch và làm tê liệt pháo binh của chúng đã được giấu sâu vào khe núi.

- Đạn pháo đã cạn, các bánh xe hầu hết bị xẹp, hơn nữa pháo địch trút xuống không ngớt. Pháo thủ của ta chỉ còn nước chui vào hầm chịu trận.

- Lữ đoàn 147 và tiểu đoàn 2 Pháo Binh rút lui chiến thuật trong đêm và đã thoát vòng vây của địch. 7 giờ sáng Lữ đoàn 147 và tiểu đoàn 2 pháo về tới địa điểm tập trung và được tiểu đoàn 2 Trâu Điên bảo vệ bãi đáp để trực thăng bốc toàn thể quân sĩ của Lữ đoàn 147 về Khe Sanh.

Trung tá Trần Thiện Hiệu nhận định: Trận đánh sang Hạ Lào không thể coi là thành công.

3. Thiếu tá Phạm Văn Tiền viết về thắng bại trong trận Hạ Lào

- Đại đội 5 Tiểu đoàn 2 Thủy Quân Lục Chiến do tôi chỉ huy đã bị cô lập tại chỗ trong mấy ngày liền, không tải thương và tiếp tế. Tất cả những điểm có nước dưới chân đồi đều bị bao vây chế ngự. Trời tháng Ba với những cơn gió nắng rát miền Hạ Lào cùng những đợt tấn công pháo kích liên tiếp của địch đã không làm nản đi ý chí quyết sống của chúng tôi, vì chẳng ai còn cách nào chọn lựa khác hơn là phải sống để được trở về bằng chính sức lực của mình. Đó là vào những ngày cuối của cuộc hành quân 21, 23/3/1971. Chúng tôi được lệnh lui binh về gần Bộ Chỉ Huy hơn để tránh bị thiệt hại. Thiếu úy Kim, trung đội trưởng vũ khí nặng cùng Hạ sĩ Ngạch đã bị tử thương sau một loạt pháo kích bằng súng cối 82 ly của địch vào vị trí. Trong khi có tiếng chiến xa địch mon men vào tuyến. Đó là lúc 5 giờ chiều ngày 22/3/71 và Bộ Chỉ Huy Lữ Đoàn đã rút lui trước sớm hơn dự định. Đại đội tôi được lệnh di tản sau đó một tiếng đồng hồ khi chiếc T54 đầu tiên của Cộng Sản bị hạ bằng khẩu SKZ 57 ly từ tay Trung sĩ I Nguyễn Tế. Giọng Thiếu tá Phúc vang lên trong máy ra lệnh cho tôi: Anh phải cho con cái move down south gấp.

Bật chạy ra khỏi hầm trú ẩn, tôi hô to: Đại úy Tiền, Đại đội trưởng Đại đội 5 đây, các anh hãy theo tôi... Bộ Chỉ Huy Lữ Đoàn trống vắng, mùi thúi rữa của tử thi nơi những chiếc poncho bọc kín không được tải thương trong nhiều ngày, vài chục người trong toán lính bị thương còn lại đang hờn trách cấp chỉ huy. Tôi vẫn hô to: Đại úy Tiền đây, các anh hãy theo tôi. Giọng Hạ sĩ Báu, người lính gan dạ của Đại đội tôi bị thương vào chân khóc to nhất: Chân em bị gẫy làm sao chạy được ông thầy? Nước mắt tôi tuôn chảy, miệng lẩm bẩm: Đành chịu vậy thôi, chứ biết làm sao bây giờ. Trong khi đèn chiến xa địch bắt đầu soi sáng và bắn nã theo lên đồi căn cứ...

Thiếu tá Tiền nhận định về trận Hạ Lào, trong cuộc hành quân Lam Sơn 719: Quân Lực Việt Nam Cộng Hòa đã chiến thắng tại các chiến trường Cam Bốt, An Lộc, Quảng Trị, nhưng rõ ràng chúng ta không thắng tại Hạ Lào. Trong số 16.000 quân tham chiến, 9.000 đã hy sinh, bị thương hay bị bắt. Bảo là thắng sao được khi mà chẳng có đơn vị nào còn nguyên vẹn trong cuộc lui binh hỗn độn, hấp tấp, vô cùng mất trật tự, chưa từng xảy ra trong quân sử của bất cứ quân đội thiện chiến nào.

Trong bài viết về trận Hạ Lào, ông đã ghi lại câu nói "để đời" của Trung tướng Hoàng Xuân Lãm, người chịu trách nhiệm chỉ huy tổng quát của cuộc hành quân này, với Đại tá Hoàng Tích Thông, Lữ Đoàn Trưởng Lữ Đoàn 147 Thủy Quân Lục Chiến: *Sao Thủy Quân Lục Chiến, nó về được nhiều thế nhỉ?*

Trận Chiến Mùa Hè Đỏ Lửa đầu năm 1972

1. Trung tá Lê Bá Bình viết Tiểu Đoàn 3 Thủy Quân Lục Chiến Trên Phòng Tuyến Đông Hà.

Bài viết đã ghi lại giai đoạn đầu của Mùa Hè Đỏ Lửa, gồm những điểm sau:

- 30/3/72, Cộng quân mở màn tấn công Tiểu đoàn 8 và tiểu đoàn 4 Thủy Quân Lục Chiến, rồi đến các Trung đoàn 2, Trung đoàn 56, Trung đoàn 57 của Sư Đoàn 3 Bộ Binh trong khu đa giác Đông Hà, Gio Linh, Cồn Tiên, Khe Gió và Mai Lộc.

- Thủy Quân Lục Chiến dùng M72 hạ xe tăng địch. Đại úy Ripley gọi phản lực Phantom từ hàng không mẫu hạm ở biển Đông khi xác định được chỗ ẩn nấp của địch. Hải pháo của Mỹ, pháo binh của ta dập bãi. Xe tăng của Cộng quân tan nát.

- Ngày 1/4, 7 căn cứ hỏa lực của Sư Đoàn 3 BB ở khu vực Gio Linh và Cam Lộ đã rơi vào tay địch. Vùng trách nhiệm của Trung Đoàn 57 Sư đoàn 3 BB cũng bị địch chiếm.

- 4 giờ sáng ngày 3/4 địch tấn công vào những vị trí phòng thủ của ta. Trên cầu chiến xa địch ào qua. Dưới sông địch sử dụng chiến xa lội nước PT76 và bộ binh vượt sông. Ta đẩy lui những cuộc tấn công và địch phải lộn trở về bên kia sông. Ta được lệnh phá hai cây cầu trên sông Đông Hà. Đại úy Ripley và thiếu tá Smock đã thi hành công tác nguy hiểm này.

- Đêm 7/4 địch tấn công đồng loạt trên mọi tuyến. Bộ binh địch vượt sông từ chập tối rồi phối hợp với cánh quân phía tây, vừa đánh ngang hông vừa bọc hậu, đè nặng áp lực từ mọi phía. Với sự yểm trợ thật hữu hiệu và mạnh mẽ của các đơn vị Thiết Giáp, Pháo Binh của ta cũng như những phi tuần Phantom và hải pháo của Hoa Kỳ, tiểu đoàn 3 TQLC đã giữ vững phòng tuyến để sáng hôm sau, nhờ ánh sáng ban mai, thẳng thế xông lên từ thế thủ qua thế công, rượt chúng chạy tán loạn.

Sáng ngày 8/4/72, tiểu đoàn nhận được lệnh bàn giao phòng tuyến lại cho Liên Đoàn 5 Biệt Động Quân để trở về với Lữ Đoàn 258 TQLC tại căn cứ Ái Tử.

2. *Đại tá Ngô Văn Định viết: Chiến thắng của Lữ Đoàn 258 Thủy Quân Lục Chiến ở Quảng Trị tháng 4 năm 1972.*

Bài viết gồm mấy điểm:

- Trận cầu Đông Hà (bài của Trung tá Lê Bá Bình đã viết về việc giữ cầu Đông Hà).

- Trận chiến ở căn cứ Phượng Hoàng, phía tây nam Ái Tử 9 cây số và ở căn cứ Pedro giữa ta và địch bằng pháo, xe tăng, bãi mìn và sự yểm trợ của Không Quân Việt Nam.

- Ngày nào các đơn vị cũng bị pháo. Tình hình lúc nào cũng sôi động, chạm địch thường xuyên, nhưng các tiểu đoàn TQLC vẫn làm chủ tình hình. Lúc này (13/4) Thủy Quân Lục Chiến, Liên Đoàn 5 Biệt Động Quân và Lữ Đoàn I Kỵ Binh là ba đơn vị duy nhất còn lại ở vùng giới tuyến.

3. *Đại tá Phạm Văn Chung viết: Lữ Đoàn 369 trên sông Mỹ Chánh*

Bài này Đại tá Chung ghi lại việc Lữ Đoàn 369 chặn đà tiến quân của Cộng quân ở sông Mỹ Chánh với một số điểm:

- Tình hình chiến sự vùng giới tuyến (3/4/72): Về phía tây, các căn cứ hỏa lực Holcomb, Sarge, núi Bá Hổ, có căn cứ bị tràn ngập, có căn cứ phải rút lui vì áp lực địch quá mạnh. Về phía bắc, Sư đoàn 3 Bộ Binh trấn giữ các căn cứ A1, A2, A3, A4, C1, Fulter, Khe Gió đã lọt vào tay địch. Căn cứ Caroll, C2 bị pháo kích nặng nề và bộ binh địch đang tiến lên uy hiếp. Lữ Đoàn 258 đang phải tiến lên ngăn cản xe tăng cùng bộ binh địch tràn qua căn cứ C1 theo quốc lộ 1 xuống Của đã gần đến Cam Lộ, Đông Hà.

- Vùng trách nhiệm của Lữ Đoàn 369 là vùng Tây Nam Quảng Trị thuộc quận Hải Lăng. Nhiệm vụ của Lữ Đoàn là ngăn chặn địch tấn công sườn trái của Sư Đoàn 3 Bộ Binh, không cho địch tràn xuống quốc lộ 1, trục tiếp vận chính từ Huế đến các đơn vị đang hành quân phía bắc sông Thạch Hãn.

- Không tràn ra được quốc lộ 1, địch điên cuồng đã dùng pháo nặng bắn vào trục lộ đầy nghẹt dân chúng, xe cộ thường dân bỏ vùng chiến tranh Quảng Trị để vào Thừa Thiên lánh nạn, gây nên bao chết chóc thê thảm cho dân chúng và đã tạo nên Đại Lộ Kinh Hoàng.

- Ngày 1/5/72, tình hình ở thị xã Quảng Trị trở nên xấu hơn, nên Lữ Đoàn quyết định lấy chiến tuyến thiên nhiên là sông Mỹ Chánh ngăn chặn địch.

- Trưa ngày 2/5, khi Sư Đoàn 3 BB cùng lực lượng tăng phái tháo lui hỗn độn ra khỏi thị xã Quảng Trị và địch đã tiến hành truy kích. Ngày 3/5 các tiểu đoàn 2 và 9 bắt đầu bị các đơn vị tiền phong của lực lượng truy kích Cộng sản tấn công. Các tiểu đoàn 2, 9 và Bộ Chỉ Huy Lữ Đoàn bị pháo kích vùi dập khủng khiếp.

- Hai bên quần thảo nhau trên trận tuyến dài hàng chục cây số. Súng địch, pháo địch, tiếng la hét xung phong. Súng bạn, bom bạn, tiếng gào thét vào máy truyền tin. Tiếng dây xích siết, tiếng gầm của xe tăng địch. Tiếng rít của phi cơ bạn nhào lộn xả súng, thả bom. Hỏa châu đầy trời chập chờn tắt sáng trong đêm tối mịt mùng. Một bên cố tiến lên. Một bên cố chặn lại. Không lùi được nữa. Nửa thước cũng không lùi, đã nói lên cái độ tàn khốc, đến như núi phải đông, sông phải sôi của trận chiến.

- Sáng 4/5, tiểu đoàn 5 báo cáo xe tăng địch cùng xe lội nước PT 76 xuất hiện trên dải cát phía đông quận Hải Lăng ra gần sát bờ biển. Ngay tức khắc các phi tuần không quân chiến thuật được gửi đến. Bom hạng nặng được trút xuống đoàn xe tăng này. Khoảng 8 giờ sáng trong lúc địch ngớt pháo kích, Thiếu tá Bob Sheridan, cố vấn Lữ đoàn, vẻ mặt nghiêm trang tiến đến sát vị Lữ đoàn trưởng:

- Sir, mọi người đều bỏ lùi về phía nam cả, Lữ đoàn mình thì sao?

Trả lời: Lữ đoàn 369 là một Lữ đoàn giỏi, chúng ta không đi đâu hết, với sự yểm trợ hỏa lực của các anh, chúng tôi sẽ ngăn chặn địch ngay tại đây, không một tên Việt Cộng nào có thể qua sông này được.

- 5 giờ chiều 3/5, Lữ đoàn ra lệnh cho Đại úy Nguyễn Văn Hổ, Đại đội trưởng Đại đội A Công Binh phá sập cầu Mỹ Chánh. Ranh giới đánh phá tự do của không quân chiến thuật được ấn định lại từ 1 cây số bắc sông Mỹ Chánh thay vì từ sông Thạch Hãn về phía bắc.

Đà tấn công của Cộng quân đã bị chặn đứng, Lữ đoàn 369 TQLC đã đứng vững sau hơn 30 ngày thịt nát xương tan của Mùa Hè Đỏ Lửa 1972 tại Quảng Trị.

4. Trung tá Nguyễn Đăng Hòa viết: Cuộc đổ bộ trong lòng địch

Bài này Trung tá Hòa ghi lại cuộc đổ bộ của Tiểu đoàn 1 TQLC vào giữa lòng địch tại quận Triệu Phong, gồm một số điểm sau:

- Cửa ngõ quận Triệu Phong là huyết lộ dẫn ra Cửa Việt bằng đường bộ và đường thủy theo sông Thạch Hãn. Từ huyết lộ này mà Cộng quân có thể tiếp tế, tải thương và thay quân. Vì thế, trong kế hoạch tái chiếm Quảng Trị, quân ta phải chiếm Triệu Phong để cắt đứt đường tiếp vận của địch.

- Ngày 11/7, Tiểu đoàn 1 Thủy Quân Lục Chiến, biệt danh Quái Điểu, được trực thăng vận đổ thẳng vào giữa lòng địch tại quận Triệu Phong bằng trực thăng CH46 và CH53, hai loại trực thăng tối tân, vận tốc nhanh, có sức chứa 60 người (CH53) và 20 người (CH46). Đây là cuộc đổ quân quy mô lớn, chỉ trong một chuyến đã đưa đến bãi đáp hơn 700 quân của Tiểu đoàn Thủy Quân Lục Chiến với 10 ngàn lbs tiếp liệu. Tuy bãi đáp đã được B52 "dọn cỏ" suốt hai tiếng đồng hồ với 33 phi vụ cày nát từ Đông Hà đến Quảng Trị, nhưng gia đình Quái Điểu vẫn được dàn chào long trọng với súng phòng không 23 và 37 bắn lên như pháo bông.

- Ngay phút đầu, sau khi hoàn tất cuộc đổ quân, Tiểu đoàn bị thiệt hại hơn 200 người vừa chết vừa bị thương. Trong số 32 trực thăng đổ quân, 29 chiếc bị trúng đạn phòng không, 1 nổ ở bãi đáp, 2 rớt trên đường về.

- Thiệt hại lớn cho Tiểu đoàn là chiếc trực thăng bị rớt và nổ tung sau hai phút lại chở nguyên trung đội Quân Y, 60 người chỉ sống sót 12 người trong đó có Bác sĩ Hoàn. Ông lao được ra cửa cấp cứu, nhưng phải hai ngày sau mới bò về được Bộ Chỉ Huy Tiểu đoàn với thân thể bị phỏng nặng.

- Cánh đồng Triệu Phong đã trở thành bãi chiến trường khốc liệt. Xe tăng Việt Cộng phối hợp với bộ binh rời vị trí phòng thủ để rượt chúng tôi và những chiếc trực thăng vũ trang Cobra của ta đã săn đuổi chúng. Tiểu đoàn Quái Điểu lúc bấy giờ như bầy gà lạc mẹ, mạnh ai nấy đánh, dùng chiến thuật cá nhân phối hợp từng tổ, cố bám lấy bờ sông Vĩnh Định là chi nhánh của sông Thạch Hãn để làm điểm tựa. Nhờ vào súng M.72 chống chiến xa, ta đã bắn hạ được một số xe tăng địch, có những chiếc bốc cháy cách xa ta chỉ 50 thước, giúp cho anh em an tâm hơn và tin tưởng vào loại vũ khí tối tân này. Những hố bom trở thành vị trí chiến đấu lý tưởng cho binh sĩ TQLC.

- Song song với Đại đội 1 và 4, sự chiến đấu gan dạ của Đại đội 2 và 3 đã tạo được sức mạnh vô song cho gia đình Quái Điểu. Sư đoàn 312 của Việt Cộng với quân số gấp 10 lần đã không nuốt được Tiểu đoàn 1 Thủy Quân Lục Chiến.

- Qua hai ngày song đấu, địch đã được tăng viện, nhưng vẫn không áp đảo được quân ta. Tiểu đoàn Quái Điểu đã tổ chức được vị trí phòng thủ bằng máu xương và sức mạnh tinh thần của mình cộng với sự yểm trợ hùng hậu mà chưa bao giờ Quân lực Hoa Kỳ sử dụng trên chiến trường Việt Nam.

- Cuộc đổ bộ này được báo chí xem như cuộc đổ bộ Inchon tại Đại Hàn năm xưa. Tướng Bùi Thế Lân được triệu về dinh Độc Lập để thuyết trình về cuộc đổ quân trước Hội Đồng An Ninh Quốc Gia.

5. *Trung úy Văn Tấn Thạch viết: Tái Chiếm Cổ Thành*

Trung úy Thạch đã ghi lại trận tái chiếm Cổ Thành đêm rạng ngày 15/9 của Đại đội 3 Tiểu đoàn 3 Thủy Quân Lục Chiến. Xin tóm tắt sự diễn tiến:

- Trung đội của Trung úy Văn Tấn Thạch (Thạch Thảo) nhận nhiệm vụ đi đầu đội quân tiền đạo.

- 8 giờ tối, một đơn vị thiết giáp M48 được điều động đến tuyến của Trung đội Thạch Thảo. Trung úy Thạch yêu cầu M48 bắn vào những chỗ nghi ngờ Cộng quân trú ẩn.

- Cả trung đội bò sát đất, từ từ tiến lên. Gần 3 tiếng vừa bò, lách, di chuyển bằng mọi tư thế, trung đội tới được chân thành, cách bờ thành chừng 100 mét. Trung đội ẩn nấp, nằm sát đất, nấp vào các vách tường đổ nát.

- Thạch Thảo yêu cầu pháo binh bắn vào thành nhiều hơn, những tràng đạn 105 ly vút qua đầu binh sĩ, rớt vào thành. Mặc cho pháo binh bắn thế nào, Cộng quân vẫn không rời vị trí canh gác. Thạch Thảo quyết định dùng pháo binh để thi hành kế hoạch nên yêu cầu pháo binh bắn gần hơn 50 mét. Những tràng 105 ly vẫn rớt vào trong bờ thành. Yêu cầu bắn gần lại 25 mét nữa. Những quả đạn rơi đúng bờ thành. Mảnh đạn bay tứ phía rớt rào rào trên đầu chúng tôi. Với ánh sáng hỏa châu, Thạch Thảo có thể thấy Cộng quân chui vào hầm trú ẩn.

- Đúng 5 giờ 15 phút, trời bắt đầu mờ sáng. Một quyết định là nhân lúc Cộng quân chui vào hầm tránh pháo, Thạch Thảo ra lệnh cho Trung sĩ Xuân, tiểu đội trưởng gan dạ: Anh dẫn tiểu đội lên trước, tôi sẽ bám theo sau. Tiểu đội của Xuân nhanh như cắt rời vị trí trú ẩn, trèo lên bờ thành. Xuân đã đến nơi, anh em trong tiểu đội đã ném những quả lựu đạn đầu tiên vào các công sự của địch.

- Thạch Thảo cho trung đội ào lên và cả trung đội tiếp tục ném lựu đạn vào các hầm hố của địch. Trong khoảnh khắc, trung đội đã chiếm được một khu vực khoảng 150 mét.

- Địch bỏ chạy. Trung đội thừa thắng xông lên. Mười phút sau Thạch Sanh (Đại đội trưởng) dẫn cả đại đội lên tiếp ứng. Địch hoảng loạn. Chúng không bao giờ ngờ rằng vào giờ phút này mà Thủy Quân Lục Chiến lại dám tấn công vào thành. Chúng đại bại. Hàng trăm tên phải bỏ xác tại chỗ. Hàng ngàn tên vứt súng bỏ chạy.

- Khoảng 30 phút sau, một Đại đội của Tiểu đoàn 6 TQLC cũng bắt đầu khai hỏa xung phong ở hướng tây nam Cổ Thành. Chỉ trong thời gian ngắn, các chiến sĩ Thần Ưng cũng làm chủ được phần đất của thành.

- Đến đây coi như Thủy Quân Lục Chiến đã làm chủ hoàn toàn Cổ Thành. Những cụm khói pháo 130 ly của Cộng quân bắn vào thành để chặn đường truy kích của Thủy Quân Lục

Chiến làm Thạch Thảo chợt nhớ ra một điều: Anh em tôi vẫn còn đầy đủ - Tự nhiên nước mắt tôi trào ra.

6. Bác sĩ Nguyễn Trung Tín viết Sống Với Xác Chết Dưới Huyệt Đạo Của Chiến Trường Đức Dục.

Bác sĩ Biệt Động Quân Nguyễn Trung Tín đã ghi lại trận chiến ở Đức Dục của Biệt Động Quân. Xin tóm tắt một số điểm:

- Trong Mùa Hè Đỏ Lửa, sau khi chiếm Quảng Trị, Cộng quân tiến đánh bọc ngang sườn Đà Nẵng và xua quân vào quận Đức Dục, chiếm mỏ than Nông Sơn. Bác sĩ Tín và Đại đội Quân Y hơn 100 y tá phải nhảy từ trực thăng vào giữa trận tuyến.

- Địa thế Đức Dục là một thung lũng được bao quanh bởi núi non trùng điệp. Khi chúng tôi đến Đức Dục thì đêm trước 3 Tiểu đoàn Biệt Động Quân đã được đưa đến bằng trực thăng vận và họ đã đang tiến chiếm các cao điểm.

- Xưởng lọc than xây cất dở dang được dùng làm Bộ Chỉ Huy tạm. Gần đó là bệnh viện nhỏ do Tây Đức xây cất. Nhận thấy xưởng lọc than và bệnh viện là những tấm bia khổng lồ ngon lành cho Việt Cộng trực xạ hay pháo kích, chúng tôi quyết định đào một rãnh dài để làm bệnh viện dã chiến theo dọc một phi đạo dã chiến.

- Vừa cứu thương vừa phải tự vệ, chúng tôi không còn đủ thì giờ để đào hầm cấp cứu và hầm giải phẫu, nên tất cả thương binh nặng nhẹ, sống, chết đều nằm chung dưới rãnh. Thương binh được võng đến vị trí của Quân Y, những công tác cấp cứu, lựa thương được thực hiện một cách vô cùng dã chiến, trong tình trạng vô cùng khó khăn với đạn réo trên đầu. Có những y tá đang làm công tác cứu người thì trúng đạn ngã ra chết.

- Dưới sức nóng gay gắt của Miền Trung trong mùa hè, thêm vào đó, đạn pháo kích cày xới đất cát bay mù trời. Tôi và y tá phải bò trên mặt đất, dưới tầm đạn của hai bên để băng bó, truyền dung dịch, chích thuốc giảm đau, khai thông huyết quản thương binh.

- Những chiếc trực thăng hình như không sợ chết, cứ chao đi đảo lại trên trời bất kể đạn pháo, rồi đáp. Nhờ đó mà một số thương binh đã được đưa về bệnh viện Duy Tân Đà Nẵng. Chúng tôi thầm cảm ơn những chàng trực thăng tài hoa này, vì chúng tôi ở dưới đất còn có chỗ nấp, nhưng còn họ cứ bồng bềnh lơ lửng giữa màn lưới đạn như thế... bởi cũng vì công tác bốc thương binh mà họ đã rụng mấy chiếc ở cái thung lũng tử thần này rồi. Họ không rụng lúc đáp mà rụng trong lúc đang bồng bềnh tìm chỗ đáp. Và một trong những chiếc đáp được lúc bấy giờ có Tướng Ngô Quang Trưởng, Tư Lệnh Quân Đoàn I cũng đội mưa pháo đến tận chiến trường thăm hỏi anh em binh sĩ. Tại đây tôi cũng chứng kiến tận mắt những chiếc trực thăng chở đầy thương binh vừa bốc lên khỏi mặt đất đã nổ tung trên trời. Địch đã ngăn cản trực thăng tải thương. Đạn nổ 24/24 vào bãi đáp dã chiến duy nhất. Sau một tuần lễ không bốc được thương binh, hơn 100 xác chết nằm la liệt ngổn ngang trong huyệt đạo đã bắt đầu sình thối.

- Việc cấp cứu và tải thương ở chiến trường khi giao tranh về đêm lại càng khó khăn gấp bội, vì không có ánh sáng. Có lúc phải dùng đèn, nhưng phải che kín lại, chỉ chừa một lỗ sáng nhỏ để rọi thẳng vào vết thương hay đọc tên thuốc. Con số hơn 500 thương binh nằm trong huyệt đạo, vừa người chết lẫn người sống. Vì chờ đợi quá lâu, vì thiếu thuốc, vì mất máu, vì nhiễm trùng, nên số người chết lại gia tăng.

- Số thương binh qua đời quá nhiều vì không có phương tiện giải phẫu. Từng bọc poncho phình to dưới ánh nắng gay gắt chói chang. Mùi hôi thối dưới sức nóng thiêu đốt lại càng thêm nồng nặc tanh hôi khiến người đang khỏe cũng bệnh. Và tất nhiên trong suốt thời gian trực thăng không đáp được, tất cả chúng tôi, người sống, người bệnh đều phải ăn nằm chung với xác chết dưới huyệt đạo của thung lũng chiến trường Đức Dục.

- Cuối cùng phải tải xác bằng Chinook, vì loại trực thăng này mạnh hơn. Nhưng phải thật chớp nhoáng và bất ngờ. Chúng tôi dùng một tấm lưới lớn trải giữa bãi vào ban đêm, rồi để xác chết vào lưới và túm lại. Đợi khi Chinook tới, chỉ việc móc vào là cất cánh. Chẳng biết trong quân sử của thế giới có cuộc chiến nào phải dùng đến loại trực thăng vận tải chuyên câu xe tăng, đại bác để câu những bọc lưới với hàng trăm xác người hay không?

- Chiến trường Đức Dục càng lúc càng gia tăng cường độ. Việt Cộng đã dùng chiến thuật biển người với quân số đông gấp 5 lần, ngày càng tiến sát vào Bộ Chỉ Huy. Một chọi năm, nhưng cuối cùng các chiến sĩ mũ nâu đã giải tỏa được áp lực của địch.

- Cuộc chiến nào cũng phải bị tiêu hao. Trong trận này, ngoài số thương binh và tử sĩ được trực thăng UH tải đi, còn hơn 150 xác phải dùng đến thiết vận xa.

Trận chiến An Lộc - Bình Long

1. Chuẩn tướng Trần Văn Nhựt, thuộc Thủy Quân Lục Chiến, Tỉnh Trưởng kiêm Tiểu Khu Trưởng Bình Long (1970-1972). Ông đã xuất bản cuốn hồi ký "Cuộc Chiến Dang Dở", gồm 8 chương. Chương 5 nói về An Lộc: *94 Ngày Đêm Trong Hỏa Ngục Bom Đạn*. Xin trích ít đoạn nói về hai trận tấn công này của Việt Cộng.

Cộng quân tấn công đợt một:

- Tiền pháo hậu xung vẫn là chiến thuật cổ điển muôn đời của Cộng quân - trước khi xua quân bộ với chiến xa tiến chiếm An Lộc. Cộng quân liên tục ngày đêm pháo đủ loại vào thị xã An Lộc. Không một thước đất nào của An Lộc mà không có dấu vết của đạn súng cối 82 ly, của hỏa tiễn 122 ly, của đạn pháo 130 ly và kể cả đạn 105 ly, 155 ly của ta bị lọt vào tay địch tại Chi khu Lộc Ninh.

- Cao điểm của đợt pháo kích là vào đêm 12/4/72. Cả chục ngàn đạn pháo cày nát đất đai An Lộc. Cộng quân dọn đường cho quân bộ và chiến xa tràn vào Tiểu Khu. Từ nửa đêm các cánh quân của Công Trường 9 Cộng Sản Bắc Việt có chiến xa dẫn đầu tiến vào chiếm phía bắc An Lộc.

- Tôi ra lệnh cho các chiến sĩ thủ dưới hầm, dưới giao thông hào hay trong các công sự trong lúc Cộng quân pháo kích. Lợi dụng thời gian đó nghỉ ngơi, chờ phản công. Một khi địch ngừng pháo là phải đứng thẳng lên và bắn tiêu diệt bất cứ vật gì di động trước mặt trong bóng tối.

- Nhờ các tiền đồn Nghĩa quân báo cáo các hướng di chuyển của chiến xa địch, Bộ Chỉ Huy Tiểu Khu Bình Long, qua hệ thống cố vấn Hoa Kỳ, đã điều động các phi tuần Specter, A37 và trực thăng võ trang Cobra tiêu diệt chiến xa và bộ binh địch. Vì thế toán tùng thiết của Cộng quân rối loạn hàng ngũ phải bỏ chạy về phía sau.

Cộng quân tấn công đợt hai:

- Đêm 25/4, địch mở một cuộc pháo kích kinh thiên động địa. Vào lúc rạng sáng, Cộng quân rót trên một ngàn quả pháo đủ loại vào An Lộc. Hai vị trí Cộng quân chọn để tiêu diệt bằng pháo là Bộ Tư Lệnh Sư Đoàn 5 Bộ Binh của tướng Hưng và Bộ Chỉ Huy Tiểu Khu Bình Long.

- Vào lúc 6 giờ sáng, Cộng quân nổ súng đồng loạt mở màn cuộc tấn công thị xã lần thứ hai. Lần này Công Trường 9 Cộng Sản Bắc Việt chia Trung đoàn 272 ra làm hai cánh quân có chiến xa và pháo binh yểm trợ tấn công phía bắc và phía tây An Lộc.

- Sau khi chiếm được phía bắc của thị xã, chúng bố trí các ổ súng phòng không trên các cao ốc để uy hiếp không lực của ta. Tuy nhiên các phi công kiên cường của Không Quân Việt Nam và Không Quân Hoa Kỳ không chịu khuất phục. Hàng loạt các cuộc oanh kích gan dạ và chính xác đã làm câm họng pháo địch và chiến xa phải nằm ụ, bốc cháy.

- Công Trường 9 tung toàn bộ Trung đoàn 211 vào mặt trận phía tây An Lộc. Không lực Hoa Kỳ gởi các pháo đài bay B52 đến đổ hàng ngàn tấn bom lên đầu chúng tại đồn điền Xa Cát cách An Lộc 4 cây số. Vì bị thiệt hại nặng, Công Trường 9 CSBV tháo chạy, hủy bỏ cuộc tấn công.

- Mặc dù bị hỏa lực của Không Quân ta chặn đánh khắp nơi, trong lần tấn công đợt hai, Cộng quân cũng chiếm được 1/3 thị xã.

- Con số thương vong không di tản được, chồng chất lại mỗi ngày một tăng. Thuốc men thiếu thốn, khiến Đại úy Bác sĩ Nguyễn Văn Quý phải dùng dây ni lông của bao cát, nấu thật sôi để sát trùng rồi khâu vết thương. Bộ Chỉ Huy Tiểu Khu dành hai căn hầm lớn làm bệnh viện để giải phẫu và điều trị thương binh.

- Tại bệnh viện tỉnh còn tồi tệ hơn. Dân chết quá nhiều, tỉnh phải dùng xe ủi đất của Ty Công Chánh đào hố để chôn tập thể.

2. Bác sĩ Nguyễn Văn Quý viết Địa Ngục Trần Gian

Bác sĩ Quý viết Địa Ngục Trần Gian, ghi lại việc làm của Bác sĩ và Y tá bệnh viện Bình Long trong tình trạng Bình

Long bị Việt Cộng bao vây và pháo suốt ngày đêm. Xin ghi lại một số điểm:

- Phòng mổ bây giờ thật xơ xác hoang tàn, nền nhà dơ bẩn vì đã lâu không có nước lau. Dưới chân bàn mổ từng vũng máu đông đen hôi hám. Bệnh viện đã bị cô lập.

- Khoảng 5 giờ chiều, bác sĩ Nam Hùng ở phòng cấp cứu, xuống cho tôi hay có 5 người bị thương bụng, cần mổ gấp. Tôi nghe vậy mệt xỉu luôn. Dù trong thời bình với đầy đủ phương tiện, tôi có làm suốt đêm chưa chắc một mình tôi có thể giải quyết xong số thương binh đó.

- Đạn pháo nổ bên trường trung học trước bệnh viện, bên trong Bộ Tư Lệnh Sư đoàn 5, bên Ty Công Chánh sau bệnh viện, rồi rơi ngay cả vào bệnh viện khiến chúng tôi đứng mổ không yên. Tôi thấy không tài nào làm hết những vết thương bụng đó được nên chọn người nào nhẹ nhất làm trước.

- Tôi mệt lả người. Trong lúc Thiện, Xòm đẩy bệnh nhân ra phòng hậu giải phẫu, tôi bước ra ngoài cho dễ chịu một chút. Tôi không dám hít mạnh, vì không khí bệnh viện hiện giờ chẳng trong lành gì. Cho tới nay gần 300 xác chết nằm xếp lớp dưới nhà xe và sân sau của bệnh viện... Những xác chết đó có từ những ngày đầu cuộc chiến, đến nay đã 10 ngày mà chưa được đem đi chôn.

- Dần dần người chết quá nhiều, bất cứ nơi nào có xác chết là họ thu về, đem thẩy vào nhà xác bệnh viện... Xác trương phình, bụng căng cứng, chảy nước vàng rữa nát. Xác người lớn, trẻ con, xác của quan, của lính, của dân nằm lẫn lộn xông lên mùi hôi thối. Ruồi nhặng bu đầy lên mặt, trên những vũng nước rỉ ra từ những thây sắp rữa nát.

- Để ngăn ngừa ruồi muỗi sinh sản, có người đem bột DDT rắc lên những xác chết. Ruồi nhặng bị xua đuổi khỏi chỗ của nó, liền quay vào tấn công bệnh viện. Khắp nơi đâu cũng có ruồi nhặng... Lại nữa mùi DDT trộn với mùi của xác chết sình thối hợp thành một mùi khủng khiếp.

- Cuối cùng chúng tôi trình sự việc lên Bộ Tư Lệnh Sư Đoàn 5. Một vị đại tá được chỉ thị lo việc này. Đó là Đại tá Điềm, nguyên tỉnh trưởng Long Khánh. Đích thân ông dẫn một tốp lính cùng 10 lao công đào binh để hốt xác lên xe cam-nhông đưa đi chôn. Xe ủi đất của Ty Công Chánh đã đào những hố thiệt lớn để làm hố chôn tập thể. Xe de đuôi vào đám xác, mấy lao công đào binh hì hục khiêng xác vất lên xe. Khi xe đầy, tài xế đem ra hố chôn tập thể. Phải làm liên tục trong hai ngày mới thanh toán xong số xác trong bệnh viện.

Trận Chiến Kết Thúc Chiến Tranh

Ngày 10/3/1975, Cộng quân tấn công và chiếm Ban Mê Thuột. Ba ngày sau, Tổng Thống Thiệu ra lệnh cho Tướng Nguyễn Văn Phú, Tư Lệnh Quân Đoàn II bỏ cao nguyên, rút xuống phòng thủ duyên hải theo liên tỉnh lộ 7B, con đường dài trên 200 cây số đã bỏ hoang từ lâu, qua Cheo Reo, Phú Bổn xuống Tuy Hòa. Cuộc rút lui không tổ chức, quân chạy kéo dân theo và Cộng quân truy kích đã biến đường 7B thành đường máu. Tiếp đó, Tướng Ngô Quang Trưởng Tư Lệnh Quân Đoàn I cũng nhận được lệnh rút bỏ vùng 1. Dân Quảng Trị chạy vào Huế cùng dân Huế chạy ra Đà Nẵng. Đường bộ bị cắt, dân chạy trở lại theo quân ra Cửa Thuận An. Quân được lệnh rút lui về Thuận An rồi Tư Hiền. Cộng quân pháo kích, tàu Hải Quân không vào được. Cửa Thuận An và Tư Hiền trở thành đất chết. Và Đà Nẵng cũng trở thành đất chết khi quân và dân khắp nơi chạy về, ra biển với pháo kích.

Phần này có nhiều bài, nhưng chúng tôi chỉ giới thiệu một số bài tiêu biểu.

1. Thiếu tá Phạm Văn Tiền viết Lữ Đoàn 147 - Từ Một Cuộc Di Tản Chiến Thuật

Thiếu tá Phạm Văn Tiền là Tiểu đoàn trưởng Tiểu đoàn 5 Thủy Quân Lục Chiến, đã ghi lại cuộc di tản bi thảm của Lữ Đoàn 147 Thủy Quân Lục Chiến và những đơn vị khác đã tan hàng ở cửa Thuận An: Hỗn loạn, địch pháo kích và chết. Xin trích một số đoạn:

- Tôi kể lại những gì mắt thấy tai nghe về những đau thương mất mát, cay đắng, nghiệt ngã của cuộc lui binh lịch sử ngoài khả năng hiểu biết của một người lính.

- Ngày 22/3/75, đoàn xe tiếp tế cuối cùng của đơn vị rời hậu trạm Mang Cá Huế vào vùng hành quân. Chúng tôi được biết hầu hết dân chúng đã di tản vào Đà Nẵng và hậu trạm cũng được Bộ Tư Lệnh Sư Đoàn mang tất cả trang bị ra Cửa Thuận An chờ lệnh.

- Ngày 23/3, vào lúc 3 giờ chiều, sau khi đồng loạt pháo kích dữ dội vào tất cả các vị trí, địch từ thượng lưu sông Bồ xung phong tấn công vào các tuyến của Đại đội 2 Tiểu đoàn 5. Vì thiếu cảnh giác nên hai trung đội tận cùng cánh trái của đại đội này bung tuyến. Cũng trong thời gian này, hầu hết tất cả các đơn vị Biệt Động Quân, Địa Phương Quân tự động rã ngũ bỏ tuyến phòng thủ bắc Quảng Trị kéo về Huế thật hỗn độn. Thị xã Quảng Trị bị bỏ ngỏ hoàn toàn.

- Trong cuộc họp khẩn cấp tại Bộ Chỉ Huy Lữ Đoàn, Đại tá Lương Lữ Đoàn Trưởng cho chúng tôi rõ tình hình tổng quát và nhiệm vụ phải thi hành đêm nay là thực hiện cuộc di tản chiến thuật tất cả lực lượng về Cửa Thuận An. Vùng đất từ bắc đèo Hải Vân trở ra sẽ lọt vào tay địch, cũng như thành phố Quảng Trị bị vất bỏ một cách vô tội vạ vào sáng nay khi mới chỉ có một vài loạt pháo kích lẻ tẻ đâu đó.

- Việc cần thiết là phải bảo đảm được đơn vị rút lui một cách trọn vẹn, an toàn hầu đủ sức chịu đựng một cuộc dạ hành trên đoạn đường dài gần 30 cây số. Chúng tôi, Tiểu đoàn 5 TQLC, phải thực hiện cuộc lui binh trong bí mật, bất ngờ. Tất cả vũ khí nặng, cồng kềnh như đại bác 90 ly, súng cối 81 ly, hỏa tiễn TOW chống chiến xa, đạn dược và những trang bị nặng được lệnh phá hủy tại chỗ hay ném xuống sông.

- Chúng tôi đi theo con đường sắt xuôi nam, rồi sau đó đổi hướng về quốc lộ 1, khi các đại đội đã bám sát được với nhau. Đến trường trung học Hương Trà, nằm sát lề đông quốc lộ, Tiểu đoàn dừng lại để kiểm quân số. Ở đây một Trung đội Nghĩa Quân quận Hương Trà bị bỏ quên đã xin tháp tùng chúng tôi. Nhiều toán dân chúng hòa lẫn hoặc nối đuôi phía sau. Họ ra đi từ chợ Cạn, Hội Yên, Vân Trình, Hải Lăng, Mỹ Chánh... từ ngày hôm qua, vì không còn gì để hy vọng vào sự bảo vệ của người lính chúng tôi.

- Rời ngã ba An Hòa rẽ phải tiến về Huế, thành phố bỏ ngỏ tối tăm, rải rác còn lại vài bóng bên đường. Có lệnh cho tôi tiến về phía trước để gặp Đại Bàng Long Mỹ (Đại Tá Lữ Đoàn Trưởng), ông giao cho một xấp bản đồ và thay đổi lộ trình về phía phà Tân Mỹ. Đoạn đường từ đầu thôn Vỹ Dạ về cửa biển Thuận An không thể nào nhúc nhích nổi, nhiều dòng người di tản cùng những đơn vị tan hàng đổ về đây với không biết bao nhiêu xe cộ.

- Đến tờ mờ sáng thì cả đơn vị đã có mặt bên này phá Tam Giang. Phải mất thêm 3 tiếng nữa mới đến được bờ bên kia sát biển bằng một số ghe của dân còn lại ở xóm chài. Cả Lữ đoàn tập họp trên bãi cát trắng theo thứ tự sẵn sàng như cuộc hành quân ngày nào. Đâu phải chỉ việc sắp hàng chờ lệnh lên tàu là xong. Địch đã rượt theo ta đêm hôm qua, địch đã có mặt bên kia bờ phá.

- Theo lệnh của mặt trời Papazulu nào đó, chiếc HQ-801 dành riêng cho TQLC đã chực sẵn cách bờ khoảng 50 mét. Nhưng đâu phải chỉ có chúng tôi cần sống, còn dân chúng, những người lính mất đơn vị hỗn độn kia, họ cũng cần cứu vớt như chúng tôi. Như sức bật của cái lò xo, tất cả ùa nhau ra tàu, người không biết lội ôm người biết lội, ngụp lặn với tử thần trong sóng nước, vài chiếc M-113 lội nước ủi tới đè lên, tiếng rên la gào thét... Địch đã vượt phá Tân Mỹ... Địch đã bắt sống một số lính trễ nải phía sau. Địch bắt đầu pháo rải rác khắp nơi trên mặt biển.

- Bãi bốc đã không còn an ninh mà trật tự cũng chẳng có. Con tàu đành bất lực chạy ra khơi.

- Ở đây rơi vào tình thế vô cùng tuyệt vọng. Cả nguyên Lữ Đoàn có hơn 3000 quân, tiến thoái lưỡng nan trong cái túi càn khôn chỉ vỏn vẹn 4 km^2, đang giơ lưng chịu trận... Tàu chiến Hải Quân vẫn trương cờ lảng vảng ngoài khơi. Niềm hy vọng mong manh còn nhen nhúm là sẽ được tàu vào đón. Qua ánh trăng mờ, dòng người bị bỏ lại ban chiều đang ồ ạt kéo về tuyến phòng thủ... Súng vẫn nổ đều khắp nơi và chẳng có con tàu nào cập bến.

- Các đại đội lại thêm một số bị thương, lại thêm vài người chết. Đạn dược, lương thực cạn dần. Cảm giác bị vất bỏ lại nhen nhúm trong ý nghĩ, nhưng tôi vẫn chưa dám tin rằng điều này có thật. Mò mẫm vào cuốn đặc lệnh truyền tin, tôi vặn máy qua tần số Bộ Tư Lệnh Sư Đoàn đang ở đâu đó trên đèo Hải Vân. Người tiếp tôi là Đại úy Đan, tùy viên Tư Lệnh.

- Đại Dương, cho tôi gặp Lạng Sơn (biệt danh của tướng Bùi Thế Lân, Tư Lệnh Sư Đoàn Thủy Quân Lục Chiến)

- Lạng Sơn đang bận lắm. Có gì ông anh nói, tôi sẽ chuyển.

- Nhờ Đại Dương trình với Lạng Sơn cho chúng tôi lệnh kế tiếp.

- Ở đây cũng lu bu lắm, không ai có thể giúp gì được cho ông anh. Tốt hơn hết là Self-Service. Good luck ông anh.

Mặt mày tối tăm, xây xẩm, thất vọng, tôi ném ống liên hợp xuống cát. Self-Service có nghĩa là tự lực cánh sinh, mạnh ai nấy lo, có thể là tan hàng.

- Khoảng xế trưa, mặt trời Papazulu lại xuất hiện. Ông ra lệnh cho một chiếc HQ khác, bằng bất cứ giá nào cũng phải bốc chúng tôi. Con tàu lại tách sóng hướng thẳng vào bờ phía bắc tuyến phòng thủ chừng 200 mét... Bất kể là đơn vị nào, bất cứ là ưu tiên cho ai..., thật nhiều đám đông từ mọi hướng đổ ập về đây, tràn xuống như thác lũ. Con tàu quá tải tròng trành trên mặt nước, chân vịt ngưng quay nằm bất động, vì máy đã hỏng rồi.

Tôi liên lạc máy với Thiếu tá Cang (TĐT/TĐ7), cùng Thiếu tá Sử (TĐT/TĐ3), chúng tôi đồng ý với nhau là chẳng còn cách nào hơn, mở đường máu xuôi Nam, về hướng Cửa biển Tư Hiền. Nói là mở đường máu, chứ thực ra chỉ là cách thối thác cho sự tan hàng. Nhiều tiếng súng nổ chát chúa phía sau, của địch thì ít mà của ta thì nhiều. Nhiều người lính bị thương, không còn khả năng theo kịp đoàn quân, bò lết lại với nhau, bung chốt lựu đạn nổ để chết vinh còn hơn sống nhục. Đứa con đầu của TĐ3 Sói Biển đang bị một đại đội du kích chặn lại. Phía trước ùa lại, ở sau đun tới, vô vọng, tuyệt vọng...

- Nhóm chúng tôi gồm 5 người tấp vào xóm dân chài, hy vọng sẽ được giúp đỡ, nhưng mặc dầu đã cố gắng nài nỉ, kể cả tiền bạc thuê mướn, họ đã từ chối thẳng thừng.

- Giã từ vũ khí, ném súng xuống dòng sông định mệnh, ngồi chờ địch đến... Chúng tôi bị trói lùa lên bờ. Chúng tôi bị "giải phóng" tất cả quần áo, đồng hồ, dây chuyền... Một vài người bị dẫn đi xử bắn dã man. Cuộc đời tù đày của vài ngàn quân cũng bắt đầu từ cái ngày đáng nhớ ấy 27/3/75, tại một địa danh nhỏ, hẻo lánh thôn Vĩnh Lộc, Thừa Thiên.

2. Đại úy Đoàn Văn Tịnh viết Trận Chiến Sau Cùng Của Tiểu Đoàn 9 Thủy Quân Lục Chiến

Đại úy Tịnh (Trưởng ban 3 tiểu đoàn 9) ghi lại sự tan rã của quân đội ở Đà Nẵng và thảm kịch của Tiểu đoàn 9, Lữ đoàn 369 TQLC trên đường di chuyển từ Đại Lộc đến sông Hàn. Gọi là thảm kịch vì trên đường rút lui Tiểu đoàn nhận nhiều lệnh của Lữ đoàn đến những cái đích để gặp Lữ đoàn, nhưng đến đó thì Lữ đoàn đã di chuyển đi chỗ khác. Đích cuối cùng là bờ sông Hàn, tọa độ X. Nhưng đến bờ sông Hàn không gặp ai. Khi liên lạc lại nhận lệnh: Ghi tần số và liên lạc với Hà Nội để Hà Nội thu xếp đón Tiểu đoàn lên tàu.

Tôi liên lạc với Hà Nội (thiếu tá Trần Văn Hợp, TĐT/TĐ2 TQLC), Hà Nội cho biết là đang trên đại hạm 810 của Hải Quân và cho biết chừng 9 giờ tối, clear bãi và pick up. Đó là cái hẹn vô cùng quan trọng, nhưng tiếc thay cái hẹn đó đã không đến. Và chúng tôi đã mất hẳn liên lạc với Hà Nội từ trưa ngày 29/3/75.

- Thiếu tá Thạnh, Tiểu đoàn trưởng tiểu đoàn 9, và tôi hội ý: Kể từ giờ phút này không còn trông chờ vào một sự tiếp ứng nào khác. Vì thế phải tìm một vị trí tốt phòng ngự. Sau khi định hướng và xác định điểm đứng, chúng tôi đồng ý kéo quân lên phía bắc của phi trường Non Nước. Ở đó có nhiều khu nhà đồ sộ cạnh bờ biển. Khi tới nơi, chúng tôi mới biết đây là khu Chủng Viện Thiên Chúa Giáo và những nhà nuôi trẻ em rộng lớn.

Chủng Viện Sơn Trà là một khu kiến trúc đồ sộ, có 4, 5 dãy nhà lầu liên tục, nằm thành hình chữ nhật, chung quanh có hàng rào, cột đúc kiên cố, căng lưới chống đạn B40. Trong thế trận cấp bách như hiện tại, không thể nào tìm được một vị trí tốt hơn. Toàn bộ khu vực là đất pha cát, việc đào hầm hố tương đối dễ dàng mau lẹ với xạ trường rất lý tưởng.

Tại Chủng Viện Sơn Trà, các đại đội đã thiết lập xong hệ thống phòng thủ. Chúng tôi đã chọn sẵn cho mình một trận địa để sửa soạn cho một cuộc chiến đấu cuối cùng. Chúng tôi sẽ phải chiến đấu cho đến khi bị tiêu diệt. Có một điều chắc chắn rằng địch cũng phải trả một giá rất đắt.

Anh Thạnh bàn với tôi là phải nói cho mọi binh sĩ Tiểu đoàn biết sự thật và để họ chọn lựa - Ở lại hay đi tùy ý.

Sau khi tập họp các cấp của Tiểu đoàn, Thiếu tá Thạnh xúc động không nói được, nên tôi đã nói thay anh:

- Tất cả anh em sĩ quan, hạ sĩ quan và binh sĩ nghe đây. Chúng tôi không còn giấu giếm bất cứ một điều gì nữa. Từ Đà Nẵng đến Quảng Trị, tất cả mọi đơn vị đã tan hàng. Tiểu đoàn Thủy Quân Lục Chiến chúng ta là đơn vị duy nhất còn lại, và trận đánh sắp tới đây là trận tử chiến, chẳng thể lùi bước về đâu được nữa. Do đó, nhờ các bạn về thông báo lại cho tất cả anh em binh sĩ, ai muốn tình nguyện chiến đấu hãy ở lại, còn ai muốn về với gia đình, cứ yên tâm rời khỏi nơi này. Riêng bản thân chúng tôi quyết ở lại chiến đấu, sống chết với tiểu đoàn 9 Thủy Quân Lục Chiến đến phút cuối cùng.

Tôi quay mặt đi, nhưng Phán mập đã tiến tới trước tôi, đưa tay gỡ chiếc kính cận thị, cũng như tôi, nước mắt anh đã đong đầy trên mặt kiếng, anh chỉ nói được vài tiếng: Anh Ba, anh Ba. Và anh quay lại hàng quân đưa cao tay hô lớn: Tiểu đoàn 9 quyết tử thủ! Và tất cả anh em la lớn: Chúng tôi quyết tâm ở lại chiến đấu.

- 3 giờ ngày 29/3/75, xe tăng địch đã xuất hiện cùng với cờ Mặt Trận Giải Phóng.

Những loạt đạn nổ đầu tiên khai mào trận đánh, những loạt đạn địch bay qua lưới sắt đục lỗ trên tường. Những quả đại bác phóng đi từ thiết giáp nổ ầm ầm chung quanh. Tuyến phòng thủ bắt đầu chống trả.

- Từ lúc đó, đạn pháo đổ xuống sân Chủng Viện dày đặc hơn. Sau những tiếng nổ là tiếng la hét và khóc thét của đàn bà và trẻ con trong Chủng Viện.

- Những đợt tấn công của bộ binh địch bị đẩy lui dễ dàng, trên bãi cát mênh mông, những xác gục ngã, vài chiếc chiến xa đã bốc cháy, bốc khói đen mù mịt vì đạn M72 của ta.

- Trận đánh đang tiếp tục thì người truyền tin đưa máy cho tôi báo: Anh Ba, trung úy Phán muốn gặp.

- Phương Dung, Tân An nghe.

- Trình anh Ba, có hai chiếc tàu lớn xuất hiện ngoài khơi.

Sau khi quan sát bằng ống nhòm, thấy hai tàu đang di chuyển về hướng chúng tôi, tôi gọi Phán: Phương Dung, đây Tân An. Đúng là hai chiếc tàu lớn. Tôi cầm ống liên hợp gọi trên tần số mà Hợp đã cho:

- Nam Hổ, Nam Hổ, đây Tân An.

- Hà Nội, đây Tân An.

Chẳng có ai trên tần số này nữa. Họ đã đi đâu? Trên mặt biển xanh, hai chiếc tàu lớn dần, cho đến lúc chúng tôi có thể nhìn thấy buồng lái và cột cờ. Liên tiếp mấy tiếng đồng hồ súng nổ, pháo dập, chiến xa địch tấn công, không làm cho chúng tôi lúng túng. Nhưng bây giờ nhìn thấy hai chiếc tàu xuất hiện một cách lạ lùng mà mình không bắt liên lạc được trên máy truyền tin đã khiến đầu óc chúng tôi rối tung.

Anh Thạnh và tôi bàn tính: Không lẽ hai chiếc tàu đã bị địch chiếm, chạy vào đây dẫn dụ mình? Còn nếu sự thực tàu vào đón, tại sao không liên lạc được... Mà lỡ tàu vào đón thiệt mà chúng tôi bỏ qua cơ hội này thì tai hại biết chừng nào.

Anh Thạnh hỏi tôi: Tân An coi được chưa, ra lệnh cho Phán.

Tôi nhìn ra hành lang, hai chiếc tàu chỉ còn cách bờ nước chừng gần cây số, tôi nghiến răng, gật đầu đồng ý với anh Thạnh và gọi cho Phán: Cho con cái chuẩn bị, khi có lệnh thì rời Chủng Viện, phóng nhanh ra tàu. Và khi chiếc tàu chỉ còn cách bờ khoảng vài trăm mét, tôi gọi Phương Dung: Cho con cái hạ hàng rào và phóng ra tàu.

Khi hàng rào của Chủng Viện bị đại đội 2 đạp sập thì sự điều động của Phán không còn hiệu quả, binh sĩ thi nhau chạy xuống bãi nước.

- Tôi gọi cho Cộng và Quan (đđ 1 và đđ 4): Cho giữ vững phòng tuyến, chờ đại đội 2 lên tàu xong các anh sẽ có lệnh.

Cùng lúc đó 3, 4 quả đạn lớn bay qua khoảng trống, nổ ngay giữa Chủng Viện, anh Thạnh la lớn: Tân An ra lệnh cho các đại đội rời phòng tuyến và chúng ta đi ngay.

Tôi ra lệnh: đại đội 1, 4 và đại đội Chỉ Huy bỏ phòng tuyến, phóng nhanh ra tàu.

Tôi rất đỗi ngạc nhiên khi chiếc tàu chỉ còn cách bờ chừng hơn 100 mét, tự dưng nó dừng lại và bỏ số de, trong khi trên bờ binh sĩ đang chuẩn bị xuống tàu. Trời chiều đang xuống thấp, giữa cảnh hỗn loạn đó, tôi thấy những người lính vứt bỏ ba-lô, súng đạn, lội ra biển mà càng lội càng xa tàu, vì nó đang rời xa bờ biển. Tôi la lớn: Đừng lội theo tàu nữa, chúng ta đã bị lừa.

Cuối cùng, Tiểu đoàn 9 tan rã và Đại úy Tịnh bị bắt.

3. Đại tá Nguyễn Thành Trí viết Ngày Tháng Không Quên

Đại tá Nguyễn Thành Trí là Tư Lệnh Phó Sư Đoàn Thủy Quân Lục Chiến. Ông viết Ngày Tháng Không Quên để ghi lại toàn cảnh Vừa Chiến Đấu Vừa Tan Rã của Quân Lực Vùng I trong mấy tháng đầu năm 1975. Xin trích một số đoạn:

- Những ngày cuối năm 1974 và đầu năm 1975, tin tức tình báo kỹ thuật Quân Đoàn I cho biết có nhiều đơn vị cấp Sư đoàn Cộng Sản Bắc Việt di chuyển xuống gần phía bắc Bến Hải. Trong khi đó, tại vùng 3 chiến thuật, Cộng quân với hai sư đoàn 3 và 7 được chiến xa yểm trợ, đã tấn công vào Phước Long sau khi tỉnh này đã bị cô lập nhiều tháng. Trước địch quân đông gấp bội, ngày 6/1/75 lực lượng phòng thủ Phước Long phải phân tán rút lui.

- Việc bỏ rơi Phước Long đã cho Cộng Sản thấy Quân Lực Việt Nam Cộng Hòa không còn khả năng tổ chức các cuộc phản công quy mô. Mặt khác chúng cũng đã thăm dò được mức độ phản ứng của Mỹ như thế nào trước hành động xâm lăng của chúng. Chiến thắng Phước Long đã làm tăng thêm sự quyết tâm của Cộng Sản trong nỗ lực chuẩn bị tấn công cao nguyên.

- Lúc 2 giờ ngày 10/3/75, địch bắt đầu pháo kích dữ dội vào thị xã Ban Mê Thuột. Sau đó vào lúc 4 giờ, nhiều cánh quân cấp Trung Đoàn có chiến xa yểm trợ đã tấn công vào thị xã. Trước áp lực địch quá mạnh, lực lượng phòng thủ phải phân tán rút lui. Thị xã Ban Mê Thuột đã lọt vào tay cộng quân kể từ 11 giờ ngày 11/3/75.

Quảng Trị sau lưng

- Việc thất thủ Ban Mê Thuột đã đưa đến những ảnh hưởng trầm trọng đối với tình hình chiến sự nơi tuyến đầu Quảng Trị nói riêng và vùng I chiến thuật nói chung.

- Ngày 13/3/75, sau khi được Tổng Thống Nguyễn Văn Thiệu cho mời về Sài Gòn để trình bày về tình hình Quân Đoàn I, Trung tướng Ngô Quang Trưởng, Tư Lệnh Quân Đoàn I, trở lại Đà Nẵng triệu tập một buổi họp các Tư Lệnh Sư đoàn, các Tỉnh Trưởng kiêm Tiểu Khu Trưởng để thông báo về việc Quân Đoàn I sẽ tái phối trí quân hầu có thể rút Sư đoàn Nhảy Dù về Sài Gòn làm tổng trừ bị. Tướng Trưởng ra lệnh cho Sư đoàn Dù và Thủy Quân Lục Chiến phối hợp thay quân càng nhanh càng tốt, không quá 3 ngày.

- Ngày 15/3, tôi được lệnh của Tướng Bùi Thế Lân cho thành lập một Bộ Chỉ Huy Nhẹ Sư Đoàn ở lại Hương Điền, nơi Bộ Tư Lệnh Sư Đoàn đang đặt bản doanh.

- Nhìn chung, khu vực Quảng Trị mất hai Lữ đoàn TQLC, phải rút đi với quân số hơn 5000 mà chỉ được thay thế bằng Liên đoàn 14 Biệt Động Quân với quân số không quá 1400. Trong khi đó lực lượng Cộng Sản Bắc Việt có chiến xa và đại pháo yểm trợ đối diện với Liên đoàn 14 BĐQ và Tiểu Khu Quảng Trị. Tôi cũng đã chuẩn bị tư tưởng, trường hợp áp lực địch quá mạnh, các đơn vị sẽ trì hoãn về tuyến đỏ, tức tuyến Mỹ Chánh.

- Lữ đoàn 258 Thủy Quân Lục Chiến đã rút khỏi Quảng Trị ngày 18/3/75, theo kế hoạch đã dự trù. Tiểu khu Quảng Trị chịu trách nhiệm phòng thủ khu vực do Lữ Đoàn 258 TQLC giao lại.

- Dân chúng Mỹ Chánh, các thôn Vân Trình, Thanh Hương, Kế Môn... cũng đã rời bỏ xóm làng, theo quốc lộ 1, hương lộ 555 hoặc dùng thuyền dọc phá Tam Giang, di tản về phương nam.

Ngày 23/3, trước áp lực của địch, quân ta lui dần về tuyến Đỏ, tức tuyến Mỹ Chánh, rồi lui tiếp về tuyến An Lỗ. Trong lúc này tình hình bên Sư Đoàn 1 Bộ Binh cũng không kém bi đát. Vài vị trí đã bị chọc thủng và địch đã xâm nhập vào Phú Lộc và Phú Thứ. Pháo binh địch đã pháo vào Huế.

- Tướng Lâm Quang Thi ra lệnh cho tôi di chuyển Bộ Chỉ Huy Nhẹ Sư Đoàn Thủy Quân Lục Chiến về căn cứ Thuận An và đúng 14 giờ 30 thì đến họp tại Bộ Chỉ Huy Hải Quân, gần căn cứ này. Hiện diện trong buổi họp gồm có trung tướng Lâm Quang Thi, Chuẩn tướng Nguyễn Văn Điềm, Tư Lệnh Sư Đoàn 1 Bộ Binh, Đại tá Lê Ngọc Hy, Tham Mưu Trưởng Quân Đoàn I tiền phương, Đại tá Nguyễn Hữu Duệ, Tỉnh trưởng kiêm Tiểu Khu Trưởng Thừa Thiên, Trung tá Chỉ Huy Trưởng căn cứ Hải Quân Thuận An và tôi. Sau khi các Tư Lệnh Mặt trận và Tỉnh trưởng trình bày về tình hình trong khu vực và địa phương trách nhiệm, nhận định chung được đúc kết như sau:

. Ta không còn lực lượng trừ bị nào để phản công chiếm lại các vị trí đã bị lọt vào tay địch, trong khi đó tuyến phòng thủ phải thu hẹp dần khiến tinh thần binh sĩ dao động.

. Địch đang chuẩn bị các cuộc tấn công mới có tính cách quyết định hơn, theo tin tức tình báo kỹ thuật.

. Mức độ pháo kích gia tăng vào thị xã Huế khiến dân chúng hoảng sợ bỏ nhà di tản, gây tác động dây chuyền.

. Nhận định chung cho thấy khó có thể bảo vệ được Huế, Tướng Lâm Quang Thi quyết định đề nghị kế hoạch rút quân khỏi Huế lên Tướng Ngô Quang Trưởng.

- Khoảng 17:30 giờ, Đại tá Hy đáp trực thăng đến, trao cho tôi công điện mang tay. Công điện xác nhận việc thi hành kế hoạch rút quân như đã bàn thảo khi trưa. Tôi ra lệnh cho các đơn vị thi hành kế hoạch như đã được thông báo.

- Suốt đêm theo dõi từng cánh quân rút về mà lòng se lại. Quảng Trị giờ đây đã thật xa phía sau lưng. Và nhiều sư đoàn CSBV vây ép, mất Huế là điều đương nhiên.

- Sáng 25/3, Bộ Chỉ Huy Nhẹ Sư Đoàn TQLC xuống chiếc Quân vận đỉnh LCM8 để ra biển, tiếp tục theo dõi và chỉ huy các cánh quân trên bờ.

- Sáng hôm sau, qua đài trung gian của Bộ Tư Lệnh Sư Đoàn Thủy Quân Lục Chiến đặt trên đèo Hải Vân, tôi được tin sẽ có hai chiếc Giang vận hạm LCU đến bốc quân. Tôi thông báo cho Lữ Đoàn 147 TQLC để sẵn sàng cho con cái lên tàu, ưu tiên 1 là thương binh và tử sĩ.

- Khoảng 8 giờ, một chiếc LCU bắt đầu ủi bãi và bốc được Bộ Chỉ Huy Lữ Đoàn 147 TQLC cùng với khoảng 800 quân nhân trong đó có khoảng 100 thương binh và tử sĩ. Địch bắt đầu tấn công và sử dụng hỏa tiễn AT3 nhắm vào chiếc LCU đang còn tại bãi. Chiếc LCU bị trúng hỏa tiễn và Đại tá Lương bị thương ở bàn chân. Chiếc LCU vội rút ra khỏi bờ và di chuyển về Đà Nẵng. Tôi liền chỉ định Thiếu tá Cang, Tiểu đoàn trưởng Tiểu Đoàn 7 TQLC chịu trách nhiệm chỉ huy toàn thể lực lượng trên bờ.

- Khoảng 3 giờ ngày 27/3, viên thuyền trưởng báo sẽ có một chiến hạm đến đón tôi và Bộ Chỉ Huy Nhẹ TQLC về Đà Nẵng.

Đà Nẵng, thị xã cuối cùng

- Sư Đoàn 324, 325 từ bắc Hải Vân cùng với Sư Đoàn 304 và Lữ đoàn 52BL của Cộng quân được chiến xa và đại pháo yểm trợ, từ hướng tây nam, nam và đông nam Đà Nẵng đang siết chặt vòng vây. Các chiến sĩ Thủy Quân Lục Chiến và Sư Đoàn 3 BB đang phải dựa lưng vào biển để chiến đấu. Họ không còn lối nào để rút lui và ý thức rằng đây là phòng tuyến cuối cùng mà họ phải chiếm giữ hoặc phải hy sinh.

- Bên kia nửa vòng trái đất, Quốc Hội Hoa Kỳ cuối cùng chỉ chấp thuận 300 triệu viện trợ, nhưng chỉ dành vào mục đích nhân đạo (thay vì 722 triệu viện trợ khẩn cấp về quân sự theo đề nghị của Tổng Thống Ford). Trong khi đó Nga và Trung Cộng vẫn tiếp tục viện trợ dồi dào cho Cộng Sản Bắc Việt.

- Ngày 28/3, tình trạng hỗn loạn ở Đà Nẵng gia tăng. Người ta ước tính đã có hàng trăm ngàn người từ các nơi chạy nạn về đây và nếu tính cả dân cư ngụ trong và ngoại ô thị xã thì con số này lên đến trên 1 triệu.

- Lúc 21 giờ, địch bắt đầu pháo kích dữ dội vào các mục tiêu. Phi trường Đà Nẵng, căn cứ Hải Quân Tiên Sa là hai nơi bị pháo nặng nhất. Trực thăng của tướng Bùi Thế Lân bị trúng đạn pháo không còn sử dụng được nữa. Tướng Lân, Phó Đề Đốc Hồ Văn Kỳ Thoại và đoàn tùy tùng phải đi bộ quanh núi Sơn Trà và may mắn được một tàu nhỏ cập vào đón mọi người ra một chiến hạm đậu ngoài khơi.

- Khoảng 23 giờ, Tướng Ngô Quang Trưởng đến Trung Tâm Hành Quân Thủy Quân Lục Chiến, và ở lại Trung Tâm Hành Quân với Thủy Quân Lục Chiến.

- 6 giờ ngày 29/3, Tiểu đoàn Tổng Hành Dinh báo cho Trung Tâm Hành Quân Sư Đoàn là có hai chiếc LSM chớp đèn từ ngoài khơi, chừng như hai tàu này đang di chuyển vào gần bờ để bốc quân. Tôi yêu cầu Tiểu Đoàn Tổng Hành Dinh sử dụng hai chiếc xe Jeep chớp đèn để cho tàu hiểu là trên bờ có quân bạn, đồng thời cũng để cho tàu nhận rõ hai bãi bốc. Sau đó tôi chỉ thị cho Trung Tâm Hành Quân Sư Đoàn thiêu hủy tất cả tài liệu quan trọng, đồng thời thông báo cho các đơn vị tại Non Nước tập họp ra bờ biển để chuẩn bị lên tàu.

- Tướng Trưởng cũng đã được Đại úy Hòa trình cho ông về việc có tàu đến bốc quân, nên ông đứng dậy mang súng. Tôi mời Tướng Trưởng lên xe để ra bờ biển. Chần chừ một lúc ông nói: Coi như đây là một cuộc tự thoát.

- Khoảng 10 giờ, chiếc LSM đang chở chúng tôi di chuyển đến gần và song song với chiếc LSM HQ 404. Hạm trưởng yêu cầu tất cả quân nhân trên tàu di chuyển sang chiếc HQ 404 bằng cách leo ngang hông tàu.

- Khoảng 3 giờ ngày 30/3, tàu đến Cam Ranh. Phía Hải Quân nhận được lệnh của Bộ Tổng Tham Mưu là chỉ có Thủy Quân Lục Chiến đổ bộ lên Cam Ranh, riêng Tướng Ngô Quang Trưởng thì ở lại trên tàu HQ 404 để cùng chiến hạm này về Sài Gòn.

- Ngày 31/3, sau khi Tướng Lê Nguyên Khang bay ra họp với tướng Bùi Thế Lân và các đơn vị trưởng Hải Quân, Sư Đoàn Thủy Quân Lục Chiến được lệnh lên chiếc Cơ Xưởng Hạm 802 về Vũng Tàu để chỉnh trang. Tàu chở khoảng 4000 binh sĩ TQLC. Cần nói thêm, quân số tham chiến của Sư Đoàn TQLC tại vùng I là khoảng 11.000.

Tháng Tư Đen

- Ngày 1/4, Sư Đoàn TQLC về đến Vũng Tàu và được lệnh di chuyển về đóng quân tại trại Úc Đại Lợi ở Bãi Sau. Theo lệnh của Bộ Tổng Tham Mưu, việc chỉnh trang phải được hoàn tất trong thời gian tối thiểu và Sư đoàn phải sẵn sàng đặt trong tình trạng ứng chiến.

- Ngày 2/4 rồi 3/4, Nha Trang và Cam Ranh đã tuần tự bỏ ngỏ. Quân Đoàn II không còn khả năng thực hiện được một cuộc trì hoãn chiến nào để làm chậm bước tiến của Cộng quân trên quốc lộ 1.

- Mặt trận Phan Rang thất thủ vào ngày 16/4, sau khi Cộng quân tung thêm sư đoàn 325 tấn công dứt điểm. Lực lượng phòng thủ Phan Rang gồm các đơn vị rút về từ Quân Khu II hoặc Quân khu I với quân số yếu kém, thiếu phương tiện yểm trợ hỏa lực và nhất là tinh thần binh sĩ khá mệt mỏi. Tại mặt trận này Trung tướng Nguyễn Vĩnh Nghi, Tư Lệnh tiền phương Quân Đoàn III, chuẩn tướng Phạm Ngọc Sang, Tư lệnh Sư đoàn 6 Không Quân, Đại tá Nguyễn Thu Lương, Lữ đoàn trưởng Lữ đoàn 2 Nhảy Dù đã bị địch bắt. Ngày 19/4, ta mất thêm Bình Thuận.

- Thời gian này mặt trận Xuân Lộc trở nên khốc liệt. Ngày 9/4, quân đoàn 4 CSBV tung ra ba Sư đoàn tấn công Xuân Lộc. Tướng Lê Minh Đảo, Tư lệnh Sư đoàn 18 BB, chỉ huy lực lượng phòng thủ đã cương quyết chống trả.

- Ngày 21/4, Lữ đoàn 258 TQLC được tăng phái cho Quân Đoàn III. Trước đó, Lữ đoàn 468 cũng đã được tăng phái cho Quân Đoàn. Tôi vào trình diện Trung Tướng Nguyễn Văn Toàn, Tư lệnh Quân đoàn III. Ông hài lòng khi biết quân số tham chiến của hai Lữ đoàn ở mức cao trên 5000. Ông cho biết tình hình tại Xuân Lộc rất nghiêm trọng. Ông ra lệnh cho tôi chịu trách nhiệm tổ chức phòng thủ phía đông Biên Hòa với hai Lữ đoàn.

- Buổi tối ngày 21/4, Đài Truyền Hình phát đi lần ra mắt cuối cùng của Tổng Thống Nguyễn Văn Thiệu, sau 9 năm lãnh đạo quốc gia. Ông tuyên bố từ chức sau khi đọc một thông điệp dài hơn 1 tiếng. Theo Hiến Pháp Phó Tổng Thống Trần Văn Hương sẽ lên thay thế.

- Ngày 26/4, tiếng súng đầu tiên bắt đầu cho chiến dịch Hồ Chí Minh, tức chiến dịch tổng tấn công vào thủ đô Sài Gòn, đã nổ ra từ hướng đông Biên Hòa vào lúc 17 giờ.

- Buổi chiều ngày 27/4, quân đoàn 2 CSBV tung thêm sư đoàn 3 tấn công ồ ạt chiếm chi khu Đức Thạnh và sau đó chiếm thị xã Bà Rịa do Lữ đoàn 1 Nhảy Dù trấn giữ. Trước lực lượng đông đảo của địch có chiến xa yểm trợ, Lữ đoàn Dù phải rút về hướng Vũng Tàu. Cầu Cỏ May trên đường Bà Rịa - Vũng Tàu được ta giật sập.

- Buổi tối 28/4 nghe tin Tổng Thống Trần Văn Hương bàn giao chức vụ cho Đại tướng Dương Văn Minh do biểu quyết của Lưỡng Viện Quốc Hội thể theo văn thư yêu cầu của Tổng Thống Hương. Tôi thầm nghĩ tình hình rồi cũng không có gì sáng sủa hơn, mặc dù Đại tướng Minh tuyên bố rằng ông muốn hòa giải, tôn trọng Hiệp định ngừng bắn 1973 và đề nghị ngưng bắn để thương thuyết... Làm sao Cộng Sản chịu ngồi xuống thương thuyết khi chúng đang ở thế mạnh.

- Ngày 29/4, tôi được lệnh đến họp tại Bộ Tư Lệnh Sư đoàn 18 BB vào lúc 12 giờ. Hiện diện có Tướng Toàn - Tư lệnh Quân Đoàn III, Tướng Đảo - Tư lệnh sư đoàn 18, Tướng Khôi - Tư lệnh Lữ đoàn 3 Kỵ Binh. Sau khi nghe phần trình bày của các vị Tư lệnh và tôi, Tướng Toàn chỉ thị cho các đơn vị rút về gần Biên Hòa và Long Bình để tuyến phòng thủ được bảo vệ chặt chẽ hơn.

- Khoảng 18 giờ ngày 29/4, hai đại đội Dù đã phải rút lui trước lực lượng đông đảo của đơn vị thuộc đoàn 116 đặc công của địch. Như thế đường về Sài Gòn trên xa lộ qua cầu Đồng Nai đã bị cắt. Giờ chỉ còn chiếc cầu Đại Hàn duy nhất bắc qua sông Đồng Nai trên quốc lộ 1 còn sử dụng được để vào Sài Gòn do hai đại đội Dù khác đang bảo vệ.

- Khi cầu xa lộ Đồng Nai bị chiếm, lực lượng Địa Phương Quân có nhiệm vụ canh gác các cổng ra vào, kho tiếp liệu, kho đạn trong căn cứ Long Bình đã tự động rời bỏ vị trí khi bị địch pháo kích.

- Tôi gọi điện thoại cho Đại tá chỉ huy trưởng căn cứ Long Bình, nhưng không ai trả lời. Tôi gọi qua Trung Tâm Hành Quân Quân Đoàn III tại Biên Hòa để thông báo về tình trạng an ninh trong căn cứ Long Bình không còn kiểm soát được nữa và yêu cầu trình thượng cấp để có biện pháp. Một sĩ quan tại Trung tâm Hành Quân, Quân Đoàn III, cho biết không còn ai có thẩm quyền tại đây. Anh nói thêm: Trung tướng Nguyễn Văn Toàn đã lên trực thăng lúc 15 giờ và Bộ Tư Lệnh Quân Đoàn III ở Gò Vấp cũng không ai biết ông hiện đang ở đâu.

- Trong khi tôi băn khoăn chờ đợi xem có lệnh gì kế tiếp thì Trung tá Huỳnh Văn Lượm, Lữ đoàn phó Lữ đoàn 258 TQLC, đến gặp tôi trên quốc lộ 1 gần cầu Đại Hàn và cho tôi biết Bộ Tổng Tham Mưu nhờ Lữ đoàn 3 Kỵ Binh làm trung gian chuyển lệnh cho các đơn vị như sau: Thủy Quân Lục Chiến về căn cứ Sóng Thần, Lữ đoàn 3 Kỵ Binh về Gò Vấp chờ lệnh tiếp. (Lúc bấy giờ Trung tướng Vĩnh Lộc là Tổng Tham Mưu trưởng Quân Lực Việt Nam Cộng Hòa. Ông vừa nhận chức vụ chiều hôm qua).

- Tôi cảm thấy có điều gì không ổn, bởi lẽ trong khi chiến trường đang sôi động, khoảng hơn 16 sư đoàn địch đang siết chặt vòng vây quanh Sài Gòn từ nhiều hướng, sao lại có lệnh cho sư đoàn TQLC về căn cứ Sóng Thần, hậu cứ của sư đoàn?

- Nếu Cộng quân chiếm Bến Cát, tỉnh Bình Dương, quận Lái Thiêu thì căn cứ Sóng Thần sẽ trở thành một mục tiêu hoàn toàn bị cô lập. Do đó, tôi ra lệnh cho Lữ đoàn 258 TQLC đưa một thành phần về thẳng trại Lê Thánh Tôn, bản doanh của Sư Đoàn TQLC tại Sài Gòn như là thành phần tiên phong để chuẩn bị nơi đóng quân cho các đơn vị. Sở dĩ tôi có sự lựa chọn này là vì mấy lý do sau:

- Thứ nhất là để tránh trở thành mục tiêu bị cô lập tại căn cứ Sóng Thần. Tại Sài Gòn vẫn có các trại sau đây mà các đơn vị TQLC có thể về tạm đóng quân: trại Lê Thánh Tôn, trại Nguyễn Văn Nho và trại Cửu Long.

- Thứ hai là các thương binh đang điều trị tại bệnh viện Lê Hữu Sanh, bệnh viện của Sư đoàn Thủy Quân Lục Chiến tại căn cứ Sóng Thần cũng cần được di tản về Sài Gòn để họ được an toàn hơn.

- Thứ ba là nếu Sài Gòn thất thủ, Thủy Quân Lục Chiến có thể rút về vùng 4 chiến thuật tương đối dễ dàng để cùng với các lực lượng Quân Đoàn IV tiếp tục chiến đấu.

Trong khi không thể liên lạc được với Bộ Tư Lệnh Quân Đoàn III và Bộ Tổng Tham Mưu, Bộ Chỉ Huy Nhẹ Sư Đoàn Thủy Quân Lục Chiến tạm có cách giải quyết riêng hầu tránh được những hiểm nguy cho các đơn vị. Do quân xa tập trung được có hạn, nên các đơn vị hai Lữ đoàn chỉ sử dụng được những phương tiện hiện có trong tay, tiếp tục chuyển quân về căn cứ Sóng Thần theo phương cách con thoi. Sau đó sẽ có kế hoạch di chuyển về Sài Gòn.

- Tại Bộ Chỉ Huy căn cứ Sóng Thần, tôi gặp Trung tá Hoàng Ngọc Bảo, tiểu đoàn trưởng tiểu đoàn truyền tin TQLC, Thiếu tá Tô Văn Cấp, chỉ huy phó căn cứ Sóng Thần.

- Khoảng 10 giờ, Trung tá Hoàng Ngọc Bảo từ ngoài cửa văn phòng bước nhanh vào và bằng một giọng trầm hẳn xuống, buồn bã, đầy xúc động, báo cho tôi:

- Trình Đại tá, mình đầu hàng rồi!

- Tôi sửng sốt hỏi lại: Hả! Anh nói sao?

Trung tá Bảo nói tiếp: Tổng thống Dương Văn Minh đã đọc tuyên cáo yêu cầu Quân lực Việt Nam Cộng Hòa hãy ở tại chỗ, tránh nổ súng và chờ lực lượng Giải Phóng đến bàn giao.

Như sét đánh ngang tai, tôi bàng hoàng không biết phải nói gì với mọi người đang có mặt, dù chỉ một câu ngắn ngủi, bởi tôi chưa hề chuẩn bị một chút tâm tư hay suy nghĩ nào cho những phản ứng trước một sự thật phũ phàng đến như thế, bởi mới hôm qua đây bao nhiêu anh em vừa mới nằm xuống nơi chiến trường phía đông không xa lắm, cũng chỉ vì hai chữ Danh Dự và Tổ Quốc.

II. Về đặc điểm

Đi suốt qua những trận chiến đối phó với sự xâm lăng Miền Nam của Cộng Sản Bắc Việt, từ trận chiến Tết Mậu Thân tới Hành Quân Lam Sơn, mùa hè đỏ lửa tới trận chiến kết thúc chiến tranh, Văn Học Quân Đội đã ghi lại nhiều đặc điểm. Xin kể mấy đặc điểm tiêu biểu như sau:

1. Cho người đọc tham dự vào những chi tiết của những trận đánh

Những chiến sĩ văn nhân ghi lại được những chi tiết, những hành động của những chiến sĩ đối diện với địch, vì quý vị ấy là người chỉ huy hay tham dự trận đánh đó.

. Trong bài Huế Tôi và Mậu Thân, Trung tá Nguyễn Văn Phán đã cho người đọc tham dự vào Đại Đội của ông tiến chiếm hai mục tiêu là trường tiểu học Trần Cao Vân, Cửa Sập để đi tới Kỳ Đài với những chi tiết:

- Tiểu Đoàn Trưởng ra lệnh: "Phu Nhân (tên của Phán trong hệ thống truyền tin) rành địa thế dẫn đầu, 8 giờ sáng mai xuất phát. Kế tiếp là Tôn, Đại Đội 1, Lượm, Đại Đội 2. Tiếp theo là Bộ Chỉ Huy Tiểu Đoàn cùng Đại Đội Chỉ Huy, sau cùng là Tòng, Đại Đội 4. Mục tiêu Phu Nhân phải chiếm là trường tiểu học Trần Cao Vân. Trước trường là thành Quân Cụ có khoảng một Đại Đội ta đóng ở đó. Phán hỏi: Còn phi trường Thành Nội thì sao? Tình hình trong Đại Nội, Thiếu tá có nắm vững không? Ông đáp: Không rõ, tụi nó chiếm hết, chốt rất kỹ. Tất cả các cửa Thành Nội tụi nó đều kiên và chốt rất chặt. Cửa Hữu, Cửa Chánh Tây, Cửa Sập, Cửa An Hòa, Cửa Đông Ba, Kỳ Đài Phú Văn Lâu tụi nó đều chiếm hết...

- Tôi chỉ con đường và hướng dẫn Duật: Băng qua khỏi con đường này đến một xóm nhà, qua một cái cổng thì bên trái là thành Quân Cụ. Nghênh và Mã Khện yểm trợ hông mặt cho Duật, và sau đó băng qua đường theo tôi. Con đường chỉ có 5 thước mà hơn một giờ mới vượt qua với 6 thằng em rớt rụng trên mặt đất. Lần mò theo mép đường tới sát ống cống, tôi cho dừng lại. Phi trường vắng tanh. Tôi bảo Duật: "Mày cho một thằng con nhỏ qua trước làm đầu cầu bên kia cống, sau đó cho tất cả con cái mày qua rờ vào thành Quân Cụ, chờ tau lên". Thành Quân Cụ cao khỏi đầu người, không liên lạc được với bên trong. Tất cả con cái nằm sát thành để tôi và đám cận vệ bò tới cổng chính. Loáng thoáng thấy nón sắt, Field jacket, dây ba chạc... không phải tụi nó đâu, chắc chắn là bạn rồi. Thằng đệ tử tôi gọi lớn: Ê! Thủy Quân Lục Chiến đây. Một loạt đạn bay qua đầu một cách rùng rợn. Bò lết vào tới trong đồn. Ông trưởng đồn là Trung úy Cát, thủ môn nổi tiếng của Huế: "Đại úy ơi, 7 ngày không ra vào nổi. Trường Trần Cao Vân, Đại Nội, xóm nhà trước mặt và bao quanh đồn tui, nó chốt hết. Nhà Bảo Sanh sau lưng trường, cách một cái hồ, tụi nó cũng chiếm luôn. Tụi nó pháo liên miên, không ngóc đầu lên được, đủ loại: 61, 82, hỏa tiễn 107, 122...".

Tôi trở ra báo cáo về Tiểu Đoàn. Lệnh của Tiểu Đoàn Trưởng: "Phu Nhân chiếm cho bằng được trường Trần Cao Vân, dọn sạch chung quanh. Tiểu Đoàn Trưởng và Bộ Chỉ Huy sẽ lên ở trại Quân Cụ". Tôi quan sát thêm một lần nữa, trước mặt trường là cái am lên đồng. Sát đó là ngã ba đường, một đường chạy lên Cửa Sập, một chạy về trường Đào Duy Từ và một chạy đến trường Trần Cao Vân...

- Duật phải chiếm cái am trước. Trong trường bắn ra mãnh liệt có cả B40. Tôi ra lệnh Nghênh và Mã Khện cầm chân hỏa lực trong trường học. Duật chiếm xong am không tổn thất. Tôi gọi Thượng sĩ Hải đem hai đại liên và một 57 ly không giật lên tăng cường cho Duật để Duật yểm trợ Mã Khện vào trường. Sau 45 phút dùng mưu kế cùng với hỏa lực và sự gan dạ, Mã Khện đã chiếm được một lớp của trường. Nghênh tràn vào cùng với Mã Khện lục soát và làm sạch sẽ. Hỏa lực từ góc Thành Nội đổ dồn về phía trường học. Không sao, có thành của các lớp học che chở... Duật bảo con cái đào hầm hố thật kỹ. Tôi dặn: Mày cố thủ tại đây cho Tiểu Đoàn lên.

- Tối đó Bộ Chỉ Huy Tiểu Đoàn đến trại Quân Cụ. Sáng hôm sau Tiểu Đoàn Trưởng cho Đại Đội 2 của Tôn và Đại Đội 1 của Lượm dưới sự chỉ huy của đại ca Đã, Tiểu Đoàn phó, chiếm nhà Bảo Sanh... Đoạn đường có 30 thước, cách một cái hồ nhỏ mà phải trả bằng 50 đứa con thân yêu. Sau 8 tiếng đồng hồ mới chiếm được nhà Bảo Sanh. Tôn bị thương ngay từ phút đầu, Lộc Đại Đội phó lên thay.

- Mười ngày tiếp theo, nhìn nhau qua một con đường rộng vừa đủ cho xe chạy mà hai bên đều khựng lại. Có những trận tấn công chớp nhoáng của địch vào Đại Đội của Lượm đều bị đánh bật lui. Ngược lại ta cũng nhiều lần cố tràn qua bên kia nhưng không chiếm thêm được một tấc đất. Hai bên tải thương đều thấy nhau rất rõ. Lượm bị hao hụt nặng. Phu Nhân lên thay. Tôi và con cái bò lên từng toán một. Địch và ta ở sát nhau, ngóc đầu lên là đạn bắn xuyên mũ sắt ngay. Hơn nửa ngày mới trám hết vị trí của Lượm... Xác chết của anh em nằm trên mặt đường, sình lớn mà không lấy được. Phía bên kia bốn, năm xác vẫn để yên, tụi nó cũng không dám ra lấy về.

- Hai mươi ngày nằm chịu pháo và bị bắn sẻ. Tối nào hai bên cũng rà máy chửi nhau. Theo dõi máy, đột nhiên tôi bắt được một câu báo cáo của tụi nó: Bồ câu hết thóc - Và nghĩ ngay tụi nó đang thiếu đạn. Nếu cứ nằm như thế này, một lúc nào đó tụi nó chỉ cần ho một tiếng thật to mình cũng mất vị trí ngay, vì áp lực quá nặng nề, tổn thất nhiều, tinh thần anh em quá mệt mỏi. Tôi đi đến kết luận riêng: Nếu mình không đánh nó, chắc chắn nó sẽ tấn công mình. Tôi trình với Tiểu Đoàn Trưởng: Thiếu tá cho tôi luôn thằng 2 để tôi tấn công tụi nó. Tôi thấy tinh thần anh em xuống quá. Tiểu Đoàn Trưởng không cho, bắt ráng giữ vị trí. Phu Nhân năn nỉ: Nếu không thì cho tôi đột kích. Tôi cùng vài toán nhỏ tràn qua đường đột kích rồi rút về. Tiểu Đoàn Trưởng nói: Làm kế hoạch xong cho tôi hay.

- Chiều hôm đó, lúc 4 giờ, các toán trưởng lên gặp tôi. Tôi đưa ba toán trưởng bò đến hầm trú ẩn của nhóm tiền đồn ở sát ngã tư đường. Tôi chỉ từng căn nhà bên kia đường: Cái thứ nhất gần ngã tư là mục tiêu của tau. Cái thứ hai kế tiếp có hàng rào là của Nghênh. Cái thứ ba cũng có hàng rào và cây nhãn cao là của Mã Khện. Căn thứ tư có mấy bụi chuối là của Duật. Tất cả hãy quan sát kỹ và chọn một con đường tiến quân thích hợp... Tôi tiếp tục quan sát mục tiêu của tôi, rồi quay lại nói: Lần chót tôi hỏi các ông có ý kiến gì không? Đúng 4 giờ mai tôi sẽ chiếm trước, sau đó tùy các ông bằng mọi cách phải hốt cho bằng được các mục tiêu. Sau đó tôi đi gặp Tiểu Đoàn Trưởng để trình bày kế hoạch. Ông nói: "Nguy hiểm quá, không được, chết cả lũ". Tôi nói: Nếu Thiếu tá không làm bây giờ, một vài ngày nữa tụi nó chỉ cần ho là lính mình chạy hết. Cuối cùng ông chấp thuận.

- Bốn giờ kém mười sáng, toán tôi có mặt tại tiền đồn. Trời tối không thấy gì. Tôi ngại bắn lầm nhau. Năm giờ rưỡi, cái giếng đã nhìn thấy được. Chuẩn bị! Tôi cảm thấy hồi hộp. Chỉ cần bốn cái nhảy vọt là qua bên kia đường, nhưng khó như đi lên trời, vì con đường này là con đường tử thần, làm ranh giới bên ta và địch, là hai mươi ngày trời không nuốt nổi 5 thước đất. Rách nát bao nhiêu cũng vẫn không qua được. Bây giờ mình phải làm để cứu đơn vị, phải hy sinh để cứu đồng đội. Vừa suy nghĩ xong, tôi phóng vụt qua ôm bờ giếng. Kế tiếp là Điểu, Việt, Can băng theo. Tất cả ngồi ôm thành giếng, mồ hôi ra như tắm mặc dù trời lạnh như cắt. Điểu và Can chiếm cầu tiêu. Bỗng một loạt đạn thật giòn và thật gần, tôi quay nhìn ra đường, Phúc và cái máy nát mình nằm trên mặt đường nhựa, dưới làn đạn mịt mù của địch. Tôi hét lớn: Dư, Việt chiếm nhà bếp. Tôi ra lệnh Điểu và Dư chiếm nhà trên, lục soát thật kỹ. Để Việt ở lại, tôi và Can cũng lên nhà trên. Điểu và Can giữ cửa chính nhìn ra sân. Tôi và Dư giữ cửa sổ nhìn ra vườn có nhiều luống khoai lang.

Trời sáng hẳn, tôi bò trở ra bờ giếng, thấy Duật, Nghênh và Mã Khện vẫn còn ở bên kia đường. Tôi toát mồ hôi. Tôi nhìn thẳng vào mấy ổng và lấy tay ngoắt. Mấy ông gật đầu. Tôi bò trở lên nhà trên.... Lựu đạn, súng nhỏ, súng lớn nổ khắp nơi. Tôi biết rằng tụi tôi đã băng được qua đường. Tôi hỏi khẽ: Thấy gì không Dư? Dư lắc đầu... Bỗng Dư chỉ tay về phía các luống khoai. Tôi đếm đủ 11 người đang bò qua, kaki Nam Định, súng AK và B40, cách vách tường khoảng 20 thước, 15 thước rồi 10 thước. Tôi dựng cây súng xuống thật nhẹ, hai tay rút hai trái lựu đạn, miệng cắn chốt. Dư cũng thế, bốn lựu đạn ném ra cùng một lúc, tiếng nổ xé trời, rồi bốn trái tiếp theo.... Nhìn ra cửa, 5 xác nằm vắt trên luống khoai. Một loạt đạn nổ và tôi nghe: Chết em, Đại úy. Tôi sững sờ nhìn Dư, tay trái ôm ngón tay út của bàn tay mặt đầy máu, ruột của Dư đổ ra lòng thòng. Dư ngã vật ra chết tại chỗ. Nơi Dư đứng có một lỗ hổng nhỏ ở vách tường. Vì mải nhìn qua cửa sổ mà không để ý ở phía dưới, nguyên một họng AK thọc qua lỗ tường để sát bụng Dư mà nhả đạn. Tôi bắn một loạt M16 ra cửa sổ, và cứ thế hết quả này đến quả khác, tôi ném tất cả lựu đạn của tôi ra ngoài bờ tường. Hai thằng em đã hy sinh, còn bốn thầy trò phải giữ vững vị trí. Phía bên phải của tôi, súng vẫn nổ dữ dội. Đến 10 giờ 30, tôi cho Điểu đi liên lạc với Nghênh, Duật và Mã Khện. Bốn căn nhà cách nhau mười phút đi bộ mà hơn

1 tiếng sau Điểu mới về báo cáo là tất cả đã chiếm được mục tiêu. Toán Duật, 1 chết, 1 bị thương. Toán Mã Khện, hai chết. Toán Nghênh một chết, một bị thương. Tất cả là 6 chết, 2 bị thương. Chúng tôi còn lại 11 người tại tuyến.

- Điểu bò ra giếng cố đem qua cho tôi một cái máy. Cột máy vào một đầu dây và quăng đầu dây kia qua cho Can kéo. Can mở máy liên lạc với Tiểu Đoàn: "Trình Đại Bàng, tôi sẽ cho tràn ngập vị trí với thằng 2 của Lộc và thằng 3 của tôi". Đại Bàng hỏi: "Tại sao từ sáng đến giờ không liên lạc với tôi? Tôi ra lệnh rút về ngay". Phán nài nỉ: "Đây là dịp may, tinh thần anh em đang lên, tôi xin Đại Bàng cho làm luôn". Đại Bàng Thanh Hóa nói: "Nếu anh không rút về, tôi sẽ đưa anh ra tòa án quân sự". Tôi tắt máy. Suy nghĩ thật kỹ. Hơn mấy giờ để đánh mục tiêu, bốn căn nhà và 1 con đường ngập máu. Cuối cùng tôi bảo Điểu chuyển lệnh cho các toán: "Rút về ngay. Mang thương binh theo, xác chết bỏ lại". Năm thước đường đi đã khó, về còn khó hơn. Mỗi bóng người nhúc nhích là đạn nổ hàng loạt... Con cái bên kia đường đưa mắt theo dõi...

- Toán tôi bò ra bờ giếng, bỗng mấy bóng đen vụt qua như sao xẹt, nhào vào bờ lề và được anh em kéo ra sau. Đây là mấy đứa bị thương, tưởng là di chuyển không nổi, nhưng khi nghe lệnh rút, chúng thu hết tàn lực vùng chạy về... Hỏa lực 3 phía nổ vùi vào vị trí chúng tôi. Địch kiểm soát con đường bằng mấy cây thượng liên và trung liên. Bên kia đường Sự và Lộc đáp lễ bằng hỏa lực cơ hữu của Khăn Tím và của 2... Tôi lấy chân đạp vào thành giếng, phóng người băng qua đường, lăn mình, chạy và nhào vào bờ lề. Anh em kéo tôi ra sau. Tôi bảo Lộc và Sự bắn từng loạt một để tụi nó dọt về...

- Sáu giờ chiều, xuống trình diện Tiểu Đoàn Trưởng, ông nói ngay: "Ông làm những chuyện nguy hiểm quá, lỡ kẹt bên đó thì nói làm sao với Lữ Đoàn?". Tôi đề nghị: "Thưa

Thiếu tá, ngày mai cho tôi tấn công, tôi tin chắc sẽ tràn ngập vị trí tụi nó. Cho tôi thêm thằng 2 của Lộc, để thằng 1 của Lượm đi sau thu dọn chiến lợi phẩm. Chỉ xin Thiếu tá cho tôi hai chiếc tank kèm hai bên hông của tôi. Ông hỏi: "Có chắc ăn không Phán?". Tôi cương quyết: "Chắc, nếu tràn được vị trí, Thiếu tá cho phép tôi đánh thẳng lên Kỳ Đài". Tôi theo Tiểu Đoàn Trưởng lên trình ông Già Hự - Đại tá Yên, Tư Lệnh phó. Ông già chấp thuận.

2. Ghi lại sự tàn bạo của Cộng quân.

Chúng ta đã biết Cộng quân chôn sống người dân Huế trong trận Tết Mậu Thân. Trong Mùa Hè Đỏ Lửa, Cộng quân đã dùng đại pháo 130 ly bắn vào đoàn người chạy giặc tạo nên Đại Lộ Kinh Hoàng. Trong Văn Học Quân Đội, Y sĩ Thiếu tá Thủy Quân Lục Chiến Trần Xuân Dũng, trong bài Một Trận Đánh Khốc Liệt Không Có Thương Binh, đã cho người đọc thấy một tính chất tàn bạo khác của Cộng quân là tàn sát thương binh. Xin trích một số đoạn:

- Trời sáng rõ khi Tiểu đoàn tôi hoàn tất việc đổ quân xuống vùng kinh Sáng và kinh Bà Tà. Sau khi dàn quân xong, Thiếu tá Trí gọi tôi rồi chỉ về hướng ruộng lúa trước mặt: Bác sĩ cùng anh em y tá tiến lên tìm và cứu chữa thương binh Biệt Động Quân.

- Tôi cùng 6 người y tá tiến lên theo hướng tay ông, men theo bờ ruộng. Chúng tôi vừa đi vừa đảo mắt tìm. Trận đánh khốc liệt suốt từ chiều đến nửa đêm mà sao bây giờ chỉ có ruộng lúa. Chợt có tiếng kêu: Đây rồi Bác sĩ ơi. Tôi chạy đến, phụ kéo xác một Biệt Động Quân ra khỏi ruộng nước. Chúng tôi đặt anh trên một khoảng đất gần đó, rồi tiếp tục dàn hàng ngang đi xen vào giữa các hàng lúa. Sau 10 phút, chúng tôi tìm được chục xác nữa. Vừa lúc đó bỗng có người nhô lên từ ruộng lúa, chạy về phía tôi. Anh ta không còn áo, không còn vũ khí, chỉ mặc một cái quần màu hoa rừng. Anh giơ tay chào và nói: Chào Bác sĩ. Em là thiếu úy X, thuộc Tiểu đoàn Biệt Động Quân này.

Tôi vội hỏi: Thương binh đâu Thiếu úy?

Thiếu úy X đưa tay chỉ nguyên cánh đồng lúa rồi đáp: Trên khắp ruộng này, nhưng chắc không còn ai.

Tôi hỏi: Thế đêm qua ta đã tải thương được hết rồi hay sao?

Thiếu úy X đáp: Dạ không. Tiểu đoàn em đụng trận từ lúc 6 giờ chiều hôm qua, trong lúc tiến vào làng phía trước mặt để đóng quân. Quanh cánh đồng này, Việt Cộng từ tứ phía đổ ra như kiến. Anh em Biệt Động Quân chống trả kịch liệt. Sau đó phi cơ chiến đấu đến trợ giúp. Nhưng chỉ được khoảng nửa giờ thì trời tối, nên tác xạ và oanh kích không còn hữu hiệu. Hơn nữa ta và địch quá gần nhau. Cả Trung đoàn địch vây đánh tụi em, một chọi ba. Đến 11 giờ đêm thì Tiểu đoàn núng thế lắm rồi. Đạn hết, đánh nhau như trộn trấu, xáp lá cà, dùng bất cứ thứ gì còn trong tay. Lựu đạn, lưỡi lê, báng súng... Nhờ trời tối thẫm nên mặc dầu chỗ nào cũng có địch, nhưng anh em Biệt Động Quân nào còn sống và chưa bị thương có thể thoát được. Em là Trung đội trưởng, Đại đội 3, phía em gay go nhất, thương binh rất nhiều.

- Chỉ có một mình Thiếu úy ở đây bây giờ hay sao?

- Dạ, khi đơn vị rút hết, em phải giả chết. Bọn Việt Cộng chia nhau đi lượm vũ khí và khiêng đồng đội bị thương của chúng đi. Em nằm bên bờ nước, nghe một tên Việt Cộng, có lẽ là chính ủy, quát lên với giọng Bắc: "Dàn hàng ngang, đi chen vào giữa những hàng lúa tìm bọn thương binh xử trí hết, không để sót". Lần đầu em nghe chữ xử trí, em chẳng hiểu là gì, cho đến khi thấy bọn Việt Cộng dàn đều soi đèn pin loang loáng khắp cánh đồng và xả súng bắn thương binh ta.

- Sao Thiếu úy lại thoát được?

- Cũng nhờ số cả. Em nằm sát bờ ruộng, trong tư thế giả chết. Tên Việt Cộng vừa bắn xong người nằm cách em chừng hai thước, lại quay mình bước lên bờ bỏ đi, có lẽ nó không thấy.

Người Thiếu úy đó nhập với toán Quân Y đi tìm xác anh em thương binh đã bị Việt Cộng tàn sát đêm qua. Chẳng bao lâu chúng tôi đã tìm được hơn năm chục xác, toàn dưới mặt nước ruộng, thi thể có quá nhiều vết đạn bắn ở tầm gần.

Hai chiếc trực thăng H.34 lần lượt đáp xuống quãng đường đất. Ban Quân Y chúng tôi cùng người Thiếu úy nhanh chóng chuyển xác anh em BĐQ lên trực thăng. Khi xác cuối cùng được chất vào chiếc trực thăng thứ nhì thì tổng số xác là 89 và phải chất lên đến tận nóc.

Cộng quân thì tàn sát thương binh như thế, còn chúng ta Việt Nam Cộng Hòa, thì có chính sách nhân đạo với thương binh Việt Cộng. Người viết cũng là sĩ quan tham dự những trận chiến ở chiến trường Thừa Thiên, Quảng Trị từ 1968 đến 30/4/75, đã gặp nhiều thương binh Việt Cộng và chúng tôi đã coi thương binh VC như thương binh của đơn vị chúng tôi: Săn sóc và gọi trực thăng tải thương. Về chuyện nhân đạo đối với thương binh Việt Cộng, chúng tôi xin trích một đoạn trong bài viết về chuyện này của Y sĩ Trung tá Phạm Việt Tú, Chỉ huy Trưởng Tổng Y viện Duy Tân Đà Nẵng: "Một vấn đề khác làm nhức nhối tim óc là Quân Lực Việt Nam Cộng Hòa nói chung và ngành Quân Y nói riêng, theo truyền thống nhân đạo đã cứu chữa thương binh Cộng Sản tại mặt trận và sau đó di chuyển họ về các Quân Y Viện để điều trị. Tổng Y viện Duy Tân dù chật hẹp, không đủ chỗ cho thương binh của Quân Lực VNCH, nhưng cũng phải dành một trại riêng biệt để điều trị thương binh Cộng Sản.

Ngành Quân Y cũng phụ trách cấp cứu và điều trị tù binh Cộng Sản. Riêng tại Tổng Y Viện Cộng Hòa, trại bệnh của tù binh chiếm tới 100 giường.

Tại bốn trại giam tù binh Cộng Sản ở bốn Quân Khu có một Ban Quân Y gồm một bác sĩ và nhiều y tá để săn sóc tù binh Cộng Sản. Đặc biệt tại Phú Quốc, Quân Y đặt một bệnh viện 100 giường gồm có năm bác sĩ, một nha sĩ và trợ y, y tá để yểm trợ y vụ cho hơn 30.000 tù binh Cộng Sản bị giam giữ tại đó." (Trích Quân Y Quân Lực VNCH - 2000)

3. Ghi lại sự tan rã của Quân Đoàn I.

Những ngày cuối tháng 3/75, chúng tôi (người viết) cũng là nạn nhân của việc di tản để tan rã. Đơn vị chúng tôi đang bố phòng ở quận Hương Điền, Thừa Thiên thì được lệnh di tản về cửa Thuận An để có tàu Hải Quân đón vào Đà Nẵng. Chúng tôi ra sát biển, chỗ cát ướt để dễ đi. Tới gần Thuận An thì đó không còn là biển và cát mà là một rừng người, quân lính và dân hỗn loạn. Nhìn cảnh tượng đó tôi biết không cách nào lên tàu, nếu có tàu vào đón. Tôi nói với Đại Đội: Một rừng người thế kia thì khi tàu vào, người ta sẽ đè lên nhau mà chết. Tới đây chúng ta không còn lãnh đạo. Lệnh đã đưa chúng ta tới chỗ cùng. Vì thế, mỗi chúng ta tự tìm lấy đường đi của mình và đơn vị tôi tan rã. Đọc những bài "Những ngày cuối tháng 3/1975 tại chiến trường Huế" của Thiếu tá Phạm Cang và một số bài khác nói về lệnh di tản của lực lượng Thủy Quân Lục Chiến ở Thừa Thiên và Đà Nẵng, tôi thấy tình cảnh giống chúng tôi. Và đó cũng là tình cảnh chung của cả Quân Đoàn I. Ở đây sách đã ghi lại được chỗ cùng của thảm kịch tan rã với tình cảnh hết quân của những cấp chỉ huy lớn:

- Trong bài Những Ngày Tháng Sau Cùng Của Tiểu Đoàn 9 TQLC ghi lại việc Tướng Nguyễn Văn Điềm hết quân: Ngày 25-3-75, Tướng Nguyễn Văn Điềm, Tư Lệnh Sư Đoàn 1 Bộ Binh, họp các Sĩ Quan lần cuối tại Căn cứ Giạ Lê, ông cho biết đã nhận được lệnh bỏ Huế và bản thân ông cũng không biết phải làm những gì?

- Trong bài Những Ngày Tháng Không Quên ghi lại việc Tướng Ngô Quang Trưởng phải đi theo Thủy Quân Lục Chiến. Khoảng 23 giờ (28/3), Tướng Ngô Quang Trưởng tới Trung Tâm Hành Quân của Thủy Quân Lục Chiến, cùng đi với Tướng Trưởng có Chuẩn tướng Nguyễn Đức Khánh - Tư lệnh Sư đoàn 1 Không Quân, Đại tá Phước - Không đoàn trưởng Không đoàn 51 trực thăng, Đại tá Nguyễn Hữu Duệ - Tỉnh trưởng Thừa Thiên và Đại úy Hòa, tùy viên của tướng Trưởng. Tôi chào tất cả các vị và mời vào xa-lông của Trung Tâm Hành Quân. Tướng Ngô Quang Trưởng mở lời nói với tôi: "Họ đã đi hết cả rồi, bây giờ anh em Thủy Quân Lục Chiến ở đâu thì tôi theo đó". Sau một hồi yên lặng, ông quay qua nói với Chuẩn tướng Nguyễn Đức Khánh và hai vị Đại tá: "Riêng các anh không còn nhiệm vụ gì ở đây thì có thể đi đâu tùy ý".

- Bài ghi lại việc Tướng Trưởng lội ra tàu: Tôi và Trung tá Đặng Bá Đạt, Chỉ Huy Trưởng Pháo Binh Sư đoàn, giúp Tướng Trưởng mang phao đổ bộ Thủy Quân Lục Chiến và sau đó đề nghị ông tiến ra biển. Tôi một bên, Trung tá Đạt một bên, phòng khi ông bị sóng đánh ngã, vì lúc đó sức khỏe của ông suy giảm nhiều. Chúng tôi hướng ra chiếc tàu gần nhất.

Khoảng 10 giờ, một chiếc trực thăng từ hướng Nam bay tới và đáp xuống bờ biển đối diện với chiếc HQ 404. Tướng Khánh, Đại tá Phước và Đại tá Duệ bước xuống, cùng hòa nhập với các quân nhân TQLC lội ra tàu.

III. Kết luận

Ngày 10/3/1975, quân Cộng Sản Bắc Việt tấn công và chiếm Ban Mê Thuột. Trong thời gian 50 ngày, Quân Đoàn II và Quân Đoàn I tan rã và Tổng Thống hai ngày Dương

Văn Minh tuyên bố đầu hàng ngày 30/4/1975. Đã có nhiều bài phân tích và trả lời về nguyên nhân sụp đổ quá nhanh của Việt Nam Cộng Hòa. Ở đây, chúng tôi chỉ ghi lại hai nguyên nhân chính:

Thứ nhất là Mỹ bỏ rơi Việt Nam Cộng Hòa

Trong bài Tại Sao Quân Nhân Cầm Bút Viết của Bác sĩ Trần Xuân Dũng có đoạn: "Thượng Viện và Hạ Viện Mỹ cắt đi 700 triệu đô la từ ngân quỹ dự định viện trợ quân sự cho Việt Nam Cộng Hòa là 1 tỷ trong năm tài chính 1974 (tức là kể từ 1/7/1974). Ngay trước đó điều khoản ấn định cho Mỹ trong hiệp định Paris 1973, được thay thế những vũ khí đã mất đi trong các trận đánh, cho Quân Lực Việt Nam Cộng Hòa cũng đã không bao giờ thực hiện đầy đủ.

Ngược lại vào tháng 12-1974, tướng Viktor Kulikov, Chỉ Huy Quân Lực Liên Bang Xô Viết, từ Moscow bay tới Hà Nội, cam kết viện trợ vũ khí sẽ tăng lên gấp 4 lần và sẽ được chuyển tới Bắc Việt vào tháng 1, tháng 2 năm 1975.

Như vậy, sự yểm trợ về không quân và pháo binh cho Việt Nam Cộng Hòa giảm mất đi 60 phần trăm do sự thiếu bom cho máy bay và đại bác cho pháo binh. Khả năng cơ động, di chuyển của Quân Lực Việt Nam Cộng Hòa bị giảm xuống 50 phần trăm vì thiếu phi cơ, xe vận tải và nhiên liệu. Đại tá L.G., Giám Đốc cơ quan DAO tại Sài Gòn đã viết: "Trong lịch sử chiến tranh Việt Nam chưa bao giờ quân đội Bắc Việt được ở trong tình trạng tiếp viện về vũ khí thuận lợi như vậy". Kết quả là Bắc Việt tăng thêm 70.000 lính nữa cho số bộ đội tác chiến đã có sẵn từ trước là 200.000 cộng với 100.000 lính yểm trợ tiếp vận. Bắc Việt có 600 - 700 xe tăng (gấp đôi số lượng xe tăng của QLVNCH), 400 đại pháo, 200 súng phòng không cỡ lớn và rất nhiều hỏa tiễn SA-7.

Việt Nam Cộng Hòa đã bị trói tay, bức tử.

Thứ nhì là sự quyết định sai lầm và khủng hoảng lãnh đạo

Sau khi mất Ban Mê Thuột, Tổng Thống Nguyễn Văn Thiệu quyết định tái phối trí lực lượng, rút gọn, bỏ bớt lãnh thổ để tăng cường phòng thủ. Từ ý định này ông đã ra lệnh cho Tướng Nguyễn Văn Phú bỏ cao nguyên, rút Quân Đoàn II về phòng thủ duyên hải và ra lệnh cho Tướng Ngô Quang Trưởng bỏ vùng I chiến thuật. Khi ra lệnh như thế ông Thiệu và Bộ Tổng Tham Mưu đã nhìn vấn đề quá đơn giản như chuyển quân trong lúc bình yên mà quên mất là trận chiến đang xảy ra với yếu tố Dân và Địch: Dân đã chạy loạn theo lính và địch đã đuổi truy kích. Vì thế hai cái lệnh Rút Bỏ Cao Nguyên và Bỏ Vùng I đã tạo thành thảm kịch Chết và Tan Rã. Ở cao nguyên thì con đường 7B bỏ hoang chạy từ Pleiku qua Cheo Reo, Phú Bổn xuống Tuy Hòa đã thành đường máu. Còn ở Vùng I thì cửa Thuận An, Tư Hiền và bờ biển Đà Nẵng, Non Nước cũng thành bãi biển máu với đạn pháo của địch.

Trong bài *"Tại Sao Tôi Bỏ Quân Đoàn I"*, Tướng Ngô Quang Trưởng đã ghi lại một số điều cho chúng ta thấy sự hoảng loạn bất định của Tổng Thống Thiệu: "Ngày 13 tháng 3 năm 1975, được lệnh vào Sài Gòn họp. Tôi vào đến Sài Gòn nhưng với sự ngạc nhiên là chỉ có mình tôi vào gặp Tổng Thống và Thủ Tướng Trần Thiện Khiêm mà thôi. Nhưng khi Tổng Thống Thiệu cho biết ý định của ông ta là phải rút bỏ Quân Đoàn I ngay hôm nay thì tôi mới vỡ lẽ, cay đắng và uất ức vì lệnh ra quá đột ngột ngoài sức tưởng tượng và ngoài ước muốn của tôi. Thật ra, lúc đó tình hình tại Huế, Quảng Ngãi và Đà Nẵng tuy có hơi nặng nề vì địch tấn công liên tiếp, tuy nhiên tôi đủ sức chống giữ và sẽ tăng cường Sư Đoàn Dù cùng với Thủy Quân Lục Chiến ra những vùng đó để lấy lại ưu thế. Tôi trình bày cặn kẽ những ý kiến cũng như dự định của tôi lên Tổng Thống và Thủ Tướng, nhưng không được chấp thuận. Lệnh bất di dịch là phải rút Quân

Đoàn I càng sớm càng tốt. Lệnh của Tổng Thống Thiệu yêu cầu tôi rút Quân Đoàn I vào ngày 13 tháng 3, và rút Quân Đoàn II vào ngày 14 tháng 3. Ông Thiệu cho biết là rút hết về Phú Yên, lấy quốc lộ 22 làm ranh giới. Việt Nam thu gọn sẽ chạy dài từ Phú Yên đến Hà Tiên.

Sau đó tôi suy nghĩ kỹ hơn và quyết định gọi Đại Tướng Cao Văn Viên nhờ xin Tổng Thống cho tôi dùng mọi cách để giữ Huế và vùng I. Tổng Thống Thiệu rung động, chấp thuận cho tôi giữ Huế. Sáng 18 tháng 3, tôi ra Huế gặp Tướng Lâm Quang Thi (Tư Lệnh phó Quân Đoàn I) đang chỉ huy tại Huế. Tôi ra lệnh: Giữ Huế cho thật vững. Chiều hôm đó về đến Đà Nẵng, tôi nhận được một lệnh do Đại Tướng Cao Văn Viên, thừa lệnh Tổng Thống yêu cầu tôi "bỏ Huế". Thật làm cho tôi chết lặng người. Vì mới buổi sáng nay ở Huế, tôi ra lệnh cho Tướng Thi giữ Huế. Bây giờ đột nhiên được lệnh bỏ thì tôi biết nói làm sao với Tướng Thi và anh em binh sĩ... Kết quả là Tướng Thi thi hành lệnh, bỏ Huế và dồn quân đến cửa Thuận An để được tàu Hải Quân rút về Đà Nẵng.

Đúng ngày 22 tháng 3 năm 1975, tôi được lệnh trả Sư Đoàn Dù và Sư Đoàn Thủy Quân Lục Chiến về giữ Nha Trang. Ngày 29 tháng 3, Cộng quân tràn vào Đà Nẵng với những trận giao tranh nhỏ. Tôi được chiến hạm HQ404 đưa về Sài Gòn. Trên tàu cũng có một Lữ Đoàn Thủy Quân Lục Chiến. *Khi tàu chạy ngoài khơi, Tổng Thống Thiệu liên lạc yêu cầu tôi ra tái chiếm lại Đà Nẵng*. Tôi trả lời ngay là bây giờ tôi lấy ai để theo chân tôi tái chiếm Đà Nẵng? Lính tráng đã phân tán mỗi người một nơi. Cấp chỉ huy thì mạnh ai nấy thoát. Làm sao tôi có thể làm chuyện đó được".

Vì thế hai cái lệnh hoảng loạn sai lầm của ông Thiệu đã làm rúng động toàn quốc, tan vỡ lòng quân. Những tỉnh ven biển đã lần lượt bị bỏ ngỏ, như Cam Ranh, Nha Trang, quân bỏ chạy mấy ngày Cộng quân mới tới. Trong khi mặt trận Xuân Lộc tan vỡ, mười mấy sư đoàn Cộng quân bao vây Sài Gòn thì Tổng Thống Thiệu từ chức, rồi đến lượt Tổng Thống Trần Văn Hương nhường chức Tổng Thống cho Đại Tướng Dương Văn Minh. Đến lúc quân đội tan vỡ ông Thiệu mới từ chức để chạy, còn tướng Dương Văn Minh đại diện cho Lực Lượng Thứ Ba nài nỉ cụ Hương nhường chức để đàm phán với Cộng Sản Bắc Việt ngưng bắn theo hiệp định Paris: Một giấc mơ ngây dại. Quân đội đã tan rã, ông lấy cái gì để nói chuyện với Cộng Sản? Vì thế Từ chức và Nhường chức đã trở thành tấn bi hài kịch kết thúc chế độ Việt Nam Cộng Hòa.

Chúng ta hiểu Cộng Sản Bắc Việt đã nhận súng đạn của Nga, Tàu để tiến hành chiến tranh xâm lược Miền Nam theo chiến lược bành trướng chủ nghĩa Cộng sản. Và Việt Nam Cộng Hòa đã được Hoa Kỳ viện trợ để chống lại sự bành trướng đó. Nay Hoa Kỳ thay đổi chiến lược, chấm dứt viện trợ quân sự thì Việt Nam Cộng Hòa phải sụp đổ. Nhưng nếu lãnh đạo Việt Nam Cộng Hòa cương quyết chống lại cuộc tấn công của Cộng Sản Bắc Việt - Ở đâu tử thủ ở đó - như những chiến sĩ Thủy Quân Lục Chiến trong những trận đánh cuối cùng ở Vùng I thì Cộng Sản Bắc Việt có thắng được Miền Nam cũng phải trả một giá rất đắt. Nhưng lãnh đạo của chúng ta đã chạy, đã không làm sáng lên được chính nghĩa của cuộc chiến đấu vì Tự Do của quân dân Miền Nam.

Việt Dương

TRẦN THỊ NGUYỆT MAI

NHỮNG KỶ NIỆM CÙNG ANH TRẦN HOÀI THƯ VÀ THƯ QUÁN BẢN THẢO

Thời giờ thấm thoát thoi đưa
Nó đi đi mãi có chờ đợi ai...

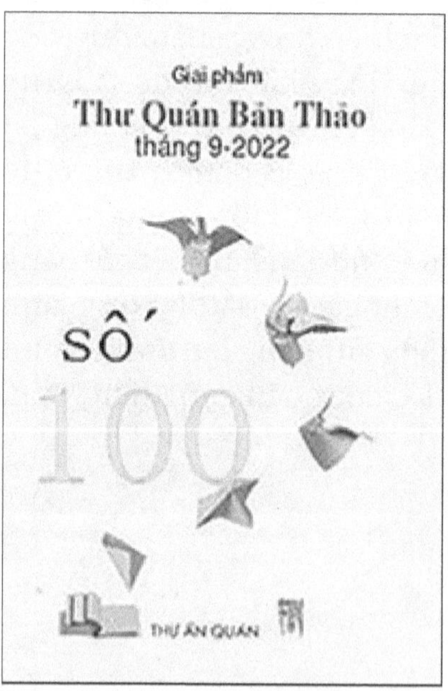

Hình bìa tạp chí
Thư Quán Bản Thảo số 100,
kỷ niệm 21 năm thành lập

Ôi thời gian! Thế là hôm nay Thư Quán Bản Thảo (TQBT) đã ở ngất ngưởng con số 100. Con số của một đời người. Tôi thỉnh thoảng vẫn hay ngâm nga câu thơ đầu của Kiều, "*Trăm năm trong cõi người ta*"... để nghe lòng ngậm ngùi quá đỗi:

Trăm năm còn lại những gì
Còn chăng những nỗi sầu bi đẳng lòng... (TTNM)

Nghe như tiếng thở than của Ôn Như Hầu Nguyễn Gia Thiều trong *Cung Oán Ngâm Khúc*:

Trăm năm còn có gì đâu
Chẳng qua một nấm cỏ khâu xanh rì...

Ơ hay, TQBT đang vui mừng đạt tới số 100, cớ sao nói chi những chuyện buồn phiền như thế? Xin nói ngay, tôi bị dính "Cô" khi đi nghỉ hè ở miền Nam California. "Đắng" này là từ hậu quả của thuốc Paxlovid. Một lúc sau khi uống 3 viên đầu tiên, tôi đã *text* cho Bác sĩ Ngô Thế Vinh: "Thuốc bắt đầu ngấm. Miệng em đắng nghét". Ông Thầy an ủi học trò: "Thuốc đắng dã tật. Bộ thuốc trị bệnh mà NM đòi ngon như ô mai sao?" Ước gì mọi thứ trên đời đều ngon như ô mai thì dễ chịu biết bao! Tôi bị "Cô" chiếu cố tận tình hết sức! Đã hơn 10 ngày mà kết quả vẫn còn dương tính. Phải tiếp tục cách ly với hết thảy mọi người, lúc nào ra ngoài cũng phải mang mặt nạ thật khó thở, dù trước đây khi tự nguyện nên cảm thấy rất thoải mái, còn bây giờ thì bắt buộc nên bỗng thấy... khó chịu! Hôm qua, thứ hai đầu tuần, *boss* gọi điện thoại hỏi có thể đến sở sau giờ làm việc để làm một số việc "không thể chờ được" không, tôi OK liền. Làm cái *test* nhanh, chụp hình *text* cho *boss* xem: "Kết quả không chắc chắn. Vẫn còn một đường chỉ mảnh màu hồng ở phần mẫu thử (sample)". Một lúc sau *boss* viết lại: "Đã hỏi Bác sĩ W. "Cô" đang đi ra khỏi thân bạn vì đường hồng rất nhạt. Nhưng bạn vẫn phải tiếp tục cách ly 5 ngày. Và sau đó vẫn phải đeo mask thêm 5 ngày nữa..." Tôi xem đây như một "tin vui giữa giờ tuyệt vọng", đã sắp thoát khỏi "Cô", nên đến sở với tâm hồn phơi phới, đeo mask và đóng cửa phòng lại trong khi làm việc, chẳng khuấy động đến ai. Với niềm vui đó, hôm nay tôi ngồi viết những dòng chia sẻ này.

Nhân duyên nào để tôi có thể trở lại với văn chương Việt khi ngỡ đã không còn một cơ hội? Thời thiếu nữ của tôi đã mất cùng với năm tháng đó như bao người con gái ở phía Nam cùng trang lứa. Để thấy được mọi bất công nghiệt ngã trên phần đất đã nuôi dạy mình tính nhân bản từ lúc mới đến trường: "Tiên học lễ, hậu học văn". Những cuộc hủy diệt phần thư, đày đọa những sĩ quan và viên chức chế độ VNCH vào tù cải tạo, chính sách kinh tế mới, đối đãi hồng hơn chuyên, trái tai gai mắt... Đường đã dồn đến cùng, nên người bỏ nước ra đi là điều không thể tránh khỏi. Đến một xứ sở mới khi đã không còn trẻ, bắt đầu lập nghiệp từ hai bàn tay trắng, lại ở một nơi xa xôi hẻo lánh không có cộng đồng người Việt, nên tôi hầu như đã quên chữ nghĩa Việt dù vẫn được nói tiếng Việt trong gia đình. Lúc ấy máy tính, internet và các trang mạng văn chương chưa được phổ thông như bây giờ. Báo chí Việt lại càng không có cơ hội đến nơi xa xôi hẻo lánh, rất ít người Việt chỗ tôi sinh sống. Lo học hành, kiếm tiền cộng thêm bổn phận gia đình đã cuốn hút tất cả thời gian của tôi... Cho đến mãi về sau này, nhờ vào các phương tiện máy tính, mạng lưới internet và các trang mạng bắt đầu phát triển rộng, tôi liên lạc lại được với chị Cam Li Nguyễn Thị Mỹ Thanh, một cây bút rất quen thuộc của Tuổi Hoa, một bạn văn thân thương thuở ấy mà chúng tôi xem nhau như chị em một nhà. Một bài tùy bút trên Tuổi Hoa ngày đó của chị Cam Li được anh Trần Hoài Thư chọn đưa vào cuốn Văn Miền Nam nên trong một dịp trò chuyện, chị giới thiệu công trình sưu tập văn chương miền Nam của anh chị Trần Hoài Thư để từ đó tôi viết thư cho anh đặt mua bộ Văn Miền Nam. Ngoài sách đặt, anh còn gửi tặng tạp chí Thư Quán Bản Thảo và tập thơ *Ô Cửa* thật dày của anh. Thơ anh rất hay nhưng đó đây có những lỗi chính tả. Tôi bèn lấy giấy vừa thưởng thức thơ vừa ghi ra những lỗi ấy, gửi lại để anh sửa cho những lần in sau. Chẳng ngờ chuyện nhỏ nhoi đó lại trở thành "định mệnh" giúp tôi trở lại với văn chương Việt và được quen với những người Anh, người Chị, người Thầy, người Bạn văn chương hết sức tuyệt vời...

Tôi bắt đầu giúp anh Trần Hoài Thư đọc bản thảo từ TQBT số 46 (tháng 4-2011) chủ đề Tưởng nhớ Nhà văn Doãn Dân cho đến số 60 chủ đề Tạp chí Sáng Tạo (tháng 7-2014). (Những số sau này tôi chỉ được đọc khi nào anh nhờ giúp).

Buổi đầu có rất nhiều lúng túng và bỡ ngỡ. Rời quê hương và không còn đọc viết tiếng Việt đã trên 20 năm, cách chi nhớ nổi hết! Chữ đầu nào nên dùng d hoặc gi, và chữ cuối nào nên là t hoặc c, những dấu hỏi và ngã "bất quy tắc"? Ôi chao, điên cái đầu! Thời gian đó tôi cứ email liên tục hỏi chị Cam Li vì lúc xưa đã có thời gian chị làm "cô cò" cho báo Tuổi Hoa. Có "quới nhơn" giúp đỡ và tôi cũng cố gắng học hỏi nên dần rồi việc cũng quen. Sau này lại có những links tự điển để dễ dàng tra cứu nên lần hồi việc này cũng trở thành đơn giản. Cũng có khi bị bí, không hiểu, thì tôi hỏi anh THT những thắc mắc. Như lúc làm TQBT số 49 chủ đề Nhà thơ Lâm Vị Thủy (tháng 12-2011) trong bài thơ *"Cho một người xem"* trang 224, có chữ "xếp tanh":

Có phải cuộc đời như ga xép
Chúng mình những chuyến tàu quen thuộc
Đôi mắt người xếp tanh giờ ngó tìm qua vuông kính mở
Những dòng sông,
Những cánh rừng cao su chưa lấy mủ
(Cho một người xem – Lâm Vị Thủy)

Thì được anh giải thích: Xếp tanh (từ gốc tiếng Pháp "*chef de train*") là nhân viên hỏa xa phụ trách tổng quát trên xe lửa. Nên tôi đã để ghi chú này dưới bài thơ để mọi người cùng hiểu.

Tờ báo đầu tiên trong buổi "xuất quân" của tôi có nhiều kỷ niệm. Đầu tiên là hiểu được nỗi vất vả của anh chị Trần Hoài Thư – Nguyễn Ngọc Yến khi đi sưu tập tài liệu: "... *4 giờ sáng mồng 7 Tết Tân Mão, bắt đầu rời nhà. Rời nhà khi trời còn đen tối, khi tuyết bão, khi trời sương mù dày dặc. Khi chúng tôi đến Scranton, cách thư viện Cornell khoảng 50 dặm, vào lúc 8 giờ sáng thì đường đông đá. Chiếc xe đầu chạy chậm lại khiến tôi, quen như một phản xạ, cũng đạp thắng và đạp rất nhẹ. Vậy mà xe đã mất điều khiển trợt tự do. Hết trái, rồi qua phải, không thể kiềm chế nó nổi. Trong khi đó phía đường ngược chiều nằm phía bên trái, một chiếc xe truck chạy ngược lại. Tôi chỉ còn biết nhắm mắt...*" (Rong bút – Trần Hoài Thư – tr. 5). Rồi thật tình cờ, trong bài "Những lần ra mắt sách" của anh Nguyên Minh, ở trang 33, nhìn tấm ảnh chụp nhóm Ý Thức trong đó có vợ chồng anh chị Hồ Thanh Ngạn – Nguyễn Thị Dung của Thanh Yên và Thanh Lam – hai cô bạn ngày cũ – tôi như gặp lại người quen. Thêm một điều lạ nữa là khi dò *"Bàn Tay Cho Yến"*, truyện ngắn của Doãn Dân, bỗng thấy một đoạn bị thiếu. Tôi copy đoạn đó vào email định nhờ anh Trần Hoài Thư tra cứu giùm bản gốc để thêm vào, thì thật mầu nhiệm, chữ nghĩa hiện ra rõ ràng!

Một chuyện tình cờ nữa là khi làm số 49 (tháng 12-2011) ở phần bài vở cho chủ đề Giáng sinh, anh THT có hỏi ý tôi là nên cho đi một truyện ngắn của anh viết trước 1975 về người lính trong ngày Giáng sinh hay nên đi một truyện sau 1975 về người tù cải tạo? Tôi đề nghị đi bài trước 1975 để độc giả thấy được những hy sinh của người lính ngoài mặt trận chịu mưa rét giá lạnh hành quân giữ cho hậu phương được yên ổn vui chơi trong ngày lễ cuối năm. Anh đã đồng ý và cho đi bài "Nay Lát". Đến khi bạn Quang Võ giúp sưu tầm và đánh máy lại tập truyện ngắn "Những vì sao vĩnh biệt" do Ý Thức xuất bản năm 1971 của anh, mặc dù cuốn sách được sưu tập nguyên vẹn không thiếu trang nào, nhưng truyện "Nay Lát" trong sách lại bị thiếu một đoạn (và truyện *"Như Ân Thánh Sủng"* ghi ở mục lục nhưng trong phần nội dung lại không có). Nên tôi đã dùng truyện này so sánh với đoạn thiếu để nhờ Quang Võ đưa thêm vào. Anh Thư ơi, đây là chuyện bây giờ mới kể, anh thấy có điều trùng hợp kỳ lạ không?

Ký ức lại đưa tôi về khi làm tập TQBT 50 – Chủ đề Nguyễn Đức Sơn (tháng 2-2012) là khi đọc bài anh Đinh Cường có chỗ không rõ lắm nên tôi viết thư hỏi. Anh đã trả lời rất tường tận và còn giúp tôi dò bản gốc thơ ở những bài viết khác... Đó cũng là khởi điểm để tôi được quen thân hơn với anh. Anh là một trong những cộng tác viên rất đắc lực và một mạnh thường quân của TQBT. Ngoài đóng góp tranh bìa, minh họa và bài vở, do mối quan hệ bạn bè rộng rãi, thân thiết, anh còn giúp liên lạc với gia đình tác giả. Như đã giúp liên lạc với chị Kim Nhung, em gái nhà văn Nguyễn Thị Thanh Sâm để in lại tiểu thuyết *Cõi Đá Vàng.* Hay nhà thơ Trần Xuân Kiêm, phu quân của Nữ sĩ Phùng Thăng khi thực hiện TQBT số 59 – Tưởng niệm Phùng Thăng (tháng 3-2014). Cũng số báo này, anh ĐC đã nhờ các bạn anh ở Huế như chị Thái Kim Lan, "cặp đôi hoàn hảo" Phạm thị Anh Nga – Bửu Nam ở Huế tìm giúp tất cả những hình ảnh tư liệu về Phùng Thăng, viết bài, cũng như mượn thư viện cuốn *"Kẻ lạ ở Thiên Đường"* của Simone Weil và scan truyện đó để TQBT có thể giới thiệu với bạn đọc. Anh rất nhiệt tình giúp những gì anh có khả năng giúp. Tập TQBT 60 – Chủ đề Tạp chí Sáng Tạo (tháng 7-2014), anh đã thức rất khuya để chụp giúp thơ trên 4 số báo Sáng Tạo mà trong file Sáng Tạo của anh THT không có. Khi anh THT bắt đầu tập cho tôi làm bìa TQBT thì chính anh Đinh Cường cũng đã giúp ý kiến, chỉ dẫn. Đối với tôi, anh lúc nào cũng như một người Anh, một người Thầy mà tôi rất quý kính.

Cũng qua TQBT tôi được quen với anh Nguyễn Phán, nguyên Đại úy Biệt Động Quân, khóa 24 Võ Bị Đà Lạt, người sĩ quan đã sống sót trở về sau những ngày đụng trận rất khốc liệt nơi chiến trường An Lộc *"An Lộc địa, sử ghi chiến tích"* năm 1972. Anh cũng là một trong bảy thành viên sáng lập Hội HO cứu trợ TPB & CNQP/ VNCH. Sau khi số TQBT 64 chủ đề "Một nơi nào để nhớ" phát hành vào tháng 5-2015, tôi nhận được từ anh THT:

Chuyển em thư mời cộng tác của anh chủ bút tờ Đa Hiệu (Võ Bị Đà Lạt).

Chúc lành

THT

2015-06-26 19:20 GMT-04:00 Thuc Phan <xxxxx@yahoo.com>:

Thưa anh,

Anh và chị Yến có khỏe không?

Xin hỏi anh và nhờ anh. Trong THƯ QUÁN BẢN THẢO số 64 tôi đọc được nhiều bài viết về Sài Gòn mà tôi rất ưng ý của nhiều tác giả mà trong đó có anh, chẳng hạn như bài *SÀI GÒN VÀ TÔI* của anh (trang 50) và *Một Thoáng Hương Xưa* của Trần Thị Nguyệt Mai (trang 141)... Anh có thể bắc giùm một nhịp cầu nối giữa tôi và tác giả Trần Thị Nguyệt Mai để tôi mời cô cộng tác với tập san Đa Hiệu. Đây là lần đầu tiên mà tôi đọc bài viết của nữ tác giả này và bị cuốn hút ngay vào lối viết rất tự nhiên nhưng hấp dẫn người đọc.

Ngày 1 tháng 7 năm 2022 vừa qua, anh Nguyễn Phán đã được Chúa gọi về. Nơi đây, em xin được mặc niệm tưởng nhớ đến Anh. "*Thác là thể phách còn là tinh anh*". Anh đã sống một đời rất đẹp, với tổ quốc, với tha nhân. Nên Anh sẽ mãi còn trong tim của rất nhiều người.

Thế đó, TQBT như một mái nhà kết nối giữa người đọc và người viết, giữa người viết và người viết. Như trong điện thư ngày thứ sáu 15-4-2016 anh THT chuyển cho tôi:

NM thân:

Nhà thơ Phạm văn Bình vừa để MSG nhờ anh chuyển lời ngợi khen về bài Lục bát của NM trên TQBT số mới*. Nguyên văn: "Bài thơ dù ngắn gọn nhưng đọc thật xúc động. Đọc đi đọc lại vẫn hay...".

Chúc lành về em và gia đình.

THT

[Ghi chú: Bài thơ "Người Đi" viết nhân 49 ngày của họa sĩ Đinh Cường đi trên TQBT số 69 (tháng 4-2016) chủ đề Tạp chí Mai.]*

Tháng 11-2012, nhân chuyến về thăm gia đình, anh Trần Hoài Thư đã nhờ tôi liên lạc với nhà văn Dương Nghiễm Mậu để trình bày ý định làm TQBT số 55 – tháng 1-2013. Anh Đinh Cường giới thiệu để tôi có thể đến gặp anh Nghiễm. Đây là số TQBT định mệnh. Anh Nghiễm chia sẻ anh có một bút ký viết về Tết Mậu Thân 1968 đã bị thất tán, nếu được xin anh THT tìm giúp. Anh Thư đã kiếm thấy ở Thư viện Đại học Yale cuốn *"Địa Ngục Có Thật"* và chính chị Yến là người đã khuyến khích anh lên đường lần thứ hai để mượn được cuốn sách này. Đây là số báo cuối cùng có chị Yến tham gia. Báo đang làm trơn tru, anh chị dự định sẽ mang tặng bạn bè khi đến dự buổi lễ ra mắt sách của anh Nguyễn Xuân Thiệp vào ngày 5-1-2013 tổ chức tại Virginia, thì vào một ngày cuối năm 2012, tôi đột ngột nhận được điện thư của anh: *"Chị Yến bị stroke hôm nay. Anh phải lo cho chị. Nên tạm ngưng một thời gian. Mong em cảm phiền."*... Như vậy cho đến hôm nay, chị đã nằm bệnh 10 năm rồi. Mười năm địa ngục có thật trên cõi thế. Với anh. Nhưng anh đã gắng hết sức để tiếp tục con đường đã chọn cùng chu toàn bổn phận chăm sóc người vợ hiền cho đến trước thời đại dịch Covid-19. Thời gian đầu khi chị Yến ở nhà thì anh lo toàn bộ. Đến lúc phải đưa chị vào *nursing home* (tháng 5-2015) vì bệnh trở nặng hơn, một mình anh không thể giúp được, thì mỗi ngày hai lần anh vào thăm và mang thức ăn Việt do chính anh nấu để chị ăn; song song đó là những số báo thật công phu, giá trị lần lượt ra đời. Trong đó có những số với chủ đề thật "gai góc": Phùng Thăng và hai dịch phẩm *"Những Ruồi"* & *"Kẻ Lạ ở Thiên Đường"*, Nhà văn Hoàng Ngọc Hiển, Nhà thơ Phạm Ngọc Lư, Nhà văn Triều Sơn và Nuôi Sẹo, học giả Nguyễn Nam Châu... TQBT cũng giới thiệu những tạp chí xuất bản tại miền Nam trước 1975: Sáng Tạo, Khởi Hành, Trình Bầy, Hiện Đại, Mai, Văn Học, Văn Hóa Nguyệt San, Tình Thương, Giữ Thơm Quê Mẹ, ...

Nhưng từ khi đại dịch Covid xảy ra đến nay thì bó tay. Bây giờ mỗi tuần anh chỉ được vào thăm chị một lần vào ngày thứ sáu để đẩy chiếc xe tình:

Cửa viện mở ra, tôi đẩy xe tình mang mình ra nắng
Những bụi mai vàng, càng vàng càng thắm
Dưới nắng vàng, như thoa phấn điểm trang
(Trần Hoài Thư – Ngủ)

Ở nhà lòng tôi già úa bao nhiêu
Bên em chiếc xe tình làm tôi trẻ lại...
(Trần Hoài Thư – Xe Tình)

Mười năm trời không có chị và những số báo TQBT bất định kỳ vẫn tiếp tục ra mắt bạn đọc với anh THT bao thầu từ A tới Z: chủ nhiệm kiêm chủ bút kiêm ấn công kiêm thư ký... dù có lúc đã ngỡ không còn tiếp tục được nữa khi anh bất ngờ bị cơn bão stroke tấn công vào tháng 6-2020. Anh Phạm Văn Nhàn vẫn đồng hành cùng anh nhưng vì ở xa nên chỉ giúp ý kiến, đóng góp bài vở, hay phát hành báo ở Việt Nam, chứ không thể đảm đương việc in ấn...

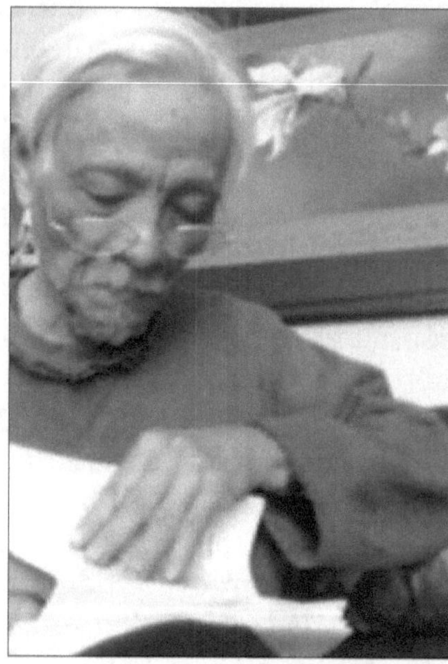
Nhà văn Trần Hoài Thư ngồi khâu Di Sản Văn Chương

Kính thưa hai anh Trần Hoài Thư và Phạm Văn Nhàn,

Hôm nay TQBT đã đạt được con số 100 với 21 năm xuất bản. Một con số nằm ngoài mơ ước kể từ khi chị Yến nằm một chỗ và hai anh mỗi người với một căn bệnh dành riêng. Với niềm đam mê văn chương cùng ước muốn khôi phục và giữ gìn Di sản Văn chương Miền Nam (1954-1975) cũng như trả lại cho những người cầm bút ở miền Nam, nhất là những người Lính VNCH đã ngã xuống trên các trận tuyến, một vị trí xứng đáng, và bằng tất cả nỗ lực, TQBT và Thư Ấn Quán đã giới thiệu với độc giả tới nay là 100 số báo và rất nhiều tác phẩm văn học rất có giá trị, góp phần đập tan những luận điệu tuyên truyền của "bên thắng cuộc" gán ghép, nào là văn chương thực dân mới, nọc độc, đồi trụy, phản động, v.v... Tới nay, trong nước, đã có những luận án tiến sĩ về Văn chương Miền Nam thời chiến và bộ sách Văn Miền Nam của Thư Ấn Quán đã được dùng làm tài liệu tham khảo. Đó là một thành công đáng kể. Thời gian trôi và mỗi ngày tuổi trời thêm chồng chất, em chỉ mong hai anh chân cứng đá mềm, có đủ sức khỏe để đi tiếp những chặng đường trước mặt.

Trần Thị Nguyệt Mai
19/7/2022 – 31/7/2022

VIỆT DƯƠNG

NHÀ THƠ PHAN LẠC GIANG ĐÔNG NGƯỜI HẾT LÒNG VỚI BẠN

Nhà thơ Phan Lạc Giang Đông (1940- 2001)

Tôi gặp Phan Lạc Giang Đông ở Đàm Trường Viễn Kiến của học giả Nguyễn Đức Quỳnh khoảng năm 1958 - 59. Chúng tôi thân nhau vì cùng thích văn chương chữ nghĩa và cùng lạc quan với những hoài bão của tuổi trẻ. Có cái vui là chúng tôi đều ở khu Ông Tạ. Tôi ở ấp Cả Trắc, còn Giang Đông ở Giáo xứ Thái Hòa, trên đường Lê Văn Duyệt, cách ngã ba Ông Tạ chừng hơn 300 mét, nên chúng tôi thường gặp nhau, và mỗi buổi sáng Chủ Nhật cùng nhau đạp xe lên Đàm Trường Viễn Kiến để nghe và để học hỏi những bậc thức giả đến đây thuyết trình và trao đổi ý kiến với những người tham dự.

Chỉ trong mấy tháng qua lại với nhau, tôi đã thấy Giang Đông có nhiều điểm đặc biệt:

Thứ nhất là Giang Đông có mộng làm tướng. Mỗi lần tới nhà tôi, Đông thường cắp theo cuốn Thế Chiến Thứ Nhì, dày 7, 800 trang (tôi quên tên tác giả và tên người dịch) mà Đông coi là sách gối đầu giường. Đông thuộc làu tên những trận đánh, nhớ tên những ông tướng của Liên Xô, của Đức, của Nhật, của Trung Cộng và rất ngưỡng mộ tướng độc nhãn Moshe Dayan của Do Thái. Đông thường nói là sẽ vào Võ Bị Đà Lạt và chọn binh chủng Nhảy Dù.

Thứ nhì, Đông là người truyền bá thơ của Quang Dũng. Thời gian đó, tôi không thấy tạp chí văn nghệ Miền Nam viết về Quang Dũng, nhưng Đông cho biết là Quang Dũng đi kháng chiến, làm đại đội trưởng trong Trung Đoàn Tây Tiến qua giải phóng Hạ Lào và đã viết những bài thơ kháng chiến đượm tình tuyệt vời. Mỗi lần tới tôi, Đông thường đọc những bài như Tây Tiến, Quán Bên Đường, Đôi Mắt Người Sơn Tây, Trắc Ẩn, Đôi Bờ... Anh không ngâm thơ, nhưng có giọng đọc thơ đặc biệt, vừa lả lơi vừa say sưa theo vần điệu và lên bổng xuống trầm theo những câu anh đắc ý. Tôi thích giọng và kiểu đọc thơ của Đông, nên mỗi lần anh đến, tôi thường nói, chẳng hạn: "Cho nghe Tây Tiến". Đông cười, gật gật đầu, rồi đọc:

Sông Mã xa rồi Tây Tiến ơi
Nhớ về rừng núi, nhớ chơi vơi!
Sài Khao sương lấp đoàn quân mỏi
Mường Lát hoa về trong đêm hơi
...

Thứ ba, Giang Đông làm thơ rất sớm. Mỗi lần Đông đến, tôi đều kéo anh ra quán cà phê vợt ở đầu ngõ vào ấp Cả Trắc. Ngồi quán, Đông thường đọc cho nghe những bài thơ anh mới làm. Có lần tôi hỏi: "Sau này cậu làm tướng, rồi lại là nhà thơ, như thế là văn võ song toàn. Trong sử Việt có ông tướng nào làm thơ?"

Giang Đông đáp: "Có nhiều chớ, mình không nhớ hết, nhưng có thể kể chẳng hạn thời Lý có Lý Thường Kiệt với bài Nam Quốc Sơn Hà Nam Đế Cư, thời Trần có Trần Quang Khải với bài Phò Giá Về Kinh, Phạm Ngũ Lão có bài Thuật Hoài. Đến thời Hậu Trần có Đặng Dung với bài Cảm Hoài. Bài này nhiều người thuộc và nhớ nhất hai câu:

Thù trả chưa xong đầu đã bạc
Gươm mài bóng nguyệt biết bao rày."

Thứ tư, Giang Đông có tài giao thiệp và quảng giao. Tuy chỉ mới 18, 19, nhưng anh kết giao với nhiều giới trong đó có những người rất đặc biệt. Chẳng hạn giao du với nhà văn Thế Phong, người nổi tiếng phóng khoáng ngang tàng, chủ trương nhà xuất bản Đại Nam Văn Hiến, in ronéo để qua mặt kiểm duyệt của Bộ Thông Tin, tác giả Cô Gái Nghĩa Lộ, Thủy và T6, Nửa Đường Đi Xuống và Lược Sử Văn Nghệ Việt Nam... Chơi với Lê Triều Quang, người có mộng làm giáo chủ như Đức Huỳnh Phú Sổ, và rất thân với họa sĩ Nguyễn Duy, sau này đi về Miền Tây, lang thang trên một con đò và sống bằng nghề vẽ truyền thần cho bà con cô bác ở mấy thôn xóm quanh sông rạch.

Năm 1963, gia đình tôi di chuyển lên Đà Lạt. Năm 1966, tôi vào trường Bộ Binh Thủ Đức, rồi ra miền hỏa tuyến Thừa Thiên, Quảng Trị, nên không có dịp gặp lại Giang Đông. Nhưng qua báo chí, tôi biết Giang Đông cũng như Du Tử Lê, Trần Bất Bạt và một số nhà thơ trẻ khác đã đưa tiếng thơ trẻ vào thi đàn miền Nam. Trong thời gian này với thi phẩm Đắc Khanh và Mầu Sắc Quê Hương (1967) và Thông Điệp (1969), Giang Đông đã nói lên những suy tư của người trẻ trong cuộc chiến càng ngày càng thảm khốc ở miền Nam.

***

Sau 30/4/1975 hơn một tháng, tôi đi trình diện ở Xuân Lộc, được đưa đến trại Thanh Hóa, Hố Nai. Đây là trại gia binh của Liên Đoàn Biệt Động Quân, được bộ đội biến thành trại cải tạo. Ở đây, chúng tôi được học 10 bài, trong đó đảng dạy về chính nghĩa của cách mạng xã hội chủ nghĩa và tội lỗi của ngụy quân, ngụy quyền làm tay sai cho đế quốc Mỹ chống lại cách mạng. Đảng xác định với tội ấy, ngụy quân phải tội chết, nhưng với đại nghĩa khoan hồng, không những đảng đã tha chết mà còn dạy dỗ cải tạo để ngụy quân trở thành người lương thiện biết làm lại cuộc đời, giúp ích xã hội. Sau khi học xong 10 bài để ổn định tâm tư, đầu năm 1977, cả trại khoảng trên 800 người được chuyển tới trại Tân Hiệp, thường gọi là trại Suối Máu, Biên Hòa, cách ngã ba Hố Nai hơn cây số. Trại này trước 30/4/75 là trại giam cán binh Việt Cộng, nay đổi ngược. Trại Suối Máu gồm có 5K, mỗi K chứa khoảng trên một ngàn người với những nhà vách tôn và mái tôn. Sau một thời gian chúng tôi đến đây, có nhiều toán cải tạo được chuyển đến Suối Máu và tôi gặp lại Giang Đông ở K1 khoảng giữa năm 1977.

Dù ở ngoài đời hay trong tù, Giang Đông vẫn khéo xoay sở vì có tài giao thiệp. Để thấy cái tài này, xin trích một đoạn trong bài "Một vài nét về ông Nguyễn Cao Kỳ" của nhà thơ Thư Khanh, phu nhân nhà thơ Phan Lạc Giang Đông:

"Tôi còn nhớ ngày ông Nguyễn Cao Kỳ lái máy bay ra Bắc ném bom. Tôi đang ngồi lo lắng không biết làm sao mua được sữa cho con tôi, vì các cửa tiệm tạp hóa thì đóng cửa chặt hết rồi. Tiệm tạp hóa đầu đường nhà tôi của bà Bảy Búa cũng đóng chặt. Không sao gọi được để bà ấy thương tình mình là khách quen từ lâu mà bán cho vài hộp sữa Ông Thọ hay sữa Trái Núi. Đường phố vắng tanh. Trong xóm nhà ai cũng chỉ còn ôm cái radio nghe tin tức. Quân đội thì cấm trại 100%.

Tôi đang lo lắng chả biết sao thì may quá, ông xã tôi từ trại Không Quân Tân Sơn Nhất về. Mặt mày chồng tôi - Phan Lạc Giang Đông - đầy vẻ hớt hải nghiêm trọng trong bộ quân phục sẵn sàng chiến đấu. Giang Đông bảo tôi: "Ông Kỳ ra ném bom ngoài Bắc rồi. Anh về báo cho em hay là sắp có chiến tranh lớn. Máy bay ngoài Bắc chúng sẽ trả đũa. Anh phải cấm trại dài dài và sẽ ra Tuyến Đầu Tổ Quốc làm đài phát thanh cùng một số anh em, có cả Nguyễn Đình Thiều. Anh báo để em phải tự lo cho con."

Tôi hỏi chồng tôi: "Cấm trại 100% sao anh lọt về được?"

Giang Đông: "Anh có thẻ báo chí. Đưa Quân Cảnh... quen cả mà. Mình nói đi làm phóng sự, ra nhà in. Em nhớ Vũ Đức Thọ hay ra ăn cơm nhà mình không. Anh ấy là đại úy Quân Cảnh coi vòng đai phi trường."

Tôi nói: "Em đang lo không mua nổi sữa cho con."

Giang Đông thở dài: "Rồi! Để anh vào trại, sẽ quay về ngay."

Tôi chờ. Trong vòng một giờ sau Giang Đông về, cười toe. Mở ba cái nút áo trận ra bảo: "Nè anh đẻ ra sữa đây này - Miệng đếm từng hộp sữa lấy ra để xuống bàn: 1 -2 - 3 ... 10. Mười hộp, sữa Trái Núi đấy. Đủ chưa?"

Giang Đông nói: "Không Quân mà... Huynh đệ chi binh là số một! Anh phải chạy xuống Quân Tiếp Vụ, gặp trung sĩ Mô, người cùng quê Hải Dương. Anh Mô bảo lấy mười hộp thì phải ghi tên 10 bạn anh vào danh sách nhường sữa này để anh Mô có lý do tổng kết sữa. Và anh ấy dặn nhớ nói lại với các bạn một tiếng, kẻo họ tự ái."

Tôi mừng có sữa, nhưng lại hỏi vặn: "Tại sao có vụ nhường sữa này?"

Giang Đông: "À thì vì vụ ông Nguyễn Cao Kỳ ra Bắc ném bom. Sữa khan nên không được mua nhiều như trước. Mỗi quân nhân độc thân chỉ được mua một hộp thôi. Em đừng lo, có thằng nào bạn anh cần mua sữa đâu. Huynh đệ chi binh mà."

Giang Đông lo xong sữa cho vợ con, lại đi, và còn ca nho nhỏ giễu cợt: Một trăm phần trăm em ơi. Giờ đây lại cấm trại rồi...Lính... lính mà em."

Từ tài khéo xoay sở này, nên hơn một năm ở K1, Đông đã giúp tôi mấy việc:

Thứ nhất là cung cấp vải dày để khâu mũ. Vì đi lao động nắng chói chang mà không có mũ, nên tù cải tạo phải lấy vải hay vật gì đó để buộc lên đầu. Khi bị cấm, tù nhân chuyển qua việc kiếm vải dày, tự khâu thành mũ lưỡi trai. Việc khâu mũ thành phong trào. Vào một buổi trưa, Giang Đông đem đến cho tôi năm miếng vải dày để tôi khâu mũ. Khoảng tuần sau, tôi đã có cái mũ lưỡi trai đội đi lao động. Rồi sau đó tới phong trào làm ghế xếp, Đông lại đem đến cho tôi mấy thanh gỗ và vải dày để làm ghế. Tôi hỏi kiếm đâu ra gỗ trong mấy hàng rào thép gai này thì Đông đáp: "Quen mấy thằng trong đội mộc."

Thứ nhì là cung cấp bánh cháy. Chỉ sau một thời gian đến K1, Giang Đông được sung vào đội nhà bếp (anh nuôi). Từ đó cứ buổi trưa và buổi chiều, sau khi nhà bếp đã chia xong cơm cho các nhà, Đông ghé tôi, đưa cho tôi miếng cơm cháy bằng hai bàn tay. Đó là loại bánh rất quý trong trại tù, vì ăn cháy no lâu và rất thơm ngon. Có cái thú là trong khi ăn cháy, tôi thường bảo Đông cho nghe những bài thơ của Quang Dũng như những ngày ở ấp Cả Trắc. Và mỗi lần nói cho nghe bài gì đó, Đông lại cười và đọc. Vẫn giọng đọc của 20 năm trước, lả lơi và say sưa với những vần thơ của Đôi Mắt Người Sơn Tây, của Đôi Bờ, của Quán Bên Đường... Lạ hơn là có thêm một bài mới của Quang Dũng với cái tên Mai Nở Bên Mồ:

Bao nhiêu vành khăn trắng
Đẳng đẵng tin sa trường
Từ biên giới xa xôi
Lau cao mờ đợt gió
Cỏ hoang mồ những ai
Lả tả trong mưa lạnh
Âm thầm hoa viếng người
Quê hương chừng xa lắc
Thăm mồ mấy cành mai.

Rồi còn được nghe:

Chót vót cây cao hồ dễ im
Sông sâu hồ dễ đã im lìm
Cây cao chừng đợi giờ giông tố
Sông đợi mùa dâng sóng nước lên.

Giang Đông bảo 4 câu này Quang Dũng đã bật ra khi ngồi sửa xe đạp bên bờ hồ Hoàn Kiếm. Tôi hỏi là trong nhà tù sao tìm được Mai Nở Bên Mồ và 4 câu Quang Dũng muốn nhắn nhủ đảng Cộng Sản thì Đông chỉ cười bước đi.

Cả năm dài, tôi nghĩ chắc chỉ mình tôi có cái thú vừa ăn cháy vừa nghe thơ Quang Dũng trong những hàng thép gai với màu đỏ tươi của hoa mười giờ nở tung dưới ánh nắng chói chang. Trại tù mà đầy hoa nở. Chỉ trại Suối Máu mới có cảnh sắc này, vì trại trưởng không muốn để tù nhân ngồi không, nên bắt mỗi nhà lên luống quanh nhà trồng hoa. Sau khi làm đất lên luống, nhà nào cũng được cán bộ quản giáo cung cấp giống hoa mười giờ, loại hoa dễ kiếm, dễ trồng. Đất ở đây pha cát, hợp với hoa mười giờ, nên chỉ trong thời gian ngắn, cả trại thắm màu hoa đỏ bên những dãy nhà tôn đen xỉn với đám tù giơ xương, quần đùi, ngồi lê la.

Việc thứ ba là cung cấp sách. Một lần sau bữa cơm thăm nuôi, Đông đưa cho tôi cuốn thơ Đường của Trần Trọng San, nói là người nhà mới đem, vì ở trong toán đẩy xe nên giấu công an đem vào được. Tôi đưa lại cuốn thơ, bảo khi nào đọc xong thì cho tôi mượn. Đông đưa cuốn thơ cho tôi: Ông đọc trước đi... Tôi nói là sẽ kiếm ít giấy, chép lại một số bài thì Đông mở cái thùng giấy, lấy ra một xấp giấy trắng và cái bút chì đưa cho tôi. Khoảng vài tuần sau, Đông đem đến cho tôi cuốn *Exodus* của Leon Uris, bảo người bạn cùng đội đi dỡ nhà ở Long Bình gặp nó trong cái thùng giấy. Anh ta lấy đem về, nhưng không đọc được, nên Đông xin và đem cho tôi. Đầu năm 1979, Giang Đông và nhiều người bị chuyển trại. Cuốn thơ Đường chưa trả Đông, tôi giữ lại. Thế là tôi có hai bảo vật là cuốn thơ Đường và cuốn *Exodus*.

Mấy ngày sau, chúng tôi biết việc chuyển trại là do biến cố lễ Noël 1978. Đêm đó, ông linh mục tù nhân đã làm lễ với một số tù nhân khác. Công an vào bắt dẹp và bắt những người tổ chức. Tù nhân ở mấy nhà gần nhà ông cha làm lễ đã phản đối, rồi kéo ra sân biểu tình. Việc phấn khích này đã lôi cuốn những nhà khác kéo hết ra sân. Tất cả xếp hàng theo từng nhà và hát bài Đêm Thánh Vô Cùng. Tiếng hát của cả trên ngàn người vang động đã lôi cuốn những K khác, mỗi K chỉ cách nhau mấy hàng rào thép gai, kéo ra sân xếp hàng và hát theo. Những nhà trưởng K1 họp lại, yêu cầu Ban Chỉ huy trại thả mấy tù nhân và cho phép làm lễ. Trại thả tù, nhưng không cho phép làm lễ. Cuối cùng những nhà trưởng K1 đồng ý. Kết thúc cuộc biểu dương đêm Noël 1978. Qua thăm nuôi, những người ở Hố Nai cho biết đêm ấy, tiếng hát đã vang xa tới Hố Nai và xe tăng cùng bộ đội đã bao vây trại tù.

Tiếp sau vụ tổ chức lễ, nhiều tù nhân đã tập hợp thành Ban Hành Động, đêm đêm trùm chăn tới từng nhà lên án và đập những tên làm ăng ten. Việc này không kéo dài được lâu. Trại đã nhanh chóng thu thập được tên những người trong Ban Hành Động và thực hiện việc chuyển trại, đưa những người này tới những trại khác nhau. Sau này gặp lại

Giang Đông, anh cho biết là đã ở trong Ban Hành Động và được chuyển tới nhà tù Chí Hòa, rồi lên trại Xuân Phước, Tuy Hòa.

Trở lại cuốn thơ Đường và *Exodus*. Cuốn thơ thì tôi dùng để học chữ Hán qua những bài thơ. Còn cuốn *Exodus* - Đây là cuốn sách bằng hình thức tiểu thuyết đã viết lại việc người Do Thái từ nhiều nước trở về vùng đất Palestine và cuối cùng đã lập lại nước Israel ở miền đất hứa. Truyện ghi lại cuộc chiến đấu anh dũng của dân Do Thái đối phó với những nước Ả Rập vây quanh. Việc kỳ diệu là người Do Thái đã tái lập được quốc gia và biến miền đất khô cằn với sa mạc thành một đất nước phát triển cả nông nghiệp lẫn kỹ nghệ. Những kibbutz vừa chiến đấu cải tạo đất vừa chống với những cuộc đột kích của người Ả Rập, đã dựng được những làng tươi đẹp với đồn điền cam, táo, nho. Nhà nào bên ngoài cũng có vườn hoa hồng, bên trong thì đầy sách. Tác giả đã đưa ra một so sánh thật tuyệt là chỉ cách nhau chừng 10 cây số, làng kibbutz thì đầy cỏ xanh, nhà cửa khang trang, cách mấy trăm thước đã ngửi thấy mùi thơm hoa hồng, còn làng của người Ả Rập thì trên đường vào làng đầy phân, thanh niên la cà quán cà phê, phụ nữ thì ngồi trước thềm nhà bắt chấy, bắt rận. Tôi đã đọc *Exodus* từ những năm 71-72, tập sách mua được trong đống sách lẫn quần áo, bơ, phô-mai, kẹo bánh thải ra từ những căn cứ Mỹ của những người bán đồ Mỹ ở khu chợ trời cạnh chợ Đông Ba, Huế. Thấy nội dung của *Exodus* có thể nâng cao tinh thần, làm lớn mạnh con người trong tình cảnh tù không án với thời gian mịt mù, tôi đã đọc lại mấy lần, rồi mỗi tối kể 1, 2 chương cho những bạn thích nghe chuyện.

Nhân nói đến việc kể chuyện trong nhà, xin nói qua về luật lệ của trại Suối Máu. Theo những tù nhân từ những trại khác được chuyển đến đây thì trại Suối Máu có thể là trại cải tạo thoải mái nhất trong những trại tù ở Miền Nam. Trại ở ngay đường giao thông giữa Biên Hòa và Hố Nai. Ngày nghe tiếng xe lam chạy ngoài đường, đêm thấy ánh sáng đèn điện từ Biên Hòa. Tù cải tạo không bị nhốt trong nhà mà được đi lại trong trại, trong những hàng rào thép gai bao quanh trại với những tháp canh của công an. Vì quanh trại là đường giao thông và gần khu dân cư, không có nhiều đất, nên việc lao động chỉ có mấy việc: Khai thác bãi đất hoang pha cát bên ngoài, sau trại trồng cây bạc hà, còn trong trại, chỗ nào có đất thì làm đất lên luống trồng rau muống hạt để cung cấp một phần rau cho trại. Rau muống lên xanh tốt, nhưng rất bẩn vì bón phân bắc - dùng phân nhà cầu pha nước tưới lên những luống rau. Nhiều tù nhân chết vì bệnh kiết lỵ, chắc là do ăn rau của mình trồng. Đội của tôi phải trồng rau muống trên một khu đất dài chừng 50 mét, rộng chừng 40 mét, nên chúng tôi rất vất vả với những việc: khiêng phân từ nhà cầu ra vườn rau, pha nước vào phân rồi tưới lên những luống rau, kéo nước từ giếng sâu với thùng lớn để tưới rau ngày hai lần, rồi phải làm cỏ rau hàng ngày vì rau lên nhanh thì cỏ cũng lên theo. Có một thời, trại thực hiện chương trình đào ao nuôi cá, nhưng đào mấy ao không có nước, vì đất vùng này khô và quá cao nên phải bỏ, chỉ tội cho những đội phải đào ao, mất cả nửa năm hì hục đào đất, rồi để những cái ao khô với nắng.

Sau giờ lao động về nhà, mọi người tự do đi lại nấu nướng. Người đi lao động bên ngoài trại kiếm được ít rau bên vệ đường đem về nấu trong những lon gô (guigoz) - lon sữa bột do người nhà đem vào trong những lần thăm nuôi. Còn người ở nhà đặt bẫy bắt được chuột thì đem ra giếng làm thịt, lột da cắt đầu, rồi xâu 3, 4 con vào một thanh sắt có cán bằng gỗ, cho vào lò nhà bếp. Mùi thơm ngào ngạt của chuột bay ra tới sân.

Rồi tới 6 giờ, trại đóng cổng. Công an ở trại phía ngoài. Còn trong hàng rào, tù nhân tự do sinh hoạt tới khi có kẻng báo ngủ lúc 9 giờ. Trong thời gian đó, từng nhóm trong mỗi nhà tụ lại chuyện trò với thuốc lào, trà cà phê (thường là sau thăm nuôi). Từ sự thoải mái này, những người thuộc một số truyện chưởng của Kim Dung đã gây thành phong trào kể truyện chưởng. Ai nhớ được bộ nào thì kể trong nhà mình. Rồi những người đó luân phiên đi tới những nhà khác, nếu được mời.

Phần tôi, trước 75, làm đại đội trưởng địa phương quân, tiểu khu Thừa Thiên, thường đóng ở mấy căn cứ hay bảo vệ những cây cầu lớn, quan trọng như cầu Lăng Cô ở Phú Lộc, cầu An Lỗ ở Quảng Điền, cầu Bạch Hổ ở Huế. Để tiêu cho hết thời gian của lính nằm ở căn cứ, hay ở cầu, tôi đã nằm võng đọc hết những bộ truyện của Kim Dung. Đọc tới độ thuộc mấy bộ tôi đắc ý như Lục Mạch Thần Kiếm, Cô Gái Đồ Long, Tiếu Ngạo Giang Hồ... Bỗng nhiên phong trào kể truyện chưởng đã cho tôi niềm vui là đêm ngày nghĩ lại từng bộ truyện và phong trào đã đẩy tôi lên cao. Khởi đầu tôi kể trong nhà mình. Mỗi tối tôi kể 1 giờ, với thuốc lào, trà nước. Sau mấy tháng kể trong nhà mình, nhiều nhà khác đã mời tôi. Ngày khiêng phân, kéo nước tưới rau, đêm kể truyện. Thời gian buổi tối đi nhanh với mấy bộ truyện chưởng. Vì thế, bắt được cuốn *Exodus* như bắt được vàng. Tôi đọc lại mấy lần cho nhuyễn rồi bắt đầu kể. Tôi đã đổi phong vị đấu chưởng của những vị đại cao thủ võ lâm sang phong vị chiến đấu, kiên nhẫn, chịu đựng của những chiến sĩ Do Thái trong đại nghiệp dựng lại quê hương Do Thái. *Exodus* đã đem lại tinh thần mới, nguồn vui mới, có bạn tù đã nói với tôi như vậy.

***

Đầu năm 1981, tôi được ra trại, về khu kinh tế mới Gia Ray, Long Khánh. Mẹ tôi có nhà buôn bán trên lộ chính của Xuân Lộc, bị cán bộ cách mạng đẩy đi kinh tế mới để họ lấy nhà. Ở Gia Ray, mẹ tôi với cô em gái chỉ làm chừng một công rẫy và phải buôn bán ở chợ Gia Ray để sống. Khi về kinh tế mới, tôi nghĩ có thể làm rẫy và chăn nuôi heo gà. Nhưng mới làm được nửa mùa, khi bắp kết trái thì bị bệnh ghẻ lở toàn thân. Tôi phải chạy lên Sài Gòn tìm thầy Trí Siêu Lê Mạnh Thát ở Viện Phật Học Vạn Hạnh để nhờ thầy chữa mà tôi đã viết trong bài "*Từ bức ảnh của thầy Lê Mạnh Thát trong lễ tang thầy Tuệ Sỹ*". Ở Viện Phật Học, tôi đã được thầy Trí Siêu trị dứt bệnh ghẻ, nhưng ở lại Sài Gòn là cả một vấn đề. Vì trong tình trạng cư trú bất hợp pháp, làm sao có thể kiếm được một chỗ ở và làm gì để sống. Tôi nghĩ là phải về Gia Ray, nên trong thời gian ở lại Viện Phật Học, tôi đã qua khu Ông Tạ, la cà ở mấy quán cà phê, hy vọng sẽ gặp một vài người bạn cũ trước kia ở vùng này. Quán nào cũng một ly cà phê đen, tôi ngồi suốt mấy tiếng, trông ngóng bóng dáng của ai đó. Thật trời trông lại, một buổi sáng tới quán cà phê Thăng Long, tôi thấy Hồ Phong ngồi với Phan Lạc Giang Đông. Thấy tôi, cả hai đứng dậy ôm chầm lấy tôi. Tôi xúc động đến chảy nước mắt. Hồ Phong kéo tôi ngồi xuống ghế. Tôi lấy khăn lau mắt, rồi nói:

- Tôi lang thang ở mấy quán cà phê khu Ông Tạ cả tháng nay, chỉ mong gặp được một người. Hôm nay lại gặp tới hai người.

Giang Đông hỏi: "Sao không ghé nhà?"

Tôi đáp: "Tôi không đến nhà ông, vì nghĩ là ông chưa được thả."

Hồ Phong, trước 75 đẹp trai, rất phong độ, tuy chỉ là trung sĩ Không Quân phục vụ trong Khối Chiến Tranh Chính Trị, nhưng luôn chải chuốt với chiếc vespa mới. Lần nào tôi từ Thừa Thiên vào Sài Gòn, Phong cũng chở tôi đến La Pagode góc đường Tự Do - Lê Thánh Tôn, nơi tụ hội của giới văn nghệ và báo chí Sài Gòn. Nay Phong đen sạm với nét phong trần, đầu đã nhiều tóc bạc.

Tôi hỏi: "Hai ông bây giờ sống bằng nghề gì?"

Hồ Phong đáp: "Đi thồ gạo chui cho bà xã bán gạo lẻ ở chợ Ông Tạ."

Giang Đông nói: "Mình mới được tha từ trại Xuân Phước được 5 tháng, nhưng về nhà được chừng một tháng là mình nhập vào nghề mua bán sách cũ. Mua sách của người Sài Gòn, rồi bán lại cho dân Bắc vào Nam tìm sách của Miền Nam. Lãi gấp hai, gấp ba, nên nghề này sống được. Nhưng suốt ngày ở ngoài đường, loanh quanh mấy chợ sách. Nhà mình còn giữ được 3, 4 trăm cuốn, toàn là sách giá trị. Với cái vốn đó, mình có thể tung hoành trong giới buôn sách cũ."

Sau khi uống nửa ly cà phê sữa với điếu thuốc Samit, tôi kể hoàn cảnh về kinh tế mới bị ghẻ lở, phải lên Sài Gòn tìm thầy Lê Mạnh Thát chữa ghẻ. Nay cần một chỗ ở và một việc gì đó để có thể ở lại Sài Gòn. Định như thế, nhưng tìm đâu chỗ ở và biết làm gì?

Giang Đông cười nói: "Chuyện này dễ, để mình giải quyết cho. Tôi sẽ tìm cho ông một chỗ ở. Còn việc làm thì ông có vốn tiếng Anh, tôi sẽ giới thiệu ông dạy Anh ngữ cho một số cán bộ. Họ vào Nam đua nhau học tiếng Anh nên chuyện học Anh ngữ của những ông cán bộ miền Bắc đã thành phong trào."

Giang Đông hẹn Hồ Phong sáng mai gặp nhau ở cà phê Ngự Uyển, rồi dẫn tôi đến cà phê Ngự Uyển, trong ngõ Con Mắt, giới thiệu tôi với cụ Hàn Trịnh, chủ cà phê Ngự Uyển. Tiệm cà phê này là một ngôi nhà hai tầng. Tầng trên gia đình ở, tầng dưới làm tiệm cà phê. Tiệm lớn vừa trong nhà vừa ở ngoài sân rộng có tường thấp và những giàn hoa giấy tím thẫm. Qua chuyện trò, tôi biết Giang Đông quen biết cụ Hàn Trịnh trước 75. Hai người thân nhau qua thơ văn, cụ Hàn cũng là nhà thơ, trước 75 đã xuất bản hai tập thơ và nay là thành viên trong Ban Nghiên Cứu Văn Hóa Xã Hội của Viện Khoa Học Xã Hội thành phố Hồ Chí Minh. Sau khi nghe Giang Đông nói về chuyện ở tù chung và hoàn cảnh của tôi, ở kinh tế mới bị bệnh, cần về Sài Gòn, nhờ cụ tìm cho một chỗ ở. Cụ Hàn bảo tôi: Ở lại Sài Gòn, trước hết cụ cho một chỗ ở, còn việc tính sau. Cụ dẫn tôi và Giang Đông xuống phía sau nhà. Đó là một cái sân sau rộng hơn sân trước, có tường cao bao quanh sân. Có một cái chái dựa vào tường của ngôi nhà, lợp tôn vách ván. Cụ đẩy cửa vào và nói: "Dọn những đồ không dùng ra ngoài, lấy giường và bàn ghế trên nhà xuống là thành một gian nhà có thể ở được."

Ngày hôm sau, Giang Đông đem đến một người bạn tên Thái cùng Hồ Phong giúp tôi dọn dẹp, rồi đem giường và bàn ghế trên nhà xuống. Tôi có một chỗ ở tươm tất với cả cái sân rộng rãi. Tôi từ giã Viện Phật Học Vạn Hạnh, về lại khu Ông Tạ mà năm 1956 gia đình tôi đã là gia đình tiên phong vào ấp Cả Trắc mua nhà đất, sống tới năm 1963 khi khu Ông Tạ đã phát triển lớn rộng thì bán nhà di chuyển lên Đà Lạt.

Ở Ngự Uyển được một tuần, cụ Hàn đưa tôi lên Viện Khoa Học Xã Hội, giới thiệu tôi với ông Mặc Đường, giám đốc của Viện và xin cho tôi làm cộng tác viên dịch thuật. Tôi ký hợp đồng dịch cuốn *East Asia: The Modern Transformation* của Fairbank và Reischauer, và tôi được giấy chứng nhận của Viện Khoa Học Xã Hội thành phố Hồ Chí Minh. Tôi đem giấy về trình Ủy Ban xã Gia Ray và được giấy của xã cho phép lên thành phố Hồ Chí Minh làm cộng tác viên dịch thuật. Thế là tôi trở thành người cư trú hợp pháp ở thành phố Hồ Chí Minh.

Tiếp đó, Giang Đông giới thiệu tôi với ông Nguyễn Gia Đôn, cán bộ tập kết, ở một ngôi nhà hai tầng trong hẻm lớn đường Công Lý, gần cầu Công Lý. Ông Đôn muốn học tiếng Anh và tôi đã dạy ông bộ *English for Today*. Ông Đôn lại giới thiệu tôi với ông Hải, cán bộ trưởng phòng Thông tin Văn hóa quận 10. Rồi ông Hải giới thiệu tôi với bà Ngọc, cán bộ trưởng phòng ở công ty IMEX. Người trả tôi 100, người 200. Tôi kiếm được 500, bằng lương của cán bộ bậc 5. Đầu năm 1982, thành phố Hồ Chí Minh đón một đoàn xiếc của Liên Xô và cho đoàn tổ chức trình diễn ở sân Việt Nam Quốc Tự (mới xây dựng được một nửa). Ông Hải phụ trách việc này, nên đã tổ chức đội coi xe đạp, xe gắn máy ở hè đường Trần Quốc Toản, trước Việt Nam Quốc Tự, và tôi được một chân trong đội coi xe. Tôi phụ trách đến sớm để chăng dây và về cuối cùng để tháo dây, rồi lấy xe ra cho khách. Mỗi đêm tiền công là 30 đồng, nhưng tôi luôn luôn được ông Hải cho thêm 20 đồng gọi là tiền bồi dưỡng. Ông Hải kết lối dạy Anh ngữ của tôi và rất thích chuyện trò với tôi, nên lần nào học xong cũng mời tôi đi nhậu lẩu chó ở mấy quán cuối đường Sư Vạn Hạnh. Còn buổi sáng ông Hải thường tới mời tôi lên cà phê Ngự Uyển và nói với tôi là mấy năm uống cà phê ở những quán trên đường Trần Quốc Toản hay Cách Mạng Tháng Tám (Lê Văn Duyệt cũ), nhưng bây giờ mới đến được một tiệm cà phê tuyệt vời. Tôi hỏi tuyệt vời về cái gì. Hải đáp: Cà phê ngon và nhạc. Tôi nói thêm là cả ba cô tiếp viên nữa. Hải cười gật đầu: Ba cô dáng quý phái và quyến rũ quá. Tôi biết Hải mê cô Ngọc Hân, cô con gái thứ của cụ Hàn, nên nói xa khuyến khích là phải kiên nhẫn.

Hải nói đúng. Cà phê Ngự Uyển tuyệt vời vì khung cảnh yên tĩnh và thơ mộng với giàn hoa giấy phủ quanh sân. Nhạc rất hay, toàn những bài tình ca của nhạc sĩ miền Bắc sáng tác sau 75, cộng với nhạc Trịnh Công Sơn và tình ca Phạm Duy và nhất là với ba cô Ngự Uyển - Hai cô là con gái tên Ngọc Hân, Ngọc Dung và cô con dâu tên là Dư Bội Yến. Ba cô thay nhau ngồi thu tiền và bưng dọn cà phê. Mỗi lần lên ngồi ở Ngự Uyển, tôi thấy lại khung cảnh quán cà phê của thời trước 75. Với tôi, các cô đối xử thân tình, coi tôi như người nhà. Cô Dung đem cuốn *The Old Man and The Sea* của Hemingway, nhờ tôi dịch. Mỗi tuần tôi dịch cho cô một chương. Còn cô Bội Yến là nữ sinh Trưng Vương, vừa đẹp thanh lịch vừa hát hay.

Ông Nguyễn Gia Đôn muốn thu một số bài tình ca của Miền Nam để gửi ra Bắc, nên ngỏ ý nhờ tôi là nếu quen được cô ca sĩ nào thì giới thiệu. Tôi không quen biết cô ca sĩ nào, nên nói với Bội Yến, rồi giới thiệu cô với Đôn. Khi ông Đôn tới Ngự Uyển, Bội Yến cho Đôn nghe một cuốn cassette, dù chỉ đệm guitar, nhưng giọng rất ngọt không thua ca sĩ chuyên nghiệp. Nghe xong Đôn thốt lên: Tuyệt diệu. Ông Đôn ngỏ ý với Bội Yến, rồi nhờ tôi chở cô lên nhà người bạn ở đường Trương Minh Giảng, gần đối diện với chợ Trương Minh Giảng, vì nhà ông này có máy thâu băng và ông đệm đàn piano. Từ đó, mỗi tối, tôi chở Bội Yến lên ông bạn của Đôn hát khoảng 1 tiếng. Những người tham dự có Đôn và mấy người bạn của Đôn và của ông chủ nhà.

Tôi có một chiếc xe đạp cà tàng, thầy Lê Mạnh Thát mua cho khi tôi ở Viện Phật Học Vạn Hạnh. Xe cũ, nhưng khung tốt. Tôi cứ để thế đi, không sửa chữa thêm gì. Khi dắt xe ra khỏi cổng phía sau, ngồi lên yên rồi tôi bảo Yến: "Cô lên đi, coi chừng chân". Khi đạp xe qua con hẻm ra đường Thoại Ngọc Hầu, nghe tiếng kêu cót két của bàn đạp, tôi cười nghĩ đến cô tiểu thư tỏa mùi thơm ngọt ngào, ngồi trên cái xe cà tàng của người chân đi dép nhựa. Mấy lần trên đường Trương Minh Giảng, cô đã đập vào lưng tôi nói: "Dừng lại anh, em rơi guốc rồi."

Bội Yến hát không cần bản nhạc, không ngờ cô thuộc nhiều bài đến thế. Còn người đến tham dự giờ thu băng ngày càng nhiều, đều say mê tiếng hát và có lẽ say mê cả nhan sắc của ca sĩ. Có lần tôi hỏi: "Về nhà có dượt lại không mà cô thuộc nhiều bản như thế?"

Cô đáp: "Buồn nên em hát một mình để tiêu khiển như người chơi đàn hay đọc sách. Em đã thu thập được trên 200 bản tình ca của những nhạc sĩ nổi tiếng."

Lần khác tôi hỏi: "Cô đi một mình có được không?" Cô đáp: "Dạ được, nhưng em muốn anh đi với em cho vui, rồi cũng muốn anh nghe em hát xem ra sao?"

Tôi nói: "Cô có giọng thiên phú, rất tuyệt với thuật luyến láy điêu luyện, hơn cả Lệ Thanh. Trước 75 nếu cô gặp được một nhạc sĩ giúp đưa cô lên sân khấu thì chắc đã nổi tiếng."

Rồi lần khác tôi hỏi: "Ông chồng cô đi làm hay sao mà tôi ít thấy. Chở cô đi hàng đêm thế này, ông ấy có nói gì không?"

Cô đáp: "Anh ấy chán đời, sau mấy lần vượt biên thất bại. Bây giờ chỉ đi chơi. Em có nói việc anh chở em lên ông Đôn hát thu băng để ông Đôn gửi ra Hà Nội. Nghe thế anh ấy cười nói: Vậy chỉ ít tháng nữa, tiếng hát của Dư Bội Yến lại vang lên khắp các quán cà phê ở Hà Nội. Người Sài Gòn mà nổi lên giữa Hà Nội mới lạ."

Về chuyện vượt biên, cô cho biết vợ chồng cô và Ngọc Hân, Ngọc Dung đi vượt biên mấy lần, tốn rất nhiều vàng, nhưng đều thất bại, có lần bị bể, có lần bị lừa, có lần bị bắt phải dùng vàng chuộc ra, nên bây giờ không ai nghĩ đến chuyện vượt biên nữa. Gia đình độc nhất có chị X đi vượt biên với anh Nguyễn Hữu Hiệu là thành, rồi hai người lấy nhau bên Mỹ. (Nguyễn Hữu Hiệu đã đi tu với pháp danh là Thích Chân Pháp, dịch *Doctor Zhivago* với nhan đề Trả Lại Tình Em. Sau 75, bỏ chùa trở về đời, rồi vượt biên trở thành rể của cụ Hàn Trịnh).

Đến nay, mấy cô con cụ Hàn Trịnh cũng đã trên 60 hay 70. Cô Ngọc Hân có để mắt xanh tới cây si Hải, sáng nào cũng đến Ngự Uyển ngồi cả giờ mà Hải có dám ngỏ tình không cô? Cô Ngọc Dung còn giữ những trang giấy tôi dịch

The Old Man and The Sea, hay giấy đã nát đi theo thời gian? Còn cô Bội Yến có nhớ tiếng cót két của chiếc xe đạp tôi chở cô đi hát và còn hát để tiêu khiển như người chơi đàn? Tôi cho cô biết là ông Đôn gửi băng nhạc ra Hà Nội, nhưng ông không trở về Hà Nội mà đã vượt biên khoảng năm 87, 88 và được định cư ở Na Uy.

Những ngày sống ở cái chái sau cà phê Ngự Uyển, đêm ngày nghe tiếng nhạc xập xình với tiếng hát, trong đó có tiếng hát của Bội Yến, vì cô đã thu 5, 6 cuốn băng cassette cho cà phê nhà mình. Chỉ tội một điều là quá nhiều muỗi và nếu mưa lớn kéo dài mấy tiếng là lụt. Cái chái có nền cao, tráng xi măng, nhưng nước lụt vẫn tràn vào nhà. Bù lại có tiếng nhạc và thỉnh thoảng cụ Hàn Trịnh đem cà phê xuống, ngồi nói chuyện văn thơ và cụ thường đọc cho nghe những bài thơ cụ mới làm mà cụ gọi là thơ Lê để đối với thơ Đường.

Giang Đông đến thường khen chỗ ở hợp với tôi và so sánh đời nhàn nhã của tôi với đời mua bán sách cũ, suốt ngày phải lang thang với nắng bụi đường. Tôi cười nói: "Sông có khúc, người có lúc. Trước 75, ông không ra trận để làm tướng mà ngồi ở Khối Chiến Tranh Chính Trị, Bộ Tư Lệnh Không Quân ở Tân Sơn Nhất. Còn tôi thì đêm ngày ở chiến trường vùng hỏa tuyến. Bây giờ chúng ta đổi vị thế: Ông lang thang ngoài đường, còn tôi ngồi trong nhà dạy học. Khi về cái chái nhà thì luôn có tiếng nhạc từ xa vọng tới". Nói rồi tôi kéo Đông lên cà phê Ngự Uyển và bảo cô Bội Yến đổi băng nhạc, cho nghe tiếng hát của cô.

Giang Đông có một thói quen dậy rất sớm. Thường khoảng hơn 5 giờ sáng Đông đã qua đập cái cửa chái, gọi lớn. Khi tôi dậy mở cửa, anh không vào nhà mà chỉ nói: "Đi cà phê". Lần nào Đông cũng đưa tôi tới quán cà phê ở bên cạnh nghĩa trang Đô Thành, Chí Hòa, đường đi vào Giáo Xứ

Bắc Hải và cư xá sĩ quan Chí Hòa. Anh gọi 2 ly cà phê sữa với 2 cái bánh rán, loại bánh phồng tròn. Uống xong Đông đứng dậy: "Thôi mình đi". Nhiều lần tôi cầm tiền sẵn để trả thì Đông gạt đi, bảo: "Để mua gạo, mình kiếm được để mình trả". Không biết Giang Đông gặp nhà thơ miền Bắc Trần Mạnh Hảo ở đâu và bao giờ, nhưng đã hai lần Đông tới tôi đưa ra quán thịt chó ở gần ngã ba Ông Tạ và Đông đã giới thiệu tôi với Trần Mạnh Hảo. Rồi lại cùng Trần Mạnh Hảo đi ăn cưới người bạn tên Thái, người đã giúp tôi dọn đồ đạc khi tôi mới tới Ngự Uyển. Ở đây, giữa đám thực khách ăn uống ồn ào, tôi đã được Trần Mạnh Hảo đọc cho nghe mấy bài thơ mới làm và tôi đã thấy ngôn ngữ phản tỉnh, phản kháng chế độ của Hảo từ năm 82. Vì thế tôi không ngạc nhiên khi đọc tập truyện Ly Thân và những bài ca ngợi văn hóa miền Nam của Trần Mạnh Hảo trong thập niên 1990.

***

Ở trong nước, tôi không được đọc thơ của Giang Đông, vì cuối thập niên 1960 Đông xuất bản những tập thơ: Đắc Khanh và Mầu Sắc Quê Hương, Thông Điệp, Trở Mình và Tiếng Hát Trên Đồi Cao thì tôi đã ra Thừa Thiên. Giai đoạn này tôi biết Giang Đông đã nổi tiếng đồng thời với những nhà thơ trẻ như Du Tử Lê, Trần Bất Bạt, Vương Đức Lệ... Năm 1994, Giang Đông qua Mỹ theo diện HO. Theo nữ sĩ Thư Khanh, thì Đông khoái làm báo, nên khi đến Seattle là vào ngay báo Phương Đông Times để xả hơi trên báo chí, và Giang Đông lại làm thơ. Đến năm 1996, liên lạc được với tôi, Đông gửi cho mấy bài và gần đây mới tìm đọc thơ Đông trên Net, nhưng cũng chỉ được ít bài. Viết bài này, tôi không chủ ý viết về thơ Phan Lạc Giang Đông mà viết về đời thường, cách sống và nhất là về sự tương giao của Giang Đông với bạn bè. Tuy vậy, vì viết về nhà thơ, nên tôi cũng ghi lại ít dòng thơ Giang Đông.

Trước hết trong bài: "*Thi ca và thi nhân - Phan Lạc Giang Đông*", nhà nghiên cứu Cao Thế Dung đã nhận định về thơ Giang Đông như sau:

"Thơ Phan Lạc Giang Đông mới xuất hiện gần đây. Thơ ông tiêu biểu cho một phẫn nộ của tuổi trẻ đô thị Miền Nam, đang là nhân chứng bất đắc dĩ của một thời nội chiến thê thảm nhất trong lịch sử dân tộc Việt. Thi ca trong giai đoạn này đã chuyển biến bất ngờ và lớn lao, với những hình tượng độc đáo, xuất phát từ cảnh ngộ đen tối của vận mệnh dân tộc giữa cơn nồi da xáo thịt và vong nô từ hai chiều hướng Nam, Bắc... Phan Lạc Giang Đông, một trong những người trẻ tuổi làm thơ, đã một lần dùng thi ca như một giải tỏa cơn dồn nén đau thương nhất của tuổi trẻ và thơ, qua thi tập Đắc Khanh và Mầu Sắc Quê Hương (1967) đã trở thành thái độ biểu quyết dứt khoát thế đứng của tuổi trẻ, dù thế đứng ấy chơi vơi giữa khoảng lưng chừng, không bám víu vào đâu, dù là một hy vọng mong manh từ thực tại của nó... Thơ Phan Lạc Giang Đông trước hết thiên về khuynh hướng đấu tranh. Mà nói đến đấu tranh tất có bạn có thù... Thơ tranh đấu xuất phát từ đó, và ở Phan Lạc Giang Đông đã thể hiện rõ đường hướng này qua bài Chúng Ta Đứng Lên Mặt Trời Đỏ Lửa:

Chúng ta ngồi đây, đêm tối bao vây
Chung quanh ta nhiều điều làm sao nói hết
Chung quanh ta nhiều khuôn mặt
Từng tháng ngày tiếp nối thiếu trăng sao

Chúng ta ngồi đây, cuộc chiến đấu này và hòa bình nhảy múa
Trên từng ô vườn thửa ruộng.
Chúng ta nhìn hòa bình
Ôi hòa bình vô cùng vĩ đại.
Chúng ta ngóng tương lai suốt đêm dài
Và tình thương nghiêng đổ trên vai

Lệ có khô trên mắt già, mắt trẻ
Tóc có xanh mùa lúa mới quê hương?
Chúng ta đợi chờ vào đêm thứ mấy?
Để nhìn, để nghĩ, để căm hờn
Lời đấu tranh bỗng sáng ngời bút thép
Lời thơ vang tiếng cồng
Chúng ta đã đứng lên
Mặt trời bỗng nhiên đỏ lửa
Ngàn triệu cánh tay tạo thành trì vững mạnh
Trùng trùng điệp điệp thi ca
Khi chúng ta đứng lên
Ngôn ngữ của chúng ta
Phải là của chúng ta.

Khi đế quốc Liên Xô sụp đổ, Giang Đông ở Sài Gòn đã sáng tác bài Gorbachev để ca ngợi kỷ nguyên mới tự do dân chủ:

Sáng nay
Giữa Sài Gòn, miền Nam Việt Nam
Tôi mở tung những hy vọng vinh quang
Của thế kỷ, của toàn nhân loại
Tôi hát lớn trong vô vàn nhân ái
Hội loài người đã về dự thương yêu
Có tin vui từ phương Bắc nắng reo
Có gió ngọt ngào báo mùa thay đổi
Trái đất hôm nay có một nguồn sống mới
Có mùa xuân nở lại nước Nga
Có rộn ràng triệu triệu tiếng chim ca
Góc phố Sài Gòn miền Nam nước Việt
Tôi, nhân danh người làm thơ dân tộc
Tôi mừng tủi, nước mắt trào đã khóc

Gorbachev
Nồng nàn men đời chất ngất
Ly rượu ân tình của thế kỷ hai mươi

Tôi đã nghe hàng triệu tiếng vui cười
Các bác, các anh, các chị
Những mùa đông đã thôi rầu rĩ
Những con đường thơm ngát hoa tươi
Những Đông Âu thắm lại tình người
Những câm nín hôm nay đã cùng bày tỏ

Gorbachev ơi
Sáng nay nhân loại đón tên người
Thế giới bây giờ thắm lại sắc xanh tươi.
(Ghi ngày cờ Đại Nga được kéo lên ở điện Kremlin)

Những dòng thơ tố cáo thực cảnh dưới chế độ xã hội chủ nghĩa với Bà mẹ Việt Nam trên chuyến tàu thống nhất.

Trên những chặng đường xuôi Nam ngược Bắc
Những ga buồn của câm nín thời gian
Những điêu tàn một thuở lầm than
Những khác biệt ngôn từ ranh giới

Những nghịch lý trên quê hương diệu vợi
Những giả nhân giả nghĩa thiệt hơn
Tôi đã đi suốt những chặng căm hờn
Của chuyến tàu Thống Nhất.
....

Những điều trái trở thành sự thực
Những dối gian thành lẽ sống con người
Những diễn viên diễn xuất không thôi
Từ cha con, anh em, bè bạn
...
Ở góc tàu theo những tháng năm
Một bà mẹ còng lưng đi xin ăn Nam Bắc
Nước mắt mẹ nóng hờn tủi cực
Chống gậy theo tàu qua những bến bờ xa

Mẹ xuôi Nam nắng ấm nở hoa
Lòng mẹ no từng đồng tiền gói bánh
Mẹ chán những huy chương thần thánh
Bốn đứa con đã ngã xuống chiến trường

Cũng chỉ vì xã hội quê hương
Những danh xưng quyết tâm độc lập
Những mỹ từ đã phơi bày sự thực
Tấm giấy ban khen không đổi được một đồng

Lũ cháu thơ vẫn đợi vẫn trông
Từng manh áo bát cơm ước mơ no đủ
Danh liệt sĩ như nỗi buồn ủ rũ
Trên đất mẹ xa xăm theo ngày tháng héo mòn
....

Đã mấy chục năm mẹ thèm sự thật
Đã mấy chục năm đè nặng khổ đau
Những ngôn từ lừa bịp theo nhau
Phủ xuống cuộc đời bị trị

Nước mắt mẹ khô suốt gần thế kỷ
Mẹ chỉ còn một khát vọng thương yêu
Mẹ chỉ còn no đủ bữa cơm chiều
Và giấc ngủ ở xó toa
Trên chuyến tàu mang tên Thống Nhất.
(Ga Đồng Hới 1984. Ghi vội trên xe lửa Thống Nhất)

Giang Đông với mấy vần tình ca:

Chiều đã xuống rồi em
Phố mịt mù bóng đêm
Phố xa mùa tạ lễ
Phố đầu rồi thân quen

Đèn nhà ai thắp sáng
Nhớ nhung đến vô bờ
Chuyến xe chờ xuống phố
Khuya ôm tôi tình cờ

Áo đời tôi hừng nắng
Mãi sưởi ấm tình em
Môi em giờ còn thắm
Ru hồn nhau từng đêm

Em nghiêng nhìn núi biếc
Tìm tận đáy tình thương
Tôi nghiêng nhìn núi biếc
Núi đâu rồi cố hương?
(Chiều Queen Anne)

Trong những vần thơ, Giang Đông luôn xiển dương sứ mệnh của người cầm bút:

Những vẻ đẹp từ đường cong khép nép
Những hương hoa từ tiếng gọi tên em
Khi xiêm y nũng nịu ấm êm
Anh vẫn là anh của tình chân thiện

Anh vẫn đi dù muôn ngàn lừa phỉnh
Dù bao nhiêu cản trở lọc lừa
Anh vẫn là người sáng tạo muôn thu
Người văn nghệ đi bằng tim óc

Anh hay chị đã biết cười, biết khóc
Đã biết yêu từ cái nhỏ mà vui
Đã biết nâng niu từ ngọn bút thắm tươi
Chị hay anh vẫn là người đi tới

Phải tự mình đi với lòng phơi phới
Của tổ quốc ta ngóng gọi hằng đêm
Của ánh đèn trí tuệ của thân quen
Dân tộc sống nơi bút thiêng sắc mực

Người văn nghệ luôn luôn phải thức.
(Gởi người văn nghệ)

Trong khi viết bài này, tôi luôn nhìn thấy hình ảnh một Phan Lạc Giang Đông năng động, làm gì cũng ào ào như gió cuốn, từ việc truyền bá thơ Quang Dũng lúc mới 16, 17 tuổi, tới thời ở trong tù, rồi ra tù gặp lại ở khu Ông Tạ. Khi qua Mỹ, gặp lại Đông qua thư hay điện thoại, tôi vẫn thấy chất này ở Giang Đông. Anh liên tục gửi những bài thơ mới làm, những trang hồi ký "Để cho cuộc chiến lụi tàn", gửi những bài viết ở mấy tờ báo, thúc giục tôi viết cho Người Việt Tây Bắc, Phương Đông Times... Thích thú mô tả hồ, núi xanh ở Seattle như Đà Lạt và mời tôi qua Seattle để thấy lại Đà Lạt ở Mỹ. Vì thế tôi không ngạc nhiên khi đọc những lời giới thiệu thơ Phan Lạc Giang Đông ở trang mạng Sài Môn Thi Đàn: "Thi sĩ Phan Lạc Giang Đông là một nhà thơ nổi tiếng trước năm 1975 với các thi tập đã xuất bản gồm: Đắc Khanh và Mầu Sắc Quê Hương, Trở Mình, Thông Điệp, Tiếng Hát Trên Đồi Cao. Ông sang Mỹ qua diện HO năm 1994, và đã viết cho nhiều tờ báo tại Hoa Kỳ. Đặc biệt một số bài thơ của Phan Lạc Giang Đông đã chuyển sang Anh ngữ và được đăng trong các tuyển tập thi ca Hoa Kỳ như thi tuyển 'A Blossom of Dreams', Reaching Other Worlds. Riêng bài *Holly Park and the Colors of my Homeland* của ông đã là bài thơ được đặt lên hàng đầu của thi tuyển quan trọng 'A Celebration of Poets'. Trước khi qua đời vào cuối năm 2001, thi sĩ họ Phan đã trở thành Hội Viên Ưu Tú của Hiệp Hội Thi Ca International Society of Poets."

Như thế là qua đến Mỹ, Giang Đông đã vùng vẫy đưa thơ của mình vào thế giới thơ Hoa Kỳ, thế giới thơ tiếng Anh, và đã thành công. Tôi không hình dung được là Giang Đông đã làm thế nào để vừa đi làm ở hãng xưởng, vừa làm báo, viết hồi ký, làm thơ, tổ chức sinh hoạt văn nghệ, giới thiệu những tác phẩm mới như đã tổ chức giới thiệu nhà thơ Du Tử Lê từ Nam California lên Seattle để ra mắt tác phẩm.

Đối với văn nghệ đã thế, đối với bạn bè Giang Đông luôn rộng rãi hào phóng. Với người viết thì sự hào phóng của Đông đã rõ. Ở đây tôi muốn ghi thêm hai trường hợp nữa về tính chất này:

Thứ nhất, với nhà văn Thế Phong. Trong bài *"Tất cả dòng sông đều chảy và Phan Lạc Giang Đông"* ở trang mạng Virgil Gheorghiu, nhà văn Thế Phong đã viết: Đông dẫn tôi tới quán ăn Phương Đông, góc Hai Bà Trưng - Hồng Thập Tự. Thời bao cấp được mời tới quán ăn, thật tình rất phấn khởi. Đông bảo: "Bữa nay em đông bạc, mới đi buôn đường dài Hà Nội về. Anh tự do chọn món ăn khoái khẩu, uống la de tùy thích, hút 3 số 5 cho đã."

Thứ nhì, với nhà văn Phan Nhự Thức. Trong bài "Phan Nhự Thức và quán Quảng Nam", nhà văn Trần Yên Hòa đã viết: Buổi đầu tiên của đêm khai trương Quán Bún Bò của vợ chồng Phan Nhự Thức có Trần Yên Hòa, Trần Thế Phong, Phan Lạc Giang Đông, Phổ Đức, Hà Nguyên Thạch, Lê Mai Lĩnh, Ngô Đình Long, Trần Thanh Ngọc và Lương Văn Khiêm. Để cho buổi khai trương thêm rôm rả, chúng tôi uống bia Con Cọp và ăn khô cá thiều.

Sau khi bia "dỏm" vào lời ra, Phan Lạc Giang Đông lên giọng đề nghị: "Để chúng ta thường xuyên gặp nhau, vừa giúp đỡ vợ chồng Phan Nhự Thức luôn luôn có khách, tôi đề nghị chúng ta cứ mỗi thứ Năm lại gặp nhau một lần ở đây và từng hai người một, bắt cặp nhau để lo cho bữa nhậu, dĩ nhiên tùy theo khả năng từng người". Lời đề nghị này được anh em tán đồng và chia bắt cặp.

Giang Đông là thế, luôn luôn có sáng kiến, đi đầu trong mọi việc. Viết những dòng này, tôi nhớ lại những buổi trưa, buổi chiều ăn cơm cháy, nghe thơ Quang Dũng trong tù, nhớ lại lúc Giang Đông dẫn tôi tới cà phê Ngự Uyển tìm chỗ ở, rồi lên đường Công Lý tìm chỗ dạy tiếng Anh. Nhớ lại tiếng đập cửa, gọi lớn của Giang Đông những buổi sáng trời còn tối ở cái chái. Sau khi ra tù tôi có hai ân nhân là thầy Lê Mạnh Thát đã chữa bệnh ghẻ có thể chết và Phan Lạc Giang Đông đã giúp tôi có thể ở lại Sài Gòn.

Ông Giang Đông, tôi nợ ông những miếng cháy trong nhà tù. Nợ ông những ly cà phê, bánh rán ở quán cà phê không tên bên cạnh nghĩa trang Đô Thành Chí Hòa, và nhớ mãi cái gạt tay của ông với câu: "Để mua gạo, mình kiếm được để mình trả."

Việt Dương

TRẦN THỊ NGUYỆT MAI

THEO DẤU NGÔ THẾ VINH QUA NHỮNG TRANG VĂN

Ngô Thế Vinh là một tên tuổi đã thành danh ngay từ trước năm 1975 tại miền Nam Việt Nam. Ông đoạt Giải Văn Học Nghệ Thuật VNCH năm 1971 với tác phẩm Vòng Đai Xanh. Sau này ông có thêm hai giải thưởng: 1) Giải Văn Học Montréal 2002 Hội Quốc Tế Y Sĩ Việt Nam Tự Do với *Cửu Long Cạn Dòng, Biển Đông Dậy Sóng* và 2) Giải Văn Việt Đặc Biệt 2017 với *Cửu Long Cạn Dòng, Biển Đông Dậy Sóng* và *Mekong Dòng Sông Nghẽn Mạch.*

Một trùng hợp thật ngẫu nhiên khi tạp chí văn học nghệ thuật Ngôn Ngữ phát hành vào tháng 2-2024 cũng vào dịp Tết Giáp Thìn 2024 ra số đặc biệt giới thiệu Bác sĩ / Nhà văn / Nhà hoạt động môi sinh Ngô Thế Vinh. Năm Rồng, giới thiệu người kết nghĩa với Cửu Long, tưởng không còn gì thích hợp hơn.

Như trong bài Tựa viết cho tập truyện "Mặt Trận Ở Sài Gòn", nhà văn Nguyễn Xuân Hoàng nhận định: *"Không có một khoảng cách nào giữa tác giả và những trang viết của ông. Người đọc có cơ hội theo dõi những tác phẩm của Ngô Thế Vinh, từ tiểu thuyết đầu tay* Mây Bão *xuất bản vào thập niên 60 tại Sài Gòn, đến tập truyện* Mặt Trận Ở Sài Gòn *này, vào giữa thập niên 90 ở California Hoa Kỳ, chắc chắn sẽ nhận ra ngay điều này: Ngô Thế Vinh trong sách và Ngô Thế Vinh ngoài đời chỉ là một."* Thế nên người viết mạo muội lần theo những trang sách, lắp ghép những mảnh puzzles đó đây, để mong được biết thêm về ông. Hy vọng bài viết sẽ góp chút tài liệu nhỏ nhoi cho những thế hệ sau tìm hiểu sâu hơn về cuộc đời và văn nghiệp của một thầy thuốc tận tụy với bệnh nhân, một nhà văn luôn muốn hướng ngòi viết đến cải cách xã hội, có tầm nhìn xa đã quan tâm sâu sắc tới vấn đề Kinh-Thượng ngay khi còn là sinh viên Y khoa, và cũng là nhà môi sinh gióng tiếng chuông "Cửu Long cạn dòng, Biển Đông dậy sóng" từ hơn 20 năm nay. Một luận án tiến sĩ về ông chắc chắn sẽ mở ra nhiều vấn đề lý thú. Rất mong các bạn trẻ sẽ quan tâm.

NHỮNG NGÀY THƠ ẤU

Ngô Thế Vinh, chính quán tại Hà Nội, nhưng ông chào đời ngày 1-4-1941 ở thị xã Thanh Hóa, nơi thân phụ ông là giáo sư dạy Pháp văn tại Collège Thanh Hóa. Khi cuộc kháng chiến chống Pháp bùng phát, với chính sách tiêu thổ kháng chiến, cả một thị xã bị san bằng, gia đình ông phải tản cư về Bồng Trung, một làng quê bên bờ con sông Mã thuộc Liên khu IV, được coi như an toàn khu thời bấy giờ [1]. Ông xuất thân trong một gia đình trí thức. Thân phụ nguyên là giáo sư Pháp văn trung học Khải Định tại Huế từ trước thập niên 1940s, khi ông chưa ra đời, cùng thời và cũng là bạn với họa sĩ Mai Trung Thứ, là giáo sư hội họa tại trường này [2]. Gia đình ông có ba anh em trai, tất cả đều thành đạt. Anh cả Ngô Thế Cường (1936 – 2022) nối nghiệp bố, nguyên Giáo sư Anh văn trung học Nguyễn Trãi, Sài Gòn. Anh thứ Ngô Thế Hùng (1939 – 2023), nguyên Dược sĩ Trung tá Quân lực VNCH và Ngô Thế Vinh là út, nhà văn, nguyên Y sĩ Đại úy Quân lực VNCH.

Tuổi thơ đã được ông ghi lại: "... trên những thửa lúa

vàng, giữa tuổi ấu thơ, tôi đã cùng với đám trẻ quê nghêu ngao hát bài *Em Bé Quê* và mấy bài ca kháng chiến khác của Phạm Duy. Ký ức chiến tranh lúc đó chỉ là hình ảnh một thị xã Thanh Hóa đang nguyên vẹn đẹp đẽ bị san bằng do chính sách *"tiêu thổ kháng chiến"* của Việt Minh. Liên Khu IV vẫn được coi như an toàn khu, không có lính Tây Lê-dương đến càn quét, và cảnh bom đạn nếu có là từ trên cao, với những chiếc máy bay Bê-Vanh-Nớp / B29 của Pháp bay dọc theo con sông Mã, gầm rú trên bầu trời, rồi từng đợt xả xuống những băng đạn lửa đum đum bắn chìm các thuyền đò, không có bộ đội chỉ có dân dã buôn bán di chuyển trên sông. Cảnh tang thương chết chóc lớn nhất mà tuổi thơ tôi đã chứng kiến là từng đợt máy bay Pháp bỏ bom oanh tạc ngôi chợ Rừng Thông với nhiều máu me và xác chết." [1]

THỜI THANH NIÊN

Năm 1952, khi được 11 tuổi, ông cùng gia đình từ Thanh Hóa hồi cư về Hà Nội [1]. Rồi thời cuộc chuyển biến, theo dòng người di cư năm 1954, gia đình ông trở lại Huế lần thứ hai. Cha ông tiếp tục dạy tại trường Khải Định, còn NTV cũng đổi trường từ trung học Chu Văn An (Hà Nội) chuyển sang trường Nguyễn Tri Phương rồi Khải Định - Quốc Học (Huế). Năm 1955, khi 14 tuổi, một kỷ niệm vẫn đậm sâu trong tâm trí là ngày ông được tuyên hứa – niềm mơ ước của hầu hết Hướng Đạo sinh vừa nhập đoàn. NTV nhớ lại, "Đó là vào một buổi sáng tinh sương, trời đầy sương mù, mặt trời chưa hoàn toàn ló dạng, nơi đồi Vọng Cảnh [tây nam cố đô Huế], lúc ấy còn hoang sơ. Cũng chính tại nơi đây vào năm 1789, Vua Quang Trung đứng trước ba quân ban lời hiểu dụ trước khi xuất quân ra Bắc tiêu diệt 20 vạn quân Thanh nơi thành Thăng Long, một huyền sử rất 'Quốc Văn Giáo Khoa Thư' nhưng sao chẳng thể nào quên... Tuy thời gian sinh hoạt Hướng Đạo rất ngắn ngủi, chỉ khoảng hơn

2 năm, nhưng lại có một ảnh hưởng thật lâu dài với tôi cho tới những năm về sau này." Cũng trong năm đó, thân phụ ông qua đời. Rồi khi hai anh đã đậu Tú Tài I & II cũng là lúc NTV học xong lớp Đệ Tam (1957) gia đình ông chuyển vào Sài Gòn để chuẩn bị cho ba anh em vào đại học. Lần chuyển trường thứ ba này, NTV học tại Chu Văn An (Sài Gòn) hai năm cuối của bậc trung học. Trong cuộc phỏng vấn với nhà văn Nguyễn Mạnh Trinh năm 1996, ông chia sẻ: "Vẫn còn mẹ và anh, nhưng tôi ra đời sớm. Vào ở Đại học xá Minh Mạng khi vừa xong trung học" [3]. Đó là vào năm 1959, 18 tuổi, ông theo học Đại học Khoa học Sài Gòn, là sinh viên lớp dự bị Y khoa PCB / *Physique Chimie Biologie* niên khóa 1959-1960 [2]. Sau đó ông vào học trường Y khoa Saigon.

Ông chia sẻ: "Bước vào năm đầu y khoa, thay vì như các bạn đồng khóa tập trung vào học tập, tôi đã không được gương mẫu như vậy, sớm say mê chuyện viết lách làm báo và cả rong chơi với giới nghệ sĩ nhóm bạn Nghiêu Đề, thường lui tới xóm Bùi Viện gần Ngã tư Quốc tế, ngay từ lúc họ như những 'viên ngọc ẩn thạch', giới hội họa như Nguyễn Trung, Cù Nguyễn, Lâm Triết, Nguyên Khai; nhóm thơ văn Trần Dạ Từ, Nguyễn Đức Sơn / Sao Trên Rừng, Trần Tuấn Kiệt, Trần Đức Uyển / Tú Kếu, Nguyễn Nghiệp Nhượng, Nguyễn

***Hình 1:** Những ngày thơ ấu ở Hà Nội 1953, hình chụp ba anh em và cụ thân sinh, kỷ niệm ngày Ngô Thế Vinh học sinh trường Hàng Than, mới đậu tiểu học và chuẩn bị vào trường Trung học Chu Văn An Hà Nội; từ trái, anh Ngô Thế Hùng, anh Ngô Thế Cường, Giáo sư Ngô Văn Bắc - GS trường Trung học Trưng Vương Hà Nội, và Ngô Thế Vinh. [tư liệu gia đình NTV]*

Thụy Long, mỗi người một vẻ với khao khát nghệ thuật là mẫu số chung mà họ hướng tới..." [2].

MÂY BÃO – TIỂU THUYẾT ĐẦU TAY (1963)

Rất yêu văn chương do sớm được đọc những cuốn sách trong tủ sách của thân phụ trong đó có sách của Tự Lực Văn Đoàn. Nhưng không như những tác giả khác khởi nghiệp từ những truyện ngắn, tác phẩm đầu tay của ông là tiểu thuyết *Mây Bão*, "mang nhiều dự phóng nhưng không ngờ cũng lại tiên tri cho một cuộc hành trình với rất nhiều gian truân nhưng không tới" [3], hoàn tất vào cuối năm 1962, lúc 21 tuổi. Mây Bão được nhà xuất bản Sông Mã của chính ông và Nghiêu Đề tạo dựng, phát hành vào năm sau, 1963, với bìa do họa sĩ Nghiêu Đề thực hiện. Ông đã chia sẻ kỷ niệm đáng nhớ về bản thảo cuốn sách này "là với Bộ Thông tin, khi lần đầu tiên được ông giám đốc Hội đồng Kiểm duyệt lên lớp thế nào là trách nhiệm của người cầm bút, rằng phải phản ánh chính diện cái xã hội mà nhà văn đang sống thay vì phản diện. Dĩ nhiên quan niệm viết của tôi lúc đó rất khác ông và ngay cho đến bây giờ vẫn không thay đổi." [3]

Ông tâm sự: "Khi còn là một sinh viên, như các bạn đồng trang lứa, chúng tôi quan tâm tới những vấn đề xã hội. Mơ ước và phấn đấu cho công bằng xã hội, tôi nghĩ đó là giấc mơ chung của lứa tuổi thanh niên. Dĩ nhiên không đơn giản để tìm một con đường đi tới giấc mơ ấy. Từ những quan niệm khác nhau, phương thức hành động khác nhau, nảy sinh ra những đấu tranh và thuyết phục. Hòa mình vào dòng sinh hoạt chung ấy, bảo rằng đó là hoạt động chính trị, theo một nghĩa rộng điều đó không sai. Nhưng nếu chính trị hiểu theo nghĩa phe nhóm đảng phái, thì tôi chưa hề tham gia và cũng không muốn dấn thân vào con đường chông gai ấy..." [3]

NGUYỆT SAN TÌNH THƯƠNG (1963-1966)

Nhiều biến động chính trị đã xảy ra tại Miền Nam Việt Nam trong năm 1963. Mở đầu là "cuộc tranh đấu đòi quyền bình đẳng tôn giáo của Phật Giáo Việt Nam bắt đầu ở Huế với cái chết của tám Phật tử đêm 8/5/1963 tại đài phát thanh, rồi cuộc tự thiêu của Hòa Thượng Thích Quảng Đức ngày 11/6/1963 tại Sài Gòn và chiến dịch tấn công chùa chiền toàn quốc đêm 20 rạng ngày 21/8/1963. Ba biến cố quan trọng của phong trào Phật Giáo tranh đấu này dẫn đến cuộc khủng hoảng chính trị trầm trọng kéo dài nửa năm và kết thúc bằng cuộc chính biến lật đổ chính quyền của Tổng thống Ngô Đình Diệm vào ngày 1-11-1963." [4]

Sau cuộc chính biến ấy, tờ báo Tình Thương, cơ quan tranh đấu văn hóa xã hội của sinh viên Y khoa đã ra đời. Theo lời kể của Bác sĩ Trần Xuân Dũng (YK 1965), "Vài tuần sau khi cuộc cách mạng 1-11-1963 thành công, anh Trần Xuân Ninh, lúc đó vừa học hết năm thứ 6 Y Khoa, nảy ra ý kiến, cần phải xuất bản một tờ báo cho Sinh viên Y Khoa. Anh bèn tự đánh máy trên giấy stencil một giấy mời rồi đem đi in ronéo, và phổ biến tại trường và các bệnh viện, thỉnh cầu anh em sinh viên tới họp để bàn vấn đề này. Tới ngày giờ ấn định, gần 50 sinh viên có mặt. Trần Xuân Ninh mở đầu cuộc họp, trình bày những lý do tại sao Sinh viên Y Khoa cần phải có một diễn đàn của chính mình, một cơ quan ngôn luận riêng. Sau hơn 3 giờ bàn luận, mọi người đều đồng ý là phải xuất bản một tờ báo. Toàn thể anh em đề nghị Trần Xuân Ninh làm Chủ nhiệm. Anh Ninh từ chối, lý do là chỉ còn 3 tháng nữa anh sẽ phải lên đường nhập ngũ..." [5] Tình Thương số 1 đã phát hành vào tháng 1/1964 với Chủ nhiệm: Phạm Đình Vy, Chủ Bút: Nguyễn Vĩnh Đức, Tổng Thư ký: Trần Xuân Dũng, Thư ký: Nghiêm Sỹ Tuấn, Quản lý: Phạm Như Bách và Ban biên tập gồm Trần Đông A, Hoàng Thiện Căn, Tôn Thất Chiểu, Lê Quang Dũng, Nghiêm Đạo Đại, Vũ Thiện

Đạm, Nguyễn Long Hợp, Dương Hồng Huy, Trần Mộng Lâm, Phạm Văn Lương, Trần Xuân Ninh, Hồ Tấn Phước, Lê Sỹ Quang, Ngô Thế Quí, Hà Ngọc Thuần, Trương Thìn, Tô Văn Thình, Đỗ Hữu Tước, Đỗ Thị Văn, Ngô Thế Vinh, Đặng Vũ Vương. Ngô Thế Vinh đã gắn bó với tờ báo này ngay từ số 1 cho tới số 30 (tháng 6/1966) khi tờ Tình Thương bị Nội các Chiến tranh đóng cửa [6], trong ban biên tập, nguyên tổng thư ký (từ Tình Thương số 9 tháng 9/1964) rồi chủ bút (từ Tình Thương số 25-26 tháng 1&2/1966).

Xuyên suốt thời gian ấy, tờ báo có nhiều khuynh hướng khác nhau như NTV đã trình bày trong "Tìm lại thời gian đã mất: Nguyệt san Tình Thương 1963-1967":

– Khuynh hướng đại học/ *academic* phải kể tới Nghiêm Sỹ Tuấn, Đặng Vũ Vương, Bùi Thế Hoành [Bùi Thế], Hà Ngọc Thuần, Nguyễn Vĩnh Đức...

– Sinh hoạt văn nghệ: với Lê Văn Châu [Trang Châu], Đỗ Nghê [Đỗ Hồng Ngọc], Hằng Hà Sa [Tôn Thất Chiểu], Đặng Đức [Đặng Đức Nghiêm], Trần Đoàn, Phạm Hồng [Phạm Đình Vy]...

– Riêng trang phiếm luận *"Ngang Dạ"* với *logo* là một biếm họa qua nét vẽ tài hoa của Hoàng Thiện Căn trên mỗi số báo là một tiết mục vui tươi được nhiều người đọc, do các cây viết như Trần Xuân Dũng, Trần Đông A, Nguyễn Thanh Bình, Trần Mộng Lâm. Trang *"Thế Giới Chúng Tôi"* do Đỗ Hữu Tước [Đỗ Trần] phụ trách, là tạp ghi những mẩu chuyện liên quan tới thế giới những người Áo Trắng...

– Thiên về chính trị Phạm Văn Lương, Trần Xuân Ninh, Phạm Đình Vy, Hà Xuân Quỳnh [Cát Quỳnh], Đường Thiện Đồng, Trương Thìn [Lê Trương].

– Những cây viết khác mà tôi còn nhớ được... như Lê Sỹ Quang, Nguyễn Tường Giang, Vũ Văn Dzi, Dương Hồng

Huy, Ngô Thế Quý, Phạm Bá Lương, Phan Giang Sang, và giai đoạn sau có thêm Vương Ngọc Lâm, Vương Ngọc Phát... Về trang sinh hoạt sinh viên, thời sự, phóng sự do Ngô Thế Vinh và Phạm Đình Vy. Phụ trách Hộp Thơ và trả lời thư tín do Trang Châu.

– Các bạn đồng môn như Nghiêm Đạo Đại, Trần Công Phát, Trần Nguyên Tường, Phạm Văn Hanh, Đỗ Thị Văn, Đặng Ngọc Cương và những anh chị khác nữa đã cùng góp sức với sinh hoạt Tình Thương mà nay không thể nhớ hết... và cũng không thể không kể tới số bài viết từ những phân khoa khác như Bùi Khiết bên Dược khoa, và cả các cây viết bên ngoài như thơ Lữ Quỳnh, Ninh Chữ, Từ Kế Tường, Nguyễn Đắc Xuân...

– Về trình bày và biếm họa cho tờ báo chủ yếu là hai họa sĩ cây nhà lá vườn rất tài hoa là Liza Lê Thành Ý, Kathy Bùi Thế Khải, có thêm cả Hoàng Thiện Căn và không thể không nhắc tới một tài năng của Hội Họa Sĩ Trẻ là Nghiêu Đề cũng đóng góp những mẫu bìa rất đẹp cho các số báo Xuân lúc đó như Bách Khoa và Tình Thương.

Tuy là báo sinh viên nhưng cũng có các bài viết khá thường xuyên của các Giáo sư Y khoa. Như GS Trần Ngọc Ninh viết về các vấn đề Giáo Dục và Tinh Thần Đại Học, hai Giáo sư Nguyễn Đình Cát và Bằng Vân Trần Văn Bảng viết về các đề tài Văn chương và Y khoa, GS Ngô Gia Hy viết về phân tích chính trị thời sự, Bác sĩ Vũ Thị Thoa từ BV Nhi Đồng cũng viết bài đăng tải trên Tình Thương..." [7]

Từng số báo đưa ra những vấn đề thời sự nóng bỏng, kèm theo những thiên phóng sự, phỏng vấn rất hấp dẫn... Chẳng hạn TT số 19 (tháng 7/1965) có Phỏng vấn Tướng Thi về thời cuộc & Phỏng vấn Donald K. Emmerson, Phó chủ tịch Tổng Hội Sinh Viên Hoa Kỳ về thái độ của sinh viên Mỹ đối với cuộc chiến tranh VN. TT số 25&26 (tháng 1&2/1966)

về Chủ quyền lãnh thổ Việt Nam và những sự thật về Fulro với ví von thật sống động "Fulro, một cỗ xe với ba tên xà ích phiêu lưu", cùng những bài viết, tài liệu rất quý của Phạm Đình Vy, Ngô Thế Vinh, Ya Ba và Nguyễn Tường Vũ cộng thêm Phỏng vấn Nay Luett, một nhân sĩ cấp tiến Thượng. TT số 28 (tháng 4/1966) chủ đề Nông thôn Việt Nam và công thức Kibbutz Do Thái với bút ký "Bốn tuần trong Kibbutz" của Đường Thiện Đồng. TT số 29 (tháng 5/1966) có Chín mươi sáu phút với Thượng tọa Thích Trí Quang và phóng sự Về Miền Trung sau những ngày bão lửa chính trị... [8]

Với nội dung phong phú, như nhà báo Hoàng Ngọc Nguyên nhận định, "một tờ báo sinh viên nhưng vượt cả những rào cản thường tình của một tờ báo sinh viên để dấn thân vào cuộc sống của đất nước, của xã hội" [9], báo Tình Thương ngày một lớn mạnh, "đã thu hút thêm nhiều độc giả, không chỉ trong giới sinh viên mà cả ngoài dân chúng qua hệ thống phát hành báo chí ... ra xa tới tận miền Trung... Khoảng tháng 6/1964, tức chỉ nửa năm sau ngày xuất bản, Tình Thương đã có đủ phương tiện để thuê một tòa soạn khang trang có cả thư ký, ở địa chỉ 103 Nguyễn Bỉnh Khiêm Sài Gòn." [7]

Ngô Thế Vinh say mê làm báo, viết bài. Nhờ Tình Thương "có khả năng – dĩ nhiên bằng phương thức nghèo", nên ông đã có điều kiện "ra miền Trung, lên Cao nguyên để làm những phóng sự đặc biệt tại chỗ", và vẫn còn nhớ "Quảng Ngãi trắng khăn tang sau vụ lũ lụt lớn nhất miền Trung; chứng kiến đơn vị Thủy quân Lục chiến Mỹ đầu tiên đổ bộ vào Lệ Mỹ – nước mắt người Mỹ ở Đà Nẵng; sinh hoạt cố đô Huế khi sinh viên chiếm đài phát thanh và nhất là những lần lên Pleiku, Kontum, Ban Mê Thuột để theo dõi các vụ bạo loạn của người Thượng thuộc phong trào FULRO..." [3] Ông yêu nghiệp báo đến nỗi tuy đang năm thứ tư nhưng đã "có ý định bỏ học để có toàn thời gian theo đuổi những sinh hoạt báo chí... Bây giờ nhớ lại, tôi không thể không cám ơn anh tôi đã khuyên tôi hoàn tất hai năm còn lại để ra trường và lúc đó không có ai cản trở tôi làm những công việc mà tôi thích” [3], như ông đã chia sẻ trong một cuộc phỏng vấn.

Hoạt động đến số 30 (tháng 6/1966), Tình Thương bị Nội các Chiến tranh của Tướng Nguyễn Cao Kỳ đóng cửa, [6] khép lại một thời kỳ làm báo rất sôi nổi, tâm huyết của những người áo trắng.

Hình 2: *Họp sinh viên liên khoa để cấp tốc hình thành tổ chức Cứu trợ nạn nhân lũ lụt Miền Trung năm 1965 -- một trận lụt lịch sử 100 năm tại các tỉnh Miền Trung; từ phải SVYK Đặng Ngọc Cương, trưởng Đoàn Cấp Cứu Thường trực Y Khoa, SVYK Ngô Thế Vinh, SV Văn Khoa Từ Thức Trần Công Sung. [tư liệu BS Đặng Ngọc Cương]*

THẾ HỆ CHIẾN TRANH

Rồi ông cũng học xong, mãn khóa tốt nghiệp YK 68 và trình luận án Tiến sĩ Y khoa Quốc gia vào ngày 28/5/1969 với đề tài *An Epidemic of triorthocresyl phosphate Poisoning in Vietnam, 1967 (Intoxication by Aircraft Turbo Engine Lube Oil)* / Dịch ngộ độc triorthocresyl phosphate ở Việt Nam, 1967.

Với Ngô Thế Vinh, “Binh nghiệp không phải là điều tôi lựa chọn nhưng tôi hiểu rất sớm thế nào là đời sống quân đội, nhưng phần quan trọng hơn theo tôi là thứ kỷ luật nơi chính mình...", [3] ông đã nhập ngũ vào quân đội khóa Trưng Tập 11 Y Nha Dược sĩ mới tốt nghiệp, với cấp bậc Trung úy. Khi kết thúc thời gian huấn luyện quân sự, ông chọn về Liên Đoàn 81 Biệt Cách Dù thuộc binh chủng Lực Lượng Đặc Biệt với địa bàn hoạt động là vùng cao nguyên chung đụng rất nhiều với các sắc dân thiểu số, cũng do mối duyên sẵn có với những người Thượng ngay từ thời sinh viên. Nhờ đó ông có thêm chất liệu sống để hoàn tất tác phẩm Vòng Đai Xanh trong giai đoạn này. [10]

Là y sĩ trưởng liên đoàn 81 Biệt Cách Dù, NTV đã có mặt ở những chiến trường xa xôi, heo hút vùng Tam Biên (Việt-Miên-Lào) mà chứng tích còn được ghi dấu nơi những trang viết của ông như Delta 49 - Trại Bunard 1969, Dakto Tây nguyên 1971, Tân Cảnh - Tây nguyên 1971, Bồng Sơn - Thung lũng An Lão 1971, Thị trấn Krek - Cambodia 1971, Kontum 02/1972...

VÒNG ĐAI XANH VÀ MẶT TRẬN Ở SÀI GÒN

Tác phẩm *Vòng Đai Xanh* được viết xong năm 1969, nhà xuất bản Thái Độ in năm 1970 và đoạt Giải Văn Học Nghệ Thuật VNCH 1971, nhưng do bận hành quân trấn giữ Kontum, ông đã không rời đơn vị để về Sài Gòn lãnh giải trước Tết Nhâm Tý (1972).

Sau Tết, khi được chuyển về Sài Gòn để chuẩn bị xuất ngoại tu nghiệp thì ông lại nhận được trát gọi ra hầu tòa về bài "Mặt trận ở Sài Gòn", một bút ký ngắn ghi lại cuộc hành trình ý thức của một người lính chấp nhận cuộc hy sinh chiến đấu gian khổ hiện tại, đồng thời cũng có những mơ ước về một xã hội tốt đẹp hơn trong tương lai, đăng trên tạp chí Trình Bầy số 34 vì tội "có luận điệu phương hại trật tự công cộng và làm suy giảm kỷ luật, tinh thần chiến đấu của quân đội". Ngày 18/5/1972, ông Chánh Án Tòa Sơ thẩm Sài Gòn Nguyễn Huân Trình đã xác nhận tội trạng của tác giả bài báo và phạt án treo 100.000 đồng tiền vạ, cùng là bồi thường 1 đồng bạc danh dự cho Bộ Nội vụ. Vì đây là vụ án có tính cách tượng trưng và để tránh một tiền lệ cho nhà văn có thể bị truy tố ra tòa bất cứ lúc nào về những phát biểu trong sáng tác của họ, nên Ngô Thế Vinh quyết định kháng án lên Tòa Thượng thẩm. [10]

XIN CHỌN NƠI NÀY LÀM QUÊ HƯƠNG

Tháng 7/1972, NTV được đi tu nghiệp ở Hoa Kỳ về ngành Y khoa Phục hồi / *Rehabilitation Medicine* tại quân y viện Letterman General Hospital, Presidio San Francisco. Nhân chuyến đi này, ông có dịp đến thăm nhà văn Linh Bảo qua giới thiệu của chủ nhiệm Bách Khoa Lê Ngộ Châu như đã được tường thuật trong "Đến với Linh Bảo – Từ Gió Bấc tới Mây Tần" [2]. Và gặp bạn đồng môn, bác sĩ TQLC Nguyễn Trùng Khánh biệt danh Tôn Kàn. Bài viết Tôn Kàn được ông trích dẫn và dùng làm *chapeau* cho truyện ngắn "Cựu Kim Sơn chưa hề giã biệt" [11]:

Thế rồi, cái gì phải đến cũng đến. Ngày trở về Việt Nam đã tới. Mấy tuần trước đó có vài người khuyên tôi nên ở lại. Nếu tôi muốn họ sẽ giúp tôi trốn sang Canada. Tôi lưỡng lự mãi. Một bên là cám dỗ của một đời sống mới, tự do và đầy đủ tiện nghi. Một bên là nỗi nhớ nhung, mái tóc bạc của bà mẹ già, ngọn gió rì rào trong bụi tre ngà, một tô phở nóng, một cái gì rưng rức khó tả. Và nhất là cuộc đối thoại ngắn ngủi giữa bác sĩ Rieux và Rambert trong La Peste của Camus: "Il n'y a pas de honte à préférer le bonheur, mais il peut avoir de la honte à être heureux tout seul." NTV hẳn đã suy nghĩ rất nhiều cho quyết định rất quan trọng của cuộc đời mình.

Đoạn văn thật đẹp và thật cảm động sau đây cũng chính là tâm sự của tác giả:

"Buổi sáng nắng đẹp, cầu Golden Gate rực rỡ ửng hồng, nơi mỏm sương mù gần bệnh viện Letterman vẫn như còn sương khói ẩn hiện mờ mờ. Đứng trên chiếc du thuyền, phơi mình trong nắng chan hòa nhưng vẫn thấm lạnh vì từng đợt từng đợt những cơn gió từ biển thổi sâu vào trong vịnh. Không suy nghĩ, như một cử chỉ dứt khoát, Phan ném chiếc máy ảnh, cả những cuộn phim rơi sâu xuống lòng vịnh. Hành động trong khoảnh khắc tưởng như chẳng có ai có thể chứng kiến. Một bà Mỹ già, đôi mắt vui và rất sáng đang tiến lại phía chàng. Hình như ông đã để rơi chiếc máy hình xuống biển. Thay cho câu trả lời Phan nói rất bâng quơ. Gió thổi vào vịnh lớn quá, thưa bà.

Vĩnh biệt Cựu Kim Sơn. Thanh thản nhẹ nhàng không lưu luyến buồn vui, để rồi ngày mai chưa biết ra sao nhưng chàng sẽ trở về với bà mẹ già, những người lính đồng đội và cánh đồng lúa thơm chín vàng của Việt Nam. Chẳng phải Cựu Kim Sơn, Phan đã để trái tim mình ở Sài Gòn. Chàng mơ ước cho xứ sở cái sung túc mà người Mỹ đang có nhưng bằng niềm tin tạo dựng với sức lao động vốn siêng năng của người dân mình..." [11]

Về nước vào đầu năm 1973, NTV trở thành Bác sĩ huấn luyện Trường Quân Y VNCH.

NHỮNG BƯỚC CHÂN DIỄN HÀNH THẦM LẶNG

Những ngày cuối tháng 4/1975, "khi mà cứ điểm cuối cùng là Sài Gòn cũng không còn hy vọng đứng vững, thì người ta bắt đầu chạy tứ tán ra các vùng biển, nhào vào các hải cảng và phi trường để tìm phương tiện thoát thân... Phan với vợ và con nhỏ, cùng bốn năm gia đình khác, mỗi người với túi hành lý nhẹ, ngồi kín chiếc xe van chờ bốc họ nơi sân sau của một khách sạn gần trung tâm thành phố. Mỗi người bước lên xe là một trao đổi sòng phẳng. Không biết bằng cách nào, có lẽ qua giúp đỡ của gia đình, vợ Phan đã đưa được tên cả ba người vào danh sách. Người đàn bà quá hiểu chồng, sống bằng trực giác phụ nữ, nàng tìm cách chuyển con sang tay Phan. Như vậy nàng có thể yên tâm cho tới khi vào được bên trong của phi trường. Dù lẫn cả trẻ con nhưng sao không khí thật nặng nề và im lặng. Chiếc xe lầm lũi chạy nhanh trên các đường phố nhao nhác... Chuyền lại đứa con sang tay vợ, như có linh tính con bé nhất định ôm chặt lấy bố, òa khóc khi lọt sang vòng tay mẹ nó. Khi chiếc xe vừa dừng lại nơi trạm kiểm soát, do một quyết định rất nhanh, không biết có tự bao giờ, Phan mở cửa bước xuống, dặn với vợ. Em và con đi trước, rồi anh sẽ gặp hai mẹ con. Phan tránh không nhìn thẳng vào khuôn mặt vợ, vì biết mình chẳng thể cứng lòng quyết định dứt khoát về một cuộc chia ly như vậy..." [11]

Quyết định ấy có phải đến từ người Mẹ hiền chân chất, đơn giản, rất yêu quê hương nhưng không hiểu rõ chế độ cộng sản, đã khuyên nhủ, "Hết chiến tranh rồi, các con nên ở lại góp tay xây dựng đất nước"? Có thể thoáng hiện trong đầu Phan cuộc phân ly giữa hai miền Nam Bắc năm 1954, ngỡ sẽ gặp lại nhau hai năm sau nhưng rồi cuộc trùng phùng phải đợi đến hơn 20 năm. Lần này biết đến khi nào? Mẹ đã lớn tuổi, có chờ được tới ngày ấy? Ở lại, để được góp tay xây dựng lại quê hương đổ nát sau chiến tranh, biến ước mơ năm nào thành hiện thực "Chàng mơ ước cho xứ sở cái sung túc mà người Mỹ đang có nhưng bằng niềm tin tạo dựng với sức lao động vốn siêng năng của người dân mình...” [11] Ở lại, với câu đối thoại ngắn ngủi giữa bác sĩ Rieux và Rambert trong La Peste của Camus vang vang trong đầu: *“Il n’y a pas de honte à préférer le bonheur, mais il peut avoir de la honte à être heureux tout seul.”*

Ở lại, trong khi bằng mọi giá người khác tìm cách thoát thân vào thời điểm đó, có phải là một quyết định lầm lẫn nhất trong cuộc đời ông? Ở lại, để chứng kiến những giây phút cuối của một Sài Gòn thất thủ sau lời kêu gọi đầu hàng của tướng Big Minh vào gần trưa ngày 30-4-1975. “Hoang mang, ngỡ ngàng, rồi bàng hoàng đau đớn. Lệnh đầu hàng là ‘phát súng thi ân’ cho những đơn vị quyết tâm tử thủ cho tới viên đạn cuối cùng...” [11] Nhưng ông cũng được chứng kiến “những bước chân diễn hành thầm lặng của một tiểu đội lính vô danh ở ngày giờ cuối cùng của một thành phố trước khi mất tên Sài Gòn” để sau này trong những ngày tù đày, ông luôn hồi tưởng đến. “Trên đường Công Lý, từ hướng phi trường Tân Sơn Nhứt, không biết từ bao giờ, chuẩn úy Ngộ và tiểu đội của anh vẫn trật tự lầm lũi theo hàng một tiến về hướng Dinh Độc Lập. Trước đó nhiều ngày đơn vị anh và các tiểu đoàn Nhảy Dù đã bám trụ ngày đêm từ ngã tư Bà Quẹo tới cổng Phi Long, như nút chặn vững chãi cho cửa ngõ đi vào Sài Gòn và cả bảo vệ vòng đai phi trường. Người chuẩn úy da sạm đen, gương mặt xương gầy với đôi mắt rất sáng nhưng buồn. Súng lục trễ bên hông, trên tay một cây gậy nhỏ, dẫn đầu tiểu đội 12 người lính da cũng đen sạm trong những bộ rằn ri lấm bụi bạc sờn. Không chút ảnh hưởng nao núng bởi những khuôn mặt dân chúng hoảng loạn giữa một thành phố xao xác, họ vẫn đều bước theo chân người chuẩn úy, với ba-lô trên vai và mũi súng chúc xuống. Có điều gì đó rất thiết thân và thiêng liêng ràng buộc giúp họ thắng mọi sợ hãi trong nỗi sống chết không rời. Cuộc diễn hành kỳ lạ với không trống chiêng không cờ xí, hoàn toàn vắng mặt hàng tướng lãnh đẹp đẽ trong nhung phục với ngực đầy huy chương trên kỳ đài, mà chỉ có những sĩ quan cấp thấp như chuẩn úy Ngộ và các đồng đội vô danh của anh vẫn can đảm bình thản tới gần tuyến lửa, đi tới trong kỷ luật đội ngũ, diễn qua rải rác những đám đông dân chúng lớn nhỏ tụ tập nhao nhác trên các con phố của một Sài Gòn đang chết dần...” [11]

GULAG ARCHIPELAGO MADE IN VIETNAM

NTV cho biết, “Sau 1975, trừ một số ít đã được di tản trước đó, số bác sĩ còn ở lại trước sau đều bị tập trung vào các trại tù cải tạo. Từng hoàn cảnh cá nhân tuy có khác nhau nhưng tất cả hầu như đồng một cảnh ngộ: bị giam giữ trong đói khát, với lao động khổ sai và học tập tẩy não. Những bao gạo in nhãn ‘Đại Mễ’ đầy mối mọt viện trợ của Trung Quốc được đưa vào nuôi tù cải tạo trong giai đoạn này. Không khác với các trang sách viết của Solzhenitsyn về *Gulag Archipelago* nhưng là *Made in Vietnam*, tinh vi hơn với phần học thêm được cái ác từ Trung Quốc.

Cũng thật trớ trêu, trại giam đầu tiên của tôi lại là Suối Máu (Tân Hiệp, Biên Hòa), nơi từng là trung tâm huấn luyện của Liên đoàn 81 Biệt Cách Dù, một đơn vị mà tôi đã từng phục vụ. Như một chính sách rập khuôn, không giam giữ lâu ở một nơi, cứ sau một thời gian, các tù nhân lại bị tách ra, di chuyển đi các trại khác. Từ Suối Máu, tôi lần lượt trải qua các trại Trảng Lớn (Tây Ninh), Đồng Ban (Phước Long) và trại cuối cùng là Bù Gia Mập (Bình Phước). Một số khác thì bị đưa ra Bắc, sau này được biết là điều kiện tù đày khắc nghiệt hơn rất nhiều.” [2]

Đó là những tháng ngày tồi tệ nhất, kinh hoàng nhất và cũng lãng phí nhất trong cuộc đời mà không bao giờ ông và những người tù cải tạo muốn nhớ đến. Nên sau này, khi tới Vân Nam thăm con đập Manwan, "được chỉ đường tới Câu Lạc Bộ Công Nhân, nơi chúng tôi có thể dùng bữa ăn chiều. Khu nhà ăn tập thể sạch sẽ khang trang... Vào giờ ăn, công nhân hay kỹ sư, tất cả đều rất trẻ và ngồi chung bàn... Thêm một người bước vào phòng ăn, tay cầm một chiếc tô bằng sắt tráng men trắng, khuôn mặt trẻ ánh mắt thông minh với cặp kính cận. Như một *flashback*, chiếc tô bằng sắt tráng men đi lãnh cơm bỗng chốc gợi lại cho tôi cảm xúc của những ngày tù cải tạo ở quê nhà, cũng ba năm chứ ít sao. Tôi bảo Wu nên ra ngoài kiếm một quán ăn nhỏ nào đó dưới phố." [12]

Khi trả lời phỏng vấn của nhà báo Lê Quỳnh Mai, ông chia sẻ thêm: "... ngoài những giờ 'cuốc đất trồng rau' hay 'đốn tre trảy gỗ trên ngàn', cũng phải tìm cách làm cho đầu óc mình bận rộn, tôi học thêm chữ Hán từ người bạn cải tạo nằm kế bên, anh nguyên là giáo sư dạy toán Trường Võ Bị Đà Lạt. Anh ấy rất thông minh, chỉ dẫn có phương pháp cho học những bộ chữ căn bản rồi từ đó phân tích ý nghĩa của những chữ mới. Bằng cách ấy ngữ vựng của tôi rất khá khi ra trại. Bây giờ thì bao nhiêu chữ trả lại thầy, chỉ còn đôi ba từ không bao giờ quên vì mang dấu ấn sâu đậm của một tâm trạng nào đó như chữ 'Nhẫn' với hình mũi dao trên trái tim hay câu 'Khổ hải vượng dương, hồi đầu thị ngạn'... " [13]

CHÚT RƯỢU HỒNG ĐÂY, XIN RƯỚI XUỐNG GIẢI OAN CHO CUỘC BIỂN DÂU NÀY

(Tô Thùy Yên – Ta Về)

Ba năm sau ra tù, ông ngậm ngùi nhìn một Sài Gòn đã hoàn toàn đổi khác. Ngôi trường Y khoa cũ ngày nào ở số 28 Trần Quý Cáp êm ả rợp bóng cây xanh nay đã trở thành khu triển lãm "Tội ác Mỹ Ngụy", không chỉ trưng bày vũ khí súng đạn, chuồng cọp với đủ dụng cụ tra tấn mà còn có cả sách báo nọc độc tàn dư văn hóa của "chủ nghĩa thực dân mới" [sic] trong đó có cuốn Vòng Đai Xanh của chính ông.

Khi đến thăm một bạn cố tri, từng là giáo sư đại học, tốt nghiệp ở Mỹ về Việt Nam từ cuối thập niên 1960, đầy lý tưởng, ôm mộng lớn về một cuộc cách mạng xã hội, thì trong ánh mắt người bạn này "lộ rõ vẻ bất an. Thoáng nét vui mừng nhưng anh kịp kìm hãm, vừa nói vừa canh chừng nhìn ra cửa: 'Biết toa được ra trại thì mừng nhưng cũng xin toa đừng tới thăm'... Gia đình bên vợ anh ở Mỹ đang làm thủ tục bảo lãnh, nghĩ rằng việc có liên hệ với lính ngụy với tù cải tạo có thể là cản trở cho cuộc hành trình hy vọng của gia đình anh tới bến bờ tự do ấy..." [2]

Nhưng ông cũng "có được niềm vui ấm lòng khi gặp người bạn tấm cám Nghiêu Đề. Nghiêu Đề cho biết mới gặp Sao Trên Rừng đi xe gắn máy từ Đà Lạt xuống, ngạc nhiên thấy Nguyễn Đức Sơn lần đầu tiên ăn vận đồ lớn complet cravate, hỏi tại sao thì Sơn cười giọng khinh mạn: 'có vậy mới khỏi lẫn với tụi nó'." [2]

Khoảng thời gian đó, do thiếu rất nhiều bác sĩ, sau khi ra tù, ông trở lại với nghiệp y của mình. Là bác sĩ điều trị và giảng huấn tại Trung Tâm Quốc gia Phục Hồi và Trường Vật Lý Trị Liệu Sài Gòn từ năm 1979 cho đến khi đi định cư Hoa Kỳ vào cuối năm 1983. Ông đã cùng với các bạn đồng nghiệp cũ góp công đào tạo những chuyên viên VLTL để cùng với các bác sĩ hoạt động như "bước thứ ba" của y khoa tiếp theo các bước y khoa phòng ngừa và y khoa điều trị.

NTV cũng có những bữa cơm ấm áp gia đình tại nhà Dương Nghiễm Mậu. "Tuy sống gần khu Chợ Cũ, sẵn những quán ăn vỉa hè và nhà hàng, rất tiện cho nếp sống cơm hàng cháo chợ, nhưng thường sau một ngày làm việc, thay vì về nhà tôi ghé nhà Nghiễm, được chị Trang vợ Nghiễm cho thêm chén thêm đũa với những bữa ăn đạm bạc nhưng ngon miệng vì là bữa cơm hạnh phúc gia đình. Trong tù, tôi và Nghiễm thì đã quen với những bữa ăn đói ngày đêm, ra ngoài tuy rau đậu nhưng cũng là bữa tạm no. Người lớn thì không sao, nhưng với trẻ nhỏ đang tuổi 'mau ăn, chóng lớn' thì khẩu phần ấy phải xem là suy dinh dưỡng. Nếu không là ngày phải ra trễ, tôi ghé qua chợ mua một món ăn gì đó, đem tới bày thêm vào mâm cơm gia đình. Có thêm món thịt, thêm chút chất đạm thì hôm đó với hai đứa nhỏ như là bữa tiệc. Những lần gặp nhau, tôi và Nghiễm đều ít nói. Hình như Nghiễm có viết ở đâu đó là những điều không cần nói ra nhưng cũng đã hiểu nhau rồi. Chỉ có cô giáo Trang vợ Nghiễm sau một ngày dạy học mệt nhọc nhưng lúc nào cũng có đôi chuyện vui từ trường đem về gia đình." [2]

Thời kỳ này ông cũng hoàn tất hai cuốn sách Y học: "Khái Luận Y Học Phục Hồi" (Nxb Y Học 1983) và "Từ điển Y Học Phục Hồi Anh–Pháp–Việt" (Nxb Y Học 1984).

TRỞ LẠI VỚI DÒNG CHÍNH

Ngô Thế Vinh chia sẻ, "Khoảng từ 1987, qua giới thiệu của bạn đồng môn Phạm Quang Thùy, GS Hoàng Tiến Bảo và tôi cùng được nhận vào làm Clinical fellow / volunteer không lương nơi Department of Medicine & Hypertension, USC Medical School với hai giáo sư Vincent DeQuattro và Robert Barndt. Nơi đây, không phải chỉ có Việt Nam, mà còn có các bác sĩ thuộc nhiều quốc tịch khác như Nam Hàn, Hồng Kông, Phi Luật Tân, Syria và cả Nhật Bản... Hệ thống y khoa Mỹ lạnh lùng và tàn nhẫn với bất cứ một bác sĩ ngoại quốc nào tới Mỹ theo diện di dân muốn hành nghề trở lại, cách đối xử khác xa với thành phần du học nếu sau đó trở về nước. Tại USC Medical Center, đám bác sĩ ngoại quốc chúng tôi tuy chưa có bằng hành nghề, nhưng cũng được tiếp xúc với bệnh nhân, để chọn lọc và ghi tên họ tham gia vào các công trình nghiên cứu y khoa, theo protocol, thực hiện các cuộc phỏng vấn, lập hồ sơ với folder cho từng người; ngoài ra hai ngày mỗi tuần chúng tôi được tham dự các buổi khám bệnh của hai vị giáo sư Mỹ này. Mỗi ngày, sau khi làm xong phần vụ được giao phó, hai Thầy trò lại cùng nhau xuống Norris Medical Library nơi có cả một rừng sách, phía sau Bệnh viện để dùi mài kinh sử; chủ yếu là nghe tape và xem video các bài giảng y khoa, giống như mấy trung tâm luyện thi Kaplan nhưng phải trả tiền khá đắt.

Và rồi tôi đã qua phần thi cử FMGEMS, có được mấy cuộc phỏng vấn / interviews để vào NRMP (National Resident Matching Program). Sau đó tôi rời California đi New York với hy vọng hoàn tất chương trình nội trú & thường trú nơi hệ thống các Bệnh viện Đại học SUNY Downstate ở Brooklyn, New York." [2] Sau một năm Nội trú / *Internship* và hoàn tất chương trình Thường trú ba năm về Nội Khoa / *Internal Medicine Residency*, NTV trở về California, làm bác sĩ điều trị và giảng huấn tại một bệnh viện VA thuộc hệ thống Đại học Y Khoa UCI từ 1991.

MEKONG – DÒNG SÔNG NGHẼN MẠCH

Từ năm 1995, như một bước ngoặt của cuộc đời, NTV đã đến với sông Mekong cũng như vấn đề môi sinh. Ông kể lại:

"Năm 1995 tôi đã có kỷ niệm về một ngày rất khó quên với nhà báo Như Phong nơi thủ đô tỵ nạn Little Saigon. Đó vào sáng thứ Bảy của một ngày tiết Thu nắng đẹp miền Nam California. Anh Như Phong hôm ấy rủ tôi tới gặp mấy người bạn trẻ thuộc Nhóm Bạn Cửu Long mà tôi chưa hề quen biết nhân có buổi mạn đàm đầu tiên tại Phòng Sinh Hoạt báo Người Việt. Trên bàn thuyết trình hôm đó có kỹ sư Phạm Phan Long, tiến sĩ Phạm Văn Hải và nhà báo Đỗ Quý Toàn. Kỹ sư Phạm Phan Long là người đầu tiên lên tiếng báo động về những hiểm họa cho dòng sông Mekong khi Trung Quốc có kế hoạch xây một chuỗi những con đập Bậc thềm Vân Nam. Lúc đó chỉ mới có một con đập đầu tiên Manwan / Mạn Loan 1.500 MW trên dòng chính sông Lancang–Mekong vừa được xây xong (1993). Ngày hôm ấy với tôi quả thật là mối 'duyên khởi' bởi vì đây cũng là lần đầu tiên tôi tiếp cận với một vấn nạn mới mẻ của đất nước: đó là những bước phát triển 'không bền vững / unsustainable development' của con sông Mekong. Cũng từ đó tôi được làm quen với những người bạn mới như KS Phạm Phan Long, KS Ngô Minh Triết, KS Nguyễn Hữu Chung và rồi thêm những người bạn khác của Mekong Forum, tiền thân của Viet Ecology Foundation về sau này.

Rồi phải kể tới một bài báo đăng trên Tuổi Trẻ Chủ Nhật (03-11-1996): 'Khai thác sông Mekong: nhìn từ góc độ Việt Nam' tuy đứng tên Kỹ sư Phạm Phan Long nhưng do 4 người viết, họ đều là những chuyên gia từ hải ngoại: Tiến sĩ Phạm Văn Hải (Mỹ), Kỹ sư Nguyễn Hữu Chung (Canada), Tiến sĩ Bình An Sơn (Úc). Nội dung bài viết ấy cho tới nay vẫn còn nguyên tính thời sự... Cũng đã hơn 25 năm trôi qua, tôi vẫn là người bạn đồng hành bền bỉ với Nhóm Bạn Cửu Long, vẫn cứ là một con chim 'báo bão' từ những đám mây đen độc hại ngày càng dày đặc hơn không ngừng đổ xuống từ phương bắc." [2]

Từ bước ngoặt cuộc đời này, NTV đã viết nên hai tác phẩm được đánh giá cao, được xuất bản và tái bản nhiều lần:

– *Cửu Long Cạn Dòng, Biển Đông Dậy Sóng* [Văn Nghệ, California 2000, tái bản 2001; Nxb Giấy Vụn Việt Nam 2014]

– *Mekong – Dòng Sông Nghẽn Mạch* [Văn Nghệ, California 3/2007; Văn Nghệ Mới 12/2007; Nxb Giấy Vụn, Việt Nam 2012]

TÁC PHẨM VĂN HỌC

NTV sớm đến với văn chương, đã có tác phẩm xuất bản từ 60 năm trước và hiện nay ông vẫn còn tiếp tục viết. Có thể kể:

– *Mây Bão* [Sông Mã, Sài Gòn 1963; Văn Nghệ, California 1993]
– *Bóng Đêm* [Khai Trí, Sài Gòn 1964]
– *Gió Mùa* [Sông Mã, Sài Gòn 1965]
– *Vòng Đai Xanh* * [Thái Độ, Sài Gòn 1970; Văn Nghệ, California 1987; Văn Học Press, California 2018]
– *Mặt Trận Ở Sài Gòn* * [Văn Nghệ, California 1996]
– *Cửu Long Cạn Dòng, Biển Đông Dậy Sóng* * [Văn Nghệ, California 2000, tái bản 2001; Nxb Giấy Vụn Việt Nam 2014]
– *Mekong – Dòng Sông Nghẽn Mạch* * [Văn Nghệ, California 3/2007; Văn Nghệ Mới 12/2007; Nxb Giấy Vụn, Việt Nam 2012]
– *Chân Dung Văn Học Nghệ Thuật và Văn Hóa I* [Việt Ecology Press 2017]
– *Chân Dung Văn Học Nghệ Thuật và Văn Hóa II* [Việt Ecology Press 2022]
– *Y Sĩ Tiền Tuyến Nghiêm Sỹ Tuấn, Người Đi Tìm Mùa Xuân* [Tập San Y Sĩ Việt Nam Canada, Việt Ecology Press 2019]

trong đó những tác phẩm có dấu * đã được dịch sang Anh Ngữ và xuất bản tại Hoa Kỳ. Riêng bộ sách Chân Dung Văn Học Nghệ Thuật và Văn Hóa I & II đang được Tiến sĩ Eric Henry dịch, dự trù sẽ ra mắt cuốn I trong năm 2024.

Với bộ ba cuốn sách song ngữ Việt-Anh: *Mặt Trận Ở Sài Gòn* (2020), *Vòng Đai Xanh* (2020) và *Mekong – Dòng sông nghẽn mạch* (2021) do nhà xuất bản Văn Học Press & Việt Ecology Press ấn hành, Ngô Thế Vinh luôn quan tâm đến những thế hệ tương lai.

Người viết rất tâm đắc với nhận định của nhà văn Nguyễn Xuân Hoàng:

"Ngô Thế Vinh là nhà văn của những ước mơ, hay nói rõ hơn ông là nhà văn của lương tâm.

Người ta hiểu lý do vì sao Ngô Thế Vinh phải ra hầu tòa trong khi trước đó, tác phẩm Vòng Đai Xanh của ông vừa được giải Văn học Nghệ thuật toàn quốc 1971. Bởi vì ngoài vai trò một bác sĩ và một người lính, ông còn là một nhà văn ước mơ về một xã hội tốt đẹp hơn. Ông là một người lính chiến đấu cho tổ quốc, hy sinh cho một lý tưởng, nhưng ông không muốn sự hy sinh ấy nhằm bảo vệ cho 'một thứ xã hội trên cao', một xã hội hưởng thụ thừa mứa, của 'một đám người kêu gọi chiến tranh nhưng lúc nào cũng ở trên và đứng ngoài cuộc chiến ấy.'

Hơn ai hết, Ngô Thế Vinh biết rõ những suy nghĩ của anh trong một xã hội đang tan rã ở Sài Gòn lúc bấy giờ cũng chẳng khác nào những suy nghĩ của bọt biển, thế nhưng khi cầm bút viết xuống trang giấy những suy nghĩ 'phạm thánh' ấy trong một không khí đe dọa và khủng bố, phải nói Ngô Thế Vinh là một người dũng cảm." [14]

Dược sĩ Bùi Khiết, một người bạn của NTV, chia sẻ: "Với ông người Việt Nam giết chóc tàn hại nhau chỉ là hiện tượng ở vào một thời điểm trong một hoàn cảnh lịch sử đặc biệt. Con người Việt Nam thương yêu nhau, đùm bọc nhau mới là bản chất Việt Nam. Làm văn hóa hướng về chân thiện mỹ thì phải phát huy bản chất ấy.

... Ngô Thế Vinh rất đôn hậu về cái gốc. Ông không hận thù nhưng buồn và thương tiếc. Cảm nghĩ của tôi, Ngô Thế Vinh chấp nhận và cam chịu giữa hai lằn đạn. Cả hai phía bên này lẫn bên kia có vẻ khó chịu và nghi ngại ông. Bởi ông là nhà văn lấy chính trị làm bối cảnh mà lại viết và trình bày theo lương tâm. Chính cái lương tâm trong sáng từ bi và bác ái đó làm bóng đêm thủ đoạn chính trị bị lộ diện. Như con thú đêm khi lộ diện thì cuồng quẫy chống đối khó chịu.” [14]

Người viết muốn thêm, Ngô Thế Vinh còn là một con chim báo bão, “Nghệ sĩ không thể chỉ là nhân chứng mà hắn phải có tâm thức của một tiên tri” như ông đã bày tỏ trong truyện ngắn *Đêm Mắt Lưới* đi trên Tình Thương số 24 (tháng 12/1965). *Vòng Đai Xanh* được viết xong vào năm 1969 vẫn còn nguyên tính thời sự cho tới hôm nay, điển hình là vụ nổ súng tại Đắk Lắk ngày 11/6/2023 vừa qua. *Cửu Long Cạn Dòng, Biển Đông Dậy Sóng* đã báo động từ hơn hai mươi năm trước tình trạng khô hạn, cạn dòng, ngập mặn... sẽ xảy ra khi các quốc gia ở thượng nguồn liên tục xây dựng các đập thủy điện bất chấp hệ sinh thái của thiên nhiên và đời sống của cư dân ven sông mà hiện nay tất cả chúng ta đã thấy rất rõ ràng hậu quả.

Giọng văn điềm tĩnh, lời đẹp, ý nhân hậu là điều độc giả nhận ra khi đọc văn Ngô Thế Vinh.

“Không chỉ đau vì mất chân, Tụng biết mình vẫn còn sống nhưng đau xót hơn chỉ sợ làm mẹ buồn. Tụng xé ngay mảnh áo làm vòng garrot tự cấp cứu cầm máu. Tụng nổi tiếng lì khi còn trong chiến trận, trong đời Tụng chưa từng biết khóc là gì nhưng bây giờ thì đôi mắt mờ lệ nhìn về phía nắng hanh chiếu vàng trên những bụi tre phía xa, thấp thoáng đâu đó là nóc nhà quen thuộc, nơi đó có bà mẹ già và cả con Bé Tư đang lúp xúp lặt mớ rau cho nồi canh chuẩn bị bữa ăn chiều. Tụng không nghĩ tới mình, không màng tới cái đau như xé truyền lên từ mỏm chân cụt mà lại cứ miên man với ý nghĩ là sắp tới đây, phải ăn làm sao nói làm sao với má bây giờ, để cho bả khỏi khổ. Hòa bình rồi hạnh phúc tính là dài lâu nhưng rồi ra cũng chỉ là tính riêng cho mỗi từng ngày.” *(Ngô Thế Vinh – Người Y Tá Cũ)*

"Trong cái mênh mang của cơn say lịch sử, có ai nghĩ được rằng cuộc chiến đang diễn ra giữa những người Việt lại có thể xóa nhòa một nền văn minh Angkor cổ kính. Và trong cái hoang vu lặng lẽ của buổi chiều tàn, giữa ngôi làng đổ nát kia, tôi tưởng tượng rằng vẫn còn một người đàn bà không rõ mặt mũi vẫn ẩn nhẫn ngồi ôm đứa con ru cho bú. Phải chăng vẫn còn hình ảnh an ủi tuyệt đẹp và ngàn năm của ý nghĩa tồn sinh nhân loại. Đó là sự sống thách thức và cũng là tha thứ bao dung đối với cả cuộc chiến tranh dài đằng và vô ích này, với những tàn phá vô tri của bọn đàn ông và khí giới bom đạn." *(Ngô Thế Vinh – Nước Mắt Của Đức Phật)*

Là bác sĩ, nên cách nhìn của ông cũng rất "thầy thuốc":

"Theo cách nhìn y khoa, với người viết, thì chỉ với hai đoạn đường ngắn: con Đường Sách 144 m và tuyến Đường Metro Bến Thành Suối Tiên 19,7 km có thể xem đó là hai chỉ dấu sức khỏe – vital signs của Sài Gòn. Chừng nào có sinh hoạt 'được gọi là bình thường' nơi hai tụ điểm ấy: một nét văn hóa và một nét công nghệ cao – là biểu trưng cho một thời kỳ Sài Gòn khỏe mạnh, một Sài Gòn phục sinh, vui tươi trở lại với rộn rã ca khúc của Y Vân ngày nào: Sài Gòn đẹp lắm, Sài Gòn ơi, Sài Gòn ơi!" *(Ngô Thế Vinh – Con Đường Sách Sài Gòn và Câu chuyện đốt sách)*

Hay:

"Trong 48 năm qua, nhiều công trình cải tạo lớn đã được đem ra thử nghiệm trên khắp ĐBSCL như: đắp đê ngăn lũ, làm đê kè để giảm sóng hay chuyển hướng dòng chảy, xây dựng hàng loạt những cống chặn mặn... Có thể nói là các 'chuyên gia quốc doanh' từ ngoài Bắc vào Nam không hiểu gì hệ sinh thái tinh vi của ĐBSCL, nên đã thô bạo dùng 'dao mổ trâu' để thực hiện những cuộc giải phẫu thần kinh và đã để lại những hậu quả tác hại lâu dài, rất khó sửa chữa." *(Ngô Thế Vinh – Nửa Thế Kỷ Cải Tạo Làm Cạn Kiệt Tài Nguyên Một ĐBSCL Đang Chết Dần)*

NGÔ THẾ VINH ĐỜI THƯỜNG

Phạm Ngọc Lân, dược sĩ tốt nghiệp năm 1968, cùng khóa 11 Trưng Tập với Ngô Thế Vinh đã kể lại trong hồi ức *"Cha Vô Danh"*:

"Ngày thứ hai mùng 2 tháng 6 năm 1969, khóa 11 Trưng Tập được đưa lên học quân sự tại Trung Tâm Huấn Luyện Quang Trung. Anh Vinh là đại đội trưởng khóa sinh, phải vô cùng vất vả vì những cuộc đối đầu với thành phần lãnh đạo của trại. Bất mãn đầu tiên đến với cả đại đội khi một công lệnh được phổ biến sáng thứ tư 11 tháng 6, là chủ nhật tới sẽ chỉ được nghỉ phép 10 tiếng đồng hồ thay vì 24 tiếng từ chiều thứ bảy đến chiều chủ nhật. Thứ hai là có một người trung sĩ đưa lệnh kêu mấy chục người phải đi khuân đồ đạc dọn trại cho ai đó. Trước đó, ngày thứ ba và thứ tư các khóa sinh ở lại trực phòng đều bị khiển trách nặng nề vì phòng ngủ không được sạch sẽ, tuy các bạn này cũng đã cố gắng làm hết sức mình. Rồi còn bị dẫn qua các phòng của các đại đội khác để cho thấy người ta giữ sạch sẽ ra làm sao. Thế là đến 11 giờ trưa trong giờ nghỉ học, cả đại đội tập họp để ủng hộ anh Vinh đại đội trưởng đến trình bày vấn đề với Thiếu Tá tiểu đoàn trưởng. Sau đó cả đại đội biểu quyết sẽ phản đối bằng cách không về phép chủ nhật nếu chỉ được phép 10 tiếng đồng hồ, không tuân lệnh đi khiêng đồ đạc vì đó không phải là cách cư xử với những sĩ quan khóa sinh, và không hợp tác trong một chương trình văn nghệ của tiểu đoàn. Đến trưa lại có công lệnh đọc trước đại đội, cảnh cáo đại đội 45 vì đêm thứ ba không ra ngủ ngoài trời. Lời cảnh cáo rất gay gắt, kèm thêm lời đe dọa là nếu tái phạm thì cả đại đội sẽ bị phạt cúp phép, các cấp trưởng (trung đội trưởng, đại đội trưởng) sẽ bị nghiêm phạt. Điều bực bội nhất cho các khóa sinh là công lệnh được đọc cho tất cả 6 đại đội của tiểu đoàn Nguyễn Huệ nghe, sẽ đọc trong hai ngày liền, mỗi ngày hai lần! Sở dĩ đêm thứ ba không ra ngủ bên ngoài vì trời mưa, lại không có dụng cụ để dựng lều nên phải ngủ trong nhà, nhưng trong tư thế sẵn sàng, quần áo trận vẫn mặc, không giăng mùng mà chỉ trùm đầu bằng cái lưới muỗi thôi. Không khí căng thẳng tiếp tục lên cao và qua ngày hôm sau thứ năm 12 tháng 6, đại đội quyết định phản ứng mạnh hơn. Buổi trưa tất cả tập họp ngoài sân, lấy lon trung úy ra đeo lại trên cổ áo, hàng ngũ nghiêm chỉnh trong khi anh Ngô Thế Vinh đại đội trưởng vào 'làm việc' với Thiếu tá tiểu đoàn trưởng. Chiều cùng ngày, Vinh lên gặp Thiếu Tá liên đoàn phó, ông này hứa sẽ đưa việc này lên cấp trên giải quyết. Đến tối, có lệnh từ liên đoàn xuống tách riêng đại đội F-45 ra một trại riêng biệt, chỉ cách trại cũ hơn 200 thước, và từ nay đại đội này sẽ tự quản lý lấy doanh trại của mình, còn việc học tập quân sự vẫn tiếp tục trong khuôn khổ tiểu đoàn Nguyễn Huệ như cũ. Thế là lúc 9 giờ tối, mọi người lục đục dọn nhà, khiêng các giường sắt qua hai căn nhà rộng của doanh trại mới, kê làm hai hàng giường hai tầng chồng lên nhau, trung đội 1 và 4 ngủ trong một căn, hai trung đội 2 và 3 trong căn còn lại.

Hình 3: *Khóa sinh sĩ quan Ngô Thế Vinh 1969 và những ngày ở Trung Tâm Huấn Luyện Quang Trung; tuy chưa ra chiến trận nhưng Khóa Trưng Tập 11 Y Nha Dược đã bị tổn thất và cả tang tóc, do vụ nổ của một trái mìn Claymore hướng thẳng vào doanh trại các khóa sinh sĩ quan Quân Y, khiến một bác sĩ tử vong ngay tại chỗ và nhiều bạn khác bị thương, và những miếng mìn còn gắn trên cơ thể họ cho tới ngày nay. [tư liệu NTV]*

Vài ngày sau, đại đội có lệnh triệu tập đặc biệt lên hội trường, ra mắt Trung Tá liên đoàn trưởng. Sau các thủ tục chào đón nghiêm nghỉ của nhà binh, mọi người ngồi xuống và ông Trung Tá, một người mặt mũi sáng sủa ngồi trên bàn chủ tọa, rút trong túi ra một cái thẻ vàng (chẳng khác gì trọng tài trong trận đá banh quốc tế) và hỏi to, 'Các anh nói tấm thẻ này màu gì?' Mọi người trả lời đồng loạt 'màu vàng'. Ông Trung Tá nói 'nhưng trong quân ngũ, tôi nói tấm thẻ này màu đỏ, các anh cũng phải nói nó là màu đỏ; quân đội khác với xã hội bên ngoài ở chỗ đó.' Anh Ngô Thế Vinh giơ tay xin phát biểu: 'Chúng tôi là những người được đào tạo trong môi trường đại học, và chúng tôi được học hỏi một điều quan trọng. Đó là muốn trở thành người trí thức thì đầu tiên phải biết tôn trọng sự thật trong mọi tình huống, vì thế nên chúng tôi không thể nói tấm thẻ kia màu đỏ trong khi thật ra nó là màu vàng!' Mọi người ngồi im phăng phắc xem ông Trung Tá phản ứng ra sao, nhưng ông này chỉ nói cho qua chuyện, rồi sang một đề tài khác: 'Khóa 11 Trưng Tập đến Trung Tâm Huấn Luyện Quang Trung để học 9 tuần quân sự căn bản, nên cũng phải theo kỷ luật chung của Trung Tâm, nhưng vì các anh đã là những sĩ quan đeo lon trung úy, nên liên đoàn đã quyết định để đại đội F-45 được tách ra sống riêng trong một doanh trại mà các anh phải tự quản.'

Từ đó về sau, đại đội sống biệt lập với 5 đại đội còn lại của tiểu đoàn Nguyễn Huệ, không còn va chạm với Thiếu Tá tiểu đoàn trưởng nữa, mà ngược lại, dần dần ông Thiếu Tá nổi tiếng kỷ luật và có thành kiến không tốt với giới quân y (vì một lý do bí ẩn nào đó trong quá khứ của ông ta) trở thành người có cảm tình với khóa 11 Trưng Tập..." [15]

Mẩu chuyện trên cho thấy, Ngô Thế Vinh là người lãnh đạo tài năng, tôn trọng sự thật, ứng xử có tình có lý, không cứng nhắc tuân theo những lệnh vô lý của thượng cấp, đấu tranh và đứng về phía kẻ yếu thế, như ông đã từng viết trong tiểu thuyết "Mây Bão" cuối năm 1962: "... *ở đâu mà chẳng phải đấu tranh nếu không muốn bị dồn ép tàn lụi hoặc chết dí như những con rệp*". Nhưng cũng nên thêm điều đó chỉ có thể xảy ra thời VNCH tự do, không thể có dưới thời cộng sản chuyên chính.

Bù lại, ông cũng rất nghiêm, không khoan nhượng đối với bất cứ vi phạm kỷ luật nào trong quân đội. Bằng chứng cũng từ những trang viết của Dược sĩ Phạm Ngọc Lân: Một bữa người vợ ra đến bãi tập thăm anh bằng xe Jeep do quen với một sĩ quan làm việc trong quân trường. "Chỉ gặp mặt nhau không được bao lâu nên chàng còn bịn rịn khi có tiếng còi ra lệnh tập họp để đi tập ở bãi khác. Trở lại với đại đội bị trễ vài phút, anh đại đội trưởng khóa sinh Ngô Thế Vinh phạt anh chàng khóa sinh F-205 20 cái hít đất!" [15]

Họa sĩ Đinh Cường chia sẻ:

Những ngày này Ngô Thế Vinh hay phone nói chuyện này chuyện kia cho vui. Làm tôi lại nhớ những ngày xưa cũ, có lần ghé qua căn phòng bạn ở vùng Chợ Cũ, gần đường Ký Con nơi làm tòa soạn tạp chí Sáng Tạo. Bạn đi vắng, tôi và Nghiêu Đề nhìn qua cửa sổ thấy cái giường trải chiếc drap trắng thẳng tưng như giường trong nhà binh. Bạn có nếp sống ngăn nắp, tươm tất.

(Đinh Cường – Đoạn ghi cho Ngô Thế Vinh – 17/3/2015)

Nhà thơ Lê Chiều Giang, vợ họa sĩ Nghiêu Đề, người bạn tấm cám của NTV, cho biết:

Thuở Nghiêu Đề lúc cạn tiền, túi hết, anh hay lang thang ra ngồi Café góc phố. Nhưng nếu bán được tranh, coi như tiền có từ trên trời rơi xuống, anh thích ngồi La Pagode.

Anh gọi hết bè bạn ra café thuốc lá, kên đời và để huyên

thuyên cười nói... Riêng anh Ngô Thế Vinh đã chẳng bao giờ sống bạt mạng như thế. Anh thích ngồi trang trọng chỉ riêng với vài bạn thân ở quán Thanh Bạch. Anh quen biết rất đông giới văn nghệ, nhưng lại ít tham dự cách vui chơi huyên náo của những văn nhân, thi sĩ. Anh rất hòa nhã nhưng dè dặt, lặng lẽ và kín đáo. Sẽ chẳng bạn bè nào hiểu Ngô Thế Vinh đang nghĩ gì.

(Lê Chiều Giang – Quỳnh Liêu)

Ngô Thế Vinh là bác sĩ, ông luôn ân cần thăm hỏi, quan tâm đến sức khỏe của bạn bè. Như với Cao Xuân Huy: "Huy và tôi, qua cell vẫn liên lạc với nhau hàng tuần, thường là thứ Năm sau ngày tái khám ở UCLA về. Thường là tôi phone cho Huy..." [2] Tháng 7/2022, người viết đi nghỉ hè ở miền Nam California, chẳng may bị bệnh nên báo cho ông. Ông có lời khuyên và nhờ Bác sĩ Nghiêm Đạo Đại, bạn ông, khám giúp, cho toa. Nơi đây, xin được một lần nữa cảm ơn hai Bác sĩ NĐĐ và NTV đã tận tình giúp đỡ người viết khi xa nhà.

ĐẰNG SAU ÁNH HÀO QUANG

Ai đó đã nói, "Đằng sau mỗi người đàn ông thành đạt đều có một người phụ nữ tuyệt vời". Với người viết, có đến hai người phụ nữ phía sau Ngô Thế Vinh. Đó là Mẹ và Vợ ông.

Mẹ đã đưa ông vào đời, chăm sóc, vun bón tình yêu quê hương xứ sở cho con qua những câu hát ru từ thuở nằm nôi, dạy dỗ nuôi con nên người. Dưới đây là đoạn văn ông viết về người Mẹ:

"... Khi tôi bước vào nhà thì bà vẫn mải mê đọc cuốn *Tâm và Thức của đạo Phật*. Tôi yên lặng ngồi xuống một chiếc ghế gần đó: một phút ngạc nhiên đến xót xa khi thấy mái tóc bà đã trắng bạc như sương. Tôi đã xa đời sống, xa bà bao lâu để mới nhận ra sự biến đổi này và bà đã ngồi đó tự bao giờ, trong bao nhiêu năm nay, vẫn trong chiếc ghế bọc da màu nâu quen thuộc với những đồ vật trong phòng giữ nguyên chỗ đứng cũ. Hình ảnh bà gợi sự bình an trộn lẫn với xót xa. Cảm giác không tránh khỏi rưng rưng khi nhìn bàn tay bà với những ngón gầy khô se sắt. Tôi muốn được ôm hôn lên trán, gục mặt vào lòng bà và nắm lấy bàn tay gợi biết bao nhiêu nỗi êm dịu thời tuổi nhỏ nhưng cái không khí tẩm thẫm đạo giáo và sự thanh khiết khổ hạnh đã ngăn tôi lại, đó như một khoảng cách làm khô héo tình mẫu tử vuốt ve và tiếng nói của yêu thương chỉ còn là sự xót xa yên lặng. Bà vẫn còn sống nhưng lại xa hẳn với thế giới hệ lụy này..." [16]

Ngày ấy, Mẹ khuyên: "Hết chiến tranh, các con nên ở lại góp tay xây dựng đất nước", để rồi không lâu sau đó bà chết trong cô quạnh lúc cả ba con trai đang bị tù "cải tạo". Đọc Lê Chiều Giang viết về bà, xúc động khôn nguôi:

"Khi biết anh Ngô Thế Vinh đang bị tù giam tại Suối Máu, chúng tôi tới thăm Bà. Mẹ anh Vinh nắm tay anh Nghiêu Đề như tìm lại hơi ấm từ đôi bàn tay người con đang bị giam cầm nơi xa xôi. Bà nhìn Cu Bi con trai của chúng tôi đi lẫm đẫm quanh nhà rồi nhắc nhớ đến Quỳnh Liêu, cô cháu nội mà Bà biết sẽ chẳng còn có bao giờ được gặp lại."

(Lê Chiều Giang – Quỳnh Liêu)

Vợ ông trong mọi nghịch cảnh, đã là hậu phương vững chãi cho ông trong suốt những năm thăng trầm. Sau này khi ông theo đuổi vấn đề môi sinh, với những chuyến du khảo đến những con đập thượng nguồn, qua các quốc gia Trung Hoa lục địa, Lào, Cam Bốt, Việt Nam đầy bất trắc, có người vợ nào không lo lắng? Nhưng bà vẫn để ông thực hiện những gì ông hằng theo đuổi. Trong một lần trả lời phỏng vấn, ông đã chia sẻ: "Hạnh phúc, như một cách nói đối với tôi là những giờ buổi tối, trong không khí gia đình, nếu không đọc sách, thì cũng được ngồi trước chiếc computer viết hay sửa lại những trang sách viết dở dang." [3]

CON NGƯỜI XANH CỦA MÔI SINH

Trong bài "Phỏng vấn Ngô Thế Vinh – người đi dọc 4.800 km sông Mekong" do phóng viên báo Người Đô Thị Lê Quỳnh thực hiện, khi được hỏi, "nếu được tự nói về mình, ông nhận mình là một bác sĩ, nhà văn, nhà báo, hay là một nhà khoa học?", NTV đã trả lời:

– Tôi đã được gán cho nhiều căn cước khác nhau, nhưng một cách khái quát, nói như ký giả Long Ân, có lẽ đúng nhất tôi chỉ là *con người xanh của môi sinh.* [17]

Cho đến nay, NTV vẫn tiếp tục theo dõi tình hình sông Mekong, từ đó viết những bài báo gióng tiếng chuông cũng như đưa ra những biện pháp cần thiết và thích hợp với môi sinh hầu giải quyết vấn đề "thay cho 20 triệu cư dân ĐBSCL không được quyền có tiếng nói". Theo ông, "Cứu lấy dòng sông Cửu Long" là một cuộc chạy đua với kim đồng hồ, bởi vì "Nói tới nguy cơ là còn thời gian, chứ tiêu vong là mất đi vĩnh viễn / *Extinction is forever, Endangered means we still have time*" (Sea World San Diego). Ông luôn nhấn mạnh: "Kế hoạch phát triển nào cũng phải tính tới cái giá môi sinh phải trả – environmental costs – đối với sức khỏe của người dân và cả trên nguồn tài nguyên lâu dài của đất nước", và "Môi Sinh và Dân Chủ sẽ mãi mãi là một 'Bộ Đôi Không Thể Tách Rời / Inseparable Duo'."

***Hình 4:** Ngô Thế Vinh trên khúc sông Lancang-Mekong, xa phía sau là nơi sắp xây con đập Cảnh Hồng / Jinghong 1.350 MW, là con đập dòng chính thứ ba, sau hai con đập Mạn Loan và Đại Chiếu Sơn. [photo by Nguyễn Văn Hưng, 09.2002]*

Chẳng hạn, gần đây nhất là các bài viết:

– *Bước Qua Lời Nguyền Tiến Hành Dự Án Đập Stung Treng Là Hủy Diệt Môi Sinh – Ecocide – Một Nhìn Lại* khi Phnom Penh tuyên bố cho tái phục hoạt / resurrection dự án thủy điện Stung Treng 1.400 MW trên dòng chính sông Mekong phía đông bắc Cam Bốt sát ranh giới với Lào vào năm 2022.

– *Nửa Thế Kỷ Cải Tạo Làm Cạn Kiệt Tài Nguyên Một ĐBSCL Đang Chết Dần* về công trình "thế kỷ và nghịch thiên" Siêu Cống Cái Lớn Cái Bé của VN được vận hành từ tháng 01/2022 đang giết chết "Dòng Chảy Sinh Thái" của cả một hệ thống sông rạch, gây ra những tác động tiêu cực và ảnh hưởng trực tiếp tới đời sống cư dân trong vùng.

– *Từ đế chế Phù Nam – Khmer tới con kênh lịch sử Funan Techo của vương quốc Cam Bốt* và *Phù Nam Techo – Con kênh lịch sử & Những bước tiến hành dự án giữa triều đại "Cha và Con"* về con kênh lịch sử của Vương quốc Cam Bốt 2024-2028 kết nối Cảng Phnom Penh ra tới Vịnh Thái Lan.

Xin được kết thúc bài viết với bài thơ *Mekong* – nghe như những tiếng chuông gióng của Đỗ Nghê, một người bạn đồng môn viết tặng ông.

MEKONG
tặng Ngô Thế Vinh

Mekong Mekong
Dòng sông nghẽn mạch [1]
Mekong Mekong
Biển Đông dậy sóng [2]
Mekong Mekong
Phù sa cạn kiệt
Mekong Mekong
Cá tôm nghẹn uất
Mekong Mekong
Có người thầy thuốc
Mekong Mekong
Lệ tràn khóe mắt...

Đỗ Nghê
(2014)

....

[1], [2]: tác phẩm của Ngô Thế Vinh

Trần Thị Nguyệt Mai
Tháng 11/2023

Tham khảo:

1. *Ngô Thế Vinh – Tình Quê Hương Trong Nhạc Phạm Duy Và Những Chân Dung*
https://tranthinguyetmai.wordpress.com/2022/07/25/tinh-que-huong-trong-nhac-pham-duy-va-nhung-chan-dung/
2. *Ngô Thế Vinh – Chân Dung Văn Học Nghệ Thuật và Văn Hóa I – Việt Ecology Press 2017*
3. *Nguyễn Mạnh Trinh phỏng vấn Ngô Thế Vinh (tháng 01/1996)*
https://www.diendantheky.net/2021/09/phong-van-nha-van-ngo-vinh-cua-nguyen_4.html
4. *Tâm Diệu – Phật giáo và cuộc chính biến 1-11-1963*
https://thuvienhoasen.org/a18298/phat-giao-va-cuoc-chinh-bien-1-11-1963
5. *Trần Xuân Dũng – Hồi sinh đợi ngày – Y sĩ tiền tuyến Nghiêm Sỹ Tuấn – Người đi tìm mùa xuân [Tập san Y sĩ Việt Nam Canada và Viet Ecology Press 2019]*
6. *Phỏng vấn nhà văn Ngô Thế Vinh tác giả "Vòng đai xanh" do Nguyễn Mai thực hiện Nguồn: Chính Văn số 1 Bộ Mới tháng 7-1972. Tài liệu do nhà văn Trần Hoài Thư sưu tập.*
Phỏng vấn nhà văn NGÔ THẾ VINH tác giả "Vòng đai xanh" | Trần Thị Nguyệt Mai (wordpress.com)
7. *Ngô Thế Vinh – Tìm lại thời gian đã mất: Nguyệt san Tình Thương (1963-1967)*
https://damau.org/10605/tim-lai-thoi-gian-da-mat-nguyet-san-tinh-thuong-1963-1967
8. *Các tạp chí văn học miền Nam – Nguyệt san Tình Thương do Trần Hoài Thư sưu tập.*
https://tranhoaithu42.com/2021/05/17/nguyet-san-tinh-thuong-tai-chinh-trang/
9. *Hoàng Ngọc Nguyên – Vòng Đai Xanh: Một cái chết được báo trước*
https://tranthinguyetmai.wordpress.com/2021/03/03/vong-dai-xanh-mot-cai-chet-duoc-bao-truoc/#more-37695
10. *Bách Khoa đàm thoại với NTV từ Vòng Đai Xanh đến Mặt Trận Ở Sài Gòn do Lê Ngộ Châu thực hiện – số 370 ngày 01/06/1972.*
11. *Ngô Thế Vinh – Cựu Kim Sơn Chưa Hề Giã Biệt*
https://www.diendantheky.net/2015/04/ngo-vinh-cuu-kim-son-chua-he-gia-biet.html
12. *Ngô Thế Vinh – Mekong Dòng Sông Nghẽn Mạch – Văn Học Press & Việt Ecology Press 2021*
13. *Lê Quỳnh Mai – Tác giả, với chúng ta - Phỏng vấn nhà văn Ngô Thế Vinh (tháng 3/2001)*
14. *Ngô Thế Vinh – Mặt Trận Ở Sài Gòn – Văn Học Press & Việt Ecology Press 2020*
15. *Phạm Ngọc Lân – Cha Vô Danh – Editions L'Harmattan (28/2/2019)*
16. *Ngô Thế Vinh – Vòng Đai Xanh – Văn Học Press & Việt Ecology Press 2020*
17. *Lê Quỳnh – Phỏng vấn Ngô Thế Vinh, người đi dọc 4.800km sông Mekong*
https://cvdvn.net/2022/10/17/phong-van-ngo-the-vinh-nguoi-di-doc-4-800km-song-mekong-2/

VIỆT DƯƠNG

NHÀ THƠ PHẠM THIÊN THƯ BỐN HÌNH ẢNH MỘT CUỘC ĐỜI

Nhà thơ Phạm Thiên Thư
Nguồn: FB Phạm Thiên Thư

1. Người viết chơi với Phạm Thiên Thư từ những năm học trung học đệ nhất cấp khoảng 58 - 59. Thư đến nhà tôi ở ấp Cả Trắc, khu Ông Tạ và chúng tôi thường kéo nhau ra quán cà phê vợt ở đầu ngõ đi vào ấp. Trong những lần uống cà phê, Thư nói sôi nổi về việc lập học hội Hồ Quý Ly, để thực hiện việc nghiên cứu, viết văn, làm thơ. Mục đích là tiến tới làm một tập san văn nghệ.

Tôi đến nhà Phạm Thiên Thư tham dự những cuộc họp gồm có khoảng 6, 7 người trẻ ngang tuổi nhau. Tôi không nhớ tên ai. Nhà Thư lúc đó ở trong một con hẻm trên đường Lê Văn Duyệt, đối diện chợ Hòa Hưng, gần Cống Bà Xếp. Con hẻm này thấp hơn mặt đường, nên vào hẻm phải đi xuống dốc. Sau một thời gian họp hành mấy tháng, chỉ thảo luận (tôi không nhớ là thảo luận gì), nhưng không làm gì. Chuyện tất nhiên, vì các bạn đến họp cũng đang học đệ ngũ, đệ tứ, hiểu biết bao nhiêu để viết. Có khá lắm là cuối năm làm bích báo ở trường, như tôi thường làm ở trường Chu Văn An. Thời gian này tôi đi bán báo buổi tối, rồi đi kèm trẻ ở tư gia, không có thời gian nhiều, nên tôi ngừng họp và cũng ít gặp Thư. Ngay từ lúc quen biết nhau, Thư đã có tên là Phạm Thiên Thư. Vì thế mãi sau này khi Thư nổi tiếng tôi mới biết Phạm Thiên Thư là bút hiệu, còn tên thật là Phạm Kim Long. Thư có dáng gồ ghề, nhưng nói năng hoạt bát với tiếng cười xuề xòa. Một thời gian sau tôi tới nhà Thư thì Thư đã di chuyển đi chỗ khác. Từ đó tôi và Thư không gặp nhau nữa.

2. Đến đầu thập niên 70, khi tôi là lính nằm giữ cầu, giữ đường ở Thừa Thiên thì bỗng nhiên cái tên Phạm Thiên Thư vang lên qua nhạc phẩm *Ngày Xưa Hoàng Thị* với tiếng hát Thái Thanh cao vút, âm thanh và lời tuyệt diệu. Chỉ một thời gian ngắn, *Ngày Xưa Hoàng Thị* trở thành một hiện tượng. Về Huế, vào quán cà phê nào cũng:

Em tan trường về, đường mưa nho nhỏ
Ôm nghiêng tập vở, tóc dài tà áo vờn bay
Em đi dịu dàng, bờ vai em nhỏ
Chim non lề đường, nằm im dấu mỏ
Anh theo Ngọ về, gót giày lặng lẽ đường quê.

Tiếp đó, cái tên Phạm Thiên Thư lại vút lên với ca khúc *Đưa Em Tìm Động Hoa Vàng*:

Rằng xưa có gã từ quan
Lên non tìm động hoa vàng nhớ nhau
Thôi thì thôi đừng ngại mưa mau
Đưa nhau ra tới bên cầu nước xuôi
Sông này đây chảy một dòng thôi
Mây đầu sông thẫm tóc người cuối sông.

Rồi liên tiếp, tiếng hát Thái Thanh lại đi vào lòng người với *Em Lễ Chùa Này, Gọi Em Là Đóa Hoa Sầu...*

Thời gian những năm này, chiến tranh ở miền Nam leo thang dữ dội. Đêm đêm đại bác vọng về thành phố với ánh hỏa châu đè nặng lên lòng người. Trong tình cảnh đó, những bài thơ của Phạm Thiên Thư được thầy phù thủy âm thanh Phạm Duy phổ nhạc với tiếng hát Thái Thanh đã như những cơn gió xuân đưa con người ra khỏi bầu khí chiến tranh. Tiếng hát Thái Thanh đã đưa những vần thơ lãng mạn diễm ảo lên nhiều cung bậc. Người ta mơ theo tiếng hát và quên đi thực cảnh tang tóc quanh mình. Nhạc lời Trịnh Công Sơn đơn điệu chuyên chở chất bi thảm của chiến tranh. Còn thơ nhạc Phạm Thiên Thư và Phạm Duy có thiền vị diễm ảo như mây ở ngoài chiến tranh. Giới trẻ chào đón *Ngày Xưa Hoàng Thị* và *Đưa Em Tìm Động Hoa Vàng* cũng là điều tự nhiên.

Tôi ngạc nhiên không ngờ người bạn có dáng dấp gồ ghề mặt to, miệng hô răng vẩu, mũi to tai lớn, cử chỉ và tiếng cười thuần chất nông dân lại là người sáng tạo những bài thơ diễm lệ đi ra ngoài tiếng bom đạn ngày càng dữ dội trên khắp đất nước. Từ đó tôi mới biết Phạm Thiên Thư đã đi tu từ năm 1964 với pháp danh Thích Tuệ Không. Và trong 9 năm ở chùa, Phạm Thiên Thư đã sáng tác nhiều thơ. Cũng trong thời gian này có một cái duyên đẹp là Phạm Thiên Thư đã gặp Phạm Duy qua nhà văn hóa Nguyễn Đức Quỳnh. Ông Quỳnh gợi ý: "Nhạc ông Duy toàn chất đời, nay gặp cư sĩ làm thơ về đạo, vậy hai ông nên kết hợp". Và sự kết hợp này là một cơ duyên tuyệt vời. Theo lời nhạc sĩ Phạm Duy, thì khi đi vào tâm ca, tâm phẫn ca, vỉa hè ca và tục ca là ông đã bế tắc về hướng sáng tác. Gặp Phạm Thiên Thư ông đã bắt được những bài thơ đạo, thơ thiền, đạo đi vào đời với tình lãng mạn thanh thoát, và những bài thơ này đã đưa ông ra khỏi những đắng cay, chán chường để đi vào một hướng sáng tác mới với đạo ca, thiền ca. Thơ Phạm Thiên Thư đã khai thông bế tắc về hướng sáng tác cho Phạm Duy, còn nhạc Phạm Duy đã chắp cánh cho thơ của Thư bay lên. Một Nhạc, một Thơ đã thành tri kỷ nương nhau tạo thành một nguồn âm thanh mới với tình ca, đạo ca, thiền ca hút hồn người trong lửa đạn chiến tranh.

Trong căn hầm ở đầu cầu Lăng Cô, tôi đã ngồi bên ly cà phê với chiếc máy casette, nghe đi nghe lại: *Em tan trường về... Rằng xưa có gã từ quan...* và nghĩ đến Phạm Thiên Thư. Tôi đoán Thư đã nương cửa Phật để tránh lính, nhưng thời gian ở chùa đã giúp Thư làm được những việc có giá trị lớn, khai phá một dòng thơ lãng mạn đượm màu thiền mà Phạm Duy đã tạo thành những ca khúc diễm ảo. Trong khi đó chiến tranh đã giết mất những nhà văn trẻ như Doãn Dân, Y Uyên, Song Linh và nhạc sĩ Dzũng Chinh.

Mấy năm đầu thập niên 70, tôi có người em học Quốc Gia Hành Chánh, cũng làm thơ và chịu nhiều ảnh hưởng của Phạm Thiên Thư với những câu thơ như:

Những trang kinh vô tự
Đưa ta vào tâm hư.

Năm 73, tôi có dịp vào Sài Gòn, đã nghe chú em nói nhiều về Phạm Thiên Thư. Em tôi coi Thư là thầy, rất ngưỡng mộ chất sống của ông thầy nửa đạo nửa đời với những bài thơ đượm thiền vị. Và chú em đã ghi cho tôi địa chỉ của Thư.

Nhà họ Phạm gần Tỉnh Đường Gia Định và chợ Bà Chiểu, từ đường Chi Lăng rẽ trái vào một con đường nhỏ khá dài. Trước ngõ có cây hoa vàng, tôi không biết là loại hoa gì. Ngôi nhà khang trang có sân rộng, phía ngoài gần cổng là cái gác gỗ, dưới là mái hiên rộng. Phía trước hiên có mấy chục chậu cây cảnh, trong đó có nhiều loại hoa mọc ngoài đường. Tôi nhớ nhất là hai chậu hoa ngũ sắc.

Phạm Thiên Thư tiếp tôi ở hàng hiên với cái bàn dài bằng tre. Thư vẫn nguyên dáng dấp thời 58, 59, nhưng mập mạp hơn với phong thái đạo sĩ ở cử chỉ và khung cảnh chung quanh. Sau mười mấy năm gặp lại, Thư vui và nói nhiều về những việc Thư đã làm. Nay tôi chỉ còn nhớ mấy điểm đặc biệt:

Thứ nhất, Thư cho biết dưới Hiên Văn này Thư đã tiếp nhiều nhà văn, nhà thơ Pháp, Mỹ, Nhật... Họ đã đến với những cuộc phỏng vấn.

Thứ nhì, Thư nói về Đoạn Trường Vô Thanh. Thư muốn thay Nguyễn Du nối dài đời Kiều. Đời trước đau khổ trầm luân không nói lên được. Đời sau của Kiều là đời ngộ đạo thông hiểu lẽ phù du mộng ảo, vô tướng, vô ngã của đời người. Thư đi xa hơn Nguyễn Du là đã Việt hóa Đoạn Trường Vô Thanh với con người, khung cảnh, điển tích Việt Nam.

Thứ ba, Thư nói đến chương trình thi hóa kinh Phật. Hoài bão của Thư là Việt hóa kinh Phật với những vần thơ đơn giản, phổ thông dễ vào tâm trí của mọi người.

Trong khi Thư nói, chiếc khánh bằng đồng treo trước hiên theo từng cơn gió lắc lư phát ra tiếng leng keng... đã tạo thành một khung cảnh lạ. Tôi nhìn lên chiếc khánh trong khi tai nghe cả hai thứ âm thanh. Lời người hòa lẫn tiếng leng keng theo gió... Tôi chợt thấy Thư khéo tạo cho mình một khung cảnh lạ, khung cảnh thoát tục của một đạo sĩ.

Tôi từ giã Phạm Thiên Thư với hình ảnh từ giã một đạo sĩ. Người bạn cũ thời 16, 17, nay thành nhà thơ nổi tiếng, nên ngôn ngữ có phần cao ngạo. Cuộc gặp gỡ chỉ có Thư nói. Thư diễn giảng và nói đến cái lớn của mình. Tôi thấy ở Thư một mâu thuẫn lớn. Chín năm trong chùa cho Thư thấm nhuần đạo để Thư nói đến cái không của đời người, làm thơ thiền nhìn đời hư ảo, nhưng cái ngã không nhẹ theo thơ mà rất nặng.

3. Khoảng tháng 9, 10 năm 81, sau khi chạy từ kinh tế mới Gia Ray, Long Khánh về Sài Gòn và có được chỗ an cư ở cà phê Ngự Uyển, trong ngõ Con Mắt khu Ông Tạ, tôi gặp ký giả Vũ Uyên Giang, bạn tù chung ở K1, trại cải tạo Suối Máu. Giang rủ tôi tới quán cà phê của Phạm Thiên Thư, ở đường Yên Đổ. Gần chục năm không nghĩ đến họ Phạm, giờ nghe Vũ Uyên Giang nhắc đến Thư, tôi vui nghĩ đến ông bạn đạo sĩ với Hiên Văn tre trúc và chiếc khánh đồng leng keng theo gió. Hai chúng tôi đạp xe từ khu Ông Tạ lên đường Yên Đổ. Quán cà phê của Thư ở gần góc Yên Đổ với đường Hai Bà Trưng. Chúng tôi bước vào quán, Thư nhận ra, đứng dậy vui cười đón tiếp. Quán nhỏ, có 4, 5 cái bàn vuông, phía trong lỉnh kỉnh chai, bình đựng rượu. Thư đem đến hai ly cà phê pha bằng vợt. Thư không còn dáng vẻ đạo sĩ của năm 1973 mà xuề xòa của một chủ quán. Quán vắng khách. Thư ngồi than việc làm ăn khó khăn. Bây giờ đọc những bài viết về nhà thơ họ Phạm thì giai đoạn này Thư sống với bà vợ thứ hai là Đỗ Thị Mai Trinh, rất đẹp, con gái nhà văn Hoàng Ly, chuyên viết truyện đường rừng, nhưng tôi không thấy bóng dáng Mai Trinh. Sau khi nói chuyện làm ăn, Thư hân hoan cho chúng tôi biết là đang viết Trường Ca Việt Nam ca ngợi đảng Cộng Sản đã chiến thắng để giải phóng con người, giải phóng đất nước thoát ách đế quốc, một chiến thắng chưa từng có trong lịch sử Việt Nam.

Tôi quá ngạc nhiên trước quan điểm và lý luận của Thư, nhưng không tiện tranh luận vì vô ích và nguy hiểm, nên cuối cùng chỉ nói là đảng Cộng Sản nhân danh cách mạng đã chiếm hết tất cả những chữ nghĩa đẹp nhất của thế gian. Việc họ làm, họ đã tự tuyên dương cũng đã hết chữ. Ông làm trường ca để ca ngợi cuộc chiến thắng của họ, tôi sợ ông không vượt qua được những chữ họ đã dùng. Nhưng ông có tài làm thơ hy vọng tìm được chữ tuyệt vời hơn.

4. Khoảng đầu năm 1982, tôi gặp Phạm Thiên Thư trên đường Chi Lăng, gần ngã tư Chi Lăng - Võ Di Nguy. Thư cho biết là Chủ Nhật tới sẽ khai trương quán cà phê vỉa hè đầu đường Hoàng Hoa Thám, con đường đâm ra đường Chi Lăng, gần nhà của Phạm Thiên Thư và hẹn tôi tới buổi khai trương.

Sáng Chủ Nhật theo hẹn, tôi rủ ông Nguyễn Gia Đôn, người tôi đang dạy tiếng Anh và nhà văn Hoàng Quốc Hải, bạn thân của ông Đôn thời Đôn ở Hà Nội, vào Sài Gòn để nghiên cứu về văn hóa miền Nam, tới quán cà phê vỉa hè của một nhà thơ lớn của miền Nam. Ngày hôm trước khi rủ hai ông cán bộ văn hóa, tôi đã nói qua về Phạm Thiên Thư và những tác phẩm của Thư, nhất là tập Hậu Truyện Kiều - Đoạn Trường Vô Thanh. Khi nghe tôi nói về Đoạn Trường Vô Thanh, ông Hải đã nói một câu mà tôi đã quên, ý nói là làm một việc thừa, vô ích.

Khi tới nơi, tôi thấy Thư đang ngồi xổm quạt lửa, lò dùng than củi - khói bay mù mịt. Mặt Thư vốn gồ ghề, nay thêm nước mắt, nước mũi vì khói. Dáng đạo sĩ đã biến mất, chỉ còn dáng một ông nông dân thổi lửa, quạt lò. Tôi đến chỗ bếp lò cho Thư biết, rồi tìm chỗ ngồi ở một cái bàn dưới gốc cây để tìm bóng râm dưới tàn cây.

Chừng 20 phút sau, Thư bưng cái khay đựng 3 ly cà phê đen tới để ra bàn. Tôi giới thiệu Thư với hai ông khách và nói thêm là hai ông muốn hiểu nội dung của Đoạn Trường Vô Thanh. Thư cười tươi, bảo là rất hân hạnh được hai ông chú ý tới tập thơ hậu Kiều. Nói rồi Thư đi tới mấy cái bàn khác. Tôi để ý nhìn Mai Trinh, nhưng bà ở xa không tới bàn chúng tôi, nên tôi không thấy được dung nhan. Nhìn quán cà phê vỉa hè với ánh nắng, tôi buồn đoán là quán sẽ không thọ. Khắp nơi đâu cũng quán cà phê. Sao Thư lại liều bán cà phê trên vỉa hè ít cây cối này? Đường cùng đến thế sao? Chúng tôi ngồi trên nửa tiếng, Thư vẫn loay hoay ở bếp lò, không tới ngồi tiếp bạn. Thấy hai ông Đôn và Hải có vẻ bồn chồn, tôi để tiền ra bàn, tính tới chào Thư để về, thì Thư tới mời chúng tôi đến nhà Nguyễn Tiến Văn, cũng ở trên đường Chi Lăng, cách quán cà phê của Thư mấy trăm thước.

Nhà Nguyễn Tiến Văn khang trang, rộng rãi, nhưng không có đồ đạc. Chỉ độc nhất một chiếc đàn piano để ở góc nhà. Sau khi chủ, khách bắt tay nhau, ông Tiến Văn giải chiếu hoa xuống nền nhà. Mọi người ngồi xếp bằng trên chiếu.

Tôi mở đầu với việc giới thiệu hai ông cán bộ văn hóa, nhất là ông Hoàng Quốc Hải từ Bộ Văn Hóa ở Hà Nội vào Nam để tìm hiểu về văn hóa miền Nam. Nhân dịp gặp nhà thơ Phạm Thiên Thư, hai ông muốn hiểu về mục đích và nội dung của Đoạn Trường Vô Thanh. Hy vọng nhà thơ Phạm Thiên Thư hoan hỷ nói về tác phẩm của mình theo sự thỉnh cầu của hai vị khách văn hóa.

Phạm Thiên Thư cám ơn sự quan tâm đến tác phẩm của hai ông, rồi vào đề bằng những câu thơ mở đầu của Đoạn Trường Vô Thanh:

Lòng như bát ngát mây xanh
Thân như sương tụ trên cành Đông mai.
Cuộc đời - chớp lóe, mưa bay,
Càng đi, càng thấy dặm dài nỗi không.

Tư tưởng hư ảo, cái không của đời người này xuyên suốt tác phẩm qua 27 phần. Mỗi phần nói về một chuyện hay một hai nhân vật. Về nhân vật gồm có: Thúy Kiều, Kim

Trọng, Thúy Vân với Tiểu Nguyệt (con của Thúy Vân với Kim Trọng), Vương Quan, Vương ông, Vương bà, Hồ Ông (dòng dõi Hồ Quý Ly), Ẩn Lan (con gái Hồ Ông, người yêu của Vương Quan), Hồ Tôn Hiến. Những nhân vật được nói đến nhiều nhất là Kim Trọng, Hồ Tôn Hiến và Từ Hải (qua sự hồi tưởng của Kiều). Còn toàn thể mấy ngàn câu thơ là nói về đời Kiều: Thanh thản với đàn, với thơ, với hành hương... mà ở chỗ nào cũng đắm chìm vào suy tưởng về sự hư ảo, về cái không của kiếp người.

Đoạn Trường Vô Thanh có mấy đặc điểm:

Thứ nhất, nhân vật từ Đoạn Trường Tân Thanh qua Đoạn Trường Vô Thanh đã trở thành người Việt từ Từ Hải đến gia đình Kiều, vì thế sau khi mua lại khu vườn nhà cũ, gia đình Kiều đã hồi hương, trở về đất Việt.

Thứ nhì, khung cảnh toàn truyện và điển tích đã được Việt hóa với những Trương Chi, An Tiêm, Từ Thức... Hội xuân được tổ chức với hát quan họ, trống quân, đu dây, đô vật, tuồng chèo.

Thứ ba, màu vàng đã tràn khắp tác phẩm với cỏ vàng, lá vàng, rừng vàng, cúc vàng và mai vàng.

Thứ tư, Đoạn Trường Vô Thanh dài 3296 câu, hơn Đoạn Trường Tân Thanh 20 câu. Vậy là Vô Thanh đã phá kỷ lục của Tân Thanh.

Kết của Đoạn Trường Vô Thanh tưng bừng với đất nước thịnh trị:

Non Hồng núi Tản chim ca
Sông Hà sông Cửu la đà dòng xuôi
Núi sông chiếu diện tinh khôi
Ngọc lên mặt biển, vàng trôi mạch rừng

Mừng người trời đất tưng bừng
Ruộng Lam trâu kéo một vừng long lanh.

Trên đây là người viết tóm tắt một số điểm trong Đoạn Trường Vô Thanh. Còn thực sự Phạm Thiên Thư đã trình bày tác phẩm của ông rất tuyệt, vừa nói từng điểm vừa đọc thơ dẫn chứng. Tôi chưa đọc Đoạn Trường Vô Thanh nên chú ý nghe Thư diễn giảng. Cả hai ông Đôn và Hải chăm chú và bị cuốn hút theo dòng ngôn ngữ của Thư với những câu thơ trác tuyệt. Phạm Thiên Thư đã nói về Đoạn Trường Vô Thanh trong khoảng một tiếng.

Khi Thư kết thúc, tôi vui là Thư đã không làm tôi thất vọng, vì tôi đã giới thiệu một nhà thơ lớn của miền Nam với hai ông cán bộ văn hóa của đảng Cộng Sản. Ngôn ngữ với những vần thơ của Thư đã làm mờ đi sự tương phản giữa một người bán cà phê hè đường với một nhà thơ. Ở đây Thư đã linh hoạt với những câu thơ tuyệt tác của mình. Như khi mô tả tiếng đàn Thúy Kiều:

Năm cung da diết đê mê
Nắng hoen thềm phấn, mây kề song hương.
Ngón cong - đàn trổ nụ hường
Ngón xuôi - tơ rụng hoa vương mấy dòng.

Hay nói về sự hư ảo của đời người:

Trăm năm là mấy nhịp cầu
Bước chân kiếm hỏi bể dâu ngậm lời
Tử sinh một cõi con người
Thấp, Cao, Thành, Bại - khóc cười dở dang
Buồn vui trong giấc mơ màng
Mấy ai thoát khỏi con đàng khói mây.

Nhìn hai ông cán bộ chú ý với nét mặt vui, tôi biết Thư đã chinh phục được cả hai ông với những câu thơ trác tuyệt cùng sự diễn giải tư tưởng Phật giáo làm nền cho cả tác phẩm.

5. Khoảng giữa năm 1982, tôi gặp Phạm Thiên Thư trên đường Lê Văn Duyệt, gần ngã ba Ông Tạ. Trên xe đạp của Thư lủng lẳng mấy giỏ đựng bình rượu. Tôi đưa Thư vào cái chái của tôi sau cà phê Ngự Uyển. Thư cho biết đã bỏ quán cà phê vỉa hè Hoàng Hoa Thám và nay đi bỏ mối rượu thuốc của nhà làm. Tôi đưa Thư lên cà phê Ngự Uyển, bảo cô Bội Yến thay băng cho nghe tiếng hát của cô. Thư yên lặng uống, nhìn quanh không nói gì. Tôi đoán có lẽ Thư đang so sánh cà phê Ngự Uyển với quán cà phê của Thư ở đường Yên Đổ và trên vỉa hè Hoàng Hoa Thám.

Từ đó, trên đường đi bỏ mối rượu thuốc, thỉnh thoảng Thư ghé lại cái chái của tôi. Có một lần Thư đọc cho nghe bài tứ tuyệt:

Một túp lều tranh mấy luống rau
Đêm nghe mưa nhỏ đụng hoa bầu
Rung đùi ngồi khoác chăn đơn rách
Hào khí ngâm hoài thơ bốn câu.

Tôi lắc đầu nói: “Không được, bế tắc quá. Hào khí để làm gì, chớ hào khí để ngâm thơ như thế thì thành chim quốc.” Rồi cười đọc hai câu trong Đoạn Trường Vô Thanh:

Chí người như cánh chim cao
Lạ thay! Lòng lại giam vào hữu thanh.

Tôi đọc để đùa, nhưng không ngờ Thư đã cúi xuống lấy khăn lau mắt.

6. Khoảng cuối thập niên 1990 ở Chicago, qua chuyện trò với một người bạn ở Sài Gòn, tôi biết tin Phạm Thiên Thư đang hành nghề "Bấm Huyệt Đạo Trị Bệnh". Sau đó qua người bạn này, Thư gửi cho tôi một bản in roneo chỉ dạy xoa bóp huyệt đạo để tự chữa bệnh, gọi là "Phương Pháp Luyện Tập Điện Công Dưỡng Sinh Phathata (Pháp - Thân - Tâm)". Tập ronéo 6 trang gồm hai phần, mỗi phần 3 bài. Đọc xong những bài chỉ dẫn, tôi nghĩ nếu luyện tập theo những bài chỉ dẫn thì dễ bị Tẩu Hỏa Nhập Ma như những cao thủ luyện công không đúng phương pháp trong truyện chưởng của Kim Dung, vì phương pháp của Thư phức tạp quá, rất khó theo. Và thầm phục cái đầu đầy thơ như thế mà lại nghĩ ra được những phương pháp trị bệnh cứu người của nhà thơ họ Phạm.

Đến năm 2006, đọc bài "Gặp lại Phạm Thiên Thư sau 25 năm" trên Net của Vũ Uyên Giang, tôi mới biết Phạm Thiên Thư đã trở lại nghề bán cà phê. Nhưng bây giờ tiệm cà phê của ông bề thế, là ngôi nhà hai tầng, tầng trên gia đình ở, tầng dưới là tiệm cà phê, với tên Cà Phê Hoa Vàng, ở số Y1B Hồng Lĩnh, quận 10 (khu này trước 1975 là Cư Xá Sĩ Quan Chí Hòa).

Trong bài "Cuộc đời và hình ảnh nhà thơ Phạm Thiên Thư hiện nay", trên Net, ông Phạm Văn Hà viết: " Đoạn Trường Vô Thanh, tiếp nối Đoạn Trường Tân Thanh của đại thi hào Nguyễn Du. Tác phẩm này dài hơn truyện Kiều 20 câu, ông có vẻ tự hào kể lại. Ông nói cuộc đời ông và cuộc đời của Nguyễn Du có sự trùng hợp kỳ lạ. Nguyễn Du sinh năm Canh Thìn thì ông cũng sinh năm Canh Thìn. Cha của Nguyễn Du chết lúc Nguyễn Du 10 tuổi thì cha ông cũng chết lúc ông 10 tuổi. Nguyễn Du ở Thái Bình 10 năm thì ông cũng ở Thái Bình 10 năm. Nguyễn Du nghiên cứu kinh Kim Cương thì ông thi hóa kinh Kim Cương. Nguyễn Du viết truyện Kiều thì ông viết Đoạn Trường Vô Thanh. Ông còn kể nhiều nữa nhưng tôi không nhớ hết. Chắc ý ông muốn nói ông có đủ điều kiện để tái kiếp Nguyễn Du chăng? Đặc biệt Nguyễn Du có ba bà vợ thì ông cũng có 3 bà vợ. Bà vợ đầu là nữ sĩ Tuệ Mai, con gái nhà thơ Á Nam Trần Tuấn Khải. Sau khi hai người chia tay, ông cáp với bà Đỗ Thị Mai Trinh, con gái nhà văn Hoàng Ly, chuyên viết truyện đường rừng, có với bà này 3 đứa con. Thập niên 80 hai người ly dị. Ông bán căn nhà ở đường Trần Kế Xương, Gia Định, được 40 cây, ông chỉ lấy 10 cây, còn lại để bà lo cho mấy đứa con. Ông lên xã Nha Bích tỉnh Bình Phước mua mấy mẫu rẫy, nhờ người trông coi trong khi ông vẫn ở Sài Gòn dạy điện công Phathata (pháp-thân-tâm). Ông lấy bà ba là Trần Thị Như Báu là một nha sĩ. Bà này trông có vẻ nhà quê, không có gì là trí thức, tướng mình dây, chân dài như người mẫu, kém ông 10 tuổi. Bà ta có một người con gái riêng là y tá. Khi mua căn nhà hiện ở bây giờ, ông bán mảnh rẫy ở Nha Bích được 400 triệu, bỏ vào xây. Xây xong, vợ ông làm giấy tờ cho con gái đứng tên, coi như ông trắng tay, đành mang kiếp ăn nhờ, ở đậu. Thời gian đầu bà chẳng coi ông ra gì, cư xử mách qué với ông. Nhưng sau này bà ta đổi thái độ vì nhờ tiếng tăm của ông quán cà phê mới đông khách. Vắng ông, khách cũng vắng theo".

Theo Vũ Uyên Giang trong bài "Gặp Lại Phạm Thiên Thư sau 25 năm" thì từ sau ngày Phạm Duy trở về Việt Nam sinh sống và được hát lại những bản nhạc phổ thơ của Phạm Thiên Thư, khi được báo chí phỏng vấn, Phạm Duy đã giới thiệu quán Hoa Vàng của Phạm Thiên Thư, nên sinh viên nam nữ kéo đến khá đông.

Trong bài "Phạm Thiên Thư - Cõi hoa vàng trên ngọn Hồng Lĩnh", Hoàng Phương Anh ghi lại hình ảnh của nhà thơ: "Ở tuổi tám hai, ông đi lại chầm chậm, nói chuyện nhớ nhớ "ngày xưa", quên quên "Hoàng Thị". Hàng ngày hai buổi sáng, chiều, với y phục bình dị, ông lặng lẽ ngồi ở bàn riêng kê ngay sát cửa chính, như thiền sư trầm mặc nghĩ về cõi nhân gian".

Kết

Trong khoảng 10 năm từ 1973 đến mấy năm đầu thập niên 1980, tôi gặp Phạm Thiên Thư không bao nhiêu, nhưng mỗi lần gặp lại thấy Thư biến đổi với hình ảnh khác nhau: Năm 73, Thư là hình ảnh siêu thoát của một đạo sĩ dưới Hiên Văn trong động hoa vàng. Năm 81 Thư xuề xòa trong hình ảnh của chủ quán cà phê. Năm 82 là hình ảnh của người đạp xe đi bán rượu thuốc. Tới thập niên 1990, Thư trở về nghề bán cà phê mà có người ca tụng: Cà phê Hoa Vàng trang nhã, tịch mịch và rất nên thơ, khách thường là những người đứng tuổi. Ai vào, nếu để ý sẽ thấy một "lão nông" ngồi lặng lẽ ở góc nhà. Đó chính là thi sĩ Phạm Thiên Thư.

Đời sống của Phạm Thiên Thư đã thay đổi theo hoàn cảnh của xã hội. Nhưng có cái tuyệt là dù cuộc sống biến đổi, nhưng Thư vẫn sống cuộc đời thơ. Sau 1975, Phạm Thiên Thư không còn làm thơ tình lãng mạn, siêu thoát, nhưng đã dùng tài để khai phá con đường chưa ai đặt chân đến là thi hóa những bộ kinh Phật, làm tự điển cười gọi là "Tiếu liệu pháp", với 24 ngàn câu thơ tứ tuyệt và nhiều tác phẩm khác. Và tới nay những tác phẩm của Thư đã đạt tới 126.000 câu thơ. Sau Thư khó có người làm thơ đạt tới số lượng đó.

Có một điều lạ tôi không thể hiểu là Phạm Thiên Thư theo mẹ di cư vào Nam, đi học và trưởng thành ở Sài Gòn, nhưng ông có khuynh hướng thiên Cộng. Điều này tôi đã ngờ ngợ trong lần gặp ông năm 1973, khi ông nói về chính nghĩa dân tộc trong cuộc chiến với hàm ý là Mặt Trận Dân Tộc Giải Phóng Miền Nam có chính nghĩa dân tộc. Đến năm

1981, gặp ông ở quán cà phê đường Yên Đổ, ông cho biết đang viết Trường Ca Việt Nam để ca ngợi cuộc chiến thắng của đảng Cộng Sản. Cũng trong thời gian ấy tôi nghe vài người bạn văn nói là Thư làm thơ ca tụng Hồ Chí Minh. Ông Hà Thi (nguoivietnam.net) cho biết sau 30/4/75, Phạm Thiên Thư thực hiện cuốn Kinh Hồng, ca ngợi chế độ mới. Có thể Kinh Hồng là Trường Ca Việt Nam mà Thư đã nói với tôi. Nhưng có lẽ đảng Cộng Sản không cho Phạm Thiên Thư nhập vào dòng chính, nên thơ và Kinh Hồng không hiện lên được.

Như thế trường hợp Phạm Thiên Thư giống học giả Nguyễn Hiến Lê. Tôi nhắc đến học giả họ Nguyễn, vì ông là người nghiên cứu thiên kinh vạn quyển, viết sách nhận định những vấn đề cổ kim, đông tây, thông suốt chế độ cộng sản Nga, Tàu, Đông Âu và đã sống với tất cả những biến cố chính trị Việt Nam từ Pháp thuộc tới Cộng Sản, tới chế độ Cộng Hòa miền Nam, nhưng từ 1945 tới 1975 ông vẫn tin vào bộ mặt dân tộc của đảng Cộng Sản, tin vào sự cao đẹp của đảng viên cộng sản và của chủ nghĩa xã hội Mác-xít. Từ những niềm tin này ông đã viết:

"Đọc trước sau khoảng hai chục cuốn viết về Cộng Sản Nga, Trung Hoa, Đông Âu, tôi tuy ghét, tởm Staline, Mao Trạch Đông... nhưng vẫn tin rằng chế độ cộng sản công bằng hơn chế độ tư bản, nhất là cộng sản Bắc Việt dưới sự lãnh đạo thời kháng chiến của Hồ chủ tịch mà tám, chín phần mười người Việt kính mến, khắp thế giới phục thì không thể nào tàn nhẫn như Nga, Trung Hoa được, đảng có lỗi lầm thì sửa đổi ngay..." Ông lên án chế độ miền Nam là tham nhũng, ăn cắp, ăn cướp, phè phỡn, bóc lột, con người không có tư cách... "Tôi vẫn thường nói với nhà tôi: Cộng Sản vào đây thì chỉ nội 48 giờ là hết cái tệ đó!" (Nguyễn Hiến Lê - Hồi ký, tập 3 - Văn Nghệ California - 1988, trg 20).

Chính vì những niềm tin đối với đảng Cộng Sản như thế, nên tuy sống thoải mái trong chế độ dân chủ tự do ở miền Nam để làm văn hóa, nhưng ông vẫn duy trì thái độ bất hợp tác với chính quyền Cộng Hòa như không nhận giải thưởng văn chương toàn quốc với cuốn Đại Cương Triết Học Trung Quốc của ông và ông Giản Chi. Chắc ông nhìn chính quyền quốc gia theo luận điệu tuyên truyền của Cộng Sản. May mắn là sau 1975, ông còn sống được 6 năm để nhìn ra bản chất của bộ mặt thật của đảng Cộng Sản và đảng viên Cộng Sản, như ông đã tổng kết trong bộ Hồi Ký tập 3 của ông:

– Về chế độ thì thất bại trong tất cả các mặt hành chánh, kinh tế, văn hóa, giáo dục và xã hội.
– Về đảng viên thì ăn cắp, hối lộ, chài bẫy nhau, cấu kết tham nhũng, thi nhau thủ lợi và thiếu nhân cách.
– Về xã hội thì bất công, tàn nhẫn, sa đọa về tinh thần và mất nhân phẩm.

Chỉ trong mấy năm được sống với chế độ Cộng Sản, niềm tin mang nặng trong 30 năm của ông tan tành và học giả họ Nguyễn phải cay đắng kết luận: “Từ đó người miền Nam chẳng những có tâm trạng khinh kháng chiến mà còn tự hào mình là ngụy nữa, vì ngụy có tư cách hơn kháng chiến. Và người ta đâm ra thất vọng khi thấy chân diện mục của một số anh em cách mạng đó, thấy vài nét của xã hội miền Bắc: Bạn bè, hàng xóm tố cáo lẫn nhau, con cái không dám nhận cha mẹ, học trò cấp hai đêm tới đón đường cô giáo để bóp vú... thì ra nhìn xa ngỡ tượng tô vàng.” (Nguyễn Hiến Lê – sđd- trg 92)

Chỉ sống với Cộng Sản 6 năm, học giả Nguyễn Hiến Lê tỉnh mộng. Còn Phạm Thiên Thư thì sống dài dài lăn lóc với xã hội chủ nghĩa, nhưng ông vẫn làm Kinh Hồng, biến những áp chế, tàn bạo, bất nhân của chế độ cộng sản thành kinh để tụng niệm như kinh Phật thì thật đáng sợ.

Có cái may là đảng Cộng Sản không nhận Kinh Hồng, nên ông phải làm tiếp việc thi hóa kinh Phật, làm tự điển cười... Nhà thơ Phạm Thiên Thư có mâu thuẫn nội tâm giữa nghĩ và làm, giữa mộng và thực. Có phải do mâu thuẫn này mà ông đã khóc khi tôi đọc hai câu thơ trong Đoạn Trường Vô Thanh:

Chí người như cánh chim cao
Lạ thay! Lòng lại giam vào hữu thanh.

Việt Dương

TRẦN THỊ NGUYỆT MAI

ĐỖ NGHÊ ĐỖ HỒNG NGỌC, NHƯ KHÔNG THÔI ĐI ĐƯỢC*

Nếu hỏi tên một tác giả đương thời có nhiều đầu sách, được nhiều tầng lớp độc giả ở mọi tuổi tác thích đọc lẫn ngưỡng mộ và có nhiều bạn bè quý mến, có lẽ trong trí nhiều người sẽ nghĩ đến Bác sĩ Đỗ Hồng Ngọc. Thật vậy, ông có khoảng 60 đầu sách thuộc loại Văn chương, Y học và Phật học; đáp ứng cho nhiều độ tuổi, thường được trưng bày ở các vị trí trang trọng trên các kệ của các nhà sách, thuộc loại best seller, được xuất bản tái bản nhiều lần như *"Viết Cho Các Bà Mẹ Sinh Con Đầu Lòng"*, *"Gió Heo May Đã Về"*, *"Nghĩ Từ Trái Tim"*, *"Gươm Báu Trao Tay"*... Đó là chưa kể những buổi chia sẻ, đàm đạo, thuyết giảng của ông về sức khỏe, nếp sống an lạc, thở và thiền, v.v... qua những phương tiện truyền thông khác. Cũng nên thêm, trong mục "Chuyện trò trên dutule.com", tác giả Đỗ Hồng Ngọc là người có nhiều độc giả tham gia, đặt nhiều câu hỏi nhất, kéo dài với con số kỷ lục 24 kỳ và số lượt người vào đọc mỗi kỳ dao động trong khoảng từ 4.273 đến 7.500 (tính cho đến ngày 12-3-2024). Cuộc đời của ông cũng rất thú vị. Từ một đứa trẻ sinh ra trong thời loạn lạc, phải tản cư đến nhiều nơi không có trường học, cha bị bệnh mất sớm... Ông rất may mắn được người cậu (nhà văn Nguiễn Ngu Í) giúp đến trường và tình cờ sở hữu được cuốn sách "Kim chỉ nam của học sinh" của học giả Nguyễn Hiến Lê bày bán "xôn" trên lề đường. Vốn rất thông minh, lại thêm ý chí và nghị lực, ông quyết tâm thực hành những điều trong sách để có thể học nhảy lớp theo kịp các bạn cùng trang lứa và thi đậu các kỳ thi...

Bài viết này chỉ là những mảnh ghép đó đây góp nhặt từ sách báo hoặc trên các trang mạng hầu giúp bạn đọc được biết thêm về một tác giả mà mình yêu mến. Hy vọng hành trình đến với cuộc đời của ông sẽ tạo cảm hứng và động lực cho những bạn trẻ muốn vươn lên và tiến xa *(the sky is the limit)*.

CHÂN DUNG TỰ HỌA

Đỗ Hồng Ngọc là tên thật và cũng là bút hiệu. Trước năm 1975, ông dùng bút hiệu Đỗ Nghê (ghép họ cha và họ mẹ) khi sáng tác. Bút hiệu Giang Hồng Vân chỉ được dùng một lần khi viết bài Dẫn nhập cho tập "Qê hương" của Nguiễn Ngu Í. Khi viết về y học, ông dùng tên thật Đỗ Hồng Ngọc, thậm chí ghi rõ Bác sĩ Đỗ Hồng Ngọc, theo nguyên tắc, để chịu trách nhiệm chuyên môn về những bài viết của mình. Trả lời phỏng vấn của nhà thơ Ngô Nguyên Nghiễm (2010) về câu hỏi, "Sau 1975, rời bỏ bút hiệu Đỗ Nghê, bước sang giai đoạn Đỗ Hồng Ngọc, ấn hành khá nhiều tản văn truyền đạt Y học rồi Phật học. Sự chuyển hướng này có ảnh hưởng thế nào giữa Đỗ Nghê và Đỗ Hồng Ngọc?" Ông cho biết, "Không phải 'rời bỏ bút hiệu Đỗ Nghê' đâu. Chỉ là 'rửa tay gác kiếm tạm thời' thôi! Thời đó có quá nhiều 'Ông Đồ xứ Nghệ', nên Đỗ Nghê tạm lánh đi để tránh nhầm lẫn. Đỗ Nghê / Đỗ Hồng Ngọc vẫn là một đó chứ dù là viết dưới dạng nào đi nữa bạn không thấy sao?"

Ông viết sách dành cho mọi người ở mọi lứa tuổi và được biết đến với nhiều tư cách: bác sĩ, nhà văn, nhà thơ, nhà tư vấn tâm lý...

Đỗ Hồng Ngọc tự nhận xét về mình: "Tôi vốn ít hay cười. Ngay từ nhỏ, người ta đã gọi tôi là "một ông cụ non", vì lúc nào cũng có vẻ đạo mạo, nghiêm túc quá. Sau này ra hành nghề, làm một người thầy thuốc, một người dạy học, tôi như càng nghiêm túc, đạo mạo hơn. Tại cái tạng, biết sao! Thấy bạn bè vui vẻ, khoái hoạt... tôi cũng thích lắm mà không làm sao bắt chước được. Chỉ đôi khi đọc sách có chỗ nào dí dỏm thâm trầm kín đáo một chút, tôi mới tủm tỉm cười một mình. Tôi cũng không biết hút thuốc, không uống rượu, không bia bọt, thường chỉ 'phá mồi' trong những bữa họp mặt đông vui làm bạn bè vừa thương vừa giận! Cũng tại cái tạng thôi."

(Trích Lời ngỏ Như Ngàn Thang Thuốc Bổ*)*

"Đó là một người có cái tên rất 'đàn bà' nhưng lại là một người đàn ông thứ thiệt. Hồi tôi giữ mục Phòng mạch Mực Tím trên báo Mực Tím dành cho tuổi mới lớn, nhiều em viết thư: Thưa cô, em có điều này rất bí mật, không dám nói với ai...

Thứ hai, đó là một ông già mà nhiều người tưởng hãy còn trẻ lắm, nhờ tóc chưa bạc nhiều và viết lách lăng nhăng làm cho người ta cười...

Thứ ba, đó là một bác sĩ nhà quê đến nỗi người ta không biết là bác sĩ, vì toàn nói chuyện làm sao cho người ta biết tự bảo vệ và nâng cao sức khỏe mình, ít phải lệ thuộc vào thầy vào thuốc..."

(Trích Phụ lục Biết Ơn Mình*)*

TUỔI THƠ TRONG THỜI LOẠN

Cha ông tên Đỗ Đơn Trì và mẹ là bà Nghê Thị Như, nhưng khi đi làm thẻ căn cước, người làm hộ tịch ghi bừa là họ Lê. Ngày còn nhỏ, ông thường được nghe mẹ đọc truyện Kiều, ca dao, hát ru...

Ông tâm sự, "mình chỉ có 'Tháng Sinh Nhựt' (!). Vì bà Má nói tuổi thì Canh Thìn (1940), sanh tháng 8, ở nhà bảo sanh Cô mụ Bé, dưới chân cầu sắt Phan Thiết, ngày thì Bà không nhớ, giờ thì hình như... sáng sớm, vì thế tử vi coi cũng không được! Tản cư trong rừng bảy năm, về thành trễ học, phải làm lại Thế vì Khai sanh 1943 (con Dê) để vào lớp. Tóm lại tuổi thì vừa Rồng vừa Dê."

"Lúc 5 tuổi, tôi cùng gia đình từ La Gi (Bình Tuy, nay là Bình Thuận) tản cư lên rừng ở vùng Láng Găng, Bưng Riềng (Xuyên Mộc, Bà Rịa - Vũng Tàu). Bị sốt rét triền miên, kiết lỵ, suy dinh dưỡng... đủ thứ.

Lúc 10 -11 tuổi (khoảng 1950), tôi ở nhà Ngoại đi học trường Gò Ông Nồm (gần Gò Đình bây giờ). Xung quanh lớp học, có đào nhiều hầm chữ U, chữ V, chữ Z để khi có máy bay đến thì tất cả nhào xuống hầm tránh bom... Ngày ngày đi học chân trần trên bờ ruộng, có mấy gốc mù u rậm rịt nghe nói có ma cũng ớn. Hàng ngày chỉ mang theo lủng lẳng cơm bó trong mo cau, kèm với con cá khô nướng. Buổi trưa cả bọn tắm ở mấy cái mương lớn, rồi đi móc đất sét vò thành mấy viên bi, bỏ vào lò gạch gần đó, đợi ít ngày thì viên bi chín cứng, màu sắc khá đẹp. Thời đó, bắn bi với đánh chõng là thú vui duy nhất của đám học trò. Các anh chị lớn, 15, 16 tuổi cũng học chung. Chỉ có tới lớp Ba là hết."

Người bạn cùng quê – nhà văn Nguyễn Hiệp – cũng chia sẻ, "Trường Gò Ông Nồm, đó là ngôi trường nhỏ vài ba lớp tiểu học, được cất sơ sài trong thời kháng chiến, trên gò đất cao thuộc thôn Hiệp Trí, xã Tân Hiệp, quận ly Hàm Tân (nay thuộc xã Tân Thuận, Hàm Thuận Nam, Bình Thuận), nơi bác sĩ Đỗ Hồng Ngọc có những buổi học đầu tiên trong đời. Ngày nay trường không còn nữa nhưng thỉnh thoảng những người thân trong nhà cứ nhắc câu chuyện đôi giày của cậu bé Ngọc như một giai thoại đáng yêu của tuổi học trò miền quê. Chuyện rằng: Bé Ngọc được mẹ đi Phan Thiết mua cho đôi giày vải mới, cậu quý lắm, cứ ngắm hoài không chán. Sáng hôm sau, Ngọc mang đôi giày mới đến lớp với niềm vui thích hân hoan trong lòng, nhưng khi gần vào đến sân trường, nhìn chân các bạn hầu hết là mang guốc gỗ hoặc không giày dép gì cả, bé Ngọc dừng lại hồi lâu, nghĩ rằng mình mang giày mới mà các bạn thì không ai có, sợ các bạn buồn, Ngọc cởi giày đem giấu trong lùm cây và đi chân trần vào lớp cho giống các bạn. Chuyện của con nít, không có gì lớn lao, nhưng quả thực nó là tín hiệu nhạy cảm, tinh tế đầu tiên được biểu lộ của tâm hồn một con người biết thật sự quan tâm, thật sự yêu thương những người sống quanh mình."

Ý CHÍ VÀ NGHỊ LỰC VƯƠN LÊN

Theo lời ĐHN, cha ông bị bệnh lao mất khi tản cư ở rừng Bàu Lời vì thiếu thầy, thiếu thuốc khi ông mới 12 tuổi (1952). Ông theo mẹ về tá túc trong một ngôi chùa với người cô bị tật nguyền. Lúc đó ông chỉ cân nặng 25kg, da xanh mét, lá lách sưng to, mỗi ngày phải đi nhà thương thí để chích thuốc. Riết rồi ghiền cái mùi nhà thương. Và cũng từ lúc đó ông có ý muốn học Y khoa.

Ông kể, "Thế rồi, một hôm cậu Ngu Í điên của tôi đến thăm. Người ta nói ông điên vì ngộ chữ dù ở quê tôi ông là người hay chữ nhất, được bà con rất quý trọng. Thấy tôi 12 tuổi rồi mà học hành ấm ớ trong rừng, ông dẫn tôi tới trường tiểu học của một người bạn gửi cho học miễn phí. Ông còn tặng tôi một đống sách báo từ Sài Gòn mang về. Tôi mê tít. Mới đầu, nhà trường cho tôi vào học thử lớp 3. Vài tháng sau nói tôi học được cho lên lớp nhì (lớp 4 bây giờ). Vài tháng sau nữa cho tôi vào thẳng lớp nhất (lớp 5). Trường tư, trong một ngôi chùa, nếu học giỏi thì được miễn phí. Tôi học giỏi. Cuối năm nhất lớp, chở phần thưởng về chùa bằng... xe xích lô! Cô tôi khen ngợi thưởng cho 10 đồng, đủ ăn năm chén chè sâm bổ lượng với mấy người bạn thân!

Tôi thi đậu cao vào đệ thất (lớp 6) Phan Bội Châu. Hằng ngày vừa đi học, vừa lo cơm nước cho mẹ tôi bán hàng ngoài chợ. Thế rồi, giữa chừng lại bỏ học vì cả gia đình dời về quê cũ La Gi. Tỉnh mới thành lập, chưa có trường trung học. Tôi thất học, phụ bán hàng xén với mẹ ở chợ La Gi. Ba năm sau mới có lớp đệ thất đầu tiên trong một ngôi nhà thờ. Nhớ lại hồi nhỏ học nhảy tưng bừng của mình, tôi tính chuyện học nhảy tiếp. Nhân một chuyến theo xe chở cá nước đá về Sài Gòn bổ hàng cho mẹ, tôi lang thang lề đường nơi bán sách cũ, vớ được cuốn "Kim chỉ nam của học sinh" của tác giả Nguyễn Hiến Lê. Tôi đọc thấy trúng ý mình quá, bèn đánh bạo viết thư hỏi ý kiến ông nói muốn học nhảy có nên không. Ông trả lời ngay: "Cháu có thể học nhảy được, vì đọc thư thấy sức cháu có thể học lớp đệ tứ (lớp 9) rồi đó". Tôi bèn lập chương trình học nhảy.

Thi đậu ngay Trung học đệ nhất cấp, lại nhảy tiếp bỏ đệ tam, đậu tú tài I rồi tú tài II. Khi đó tôi băn khoăn trước ngã ba đường giữa học y, học sư phạm hay học văn khoa. Cái nào cũng thích. Ông Nguyễn Hiến Lê lần nữa khuyên nên học y để giúp gia đình, giúp đời, nếu học giỏi có thể dạy học và nếu có tâm hồn vẫn có thể viết lách được. Đã có nhiều nhà văn là bác sĩ như Chekhov, Cronin, Sommerset Maugham... Tôi đã làm đúng như thế. Tôi học y nhưng ghi danh học thêm văn khoa, xã hội học, những ngành tôi thích. Những năm này tôi đã vào Sài Gòn 'du học', ở nhà trọ, ăn cơm tháng trong khu ổ chuột Bàn Cờ (Q.3) và thường xuyên đến thăm ông Nguyễn Hiến Lê. Ông luôn động viên, khuyến khích việc học của tôi. Khi báo Bách Khoa ra số đặc biệt kỷ niệm 100 đầu sách của ông, tôi viết bài 'Ông Nguyễn Hiến Lê và tôi'. Ông nói đây là 'món quà' quý nhất của ông. Ông đã coi tôi như một người học trò 'chân truyền' rồi vậy."

NHỮNG NGƯỜI CÓ ẢNH HƯỞNG LỚN

Trong một trả lời phỏng vấn, ĐHN cho biết: "Chính là nhờ mẹ tôi luôn động viên khuyến khích - bà là người rất có ý chí - lại nhờ cậu tôi là nhà văn Nguiễn Ngu Í dẫn đến trường và nhất là nhờ những cuốn sách quý giá của ông Nguyễn Hiến Lê đã ảnh hưởng lớn đến tôi như Kim chỉ nam của học sinh, Gương danh nhân, Gương can đảm, Gương kiên nhẫn... Tuổi thơ tôi gặp nhiều khó khăn nhưng may mắn là luôn có những tấm gương tốt quanh mình để tôi noi theo."

Nhà văn Nguiễn Ngu Í (1921-1979)

Về nhà văn Nguiễn Ngu Í, tên thật Nguyễn Hữu Ngư (1921-1979), ĐHN chia sẻ:

Mẹ tôi và ông là chị em cô cậu ruột. Mẹ ông họ Nghê nên ông còn có bút danh là Ngê Bá Lí, với cách viết "đặc biệt" của ông. Tôi gọi ông bằng cậu, gần gũi và thân thiết. Cha tôi mất sớm, mẹ con tôi về trú ngụ ở nhà cô tôi trong một ngôi chùa nhỏ ở Phan Thiết, lúc đó ông đang làm báo ở Saigon về thăm, thấy tôi thất học bèn dẫn tôi tới gởi vào trường tiểu học của bạn ông là cô Hồ thị Tiểu Sính (con ông Hồ Tá Bang) để tôi được đi học lại. Sau này khi vào Saigon học, tôi gần như sống hằng ngày bên ông.

Ông viết văn, làm báo, có nhiều bút hiệu: Trinh Nguiên, Tân Fong Hiệb (ghép địa danh quê nhà Tam Tân, Phong Điền, Hiệp Nghĩa), Ngê Bá Lí, Trần Hồng Hừng, Ki Gob Jó Cì, Fạm Hoàn Mĩ... Bút danh Nguiễn Ngu Í được nhiều người biết đến, nổi tiếng là một ký giả chuyên phỏng vấn các vấn đề văn học nghệ thuật cho tạp chí Bách Khoa thập niên 1960s tại Sài Gòn.

Ông có lối viết tiếng Việt rất đặc biệt, rất riêng, gây ít nhiều tranh cãi, ít nhiều khó chịu cho người đọc, nhưng vẫn có cái lý riêng của ông. Thí dụ ông thấy không hợp lý khi ta viết NGA, nhưng lại NGHE (ông sửa lại NGE), GA nhưng GHE (ông sửa lại GE...).

Ông có một vài tác phẩm về sử, đặc biệt về Quang Trung và về Hồ Quý Ly trong thời gian dạy sử ở vài trường trung học, ký Fạm Hoàn Mĩ; ông cũng có vài cuốn tiểu thuyết như "Suối Bùn Reo", "Khi người chết có mặt", v.v... Nhưng tác phẩm nổi tiếng nhất của ông là "Sống và Viết với ...", do Ngèi xanh xuất bản (1966), tập hợp các bài phỏng vấn trên báo Bách Khoa với các nhà văn nổi tiếng đương thời Nhất Linh, Đông Hồ, Bình Nguyên Lộc, Nguyễn Hiến Lê, Hồ Hữu Tường, Sơn Nam, Doãn Quốc Sỹ... (sau này Xuân Thu in lại ở nước ngoài). Ông cũng chuẩn bị ra mắt các cuốn "Sống và Vẽ với..." phỏng vấn các họa sĩ, và "Sống và Đàn với..." phỏng vấn các nhạc sĩ. Tiếc thay ý nguyện chưa tròn. Ngoài ra ông còn có một tập thơ "Có những bài thơ", do Trí Đăng xuất bản, 1973.

Trong thời gian nằm ở Dưỡng trí viện Biên Hòa vì bệnh thần kinh, ông cùng các "bạn điên" có ra một tập thơ, lấy tên là "Thơ điên thứ thiệt" rất thú vị, do ông làm chủ biên (có mấy bài của Bùi Giáng). Thời đó, ngoài thuốc men, các bác sĩ ở Dưỡng trí viện Biên Hòa còn khuyến khích bệnh nhân làm thơ, vẽ tranh, đánh cờ, lao động tay chân, v.v... như một liệu pháp chữa trị tâm bệnh. Khi được hỏi vì sao gọi là "Thơ điên thứ thiệt", thì ông cười bảo vì lúc này có nhiều người làm thơ giả điên quá!

Ông thường xuyên ra vào các nhà thương điên Biên Hòa và Chợ Quán:

Cũng tưởng một đi không trở lại
Nào ngờ duyên nợ lại dằng dai
Bỗng nhiên sực tỉnh nằm trong "khám"
Khám của lòng ai, ai của ai...
(Bài thơ tái ngộ Dưỡng trí viện, 1966)

Trong một bài thơ khác, ông viết:

Ta đi lang thang
Ta nói tàng tàng
Ta cười nghinh ngang
Ta chửi đàng hoàng
...
(Bài thơ tự giết, 1966)

"Chửi đàng hoàng" quả không phải là chuyện dễ, nhưng với ông thì ông làm được. Hỏi chửi ai? Ông nói: "Chửi cả và thiên hạ, trong đó có mình!"

Ông có nhiều bài thơ hay. Bài thơ viết cho Mẹ rất cảm động:

Má ơi con má điên rồi
Má còn trông đứng đợi ngồi mà chi...

Năm 1960, một lần tôi có dịp đi với ông trên bãi biển từ La Gi về Ngảnh Tam Tân (Bình Thuận) đến Nước Nhỉ, ông dừng chân nghỉ và nằm lim dim trên đống cát gạch vụn, dưới bóng mát của các bụi dứa gai um tùm nhìn lên trời mây... Một lúc ông gọi tôi đến và đọc cho nghe bài thơ vừa làm xong. Tôi còn nhớ mấy câu:

Nằm đây mà ngó lên trời
Lá cây dứa đã mấy đời đong đưa
Nằm đây mà nhớ mơ hồ
Những xanh tóc ấy bây giờ về đâu...

Thì ra ông nhớ mấy người bạn cũ, trong đó có Ba tôi, đã cùng nhau xây cái giếng Nguồn Chung ở Nước Nhỉ này cho khách bộ hành qua đường nghỉ ngơi, uống bụm nước ngọt, nhỉ ra từ động cát, giữa trưa nắng gắt trên đường dọc biển mênh mông đầy nắng và gió.

Cuộc đời ông nhiều truân chuyên, tài hoa nhưng mắc bệnh không thể chữa được. Tuổi lớn, cơn điên ngày càng nhặt. Có lần ông nằm giữa xa lộ Biên Hòa cho xe Mỹ cán, nhưng họ kịp dừng, chở thẳng vào nhà thương điên. Có lần ông trốn viện, bắt đom đóm làm đèn đi trong giờ giới nghiêm cũng bị bắt lại...

Trước đó, hình như ông biết trước cái chết của mình, viết một bức thư như là một di chúc cho vợ ông. Ông ước ao được thả trôi trên một chiếc thuyền nhỏ, đục thủng đáy, nhét nút lại, rồi để thuyền trôi lênh đênh trên biển Thái Bình Dương, để được nhìn trời mây nước cho thỏa thích, rồi rút nút cho thuyền chìm dần và chết trong bụng cá, cho "Ngư về với Cá". Thế nhưng ông chết với lửa. Ông được hỏa táng ở An dưỡng địa Phú Lâm và đưa về đặt kề ông bà và dì Nga ở Ngảnh Tam Tân. Tôi nhớ hai câu thơ từ lâu của ông:

Bao nhiêu chí trẻ rồi tro bụi
Một thoáng tình xa cũng ngậm ngùi.

Ông là bạn cùng lớp, cùng trường Pétrus Ký với Trần văn Khê, Lưu Hữu Phước... Gia đình có làm một tập tư liệu về ông: Ngu Í Nguyễn Hữu Ngư, qua ký ức người thân, do mợ tôi, bà Nguyễn Thị Thoại Dung thực hiện (1996), gồm các bài viết của Bà Tùng Long, Trần Văn Khê, Lê Ngộ Châu, Lê Phương Chi, Phan Chính, Hoàng Hương Trang, Hồ Trường An, Trần Huiền Ân, Tô Dương Hiệp, Đỗ Đơn Chiếu, Phan Khắc Khoan, Đỗ Hồng Ngọc...

Sau này, khi về La Gi - Tam Tân, tôi có một bài thơ viết cho ông:

Đêm trên biển La Gi
(tặng cậu tôi, Nguiễn Ngu Í)

Sóng cuốn từng luồng trăng lại trăng
Đêm Hòn Bà dỗ giấc ai nồng
Phẳng lì bãi cát buồn hiu ngóng
Cao vút hàng dương quạnh quẽ trông
Đá cũ mòn rêu hoài đá Ngảnh
Nguồn xưa cạn nước vẫn Nguồn Chung
Về đâu mái tóc xanh ngày ấy
Câu hỏi ngàn năm có chạnh lòng... (ĐHN 1990)

Còn về học giả Nguyễn Hiến Lê (1912-1984), trả lời câu hỏi của ông Hai Trầu trên trang dutule.com (2013), ĐHN cho biết, "Tôi may mắn được quen biết với ông NHL từ năm 1957 đến năm ông mất, 1984. Suốt thời gian đó, tôi thường gặp ông, khi trực tiếp khi thư từ qua lại. Đến nay tôi vẫn còn giữ nhiều thư viết tay của ông như một kỷ niệm. Tôi học được ở ông lối sống và lối viết. Ông là tấm gương nghị lực, gương tự học, chọn con đường làm văn hóa suốt đời mình.

Câu 'châm ngôn' của ông là 'Viết để học và học để viết'. Tôi chịu lắm. Chỉ có cách đó mình mới học được nhiều,

Học giả Nguyễn Hiến Lê (1912-1984)

học được sâu. Tôi bây giờ còn đi dạy và vẫn nghĩ: 'Dạy để học và học để dạy'.

Ấy là bắt chước ông đó.

... Tôi vẫn luôn nghĩ ông là một 'người hiền' - người hiền Nam bộ, dù sinh ở đất Bắc. Khiêm tốn, giản dị, chính trực. Ông sống tri túc, kham nhẫn, hết lòng vì sự nghiệp "trồng người". Năm 1986, hai năm sau ngày ông mất, báo Thanh Niên nhờ tôi viết một bài về ông. Đó là bài đầu tiên viết về NHL sau 1975. Tôi đặt tựa là 'NHL, nhà giáo dục', nhưng tòa soạn sửa thành 'NHL, một tấm gương kiên nhẫn'. Tôi nghĩ ông xứng đáng được gọi là 'Nhà giáo dục'. Anh biết không, thật bất ngờ khi sách của ông bây giờ được rất nhiều bạn trẻ ở miền Bắc đọc, nghiền ngẫm, ứng dụng. Họ thực hiện các tủ sách Nguyễn Hiến Lê, trao đổi cho nhau..."

Trong bài viết "Nguyễn Hiến Lê và tôi" (tạp chí Bách Khoa số 426 ngày 24-4-1975), ĐHN cũng nhắc đến, "Quen biết ông mới thấy ít ai yêu tiếng mẹ như ông. Muốn cho ông 'thao thao bất tuyệt' thì cứ việc nói đến tiếng Việt, nói về tiếng Việt với ông. Ông chịu không nổi khi thấy một chữ bị dùng sai. Còn nhớ khi bọn sinh viên chúng tôi vận động chuyển ngữ Việt tại trường Y khoa, ông đã hỗ trợ bằng những bài báo nẩy lửa. Lúc đó giọng không còn cái vẻ nghiêm túc, hiền lành, điềm đạm thường ngày nữa mà sôi nổi, gay gắt, phẫn nộ, đầy khích động.

Tôi chịu nhiều ảnh hưởng của ông. Cuốn sách đầu tay của tôi, 'Những tật bệnh thông thường trong lứa tuổi học trò', chỉ là phần bổ túc cho cuốn 'Kim chỉ nam của học sinh'. Sau tôi viết thêm một cuốn khác, cũng loại y học phổ thông, cũng nằm trong chiều hướng nâng cao trình độ đại chúng mà ông đã vạch. Ông nói muốn cho nước giàu, dân mạnh thì không phải chỉ một người hay một nhóm người làm được, mà phải toàn dân cùng ý thức, cùng thực hiện. Muốn vậy phải đặt nặng vấn đề giáo dục đại chúng.

Với tôi, ông là một tấm gương sáng. Tấm gương của Nghị lực, của Tự học và của Phụng sự.

Nhìn lại toàn bộ tác phẩm ông, không ai chối cãi giá trị của những Đông Kinh nghĩa thục, Bảy ngày trong Đồng Tháp Mười, Đại cương triết học Trung Quốc, Ngữ pháp Việt Nam... và những Chiến tranh và hòa bình, Sử ký Tư Mã Thiên, Chiến quốc sách... Những tác phẩm đó thực sự có ích cho các nhà nghiên cứu, các sinh viên đại học và đã đóng góp một phần đáng kể cho nền văn hóa miền Nam. Nhưng theo tôi, những tác phẩm quan trọng trong đời ông, đáng cho ông hãnh diện chính là những tác phẩm nho nhỏ, ông viết nhằm giáo dục thanh thiếu niên, hướng dẫn họ trong việc tự huấn luyện trí đức. Đó là Kim chỉ nam của học sinh, Tự học để thành công, Tương lai trong tay ta, Rèn nghị lực... Và nhất là bộ Gương danh nhân của ông.

Cuộc đời ông quả thật là một tác phẩm lớn. Tôi là độc giả của ông từ ngày còn là một học trò đệ thất, lại được quen biết ông hơn 15 năm nay, nghĩ lại, nếu trong thời thơ ấu không được đọc những sách đó của ông, không được gặp ông, có lẽ tôi cũng đã khác; nên tuy không được may mắn học với ông một ngày nào, từ lâu tôi vẫn xem ông là một vị thầy của mình, hơn thế, một người thân. Tôi đâu có cần phải nói cám ơn ông!"

NGHỀ

Đỗ Hồng Ngọc hồi 20 tuổi

Nghe theo lời khuyên của học giả Nguyễn Hiến Lê, ĐHN đã nộp đơn và trúng tuyển kỳ thi vào Lớp Dự bị Y khoa (APM) năm 1962. Bên cạnh đó, ông cũng ghi danh ở Văn Khoa và về sau học thêm Xã Hội Học ở Đại học Vạn Hạnh. Theo chương trình thời đó, Y khoa học 7 năm, sinh viên năm thứ ba được đi thực tập tại các bệnh viện. Ra trường phải thi tốt nghiệp, đậu bốn môn Bệnh lý (Nội, Ngoại, Sản, Nhi) thì được gọi là bác sĩ và hành nghề bác sĩ, sau khi đã đăng ký vào Y sĩ đoàn và thực hiện đúng Nghĩa vụ luận Y khoa. Sau đó, những ai làm luận án và bảo vệ thành công thì được nhận Văn bằng Tiến sĩ Y khoa Quốc gia (Doctorat en Médecine, Diplôme d'Etat). Bác sĩ Đỗ Hồng Ngọc đã đậu kỳ thi tốt nghiệp năm 1969 và trình luận án Tiến sĩ, đề tài "Bệnh Sốt rét cấp tính ở Trẻ em" vào năm 1970 với Hội đồng Giám khảo gồm GS Phan Đình Tuân, GS Nguyễn Văn Út và GS Nguyễn Thế Minh...

Ông là Bác sĩ chuyên khoa Nhi. Nguyên nội trú ủy nhiệm Bệnh viện Nhi Đồng Sàigòn (1968-1969), Trưởng phòng cấp cứu Nhi (1973-1975), sau 1975 là Trưởng khu Phòng khám Cấp Cứu BV Nhi Đồng 1 TP. HCM (từ 1975-1985), Giám đốc Trung tâm Truyền thông – Giáo dục Sức khỏe TP. HCM (1985-2005), Tu nghiệp Y tế công cộng tại Đại học Harvard Hoa Kỳ (1993) và Giáo dục sức khỏe tại CFES, Pháp (1997), Giảng viên thỉnh giảng Bộ môn Nhi, Đại học Y dược TP.

HCM (1981-1995), Trưởng Bộ môn Khoa học hành vi & Giáo dục sức khỏe, Đại học Y khoa Phạm Ngọc Thạch (1995-2014). Từ 2014 là cố vấn Bộ môn Y Đức – Khoa học hành vi, Đại học Y khoa Phạm Ngọc Thạch, TP. HCM. Hiện nghỉ hưu ở Sài Gòn.

ĐHN chia sẻ, "Ngay từ khi còn là một sinh viên y khoa, đi thực tập ở Bệnh viện Nhi Đồng, tôi đã mê trẻ con để trở thành một bác sĩ nhi khoa. Khám chữa bệnh cho trẻ con có cái thú là chúng không... biết nói, thỉnh thoảng còn giật kiếng cận và ống nghe của mình, lúc cao hứng còn... tè vào mặt mình. Thú vị nữa là chỉ cần bẵng đi một thời gian, đã thấy chú nhóc bệnh nhi dạo nọ bế trên tay một... chú nhóc khác - là con của chú - đến nhờ khám chữa bệnh tiếp!"

Nói về nghề thầy thuốc, Bs ĐHN cho biết, "Tôi nghĩ y đức không chưa đủ. Còn phải có tay nghề, kỹ thuật chuyên môn nữa. Không nên tách bạch bởi hai cái là một. Nói y đức suông mà không có tay nghề thì... hại người ta nhiều hơn, làm người ta "đau" nhiều hơn. Còn giỏi kỹ thuật chuyên môn mà thiếu y đức thì làm cho người ta "khổ" nhiều hơn. Người thầy thuốc phải quan tâm cả cái đau và cái khổ của con người. Y đức không đơn giản, không phải là một khẩu hiệu, phải được học tập và rèn luyện xuyên suốt quá trình học y khoa và hành nghề.

Tôi không cảm thấy có bước chuyển nào cả khi bước vào tuổi hưu. Y khoa vốn là một nghề độc lập. Người thầy thuốc có thể làm việc suốt đời nếu còn đủ sức khỏe. Nghề văn cũng vậy, là một nghề tự chủ, có thể làm việc suốt đời, nếu còn thấy hứng thú. Tôi rất hoan nghênh các bạn trẻ muốn theo nghề y. Đây là một ngành đang có nhu cầu rất lớn của xã hội. Nhưng chọn học y là chọn con đường gian nan, tiếp xúc thường trực với những nỗi đau, nỗi khổ của kiếp người (sinh, lão, bệnh, tử)... Phải thật sự yêu nghề và có năng lực. Nói chung, học y cần có lý tưởng nhân đạo, một "tiếng gọi sâu thẳm" (vocation) của nghề nghiệp. Nếu học y để mong đầu tư... làm giàu trên bệnh nhân thì không nên! Thật ra, học y cũng rất thú vị, nhiều thử thách, đòi hỏi trách nhiệm cao. Người bác sĩ luôn đứng trước lương tâm của mình. Hạnh phúc rất lớn khi thấy mình sống hữu ích cho gia đình, cho cộng đồng, cho xã hội. Cứu sống một mạng người bằng lập năm bảy kiểng chùa, phải không?

VÀ NGHIỆP

ĐHN chia sẻ, "Tôi mê văn thơ từ hồi nhỏ, đọc gần hết tủ sách trong một tiệm cho mướn sách ở Phan Thiết. Cô Hai tôi (đi xe lửa trúng mìn, bị gãy cả hai chân) cư ngụ trong một ngôi chùa nhỏ, thường kêu tôi đi mướn sách về cho cô đọc, nhưng lại cấm tôi đọc vì con nít đọc truyện không tốt, mê, bỏ học. Mỗi lần đi mướn truyện, tôi lén đọc hết dọc đường đi, có khi ngồi gốc cây đọc xong mới về. Tôi còn ghi chép tóm tắt nội dung, các nhận xét của mình vào một cuốn vở.

Tôi nhớ những bài văn của mình hồi học lớp Nhứt (lớp 5) thường được thầy khen và đọc trước lớp. Rồi cậu tôi là ông Ngu Í Nguyễn Hữu Ngư làm báo ở Saigon về thăm, cho một đống sách báo, tranh ảnh. Tôi mê tít.

Bài thơ đầu tiên đăng trên báo Bách Khoa năm 1960, ký với một cái tên tắt. Tuy biết ông Ngu Í cậu mình làm ở đó nhưng tôi giấu ông. Khi báo đăng, tôi mới nói. Ông ngạc nhiên và khen ngợi. Sau đó tôi lấy bút hiệu Đỗ Nghê và đăng nhiều thơ trên Bách Khoa, Mai, trong Ban biên tập báo Tình Thương (với Phạm Đình Vy, Ngô Thế Vinh, Trần

Mộng Lâm...), rồi ở trong nhóm chủ trương bán nguyệt san văn học nghệ thuật Ý Thức (Nguyên Minh, Lữ Kiều, Lữ Quỳnh, Trần Hoài Thư, Lê Ký Thương...).

Năm 1967, đang là sinh viên Y, tôi in tập thơ đầu tay Tình Người và sau đó là các tập Thơ Đỗ Nghê (1974), Giữa hoàng hôn xưa (1993), Vòng Quanh (1997), Thư cho bé sơ sinh & Những bài thơ khác (2010) ...

Tôi không viết 'chuyên nghiệp' được như Nguyễn Hiến Lê, tôi chỉ viết khi có hứng. Bây giờ có máy vi tính cũng tiện. Khi hứng đến, tôi cứ viết ào ào rồi để đó, năm bảy ngày sau cho nó 'hoai' đi mới 'chỉnh' lại đôi chút. Tuy nhiên, khi báo đặt bài gấp thì cũng viết ngay được. Lâu lâu gom lại có thể in thành một cuốn sách như Thư gởi người bận rộn, Chẳng cũng khoái ru, Nhớ đến một người, ... Tôi không viết được truyện, vì không có khả năng... hư cấu!"

Đến nay, họ Đỗ có khoảng 60 đầu sách thuộc ba tủ sách Văn học, Y học, và Phật học được xuất bản, trong đó vài cuốn được dịch ra ngoại ngữ. Có thể nói nhờ có văn chương mà sách Y học và Phật học của ông dễ đi vào lòng người, được độc giả ưa chuộng.

Riêng về phần thơ, với người viết, thơ Đỗ Nghê / Đỗ Hồng Ngọc không bí hiểm, kiểu cách hoặc màu mè... Những từ, những chữ rất đời thường được ông khéo léo đặt vào đúng vị trí nên thành "đắc địa", rất tuyệt, khiến người đọc có thể cảm được cái không khí, cái thời tiết được nhắc đến trong bài thơ nên rất thích và rất thấm. Chẳng hạn:

Đi giữa Sài Gòn
Phố nhà cao ngất
Hoa nở rực vàng
Mà không thấy Tết

Một sáng về quê
Chợt nghe gió bấc
Ơ hay xuân về
Vỡ òa ngực biếc!
(ĐHN – Gió bấc)

Hay là:

Tuyết bay
Bay nhẹ
Phố Tàu

Gió co
Ro lạnh
Phố
Đìu hiu
Theo
(ĐHN - Tuyết)

Người viết rất đồng thuận với nhà thơ Trịnh Y Thư, "Thơ ông là tiếng nói, tiếng nói thầm thì nhưng trong veo và có sức mạnh chuyển tải cảm xúc, biểu hiệu cho một tâm hồn thơ giàu suy cảm. Nhờ thấm đẫm Thiền vị, thơ Đỗ Nghê thắt buộc sự hiện hữu của con người vào thế giới xung quanh, và quan trọng hơn, tìm ra được quan hệ hài hòa giữa sự hiện hữu ấy với thế giới."

VÀ CŨNG CÓ MỘT "HỌA SĨ" ĐỖ HỒNG NGỌC

Có lẽ ít người biết ĐHN vẽ tranh, trừ nhóm bạn của ông. Những tranh bút sắt ông vẽ rất "tới" như Đà Lạt, Quê Nhà, Tà Cú, Phan Thiết, Harvard Square... Ông cũng vẽ những phác thảo chân dung bạn bè: Thầy Tuệ Sỹ, Đinh Cường, Lữ Kiều, Lữ Quỳnh, Khuất Đẩu, Lê Ký Thương, Nguyễn Lệ Uyên, Trần Vấn Lệ... Và cả những bức chân dung rất thú vị khi "len lén" quan sát những nhân vật mà ông có dịp gặp gỡ đã được kể lại trong "Áo Xưa Dù Nhàu..." như nhà thơ Huy Cận (1996), Giáo sư Trần Văn Khê (1997).

Còn nhớ năm 2014, khi biết tôi về thăm nhà lúc cuối năm, họa sĩ Đinh Cường "bỏ nhỏ": "Khi nào về Sài Gòn nhớ nói Ngọc vẽ cho một bức..." Tôi chỉ trả lời: "Em không dám đâu..." vì nghĩ tới Khánh Minh... Thời đó, anh Ngọc toàn vẽ các bạn nam, chưa người nữ nào có hân hạnh được anh vẽ. Một bữa, chị KM nói anh Ngọc vẽ cho một bức chân dung, nhưng anh thoái thác bằng một bài thơ:

thục nữ
gởi khánh minh

em bảo vẽ cho em một bức chân dung
chân dung người làm thơ
một người làm thơ nữ
trời đất ơi
làm sao vẽ được chân dung
một người làm thơ nữ
đom đóm hái sao

tôi nhắm mắt lại nhìn em
cho rõ
lần đầu gặp ở trương thìn,
đây khánh minh
rồi làm thinh

tôi thấy em thục nữ,
tại sao mà làm thơ
rồi nhìn thêm lần nữa
oan oan thư cưu

cho đến một hôm nơi ồn ào kia
quanh bè bạn thân quen đâu từ kiếp trước

em tặng mỗi người tập thơ còn ướt
những bài thơ hình hiện muôn đời
như không thôi đi được...

tôi nhắm mắt nhìn em cho rõ
thử hình dung ra cái hình dung
rồi vẽ vào không gian trong
một người làm thơ nữ

khi mở mắt ra
em tan biến
đành ghi vội mấy dòng
tạ lỗi!

Đỗ Hồng Ngọc
(9.2014)

Nhưng cuối cùng, chị KM đã đạt được ước mơ có một bức phác thảo chân dung do anh Ngọc vẽ vì cảm bài thơ "Sắc Màu Bay" của chị.

Nghĩ mình kém cỏi, không thể nào làm thơ hay được, nên tôi chọn im lặng... Chẳng ngờ, anh Đinh Cường nói với anh Ngọc sao đó, nên rốt cuộc tôi cũng được một bức phác thảo anh vẽ tặng. Vui ơi là vui! Anh Đinh Cường khen bức đó lắm "nét là tài hoa hồn là người"... Sau này, anh Ngọc còn vẽ cho chị Duyên và Thu Vàng nữa...

BÀI THƠ "THƯ CHO BÉ SƠ SINH"

Giáo sư Huỳnh Như Phương nhận xét, "... Với bài 'Thư cho bé sơ sinh', ngòi bút Đỗ Nghê không chỉ tranh đấu cho hòa bình như một lẽ phải đương nhiên, mà còn suy ngẫm về thân phận con người trong một thời buổi nhiễu nhương và phả hơi ấm tình yêu con người trong một cấu trúc ngôn ngữ hiện đại. Thật kỳ lạ, ở tuổi 25, Đỗ Hồng Ngọc đã tự đặt cho mình một cột mốc thơ ca mà chính ông không dễ gì vượt qua. Ni sư Giải Nghiêm ở Canada có lý khi cho rằng nhiều bài thơ và bài viết của Đỗ Hồng Ngọc về sau này dường như là một sự nối dài 'Thư cho bé sơ sinh'.

'Thư cho bé sơ sinh' còn đặc trưng cho thơ Đỗ Hồng Ngọc ở điểm này: tác giả khai thác nhiều khía cạnh tương phản của đời sống: tiếng khóc và nụ cười, màu sáng và màu tối, thực chất và nhãn hiệu, cái bé bỏng nhỏ nhoi và cuộc đời rộng lớn; nhưng không đẩy nó vào thế đối lập mà đưa những tương phản đó thành những hợp thể. Phải chăng đây cũng là dấu ấn của lý tưởng hòa hợp trong thơ ông sau này, khi ông viết những bài thơ mang hơi thở thế sự hay mang tâm thức thiền học."

Trường hợp sáng tác bài thơ này được Bác sĩ ĐHN chia sẻ:

"Bài thơ 'Thư cho bé sơ sinh' tôi viết năm 1965, trong một đêm trực ở Bệnh viện Từ Dũ, sau một ca đỡ đẻ đầu tiên trong đời của một sinh viên y khoa thực tập. Hồi đó, phải học đến năm thứ ba y khoa chúng tôi mới được phép đỡ đẻ trên người. Mỗi sinh viên phải đỡ ít nhất 20 'ca' sanh thường, không bệnh lý. Tối tối, chúng tôi túc trực ở phòng nhận bệnh để 'bắt ca'. Một hôm, tôi bắt được ca '4 cm', nghĩa là ca mà cổ tử cung đã nở gần trọn, sắp sanh. Tôi đưa sản phụ lên phòng sanh, thăm khám, làm vệ sinh các thứ, theo dõi cơn co tử cung, ghi chép cẩn thận vào hồ sơ bệnh án rồi ngồi bên trò chuyện cho sản phụ quên đau. Tôi nghĩ đến mẹ mình, đến những giọt mồ hôi của biết bao bà mẹ chờ sanh khác. Đến gần sáng thì cơn đau đã rột. 'Lúng túng' một cách lành nghề, tôi cũng đã đỡ được ca đầu tiên mẹ tròn con vuông! Lòng lâng lâng tôi đẩy xe cho hai mẹ con về phòng, rồi viết bản 'phúc trình'. Trời đã hửng sáng. Bên ngoài khung kính cửa phòng sanh, Sài Gòn tấp nập và hừng hực không khí ngột ngạt những ngày tháng này của năm 1965.

Đột nhiên, một cảm xúc trào dâng, tôi viết liền một mạch ngay sau phần bệnh án một bài thơ nhỏ:

Thư cho bé sơ sinh

Khi em cất tiếng khóc chào đời
Anh đại diện đời chào em bằng nụ cười
Lớn lên nhớ đừng hỏi tại sao có kẻ cười người khóc
Trong cùng một cảnh ngộ nghe em

Anh nhỏ vào mắt em thứ thuốc màu nâu
Nói là để ngừa đau mắt
Ngay lúc đó em đã không nhìn đời qua mắt thực
Nhớ đừng hỏi vì sao đời tối đen

Khi anh cắt rún cho em
Anh đã xin lỗi chân thành rồi đó nhé
Vì từ nay em đã phải cô đơn
Em đã phải xa địa đàng lòng mẹ

Em là gái là trai anh chẳng quan tâm
Nhưng khi em biết thẹn thùng
Sẽ biết thế nào là nước mắt trong đêm
Khi tình yêu tìm đến

Anh đã không quên buộc étiquette vào tay em
Em được dán nhãn hiệu từ giây phút đó
Nhớ đừng tự hỏi tôi là ai khi lớn khôn
Cũng đừng ngạc nhiên sao đời nhiều nhãn hiệu

Khi em mở mắt ngỡ ngàng nhìn anh
Anh cũng ngỡ ngàng nhìn qua khung kính cửa
Một ngày đã thức giấc với vội vàng, với hoang mang,

Với những danh từ đao to búa lớn
Để bịp lừa để đổ máu đó em

Thôi trân trọng chào em
Mời em nhập cuộc
Chúng mình cùng chung
Số phận
Con người...

Đỗ Nghê
(Đỗ Hồng Ngọc, Bv Từ Dũ, 1965)

Sáng hôm sau, giáo sư HNM đọc bản phúc trình của tôi, gọi tôi vào rầy: 'Đỡ đẻ không lo đỡ đẻ, lo làm thơ!'. Chẳng ngờ bài thơ viết vội trong đêm trực đã phổ biến nhanh trong giới sinh viên và nữ hộ sinh thời đó. Không biết ai đã viết lên bảng đen! Bài thơ được đăng trên báo Tình Thương, rồi in lại trong tập thơ 'Tình Người' của tôi, năm 1967.

Số phận bài thơ khá ly kỳ. Năm 1973, Bác sĩ Lương Phán đăng lại 'Thư cho bé sơ sinh' trong một tạp chí y học do ông phụ trách, và đã trả nhuận bút rất hậu! Tôi nhớ thời đó thơ ít khi được trả nhuận bút. Ngay cả báo Bách Khoa cũng chỉ trả trung bình 50 đồng cho một bài thơ, nhưng bác sĩ Lương Phán đã trả tôi... 5000 đồng! Ông nói, 'vì tôi rất thích bài thơ này'. Điều cảm động là sau ngày đất nước thống nhất, nhạc sĩ Phạm Trọng Cầu (sinh ở Phnom-Penh 1935 và mất ở Saigon 1998, tốt nghiệp nhạc viện Paris, còn có bút danh là Phạm Trọng) chống nạng đến thăm tôi – trước đó chúng tôi chưa từng quen biết nhau – nói chỉ để tặng cho tác giả thơ bài hát 'Thư cho bé sơ sinh' mà anh đã phổ nhạc từ trong nhà tù nhờ đọc được cuốn tạp chí y học của bác sĩ Lương Phán. Anh nói anh viết bài này là để dành riêng cho ca sĩ Thái Thanh hát! Và cũng từ đó nhạc sĩ đã rất thân thiết với tôi. Chúng tôi vẫn thường gặp nhau luôn, nhất là mỗi khi anh có bài hát mới, thường kêu tôi tới để hát cho nghe! Anh luôn 'mày tao' rất dễ thương, vì anh lớn hơn bọn tôi đến mấy tuổi!

Còn chú bé – hay cô bé? – sơ sinh của tôi lúc đó thì nay đã gần 40 rồi còn gì! Biết đâu cũng đang là một người "bận rộn", chẳng có thì giờ để đọc những dòng chữ này. Dầu vậy, tôi vẫn rất muốn nói cảm ơn em!

Khoảng năm 1995 tôi có dịp làm việc với ba vị bác sĩ, là giảng viên của Trường Trung học Y tế tỉnh Phú Thọ ở miền Bắc lần đầu vào Saigon. Trong lúc chuyện trò, có người tình cờ nhắc bài thơ 'Thư cho bé sơ sinh' của tôi thời sinh viên thì thầy Nguyễn Hồng Hải, một trong ba vị bác sĩ đến từ Phú Thọ bỗng chồm lên, ôm lấy tôi, mừng rỡ: 'Thế ra anh là tác giả bài thơ đó ư?'.

Rồi thầy đọc liền một mạch. Thầy nói gần 20 năm nay, năm nào dạy lớp nữ hộ sinh ở Phú Thọ, thầy đều đọc cho họ nghe bài thơ mà thầy không biết tác giả là ai, chỉ nói 'khuyết danh' thôi. Gần đây, tôi tình cờ phát hiện trên mạng, có một bản dịch sang tiếng Anh bài 'Thư cho bé sơ sinh' của Phát (Phat's blog), một người không quen biết, với những lời bình thật sâu sắc!"

NHỊP CẦU Ô THƯỚC

Nhà văn Trần Hoài Thư chia sẻ, "Tôi có được cơ duyên gần gũi với nhà thơ họ Đỗ này trong một thời gian khi tôi làm lính vùng hai. Cứ mỗi lần đi phép, tôi hay chọn SG để về. Có hai nơi để tôi qua đêm. Đó là cái cabin của vợ chồng họa sĩ Hồ Thành Đức & Bé Ký và căn lầu của Đỗ Nghê tại một hẻm gần khu Bàn Cờ.

Và những lần rảnh rỗi, Đỗ Nghê vẫn hay chở tôi bằng chiếc Vespa đi rong chơi các phố SG, hoặc có khi đêm đêm hai đứa ghé tại một quán bánh cuốn lộ thiên ở đầu hẻm. Một chàng bác sĩ luôn luôn chỉnh tề chững chạc, miệng hay nở nụ cười, với đôi kính trắng, dáng người phốp pháp, đi đứng thì ung dung, nói năng từ tốn, không bao giờ chửi thề, hiền như bụt... lại làm bạn với một tên lính bụi đời, phóng đãng, thì quả là chuyện lạ, khiến một số bạn bè ngạc nhiên không ít.

Làm sao họ biết có một thứ chung như keo kết dính chúng tôi. Đó là lòng yêu mến nghệ thuật, thi ca chảy trong máu huyết.

Bằng chứng? Hãy nhìn quanh ông: bạn bè toàn là nhà văn, nhà thơ.

Với mẫu người như vậy, nào ai biết ông đã lập một kỳ công là xây cái nhịp cầu Ô Thước ngay tại con đường Phan Đình Phùng SG gần tòa soạn Bách Khoa để giúp một chàng Ngưu Lang từ chót vót Trường Sơn và nàng Chức Nữ ở mút tận đồng bằng châu thổ gặp nhau! Cái cầu ấy được thực hiện bằng chiếc Vespa mà ông đã làm tài xế để thả chàng xuống trước tòa soạn, rồi sau đó dzọt lẹ!"

ĐHN cũng kể: Trần Hoài Thư từ xa về, ở tạm nhà tôi mấy hôm để tôi đưa đến Tòa soạn Bách Khoa "coi mắt" người trong mộng đã hò hẹn qua thư. Nàng ở tận miền Tây, mê THT qua thơ văn... Hai người chưa hề biết mặt nhau. Suốt mấy ngày, THT đi vào đi ra nôn nao lắm. Tôi đưa anh đi bằng cái xe Vespa cà tàng của tôi nơi này nơi khác, lúc café, lúc bánh cuốn nóng đầu hẻm cho vui, nhưng anh không vui mấy mà có vẻ lo lo. Đi phép có mấy ngày. Thời chiến. Bách Khoa có Lê Ngộ Châu như ông mai, môi giới cho hai trẻ...

Hôm đó đúng hẹn với Y, người trong mộng tại báo Bách Khoa, tôi thấy anh hồi hộp lắm, ăn mặc có chút chải chuốt hơn như chàng rể đi coi mắt vợ. Tôi lấy xe Vespa cà tàng của mình đưa anh đến BK và lén bỏ đi ngay cho họ tự do tâm tình mà không có mặt mình. Ai dè lát sau THT về nhà, tiu nghỉu, đầy vẻ thất vọng vì nàng không đến như lời ước hẹn mà cũng không một lời giải thích. Ngay sáng sớm hôm sau, anh "cuốn gói" lên đường, trong một nỗi tuyệt vọng rã rời chưa bao giờ tôi thấy ở một chàng trai "giang hồ" đầy khí phách nơi gió cát như vậy. Tôi không dám có một lời khuyên. Đành đưa anh lên đường và hai bạn vào một quán café góc phố trên con đường Phan Đình Phùng xóm Bàn Cờ quen thuộc.

Tôi nhìn anh rít thuốc lá như nuốt hết khói vào trong. Thời chiến. Mùa hè đỏ lửa. Tôi biết anh đi không chắc trở lại. Bỗng dưng tôi viết rất nhanh:

Ta cũng muốn ngâm tràn câu tống biệt
Đưa người đi tiếng sóng ở trong lòng
Nhưng khói thuốc đã cay sè đôi mắt
Có ai còn thổi sáo trên sông...

Trời buổi sáng mù sương lớp lớp
Người hành trang nỗi tuyệt vọng rã rời
Và khí phách thôi một thời trẻ dại
Ta nói gì cho bớt chút chia ly...

Rồi đột nhiên không cầm lòng được, tôi bỗng viết tiếp:

Người yêu thương cũng vội vàng lỗi hẹn
Còn gì không hay một thoáng chiêm bao
Ơi cánh chim của mùa xuân lỡ đến
Khoảng trời xanh còn chất ngất xôn xao

Ta bè bạn dám đâu lời can gián
Một giờ yêu cũng đủ một đời vui
Hãy tin tưởng có hôm nào trở lại
Cho trời xanh và mây trắng đẹp đôi...

Rồi tôi quay trở lại với dòng thơ "tống biệt" của mình:

Đưa người ta nâng ly cà phê nhỏ
Rồi quan san rồi bụi đỏ người đi
Rồi khói súng người tập tành nỗi chết
Ta trở về hiu hắt đường khuya

Ta đã nói gì hình như chưa nói
Những dặn dò những hứa hẹn bâng quơ
Rồi người bước đường hoang lạnh quá
Ta đứng nhìn nghe ngày tháng đong đưa...
(Đỗ Nghê, 1972)

Khi in tập Thơ Đỗ Nghê năm 1974 – (Ý Thức xuất bản, ronéo, dành tặng bạn bè anh em – do Lữ Kiều Thân Trọng Minh, Trần Hữu Lục, Nguyễn Sông Ba... thực hiện ở Đà Lạt với hình bìa tranh Nguyễn Trung do Hoàng Đăng Nhuận trình bày, rồi Hoàng Khởi Phong mang xe chở sách về tận Saigon cho Đỗ Nghê) thì tôi đã đăng nguyên 6 khổ của bài Buổi tiễn đưa này, thế nhưng 20 năm sau, khi in lại trong tập *Giữa hoàng hôn xưa*, tôi cắt bỏ hai khổ giữa, vì nghĩ đây là chuyện rất riêng tư, không nên nhắc, có thể khiến THT buồn! Vả lại, bài thơ cắt gọn sẽ cô đọng hơn.

May thay, tôi còn giữ được bản thảo do Lữ Kiều gởi lại cho. Chuột gậm, mối nhấm, nhưng có hề gì! Bản thảo đánh máy trên giấy pelure mỏng, máy chữ Olivetti, cắt dán, phết keo phía sau thời đó trông cứ tưởng như bài thơ bị xóa.

Không đâu, keo hồ đó thôi, phải không Trần Hoài Thư?

ĐỖ CHÂU LA NGÀ

La Ngà là con sông lớn chảy qua La Gi quê nhà của Đỗ Hồng Ngọc. Theo Wikipedia, sông La Ngà bắt nguồn từ cao nguyên Di Linh ven khu vực thành phố Bảo Lộc thuộc tỉnh Lâm Đồng, chảy qua các tỉnh Lâm Đồng, Bình Thuận, Đồng Nai. Đó cũng là tên người con gái đầu lòng của ông đã mất năm 1990 vì tai nạn giao thông trong một chuyến đi công tác xã hội tại Bình Chánh với các bạn ở trường Y.

Câu chuyện được Bác sĩ / Nhà văn Minh Ngọc, người bạn cùng lớp với Đỗ Châu La Ngà, hiện ở Nữu Ước, Hoa Kỳ, là Clinical Assistant Professor khoa Gây mê, Chăm sóc chu phẫu và Thuốc giảm đau tại Trường Y khoa NYU Grossman Long Island, chia sẻ trong tùy bút *"Người Bạn Trong Mơ"* sau đây:

"Đỗ Châu La Ngà, con gái đầu lòng của BS. Đỗ Hồng Ngọc, là bạn cùng lớp với tôi hai năm đầu sinh viên. Lúc đó BS. Đỗ Hồng Ngọc phụ trách Trung tâm Truyền thông – Giáo dục sức khỏe Sở Y Tế, ông bà dạy con rất nghiêm theo nề nếp gia đình trí thức hồi xưa nên Ngà giản dị hồn nhiên, bạn bè ai cũng thương mến. Tôi bây giờ gần nửa đời, gặp gỡ không biết bao nhiêu người, vẫn thấy hiếm có ai như Ngà, luôn luôn nở nụ cười tươi tắn trên môi, hòa nhã ôn tồn với mọi người, không hề thấy Ngà cao giọng hay lớn tiếng, giận hờn trách móc ai.

Lúc đó chúng tôi chuẩn bị lên năm thứ ba. Nghỉ hè, các lớp được phân công trực đêm ở trường. Đêm đó lớp tôi trực, cũng đủ trò như mọi khi, ăn uống, cười giỡn, kể chuyện ma, đánh bài, đàn hát. Đám con gái ngồi bàn tán chuyện mua sách giáo khoa vì đã lâu trường chưa tái bản nên rất khó tìm. Tôi khoe vừa mua được ở tiệm sách cũ gần trường Dự bị Đại học, Ngà biết tiệm đó nhưng không hiểu sao một mực bắt tôi hứa phải đi mua sách với Ngà, tôi hứa để hai ba bữa nữa rồi đi. Sáng, chúng tôi thu dọn đồ đạc đi về, Ngà ngồi một mình trên băng đá trước phòng bảo vệ đọc cuốn *"Kiến và chim bồ câu"* của Leo Tolstoy. Tôi hỏi sao chưa về, Ngà cười nói Ngà chờ đoàn công tác xã hội của trường. Tôi nói vậy đi vui nghe, rồi tôi về nhà ngủ.

Tuổi thơ ơi

Rồi một hôm thấy mình nhỏ lại
Mặc áo dài xanh mẹ mới may
Và đôi giày đỏ tươi hoa giấy
Đi đến trường cặp sách trong tay

***

Vui biết mấy những ngày xưa ấy
Cùng cha mẹ, thầy cô, bạn bè
Những ngày tháng thảnh thơi tuổi trẻ
Và những chiều thơ thẩn cùng mây.

***

Đó đến nay biết bao thay đổi
Trường xưa, bạn cũ, tuổi thơ ơi
Vừa mới bốn nay đã mười sáu
Ngày ấy xa rồi, thời gian ơi !

2-5-1985
ĐỖ CHÂU LA NGÀ

Buổi chiều trời mưa dông nên sập tối sớm, tôi mới ngủ dậy thì nghe đám con trai trong lớp kêu cửa inh ỏi. Chị tôi ra mở cửa và lấy nước cho rửa chân. Kim Minh thấy mặt tôi nói liền: "Bà thay đồ đi với tụi tui. La Ngà chết rồi!". Tôi nói: "Giỡn gì kỳ vậy?". Mân và Thái Minh kể sáng hôm đó Ngà đi theo đoàn công tác xã hội lên trường khuyết tật ở Bình Chánh. Ngà đạp xe đi song song với Thúy Nga, tới Phú Lâm thì bị chiếc xe buýt từ phía sau tông trúng. Lúc đó đường vắng không có xe, anh trưởng đoàn phải kêu chiếc xích lô chở Ngà về Chợ Rẫy, một nhóm chạy về nhà báo tin cho ba mẹ Ngà. BS. Đỗ Hồng Ngọc chạy tới phòng cấp cứu bệnh viện Chợ Rẫy thì Ngà đã tắt thở trên đường đến bệnh viện, ông đứng khóc ròng. Ngà bị thương tích quá nặng.

Tôi vào hỏi ba má tôi, chắc mặt tôi thất thần lắm nên ba má tôi khuyên để hôm sau hãy đi, sợ tôi xúc động quá (tôi vốn bị loạn nhịp tim nhanh, supraventricular tachycardia). Chiều hôm sau tôi đến, đã có một nhóm bạn trong lớp. Ngà nằm trên chiếc giường trong phòng khách, mặc chiếc áo trắng quen thuộc, thanh thản như ngủ say. Chúng tôi lên thăm căn phòng xinh xắn của Ngà, những cuốn nhật ký, sổ tay chép thơ dán ảnh trang trí, Ngà cũng có làm thơ nữa mà chúng tôi không biết. Ngày đưa tang Ngà lên nghĩa trang nằm bên bờ sông La Ngà quê nội, trời mưa dầm sụt sùi. Chúng tôi nhìn tấm ảnh Ngà tươi cười lồng trên bia mộ mà không cầm được nước mắt, nụ cười và đôi mắt tinh nghịch sau cặp kính đó vĩnh viễn chúng tôi không bao giờ còn thấy được nữa.

Sau ngày đưa tang Ngà, đêm nào ngủ mơ tôi cũng thấy Ngà mặc chiếc áo trắng, năn nỉ đi mua sách với Ngà đi. Má tôi bàn hay là đem cuốn sách đốt cho Ngà rồi khấn cho Ngà siêu thoát.

Chưa kịp làm thì cuốn sách của tôi tự nhiên biến mất tìm không ra, rồi tôi cũng không thấy Ngà nữa.

Ngày Ngà mất, BS. Đỗ Hồng Ngọc làm một bài thơ với những câu cuối như sau:

Cô học trò Minh Khai
– Gia Long của mẹ –
Cô sinh viên trường thuốc
– Tuổi trẻ của ba –
Con đã lớn lúc nào ba má không hay biết
Cứ tưởng con còn nhỏ xíu thôi
Đến khi con mất đi rồi
Mới biết con đã lớn!"

Minh Ngọc
Tháng 10/2018

Đó là vết cứa sâu thẳm trong tim, nỗi đau âm ỉ vô cùng, và sự mất mát quá lớn mà bậc cha mẹ phải gánh chịu, dù vẫn nhận biết: "Cuộc sống tự nó là nỗi hiểm nguy và sự bất an, sự chuyển động bất tuyệt, và tự nó cũng là nỗi hân hoan, là niềm cực lạc. Thật là tuyệt khi ý thức cuộc sống là vô thường, luôn thay đổi, chuyển động... để rồi tuyệt vọng, thất vọng vì không được như ý".

Đã bao nhiêu năm qua nhưng không lúc nào ông quên người con yêu với nụ cười hiền dịu, tươi tắn. Những bài thơ ông viết cho La Ngà là những bài thơ xót xa nhất, xúc động nhất, không thể ngăn được dòng lệ tiếc thương.

Tình yêu
Trước mộ con còn ướt
Ba nói với bè bạn ba rằng
Hãy yêu thương con mình cách khác
Đừng như ba
Giấu kín trong lòng

Bởi tình yêu
Có bao giờ cho đủ
Có đâu sợ dư thừa
Ba đã sai lầm bao nhiêu

Hãy tỏ bày đi
Vồ vập đi
Âu yếm ồn ào đi
Tình yêu
Có bao giờ cho đủ
Có đâu sợ dư thừa

Ba đã sai lầm bao nhiêu
Vì cứ chờ cứ đợi
Có biết đâu

Đời như mây nổi
Như gió thổi
Như chiêm bao
Ơi bài học tự thuở nào
Sao bây giờ mới hiểu

Muốn vồ vập con hôm nay
Muốn âu yếm con mãi mãi
Thì đã muộn rồi
Có bao giờ thừa thãi
Tình yêu? (ĐHN 1990)

La Ngà 5
Ba dạy con
Mỗi ngày
Một chút

Không bài học nào
Như ba đã học
Từ con:

Nỗi mất! (ĐHN - 1990)

Ngày giỗ con, ông viết bài thơ "Giỗ một dòng sông" se sắt được nhạc sĩ Thuần Nhiên Nguyễn Đức Vinh ở Đà Lạt phổ thành bài nhạc "Sông ơi cứ chảy..." vào mùa Giáng sinh 2017 như một khúc réquiem cho nước mắt lặng lẽ trôi ngược vào tim.

Giỗ một dòng sông
Sông ơi cứ chảy
Cứ chảy về trời
Cứ về biển khơi
Cứ làm suối ngọt

Cứ làm thác cao
Cứ đổ ầm ào
Cứ làm gió nổi
Cứ làm mây trôi...

Sông ơi cứ chảy
Chảy khắp châu thân
Chảy tràn ra mắt
Chảy vùi bên tai

Dòng sông không tắt
Dòng sông chảy hoài... (ĐHN)

MỘT NGÀY CỦA BÁC SĨ ĐỖ HỒNG NGỌC

Trò Chuyện với Bác Sĩ Đỗ Hồng Ngọc (Nhà thơ Đỗ Nghê) kỳ 23 – 30.9.2013

(Nguồn: dutule.com)

Sáng thức dậy, không cần biết mấy giờ. Trừ những ngày phải đi dạy học còn thì cứ ngủ... thẳng giấc. Ngủ cần thiết cho tuổi già lắm. À, mà già chưa nhỉ thì không biết. Vệ sinh cá nhân các thứ xong,... ngồi thiền chừng 30 phút, tựa lưng vào giường, lim dim nhìn vào vách (diện bích?) vì nhà chật quá. Chỉ theo phương pháp thiền "quán niệm hơi thở" (Anapanasati) vì đây là một phương pháp thiền có cơ sở khoa học, sinh học, đáng tin cậy nhất, dưới cái nhìn của một bác sĩ, không có chuyện thần bí, mê tín dị đoan ở đây. Mươi năm nay, ngày nào cũng vậy, đã thành một thói quen, thiếu thì thấy... thiếu! Tiếp đó là thể dục, cũng chừng 30 phút, với những động tác tự "sáng chế" riêng phù hợp với thể chất mình, sức khỏe, tuổi tác mình. Phật dạy "hãy quay về nương tựa chính mình" là vậy. Bởi nếu có thầy dạy cho thì thầy thường ép mình phải theo cách của thầy. Chỉ nên nắm lấy nguyên tắc thôi! Nhờ thiền và thể dục đều đều như vậy mà mươi năm nay không bị đau lưng, nhức mỏi như trước, làm việc dẻo dai hơn và không phải dùng nhiều thuốc. Chỉ dùng mỗi một thứ để ổn định huyết áp sau cái vụ stroke phải mổ năm xưa.

Từ những trải nghiệm bản thân này, tôi cũng vừa cho in cuốn "Thiền và Sức khỏe" để chia sẻ kinh nghiệm cùng bè bạn gần xa, nhất là những người có tuổi hay ốm đau, phiền muộn.

Tắm rửa xong thì tự pha cho mình một ly café filtre, với yaourt thay vì sữa đặc có đường (trừ những ngày đi dạy hoặc đi "nói chuyện sức khỏe" đâu đó thì tăng cường một gói mì gói cho đủ calo). Café-yaourt ư? Phải. Cũng tự chế ra vậy thôi, vì yaourt tốt hơn sữa đặc! Nhớ André Maurois kể, một hôm ngồi café vỉa hè Paris, đang dùng muỗng lách cách khuấy tách café sữa thì đột nhiên "ngộ" ra một điều thú vị: Thì ra cái dải Ngân hà (la Voie lactée) vĩ đại kia hình thành chỉ do ai đó tình cờ hí hoáy khuấy tách café sữa khiến dòng sữa vỡ ra thành những dải tinh vân xoay vần trong vũ trụ...

Lúc này tôi vẫn còn dạy chút ít ở Đại học Y khoa Phạm Ngọc Thạch Saigon, ít thôi, lai rai thôi. Đi dạy thì có cái thú được gặp sinh viên và nhớ lại thuở đôi mươi của mình. Tôi dạy kiến thức chút chút, những điều cốt lõi thôi, còn thì dành thì giờ kể chuyện xưa nay, đông tây kim cổ cho các em nghe, để từ đó rút ra bài học về cách sống, cách học, cách hành nghề sau này... Mấy năm nay tôi cũng ít trực tiếp khám bệnh, vì đã có đứa con "nối nghiệp". Chẳng bao lâu nữa, tôi nghĩ mình cũng sẽ như người bắn cung thiện xạ nọ không còn biết cây cung, mũi tên là cái chi chi! Trái lại, tôi thường được mời đi đây đó để "nói chuyện sức khỏe" (health talk), với các đề tài như Thở để chữa bệnh, Thiền và sức khỏe, Một nếp sống hạnh phúc, Một tuổi già hạnh phúc, Cân bằng cuộc sống, Stress trong đời sống hằng ngày v.v... Mỗi buổi đi nói chuyện như vậy, với tôi, là một cơ hội để giao lưu và học hỏi.

Sau đó rồi thì ngồi vào máy vi tính. Trả lời "meo". Đọc chút báo mạng. Có hứng thì lọc cọc gõ chút gì đó, sai be bét cũng mặc, đợi ít lâu cho nó "hoai" đi rồi sửa dần. Có cái vi tính cũng hay. Không khổ sở như hồi máy đánh chữ! Lại tiện lợi gởi "meo", gởi hình trong nháy mắt. Ở Việt Nam, người ta đùa: "Dân ta phải biết sử ta / Ai mà không biết thì tra Google!"...

Từ ngày về hưu rồi thì thứ Bảy và Chủ nhật mới là ngày... làm việc thực sự! Lu bu nhất mấy ngày đó. Đi dự đám cưới đủ mệt. Thỉnh thoảng dạo cảnh chùa. Có dịp thì lang thang đây đó, lên rừng xuống biển, về quê. Tôi vẫn thường ngồi tán gẫu với bạn bè ở các quán cafe vắng vẻ, nơi bờ ao, bờ hồ, còn chút thiên nhiên... Nhớ lần ngồi cafe với Nguyễn Tường Bách ở Đức về, nói chuyện trên trời dưới đất, từ Big Bang đến Niết Bàn các thứ, lúc ra về Bách nói ai mà nghe mình nói chuyện sáng nay chắc nghĩ bọn mình điên!

Bây giờ đọc ít thôi. Mắt kém. Đọc trên mạng nhiều hơn sách báo vì có thể phóng to lên được. Lạ, từ ngày nghiền ngẫm kinh sách Phật, thấy cũng mê như đọc kiếm hiệp!

Xưa viết cho nhiều báo, nay gần như chỉ viết cho Văn hóa Phật giáo, Giác Ngộ, Từ Quang...

Nhớ năm đó nhóm bạn Ý Thức ngồi cafe cùng Nguyễn Mộng Giác, Giác bảo viết như Đỗ Nghê mà hay đó, hỏi tại sao, đáp tại vì Đỗ Nghê viết về "sanh lão bệnh tử"... của kiếp người! Lúc đó Giác vừa mới mổ gan về thăm anh em. Nhớ Jean Paul Sartre bảo cuốn La Nausée của ông không có ý nghĩa gì trước một em bé sắp chết đói ở Châu Phi! Lúc đó ông chỉ mong có một ổ bánh mì!

Cũng tại cái "nghiệp" thầy thuốc của tôi thôi! Nó thế. Tôi không có khả năng "hư cấu" nên không viết được truyện dài truyện ngắn tiểu thuyết như các bạn mình. Thơ tôi bây giờ cũng đặc quánh lại, có khi chỉ vài câu như khi viết mấy câu cho Mẹ trong ngày Vu Lan năm ngoái:

Con cài bông hoa trắng
Dành tặng mẹ đóa hồng
Mẹ nhớ gài lên ngực
Ngoại chờ bên kia sông...

Hoặc một bài cho tình xa:

Lá chín vàng
Lá rụng về cội
Em chín vàng
Chắc rụng
Về anh...

Đại khái vậy. Không biết có phải là thơ không nữa!

Nhắc lại, giấc ngủ rất quan trọng. Phải ngủ đủ. Khoảng 7-8 tiếng một đêm ở tuổi này. Khi nào buồn ngủ thì đi ngủ, không thì thôi. Bài viết "Có một nghệ thuật ngủ" của tôi được nhiều bạn bè chia sẻ. Nhà văn Hồ Anh Thái ở Hà Nội bảo đã photocopy ra khá nhiều để gởi cho bạn bè vì lúc này nhiều người mất ngủ quá! Trên thế giới thì thuốc ngủ vẫn là thuốc bán nhiều nhất! Tuổi càng cao, càng cần ngủ, như pin điện thoại xài lâu, sạc phải càng lâu. Ăn thì rất đơn giản thôi. Có gì ăn nấy. Tôi thường tự chế biến thức ăn cho mình, theo ý mình. Càng ngày tôi càng học tốt hơn hạnh sống "độc cư", "kham nhẫn / tri túc".

QUỸ THỜI GIAN

Hình như tôi không có ý niệm có một "quỹ thời gian" nào đó, bởi tôi không thể biết trước tôi có bao nhiêu, đã xài hết bao nhiêu, còn lại bao nhiêu để... lên kế hoạch. Bùi Giáng có câu "Một đời lận đận đo rồi đếm / Gối mỏi người đi đứng lại ngồi" nhớ không?

Tôi sống có vẻ hồn nhiên quá chăng? Lúc Mẹ tôi còn sống bà hay bảo tôi ngu hạng nhất, nhưng tôi cãi, chỉ ngu hạng nhì hay hạng ba thôi! Bà đành cười trừ!

"Xưa nay hiếm" là cái thời của Khổng Tử. Mới mấy hôm trước đây, tôi làm "em xi" (MC) cho một buổi "giao lưu" của những người cao tuổi, có bác sĩ-họa sĩ Dương Cẩm Chương, 103 tuổi, giáo sư nhạc sĩ Trần Văn Khê, 93 tuổi; nhà giáo Đàm Lê Đức, 83 tuổi, nhà thơ Tôn Nữ Hỷ Khương. Với họ, tôi hãy còn quá trẻ! Kinh nghiệm là khi mình có tuổi, nên thường xuyên gặp gỡ những người cao tuổi hơn để lúc nào mình cũng "quá trẻ" như vậy! Nhớ nhà văn Võ Hồng ở Nha Trang năm xưa kể vào năm tuổi 70 của ông, người ta làm một buổi họp mặt long trọng mừng thầy Võ Hồng, ai cũng phát biểu chúc mừng thầy "cổ lai hy". Khi đứng lên đáp từ, ông trịnh trọng đưa tay sờ vào cổ mình và nói thất thập cổ lai hy, rồi lần tay xuống ngực lục thập ngực lai hy, ngũ thập bụng lai hy... và tứ thập... làm mọi người la hoảng và cười vỡ một trận!

Lâu lâu gặp bạn cũ tôi giật mình thấy bạn già quá, da mồi tóc bạc, nhăn nhúm trong khi tôi... vẫn như xưa! Dĩ nhiên, lúc đó bạn tôi cũng thấy tôi già quá, da mồi tóc bạc, nhăn nhúm trong khi bạn vẫn như xưa. Thì ra, đó là một diễm phúc của cuộc sống! Không ai ngờ mình già cả. Nguyên Sa bảo "người ta chỉ có thể đo đếm được tuổi mình qua ánh mắt cố nhân". Mà lạ, khi gặp lại "cố nhân", bạn bè hồi niên thiếu, ôn lại chuyện xưa một lát, bỗng thấy mình nhỏ xíu lại, như không hề có thời gian. Mà thật, không hề có thời gian. Cái đồng hồ, cái ngày tháng nọ kia, chẳng qua là những giả định, vui thôi! Khi tôi viết những dòng này, thì tôi đang ở giữa trưa ngày thứ bảy trong khi bạn đang ở nửa khuya ngày thứ sáu! Cho nên Phật dạy: đừng bám vào ngã tướng, nhân tướng, chúng sanh tướng, thọ giả tướng thì mới "thoát" được. Thế nhưng, tuổi già sinh học thì có. Một lần nọ, một chị còn khá trẻ bồng đứa bé đến tôi khám bệnh. Đứa bé la khóc om sòm, chị dỗ: "Nín đi, nín cho ông ngoại khám con!". Thì ra tôi đã đến ông ngoại rồi mà không hay. Tôi hỏi theo thói quen: Chị là gì của cháu? "Dạ, bà ngoại". Chị trả lời ngon ơ. Rồi bỗng đâm ra bẽn lẽn. Tôi phải đánh trống lảng ngay! Nhưng chuyện đó xưa rồi, hai mươi năm trước rồi. Mới đây, tôi gặp lại một người quen cũ quê nhà, hơn nửa thế kỷ chưa gặp. Nàng nhắc chuyện đi câu cá, hái chùm ruột đến trèo động cát như mới ngày nào. Đột nhiên nàng nói bây giờ em đã có cháu gọi bằng bà Cố!

Tôi nhớ Trịnh Công Sơn viết: "Về thu xếp lại/ Ngày trong nếp ngày/ Vội vàng thêm những lúc yêu người... Cuồng phong cánh mỏi/..." mà tôi đã trích dẫn trong cuốn Gió heo may đã về (1997), nhưng khi gởi tặng cho anh bạn nhạc sĩ Miên Đức Thắng lúc đó đang ở Đức, anh phone phản đối: làm gì có chuyện vội vàng thêm những lúc yêu người! Tôi hiểu, anh vẫn đang còn rất... ung dung, từ tốn kia mà!

Phần tôi, đôi khi cũng thấy mình cần về thu xếp lại/ ngày trong nếp ngày mà... không dễ.

Bừa bãi quen rồi. Lười biếng quen rồi. Xung quanh chỗ ngồi là một chồng sách ngổn ngang, cao nghệu, rất mất trật tự, nhưng có ai lỡ tử tế sắp xếp lại thế nào tôi cũng la toáng lên! Mất trật tự mà tôi biết cái nào nằm ở đâu!

Còn “làm những việc mình thích” ư? Đương nhiên rồi. Nhân sinh quý thích chí. Không cần phải đợi “cổ lai hy” mới vậy. Phải làm những việc mình thích ngay bây giờ đi! Bởi già dẫn tới già cả, già khú đế mau lắm đó!

THI SĨ – BÁC SĨ ĐỖ HỒNG NGỌC

Bác sĩ Đỗ Hồng Ngọc là một trong những tên tuổi rất quen thuộc những ngày này. Một bạn trẻ đã vào “còm” trên trang nhà của ông thật cảm động:

“Ngôn từ không thể diễn đạt hết sự biết ơn của con (hay của mọi độc giả). Trang nhà của Bác, nơi trở về của con. “Như không thôi đi được”, phải ghé qua, dạo qua, canh xem bài mới, đọc chầm chậm, thưởng thức, như sợ hết món ngon. Nghiền ngẫm, ứng dụng, tự nhắc nhở, và luôn thấy mình quá may mắn!!

Chúng con như có GPS dẫn đường, một đại lộ sáng sủa, với 26 “cửa hàng” là những hàng hiệu, chất lượng miễn bàn, an tâm, bình yên, thong dong mà well-being và well dying.”

– Đồng Xuân viết - 23/01/2024 lúc 6:34 sáng

Dù là Đỗ Hồng Ngọc hay Đỗ Nghê, ông đều được nhiều người yêu quý. Nói về ông, học giả Nguyễn Hiến Lê nhận định, “Một bác sĩ mà lại là một thi sĩ thì luôn luôn làm cho chúng ta ngạc nhiên một cách thú vị.”

Còn với nhà thơ Phạm Chu Sa, “Nhiều người nghĩ Đỗ Hồng Ngọc là một bác sĩ làm thơ, viết văn và gọi anh là bác sĩ – nhà văn. Nhưng tôi vẫn thích gọi anh là thi sĩ – bác sĩ bởi Đỗ Hồng Ngọc có cốt cách thi sĩ trong con người bác sĩ."

Trần Thị Nguyệt Mai
Tháng 3/2024

Tham khảo:
1) Trang nhà Đỗ Hồng Ngọc
2) Trang nhà Du Tử Lê
3) Thư Viện Hoa Sen và các trang mạng khác
4) Sách báo Đỗ Hồng Ngọc
5) Tạp chí Thư Quán Bản Thảo

----

* *"Có người hỏi rằng: Thơ tại sao mà làm ra? Ta giả nhời rằng: Người ta để ra mà tĩnh, là tính Giời cho nguyên như thế; cảm ở vật ngoài mà mới động, thời ấy mới là sự muốn của tính. Đã có muốn thời phải có nghĩ; đã có nghĩ phải có nói; đã có nói thời những cái ý nhị không thể nói hết ra được mà hình hiện ở trong lúc ngậm ngùi ngợi than, tự nhiên tất phải có những giọng điệu cung bực, như không thôi đi được. Ấy tại thế mà sinh ra có thơ." (Chu Hy, Bài tựa Thi tập truyện* 詩集傳*, Tản Đà dịch)*

www.ingramcontent.com/pod-product-compliance
Lightning Source LLC
LaVergne TN
LVHW090222051026
849517LV00001B/161
* 9 7 9 8 3 3 0 2 1 3 1 2 2 *